நாகிப் மாஃபஸ் (1911–2006)

கெய்ரோவில் பிறந்த இவர், அரபு நாவல் இலக்கியத்தின் முக்கிய ஆளுமை. நோபல் பரிசு பெற்ற (1988) ஒரே அரபு எழுத்தாளர். தத்துவத்துறை மாணவனாகவும் தீவிர வாசகனாகவும் இருந்த மாஃபஸிடம், ஃப்ளாபர்ட், பால்ஸாக், ஷோலா, காம்யு, டால்ஸ்டாய், தாஸ்தாவெஸ்கி, மற்றும் ப்ருஸ்டீன் ஆகியோரின் தாக்கம் உண்டு. *Place Walk, Palace Of Desire* மற்றும் Sugar Street என்னும் இவரது முத்தொகுப்பு நாவல்கள் ஃப்ரெஞ்ச், ஹுப்ரு மற்றும் ஆங்கில மொழிகளில் வெளியாகி உள்ளன. 34 நாவல்களும், நுற்றுக்கணக்கான சிறுகதைகளும், கட்டுரைகளும், டஜன் கணக்கிலான திரைக்கதைகளும், 5 நாடகங்களும் எழுதியுள்ளார்.

1959–60இல் *Al-Ahram* தினசரியில் தொடராக வெளிவந்த Children என்னும் தன் நாவலை அவர் புத்தகமாக வெளியிட இருந்தபோது, அதிபர் கமால் அப்துல் நாசரிடமிருந்து, சன்னிப்பிரிவு முஸ்லிம்களின் தலைமை இறையியல் கல்லூரியான *Al Azhar*–இன் ஆத்திரத்திற்கு ஆளாக நேரும் என்று எதிர்ப்பு வந்தது. இதன் காரணமாக, அரபு மொழியில் எகிப்தில் வெளியிடுவதைத் தவிர்த்து, லெபனானில் வெளியிட்டார். அதுவும் எகிப்தில் தடை செய்யப்பட்டது. அத்துடன் 1989இல் எகிப்தின் அடிப்படைவாதியான ஷேக் ஓமர் அப்தெல் ரஹ்மான், "இந்நூல் காரணமாக மாஃபஸ் இறக்கத் தகுதியானவர்" என்று குறிப்பிட்டார். 1994இல் இரு இஸ்லாமியத் தீவிரவாதிகள் அவரைக் கத்தியால் குத்தினர். அவ்விருவரும் அடுத்த ஆண்டில் தூக்கிலிடப்பட்டனர்.

1982இல் அரபு மொழியில் *Layali alf lela* என்னும் தலைப்பில் வெளியான இந்நூல், *Arabian Nights And Days* என்று ஆங்கிலத்தில் *Denye Johnson-Davies* என்பவரால் மொழியாக்கம் செய்யப்பட்டது.

சா. தேவதாஸ், நவீன தமிழ் இலக்கியத்தின் மொழிபெயர்ப்புப் பணியில் மிகப்பெரும் பங்கு வகிக்கும் சா. தேவதாஸ், தமிழின் குறிப்பிடத்தகுந்த விமர்சகர்களில் ஒருவர். கூட்டுறவுத் துறையில் துணைப்பதிவாளராக இருந்து ஓய்வு பெற்று ராஜபாளையத்தில் வசித்துவருகிறார். இதுவரை ஆறு கட்டுரை நூல்களையும், 30 மொழிபெயர்ப்புகளையும் தமிழுக்குத் தந்துள்ளார். இடலோ கால்வினோ, பாப்லோ நெருடா, ஹென்றி ஜேம்ஸ் போன்றவர்களின் முக்கியப் படைப்புகளை மொழிபெயர்த்துள்ளார். இவர் மொழிபெயர்த்த *'லடாக்கிலிருந்து கவிழும் நிழல்'* எனும் நூலுக்காக, 2014ஆம் ஆண்டின் சாகித்ய அகாடமி விருது கிடைத்திருக்கிறது. பல்வேறு இலக்கிய ஆளுமைகளை தமிழுக்கு அறிமுகப்படுத்தி உள்ளார்.

அரேபிய இரவுகளும் பகல்களும்

நாகிப் மாஃபஸ்

தமிழில்: சா. தேவதாஸ்

எதிர் வெளியீடு

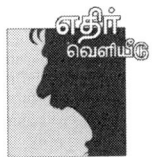

அரேபிய இரவுகளும் பகல்களும்
நாகிப் மாஃபஸ்
தமிழில்: சா. தேவதாஸ்

முதல் பதிப்பு: மே 2014
இரண்டாம் பதிப்பு: நவம்பர் 2021

எதிர் வெளியீடு,
96, நியூ ஸ்கீம் ரோடு, பொள்ளாச்சி – 642 002
தொலைபேசி: 04259 – 226012, 99425 11302

விலை: ரூ. 350

Arabiya Eravugalum Pagalkalum
Naguib Mahfouz

Copyright © Naguib Mahfouz
Translated by Sa. Devadoss

First Edition: May 2014
Second Edition: November 2021

Published by
Ethir Veliyeedu, 96, New Scheme Road. Pollachi – 2
email: ethirveliyedu@gmail.com
www.ethirveliyedu.in

ISBN: 978-93-90811-51-9
Cover Design: Santhosh Narayanan
Printed at Jothy Enterprises, Chennai.

All rights reserved. No part of this book may be reprinted or reproduced or utilised in any form or by any electronic, mechanical or other means, now known or hereafter invented, including Photocopying and recording, or in any information storage or retrieval system, without permission in writing from the Publisher.

ஒரு மறுவாசிப்பாக...

நாகிப் மாஃபஸின் இந்த நாவல், இஸ்லாமியர்களின் புகழ்பெற்ற புராணிகமான '1001 அரேபிய இரவுகள்' முடியும் இடத்தில் துவங்குகிறது. ஒரு கட்டத்தில் கதைகள் எல்லாம் முடிந்து போகின்றன. அடுத்து என்ன? இந்தக் கேள்வியிலிருந்து நாகிப் மாஃபஸ் தன் மறுஎழுத்தாக்கத்தைத் தொடங்குகிறார்.

"மூன்றாம் உலகத்திலிருந்து வருகிற ஒரு மனிதனுக்கு கதைகள் எழுத மன அமைதி எப்படிக் கிடைக்கும்? அதிருஷ்டவசமாக கலை தாராளமாகவும், கருணையோடும் இருக்கிறது. பிரச்சனைகளற்ற சந்தோஷங்களை மட்டும் கலை ஆகர்ஷிப்பதில்லை; துன்பத்தில் உழல்பவர்களை அது நிராகரித்து ஒதுக்குவதுமில்லை. அவரவர் நெஞ்சிற்குள் பொங்கும் உணர்வுகளை அவர்களுக்கே உரித்தானதொரு தனிமுறையில் வெளிப்படுத்திக்கொள்ள கலை அனுமதிக்கிறது" என்று தனது நோபல் பரிசு ஏற்புரையில் நாகிப் மாஃபஸ் குறிப்பிடுகிறார்.

"மாஃபஸின், 'அரேபிய இரவுகளும் பகல்களும்' அரசியல் சாயமும் ஆன்மிகச் சாயலும் கொண்ட மாயாஜாலக் கதைத் தொகுப்பு. அரேபிய இரவுகளை மாஃபஸ் மாற்றி எழுதுகிறார், அவரது ஷாரியார் நீதி, கருணை போன்றவற்றை மெதுவாக அறிந்து கொள்கிறார். மரணதேவதை, புராதனப் பொருட்கள் விற்கும் ஒரு வியாபாரி, வேதாளங்கள் விதியுடன் கண்ணாமூச்சி ஆடுகின்றன" என்று 'கதைசொல்லு அல்லது செத்துமடி' என்கிற தனது கட்டுரையில் புகழாரம் சூட்டுகிறார் சக எழுத்தாளர் ஏ.எஸ். பையட்.

வசீகரமான கதைகளின் இடத்திலே அருவருப்பான அதிகாரப் போட்டியும் ஆதிக்க மனப்பான்மையும். உற்சாகமான சூழலின்

இடத்திலே பயமும் பீதியும். விதவிதமான ஆளுமைகளின் இடத்திலே முகமூடியணிந்த ஒரே தன்மையான குரூரத் தோற்றங்கள். 'ஒளியைக் காண வேண்டுமானால் இருள் இருக்கட்டும்' என்னும் நிலைக்கு சுல்தான் ஷாரியார் வந்துவிடுகிறார்.

எந்த மதப் பிரிவில் சேரவேண்டும் என்றும் ஆன்மிக நற்காரியங்கள் செய்ய வேண்டுமானால் ஒருவன் தான் பார்க்கிற வேலையைக் கைவிட வேண்டுமா என்ற கேள்விகளுக்கு ஒரு ஷேக் அளிக்கும் பதில்:

'ஒவ்வொரு ஷேக்கிற்கும் அவருக்கேயான வழி இருக்கிறது. பணியாற்றுபவர்களையே நான் ஏற்றுக்கொள்வேன்.'

மதபீடத்தினரே ஆட்சியதிகாரம் செலுத்துவோராகவும் இருப்பதைப் பொதுவாக இஸ்லாம் வற்புறுத்துகிறது. சன்னி பிரிவினர் இவ்வகையினர். ஆட்சியதிகாரம் மதவாதிகளிடமிருந்து பிரிந்து இருக்க வேண்டுமென்பது ஷியாப் பிரிவினரின் நிலை. இஸ்லாமிய நாடுகளை ஒருமைப்பாடு கொள்ள முடியாமல் தடுக்கின்ற அடிப்படைப் பிரச்சனை இது. இவ்விரு பிரிவினருக்கிடையிலான போட்டியும் பூசலும் அமெரிக்கா போன்ற மற்ற ஆதிக்க சக்திகளுக்கு நல்ல சந்தர்ப்பத்தைத் தந்து விடுகின்றன.

சன்னியும் இல்லாது ஷியாவாகவும் இல்லாது, இஸ்லாத்திற்கு முந்தைய நம்பிக்கைகள் கொண்டவர்களாக இருந்தால், இஸ்லாமிய நாடுகளில் நிலை இன்னும் மோசமாகிவிடும். என்ன பிரச்சனை நடந்தாலும் யார் என்ன செய்தாலும் குற்றத்தை அவர்கள் தலையில் சுமத்தி விடலாம்.

குர்துக்களின் நிலையும் இதுபோன்றதுதான். குர்து இனமக்களின் போராட்டங்களுக்குத் துணைபுரிந்து உதவிடும் நாடு அமெரிக்கா. இப்படியான சந்தர்ப்பங்களைப் பயன்படுத்தி, அந்நாட்டின் இயற்கை வளங்களை தனதாக்கிக் கொள்ளும் கபட நாடகம் அதற்குக் கைவந்த கலையாயிற்றே...

ஜனநாயக மரபுகளைத் தாங்கிப் பிடிப்பதாகக் கூறிக் கொள்ளும் மேற்குலகின் கிறித்தவத்திற்கும் கிழக்கு மற்றும் மத்திய கிழக்கின் இஸ்லாத்திற்குமிடையிலான மோதலும் முரண்பாடும் தீராத ஒன்றாக இருந்து வருகின்றது. உண்மையில் கிறித்தவத்திடம்

மனிதாய மதிப்புகளைச் சேர்த்து வளப்படுத்தியது இஸ்லாம்தான் என்கிறார் ஜியாவுதீன் சர்தார்.

"மேற்குலகம் இம்மதிப்புகளை இஸ்லாத்திடமிருந்து பெற்றுக் கொண்டது. மேற்குலகத்திடம் நாணயம் இருக்குமானால் நாகரிகத்திற்கும் காட்டுமிராண்டித்தனத்திற்கும் இடையிலான வித்தியாசம் என்ன, பகுத்தறிவு எப்படி, குடியுரிமைச் சமுதாயத்தின் அடிப்படை அம்சங்கள் என்ன என்பதையெல்லாம் இஸ்லாத்திடமிருந்துதான் கற்றுக் கொண்டுள்ளதை ஒத்துக் கொள்ளவேண்டும். இபின் சினா, இபின் ரஷீத், இபின் குல்துன், அல்-பரூனி போன்ற சிந்தனையாளர்களே ஐரோப்பாவுக்கு மனிதாய மதிப்பை அறிமுகப்படுத்தியவர்கள்."

அப்படியானால் இஸ்லாத்துடன் சேர்ந்து விட்ட பயங்கரவாதத்திற்கு யார் காரணம்?

"மிகவும் ஆபத்தானவர்கள் மத்திய கிழக்கில் உள்ள பக்தி மிக்க இஸ்லாமியர்கள் அல்ல. மாறாக, ஹாம்பர்க்கிலோ லண்டனிலோ ஆம்ஸ்டர்டாமிலோ உள்ள வேரற்ற இளைஞர்கள். தம் அடையாளத் தேடலுக்கான பதில் புனிதப்போரில் இருப்பதாகக் கருதுபவர்கள் அவர்கள்."

நபி இறுதித் தீர்க்கதரிசி இல்லை, மார்க்கம் ஒன்று மட்டுமே இல்லை என்னும் தொனிகள் ஒலிக்க நாகிப் மாஃபஸ் எழுதியுள்ளார். இந்த நாவல் இந்த வகையில் புனைகதையிலான ஒரு மறு எழுத்தாக்கம் மட்டுமல்லாமல், அரசியல் ஆன்மிகத் தளத்திலான ஓர் உரையாடலாகவும் உள்ளது.

பயங்கரவாதம் என்பது இஸ்லாத்துடன் பிணைந்திருப்பதாகத் தோன்றுகிறது. நாம் காண்பது இன்றைய விளைவுகள். இதன் ஆதிவேர்கள் எங்குள்ளன? மேலாதிக்கச் சக்திகள் பிளவையும் போட்டியையும் உண்டாக்கிக் குளிர் காய்கின்றன. பின்லேடன் போன்ற சக்திகளை உருவாக்கி விட்டவர்கள் அமெரிக்க ஆதிக்கவாதிகள். பின்னர் பின்லேடனை காரணமாகக் கொண்டு ஈராக் போன்ற நாடுகளை கபளீகரம் செய்து வருகின்றனர். இப்போது ஷியாப் பிரிவினர் ஆட்சியதிகாரத்தில் இருந்து கொண்டு பெரும்பான்மை சன்னிப் பிரிவினரைப் பழிவாங்குகின்றனர்.

இஸ்லாம் என்னும் நெறி அடிப்படையில் அப்படியானதல்ல. ஆப்ரஹாமிடமிருந்து கிளைத்த கிறித்தவமும் இஸ்லாமும்

பிணங்கி நிற்க ஏதுக்கள் அதிகமில்லை. அதிகம், கிறித்தவத்தை உருமாற்றிய பெருமையும் இஸ்லாத்திற்கே உண்டு.

அரேபிய இரவுகளை மறுவாசிப்புச் செய்கையில் அரேபிய, இஸ்லாமிய மறுவாசிப்பும் செய்கின்றோம்.

சா. தேவதாஸ்
ஆரணி

பொருளடக்கம்

ஷாரியார் 11

செஹர்ஜாத் 14

ஷேக் 16

எமீர்களின் சிற்றுண்டி விடுதி 19

சனான் அல்-கமலி 22

கமாஸா அல்-புல்டி 46

சுமைதூக்கி 75

நூர் அல்-தீன் மற்றும் துன்யாஜாத் 109

நாவிதன் உகரின் சாகசங்கள் 147

அனீஸ் அல்-கலீஸ் 179

குத் அல்-குலூப் 199

கன்னங்களில் மருக்கள்கொண்ட அலாவுதீன் 214

சுல்தான் 233

புலப்படாத தன்மை கொண்ட குல்லாய் 242

செருப்புத் தைக்கும் மாரூஃப் 260

சிந்துபாத் 277

வருந்துவோர் 296

ஷாரியார்

எழுச்சிமிக்க ஒளியின் பாய்ச்சலுக்கும் அடங்காததாக இருள் மேகங்கள் இருக்க, அதிகாலைத் தொழுகையைத் தொடர்ந்து, சுல்தான் ஷாரியாரைச் சந்திப்பதற்காக அமைச்சர் டாண்டன் அழைக்கப்பட்டார். டாண்டனின் நிதானம் பறந்தோடிப் போயிற்று. ஒரு தந்தை என்ற வகையில் இருதயம் அவருள்ளே அடித்துக் கொள்ள, ஆடைகளை அணிந்து கொண்டு, 'செஹர்ஜாத், இப்போது உனது விதி - முடிவு தீர்மானிக்கப்படும்' என்று முணுமுணுத்தார்.

படைவீரர்கள் பின்தொடர, ஓய்ந்துபோன கிழட்டுக் குதிரையில் மலைமீது செல்லும் சாலையில் அவர் சென்றார், பனித்துளியினை ஒளிரச் செய்வதும் இதமானதுமான குளிரில் ஒருவன் பந்தம் ஏந்தியபடி அவருக்கு முன் போய்க்கொண்டிருந்தான். பயத்திற்கும் நம்பிக்கைக்கும் இடையே, மரணத்திற்கும் எதிர்பார்ப்பிற்கும் இடையே மூன்று வருடங்களை அவர் கழித்திருந்தார். கதைகளைச் சொல்வதில் மூன்று வருடங்களைக் கழித்திருந்தார். அக்கதைகளால் செஹர்ஜாத்தின் ஆயுள் நீடிக்கப்பட்டிருந்தது. ஆமாம், எல்லாவற்றையும் போலவே, கதைகளும் முடிவுக்கு வந்திருந்தன, நேற்று முடிந்து போயிருந்தன. எனது பிரிய மகளே, உனக்கென்று காத்துக் கொண்டிருந்தது எத்தகைய விதி?

மலை முகட்டிலிருந்த அரண்மனைக்குள் அவர் நுழைந்தார். பரந்து விரிந்த தோட்டத்தை நோக்கியிருந்த பின்புற உப்பரிகை ஒன்றிற்கு அரண்மனை மேற்பார்வையாளர் அவரை இட்டுச் சென்றார். தலைப்பாகை இல்லாமல் முடி கருகருவென்று அடர்ந்து கிடக்க, நீண்ட முகத்தில் கண்கள் ஒளிர, தன் நெஞ்சின் மேலே பெரிய தாடி விரிந்து கிடக்க, தனியொரு விளக்கொளியில் ஷாரியார் அமர்ந்திருந்தார். நீண்ட நாளைய தொடர்பிருந்தும், கடுமை, குரூரம், மாசுமறுவில்லாத குருதியைக் கொட்டவைத்திருப்பது என்னும் வரலாறு நிரம்பியிருந்த

அம்மனிதரிடத்தே உள்ளார்ந்த நடுக்கத்துடன் அவர் முன்னுள்ள பூமியை டாண்டன் முத்தமிட்டார்.

அத்தனித்த விளக்கை அணைத்து விடுமாறு சுல்தான் சமிக்ஞை செய்தார். இருள் கவிந்தது மற்றும் நறுமணம் கமழும் விருட்சங்களின் ஆவித்தோற்றங்கள் அரைபாதி இருட்டில் நீண்டு கிடந்தன.

“ஒளிப் பிரவாகத்தை நான் கண்ணுறும் வகையில் இருள் இருக்கட்டும்” என்று ஷாரியார் முணுமுணுத்தார்.

டாண்டன் ஒருவித நன்னம்பிக்கையை உணர்ந்தார்.

“இரவிலும் பகலிலும் ஆகச் சிறந்தவை அனைத்தும் தங்களுக்குக் கிட்டுமாறு அல்லா அருளட்டும்.”

நிசப்தம். அவரின் முகபாவத்தில் இருப்பது திருப்தியா, அதிருப்தியா என்பதை டாண்டனால் கண்டுகொள்ள இயலவில்லை. “செஹர்ஜாத் நம் மனைவியாக இருக்கட்டும் என்பது எம் ஆசை” என்று சுல்தான் கூறுகிற வரையிலும்.

தாவி எழுந்த டாண்டன், சுல்தான் தலைமீது குனிந்து, தனக்குள்ளிருந்து கண்ணீரை வரவழைத்த நன்றியுணர்வுடன் முத்தமிட்டார்.

“எப்போதைக்கெப்போதுமாக உங்கள் ஆட்சியில் அல்லா துணை புரிவாராக.”

“நீதி பல்வேறான வழிமுறைகளைக் கொண்டுள்ளது. அவற்றிடத்தே வாளுண்டு, அவற்றிடத்தே மன்னிப்புண்டு. தனக்கேயான ஞானம் நிரம்பியவர் அல்லா” என்று தன்னால் பலியானவர்களை நினைத்துக் கொள்வது போல் சுல்தான் கூறினார்.

“மாட்சிமை மிக்கவரே, உங்கள் காலடிகளை தன் ஞானத்தின் பால் அல்லா வழிநடத்தட்டும்.”

“அவளின் கதைகள் தேவதைகளின் மாயவித்தைகள். சிந்தனையைப் பெருக்கும் உலகங்களை அவை திறந்து காட்டுகின்றன.”

அமைச்சர் திடீரென்று சந்தோஷப்போதை மிகுந்தவரானார்.

"அவள் எனக்கொரு மகனைப் பெற்றெடுத்தாள், சஞ்சலங்கொண்ட என் ஆன்மா சமாதானமடைந்தது."

"இம்மையிலும் மறுமையிலும் மாட்சிமை மிக்கவர் ஆனந்தம் அடையட்டும்."

"ஆனந்தம்" சுல்தான் கடுமையுடன் முணுமுணுத்தார்.

ஏதோ ஒரு காரணத்தால் டாண்டன் பதட்டமடைந்தார். சேவல்கள் கூவின. "இருத்தலில் மிகவும் புரிபடாதது இருத்தல் தான்" என்று தன்னுடன் பேசிக் கொள்வதுபோல் சுல்தான் கூறினார்.

"அங்கே பாருங்கள்" என்று அவர் குறிப்பிட்டபோது அவரின் வேதனைத் தொனி மறைந்துபோனது.

தொடுவானை நோக்கிய டாண்டன் அது பரிசுத்தமான சந்தோஷத்துடன் ஒளிர்வதைக் கண்டார்.

செஹர்ஜாத்

டாண்டன் தன் மகள் செஹர்ஜாத்தைப் பார்ப்பதற்கு அனுமதி கோரினார். ரோஜாநிறத் தரைவிரிப்பும் திரைச் சீலைகளும் இருக்கைகளும் மெத்தைகளும் கொண்ட ரோஜா அறைக்கு ஒரு பணிப்பெண் அவரை இட்டுச் சென்றாள். அங்கே அவர் செஹர்ஜாத் மற்றும் அவளின் தங்கை துன்யாஜாத்தைச் சந்தித்தார்.

“நான் மிகவும் சந்தோஷப்படுகிறேன். உலகங்களின் கடவுளாகிய அல்லாவுக்கு நன்றி.”

துன்யாஜாத் தன் மறைவிடத்திற்குச் சென்று ஒதுங்க, செஹர்ஜாத் அவரருகே உட்காந்தாள்.

“நம் மன்னரின் கருணையால் கொடூர விதியிலிருந்து காப்பாற்றப்பட்டேன்” என்றாள் செஹர்ஜாத்.

“கள்ளங் கபடில்லாத அக்கன்னியரிடத்தே அல்லா கருணை கொள்ளட்டும்” என்று அவள் கசப்புணர்வுடன் கூறுகையில் அவர் தனது நன்றிகளை முணுமுணுத்துக் கொண்டிருந்தார்.

“எவ்வளவு புத்திசாலியாயும் துணிச்சல் மிக்கவளாயும் இருக்கிறாய்.”

“நான் சந்தோஷமாக இல்லை என்பதை அறிவீர்களா, அப்பா.”

“கவனமாயிரு மகளே, அரண்மனையில் எண்ணங்கள் உருக்கொண்டு ஒலித்துவிடும் என்பதால்.”

“இரத்த வெள்ளத்தைக் கட்டுப்படுத்தும் பொருட்டு என்னைத் தியாகம் செய்தேன்” என்றாள் வேதனையோடு.

“அல்லா தனக்கேயான ஞானத்தைப் பெற்றுள்ளார்” அவர் முணுமுணுத்தார்.

"சாத்தானோ தன் ஆதரவாளர்களைக் கொண்டுள்ளது" என்று அவள் சீற்றத்துடன் குறிப்பிட்டாள்.

"செஹர்ஜாத், அவர் உன்னை நேசிக்கிறார்," அவர் மன்றாடினார்.

"அகங்காரமும் அன்பும் ஒரிதயத்தில் வந்துசேருவதில்லை. முதலாவதாகவும் முடிவானதாகவும் அவர் நேசிப்பது தன்னைத்தான்."

"அன்பும் தன் அதிசயங்களைக் கொண்டிருப்பதே"

"அவர் என்னை நெருங்கும் போதெல்லாம் இரத்த வாடையைச் சுவாசிக்கிறேன்."

"சமுதாயத்தின் எஞ்சியவர்களைப் போலில்லை சுல்தான்."

"ஆனால் குற்றம் குற்றமே. எவ்வளவு கன்னியரைக் கொன்று குவித்திருக்கிறார். எவ்வளவு பக்தி மிக்கவரையும் அல்லாவுக்குப் பயந்தவரையும் அழித்தொழித்திருக்கிறார். நாட்டில் மிஞ்சியிருப்பவர்கள் அயோக்கியர்களே."

"அல்லாவிடமான எனது நம்பிக்கை ஒருபோதும் ஆட்டங் கண்டதில்லை" என்று அவர் கவலையுடன் குறிப்பிட்டார்.

"என்னைப் பொறுத்தவரை மாபெரும் ஷேக் எனக்கு கற்பித்தபடி, என் ஆன்மிக நிலை பொறுமையில் உள்ளது என்பதை அறிவேன்."

இதற்கு டாண்டன் புன்னகையுடன், "எத்தகைய அதிசயமான ஆசிரியர்... எத்தகைய அதிசயமான மாணவி" என்றார்.

ஷேக்

ஷேக் அப்துல்லா அல்-பால்கி பழைய நகர்ப்புறத்தின் எளிய இல்லத்தில் வசித்தார். அவரது கனவுப் பார்வை அவரின் பழைய மற்றும் சமீபத்திய மாணவர்களது நெஞ்சங்களிலே பிரதிபலித்து, அவரது சீடர்களின் இருதயங்களிலே ஆழப்பதிந்தது. அன்பு மற்றும் நிறைவின் ஆன்மிக மட்டத்தில் உயர்நிலையை எட்டி, மார்க்கத்தின் ஷேக் ஆக அவர் இருந்தமையால் அவரைப் பொறுத்தமட்டில், முழுமையான பக்தி என்பது ஒரு பீடிகைக்கும் மேலானதில்லை.

தன் மறைவிடத்தை விட்டு நீங்கி வரவேற்பறைக்கு அவர் வந்திருந்தபோது அவரது ஒரே மகளும் யுவதியுமான ஸுபைதா அவரிடம் வந்து, "நகரம் ஆனந்தத்தில் திளைக்கிறது, தந்தையே" என்று சந்தோஷத்துடன் கூறினாள்.

அவளது வார்த்தைகளைக் காதில் போட்டுக்கொள்ளாமலேயே அவர், "டாக்டர் அப்துல் காதிர் அல்-மஹீனி இன்னும் வந்து சேரவில்லையா?" என்றார்.

"அப்பா, அவர் வந்து கொண்டிருக்கலாம். ஆனால் நகரம் ஆனந்தத்தில் திளைக்கிறது. ஏனெனில், செஹர்ஜாத் தன் மனைவியாக வேண்டும் என்று சுல்தான் இசைவு தெரிவித்துள்ளார். மற்றும் ரத்தம் சிந்துவதை கைகழுவி இருக்கிறார்."

எனினும் அவரது அமைதியிலிருந்து எதுவும் அவரை விரட்டிவிடவில்லை. அவரின் நெஞ்சிலிருக்கும் நிறைவு குறையவும் இல்லை, கூடவும் இல்லை. ஸுபைதா மகளும் சிஷ்யையுமாவாள். ஆனால் மார்க்கத்தின் தொடக்கநிலையில் இருப்பவள். கதவு தட்டப்படுவதைக் கேட்டதுமே, "உங்கள் சிநேகிதர் வழக்கம்போல் வந்திருக்கிறார்" என்று கூறியபடி சென்றாள்.

டாக்டர் அப்துல் காதிர் அல்-மஹீனி நுழைந்தார். இருவரும் தழுவிக் கொண்டனர். தன் நண்பனின் அருகிலுள்ள, இருக்கையில் அமர்ந்தார் அவர்.

சிறியதொரு மாடத்து விளக்கொளியில் வழக்கம்போல் உரையாடல் நடந்தது.

"நல்ல செய்தியைக் கேள்விப்பட்டிருப்பாய், இல்லையா?" என்றார் அப்துல் காதிர்.

"என்ன தெரிந்து கொள்ள வேண்டுமென்பதை அறிவேன்." அவர் புன்னகையுடன் கூறினார்.

"நீ தான் பிரதான காரணம் என்று உணர்த்தும் விதத்தில் தொழுகையின்போது செஹர்ஜாத்திற்காக குரல்கள் எழுப்பப்பட்டன" என்றார் டாக்டர்.

"அன்பு மிக்கவரே காரணம்" என்றார் பதிலுக்கு.

"நானும் நம்பிக்கை கொண்டவனே. இருப்பினும் நான் உறுதிமொழிகளையும் அனுமானங்களையும் பின்பற்றுகிறேன். உங்கள் மாணவியாக இல்லாது போயிருந்தால் ரத்தக் களரியிலிருந்து சுல்தானைத் திசை திருப்பிடும் கதைகளை செஹர்ஜாத்தினால் கண்டறிய முடியாது போயிருக்கும்."

"என் நண்பனே, உன்னிடம் உள்ள பிரச்சினை, நீ மிகவும் அறிவுக்கு அடங்கிப் போகிறாய்."

"அது மனிதனுக்கு அணி போன்றது."

"அறிவின் மூலமாகவே அறிவின் வரம்புகளைக் கண்டறிகிறோம்."

"அதற்கு வரம்புகள் இல்லை என்று நம்புவோர் இருக்கின்றனர்" என்றார் அப்துல் காதிர்.

"பலரை மார்க்கத்தின்பால் ஈர்ப்பதில் தோற்றிருக்கிறேன், அவர்களுக்கு முன்னாக நிற்பது நீதான்."

"மக்கள் அப்பாவிகள். தம் வாழ்க்கை குறித்து அறிவுவிளக்கம் செய்திட அவர்களுக்கு யாரேனும் ஒருவர் அவசியம்."

"நன்னெறிப்பட்ட ஆன்மா ஒன்று ஒட்டுமொத்த மக்களையும் காப்பாற்றும்" என்று நம்பிக்கையுடன் ஷேக் குறிப்பிட்டார்.

"நமது நகர்ப்புறத்தின் ஆளுநர் அலி அல்-சாலவ்லி, அவரது கேடுகெட்ட ஆட்சியிலிருந்து நகர்ப்புறத்தினைக் காப்பாற்றுவது எப்படி?" திடீரென்று ஆத்திரத்துடன் வினவினார் டாக்டர்.

"ஆனால் முயன்று கொண்டிருப்போர் பல்திறத்தினர்" என்று வேதனையுடன் ஷேக் கூறினார்.

"நான் ஒரு டாக்டர். உலகிற்கு எது சரியானதோ அதுவே என் அக்கறைக்கு உரித்தானது."

ஷேக் தன் கையை லேசாகத் தட்டிக்கொள்ள, டாக்டர் புன்னகைத்துவிட்டு, "ஆனால் நீ நன்மை மற்றும் அதிர்ஷ்டத்தின் உருவம்" என்றார்.

"நான் அல்லாவுக்கு நன்றி பாராட்டுகிறேன், எந்தச் சந்தோஷமும் என்னை உயரத்தே கொண்டு போவதில்லை, எந்தக் கவலையும் என்னைத் தொடுவதில்லை."

"பிரிய நண்பனே, நானோ வருத்தத்தில் இருக்கிறேன். ரத்தக் களரி மற்றும் செல்வத்தைக் கொள்ளையிடுவதற்கு எதிராக உண்மையை உரைத்ததற்காக உயிர்ப்பலி கொள்ளப்பட்டவர்களை நினைக்கும் போதெல்லாம் என் கவலை பெருகுகிறது."

"உலக பந்தங்களில் எவ்வளவு திடமாக கட்டுண்டிருக்கிறோம்."

"உன்னதமானவர்களும் அல்லாவுக்கு அஞ்சியவர்களும் உயிர்ப்பலி கொள்ளப்பட்டுள்ளனர். இன்று அயோக்கியர்களால் மட்டுமே அடக்கியாளப்படும் என் நகரமே உன்பால் நான் எவ்வளவு வருத்தப்படுகிறேன்! லாயங்களில் ஏன் மோசமான விலங்குகளே எஞ்சியுள்ளன?" என்று அப்துல் காதிர் அழுது அரற்றினார்.

"கேடானவற்றை நேசிப்போர் எவ்வளவு அதிகமாய் இருக்கின்றனர்!"

நகர்ப்புறத்தின் எல்லையோரங்களிலிருந்து ஊதுகுழல்களும் முரசங்களும் ஒலித்தன. சந்தோஷமான செய்தியை மக்கள் கொண்டாடுகின்றனர் என்று அவர்கள் உணர்ந்து கொண்டனர். அப்போது எமீர்களின் காஃபி விடுதிக்குத் தான் செல்லவேண்டும் என்று டாக்டர் தீர்மானித்தார்.

எமீர்களின் சிற்றுண்டி விடுதி

பெரிய வர்த்தக வீதியின் வலப்புறத்தே மையமிட்டிருந்தது காஃபி விடுதி. நுழைவாயில் பொதுவழியை நோக்கியதாகவும் ஜன்னல்கள் நகரின் அண்மைப் பகுதிகளை நோக்கியதாகவும் இருக்க, விசாலமான முற்றத்துடன் சதுரவடிவில் அது இருந்தது. அதன் நாலாப் புறங்களிலும் மேட்டுக்குடி வாடிக்கையாளர்களுக்கான இருக்கைகளும், மத்தியில் சாதாரண மக்களுக்கான இருக்கைகளும் போடப்பட்டிருந்தன. பருவகாலத்திற்கேற்ப சூடானதும் குளிர்ந்ததுமான பானங்கள் தினுசு தினுசாக பரிமாறப்பட்டன. ஹஸிஸ்(கஞ்சா) மற்றும் எலெக்ஸீவரியின் (ஒருவகைப் போதைப் பொருள்) நேர்த்தியான ரகங்களும் கிடைத்தன. இரவு வேளையில் மேட்டுக்குடி வாடிக்கையாளர்களான சனான் அல்-காமலி மற்றும் அவரது மகன் ஃபாதில், ஹம்தான் டுனைஷா மற்றும் கராம் அல்-அஸீல், சாஹ்லவல் மற்றும் மருந்துகள் விற்பவரான இப்ராஹிம் அல்-அத்தர் மற்றும் அவரது மகன் ஹாஸன், துணிமணிகள் விற்பவரான கலீல் அல்-பஸ்ஸூஸ், நூர் அல்-தீன் மற்றும் கூன்விழுந்த சாம்லவல் போன்றோரைக் காணமுடிந்தது.

சுமை தூக்குபவன் ரகப் மற்றும் அவனது கையாள் சிந்துபாத், நாவிதன் உகர் மற்றும் அவனது மகன் அலாவுதீன், தண்ணீர் கொண்டு செல்லும் இப்ராஹிம் மற்றும் செருப்புத் தைக்கும் மாரஃப் போன்ற சாதாரண நபர்களையும் பார்க்கலாம். இந்தச் சந்தோஷமான இரவில் பொதுவான உற்சாகம் இருந்தது. இப்ராஹிம் அல்-அத்தர், லட்சாதிபதி கராம் அல்-அஸீல் மற்றும் அரும்பொருள் வணிகர் ஸுஹ்லவல் ஆகியோரைக் கொண்ட கூட்டத்திலே டாக்டர் அப்துல் காதிர் அல்-மஹீனி சீக்கிரமே வந்து சேர்ந்திருந்தார். தங்களையெல்லாம் அடக்கி வைத்திருந்த அச்சம் ஒன்றிலிருந்து அன்றிரவு அவர்கள் மீண்டிருந்தனர். அழகான கன்னிப் பெண்களின் ஒவ்வொரு தந்தையும்,

நம்பிக்கையை உணர்ந்தனர். பீதியூட்டும் ஆவிகளில்லாத தூக்கத்திற்கு வாக்குறுதி கிடைக்கப் பெற்றனர்.

“குரானின் ஆரம்பப் பகுதியான ஃபாதிஹாவை ‘பலியான ஆன்மாக்களுக்காக’ ஓதுவோம்” என்று பலகுரல்கள் ஒலித்தன.

“கன்னியருக்காவும் அல்லாவுக்கு அஞ்சுபவர்களுக்காகவும்.”

“கண்ணீருக்குப் பிரியாவிடை.”

“உலகங்களின் கடவுளான அல்லாவுக்குத் துதியும் நன்றிகளும்.”

“பெண்களில் முத்துப் போன்ற செஹர்ஜாத் நீடுழி வாழ்க.”

“அழகான அக்கதைகளுக்கு நன்றிகள்.”

“கவிந்திருப்பது அல்லாவின் கருணையே தவிர வேறெதுவும் இல்லை.”

“சிந்துபாத், உனக்குப் பைத்தியமா?” என்று சுமைதூக்கி ரகப் கூறுவது ஆச்சரியத்துடன் கேட்கப்படும் மட்டும் உற்சாகமும் உரையாடலும் நீடித்தன.

ஒவ்வொன்றிலும் மூக்கை நுழைத்துக் கொள்வதில் முனைப்பாயிருந்த உகர், “இச்சந்தோஷமான இரவிலே அவனுக்குள்ளே என்ன சேர்ந்திருக்கிறது?” என்று வினவினான்.

“அவன் தன் வேலையை வெறுத்து, நகரத்திடம் அலுப்படைந்து விட்டதாகத் தோன்றுகிறது. அவன் சுமைதூக்கியாக இருக்க விரும்பவில்லை.”

“நகரின் ஆளுனராக ஆசைப்படுகிறானா?”

“ஒரு கப்பல் தலைவனிடம் சென்று தன்னை ஒரு வேலையாளாகச் சேர்த்துக் கொள்ளும் வரையிலும் வற்புறுத்திக் கொண்டிருப்பான்.”

“தரைமீதான நிச்சய ஜீவிதத்தை விட்டு விட்டு, நீர் மீதான நிச்சயமற்ற ஒன்றின் பின் ஓடுபவன், நிஜமாகவே பைத்தியமாகத்தான் இருக்க வேண்டும்” என்றான் தண்ணீர் கொண்டு செல்பவனான இப்ராஹிம்.

“தொப்பழங்காலத்திலிருந்து தண்ணீர் தனக்கான சாரத்தை பிரேதங்களிலிருந்து பெற்றுக் கொண்டுள்ளது” என்றான் செருப்புத் தைக்கும் மாரஃப்.

“எனக்குச் சந்து பொந்துகள் அலுத்துவிட்டன. புதிதாக யாரையும் காணும் நம்பிக்கை இல்லாது தட்டுமுட்டு சாமான்களைத்

தூக்கியும் ஓய்ந்து போய்விட்டேன். ஆறு, கடலில் சேர்ந்து, கடல் இனந்தெரியாத ஆழத்திற்குள் ஊடுருவிச் செல்ல, அந்த இனந்தெரியாத ஆழம் தீவுகளையும் மலைகளையும் உயிருள்ளவற்றையும் தேவதைகளையும் பிசாசுகளையும் கொண்டுவரும் அங்கே இன்னொரு வாழ்க்கை இருக்கிறது. மறுதலிக்கப்பட முடியாத மந்திர அழைப்பு இது. 'சிந்துபாத், உன் அதிருஷ்டத்தைச் சோதித்துப்பார்... மேலும் புலப்படாததின் தோள்களிலே உன்னைச் சாய்த்துக் கொள்' என்று எனக்கு நானே கூறிக் கொண்டேன்" என அலட்சியமாய் சிந்துபாத் பதிலளித்தான்.

வாசனை திரவியங்கள் விற்கும் நூர் அல்-தீன் "இயக்கத்தில் இருக்கிறது ஆசீர்வாதம்" என்றான்.

"பால்யகாரத் தோழனிடமிருந்து அழகானதொரு வாழ்த்து" என்றான் சிந்துபாத்.

"சுமைதூக்கியே, நீயொரு மேட்டுக்குடி நபர் என்று எண்ணிக் கொள்கிறாயா?" என்று குத்தலாகக் கேட்டான் நாவிதன் உகர்.

"நமது ஆசிரியர் அப்துல்லா அல்-பால்கியிடமிருந்து பாடங்களைக் கேட்டபடி தொழுகை மண்டபத்தில் நர்ங்கள் அருகருகே உட்கார்ந்திருந்தோம்" என்றான் நூர் அல்-தீன்.

"மற்றவர்களைப் போலவே வாசித்தல் மற்றும் மதத்தின் அடிப்படைகளைத் தெரிந்து கொள்வதில் திருப்தியடைகிறேன்" என்றான் சிந்துபாத்.

"உனது படிப்பினால் தரைப்பகுதி குறையப் போவதுமில்லை, கடற்பகுதி கூடப்போவதுமில்லை" என்றான் உகர்.

அப்போது டாக்டர் அப்துல் காதிர் அல்-மஹீனி அவனிடம் கூறினார். "அல்லாவின் பாதுகாப்பில் செல், ஆனால் உன் அறிவாற்றல்களை வைத்துக் கொள். நீ கண்டுணரும் அற்புதங்களை உன்னால் பதிவு செய்ய முடியுமானால் நல்லது. ஏனெனில் அவ்வாறு செய்யுமாறு நமக்கு அல்லா கட்டளையிட்டுள்ளார். எப்போது நீ புறப்படுகிறாய்?"

"நாளைக் காலையில் நித்தியமான அல்லாவின் கருணையில் உங்களை விட்டுப் பிரிகிறேன்" என்று அவன் முணுமுணுத்தான்.

"சிந்துபாத் உன்னிடமிருந்து பிரிவது எவ்வளவு வேதனையாய் இருக்கிறது" என்றான் அவனது தோழன், சுமைதூக்கி ரகப்.

சனான் அல்-கமலி

I

காலம் உள்ளே தனிச்சிறப்பாகத் தட்டி, அவரை எழுப்புகிறது. படுக்கைக்கு அருகாமையிலுள்ள ஜன்னல் வழியே தன் பார்வையைச் செலுத்தி, இருளில் மூடப்பட்டுள்ள நகரத்தைக் காண்கிறார். பிரபஞ்ச அமைதியுடன் நிறைந்துள்ள நிசப்தத்துடன் குழைந்திருந்த அதனிடமிருந்து இயக்கத்தையும் சப்தத்தையும் வெளியேற்றியிருக்கிறது தூக்கம்.

உம் சாத்தின் கதகதப்பான உடலிலிருந்து தன்னை விலக்கிக் கொண்ட அவர் பாரசீகக் கம்பளத்தின் பட்டுமென்மையில் பாதங்கள் அழுந்த, தரையில் காலடி எடுத்து வைத்தார். மெழுகுவர்த்தி இருக்குமிடத்தைத் தேடி கையை நீட்டியவர், திடமானதும் கடுமையானதுமான ஒன்றின் மீது மோதினார். திகைப்புற்று "என்ன இது?" என முணுமுணுத்தார்.

அவர் ஒருபோதும் கேட்டிராத ஒரு புதிரான குரல் வெளிப்பட்டது. அது மானுடக் குரலும் இல்லை, விலங்கினக் குரலும் இல்லை. தன் உடலிலிருந்த புலனுணர்வையெல்லாம் போக்கிவிட்டது - நகரெங்கும் அது வீசியடித்துக் கொண்டிருந்தது என்பதாக இருந்தது. அக்குரல் ஆத்திரத்துடன் பேசிற்று, "குருட்டு ஜீவனே, என் தலைமீது மிதித்துப் போகிறாயே."

அவர் பயத்தில் தரையில் சரிந்தார். துளியளவும் வல்லமை இல்லாதவராக அவர் இருந்தார். வாங்குவது விற்பது மற்றும் பேரம்பேசுவது தவிர்த்து வேறெதிலும் திறனில்லாதவர்.

"அறியாத மூடமே, என் தலை மீது மிதித்துப் போகிறாய்" என்றது குரல்.

"நீ யார்?" நடுங்கும் குரலில் அவர் கூறினார்.

"நான் குவாம்காம்."

“குவாம்காம்?”

“நகரத்தினரிடையே இருந்து வரும் பூதம்.”

அநேகமாய் பீதியில் மறைந்துபோவது போல், அவர் பேச்சிழந்தார்.

“என்னைப் புண்படுத்துகிறாய், உன்னைத் தண்டித்தாக வேண்டும்.”

எந்தவொரு பாதுகாப்பையும் முன்வைத்திட அவரின் நாக்குத் திராணியற்றிருந்தது.

“அயோக்கியனே, நேற்று நீ கூறியதைக் கேட்டேன். மரணம் என்பது நாம் செலுத்த வேண்டிய கடன் என்று கூறிக் கொண்டிருந்தாய், ஆக பயத்தில் மூத்திரம் விட்டுக் கொண்டிருக்கிறாயா?” என்று குவாம்காம் தொடர்ந்தது.

“என்னிடம் கருணை காட்டு. நானொரு குடும்பஸ்தன்” அவர் கடைசியில் மன்றாடினார்.

“என் தண்டனை உன்மீது மட்டுமே கவியும்.”

“உன்னைத் தொந்தரவு செய்ய வேண்டும் என்று நான் கிஞ்சித்தும் எண்ணியதில்லை.”

“எவ்வளவு சிரமம் தருபவன் நீ! உனது கேடான நோக்கங்களை சாதித்துக் கொள்ளும் பொருட்டு, எங்களை அடிமைப்படுத்திடும் ஏக்கத்தை நிறுத்திக் கொள்ளாதவன். உங்களிடையே உள்ள பலவீனரை அடிமைப்படுத்தி உன் பேராசையை நீ திருப்தி செய்து கொண்டிருக்கவில்லையா?”

“உன்னிடம் உறுதி செய்கிறேன்!”

“வணிகனின் உறுதிமொழியில் எனக்கு நம்பிக்கை இல்லை.”

“உன்னிடமிருந்து கருணையையும் மன்னிப்பையும் கோருகிறேன்.”

“நான் அவ்வாறு செய்வேன் என்று எண்ணுகிறாயா?”

“உனது பெரிய இருதயம்!” என்றார் பதட்டத்துடன்.

“உன் வாடிக்கையாளர்களிடம் செய்வது போல் என்னை ஏமாற்றப் பார்க்காதே.”

“வேறெதன் பொருட்டும் இல்லாது போனாலும், அல்லா மீதான நேசத்திற்காகச் செய்.”

“விலையேதும் இல்லாது கருணை கிடையாது, விலையேதும் இல்லாது மன்னிப்பு கிடையாது.”

திடீரென்ற நம்பிக்கைக் கதிரை அவர் கண்டு கொண்டார்.

“நீ விரும்பியபடியே செய்வேன்” என்றார் வேட்கையுடன்.

“நிஜமாகவா?”

“நான் கொண்டிருக்கும் வல்லமையுடன் செய்வேன்.”

“அலி அல்-சலவ்லியைக் கொன்றுவிடு” என்றது பீதியூட்டும் அமைதியுடன்.

உயிரைப் பணயம் வைத்து சமுத்திரங்களிலிருந்து எடுத்துவந்து, ஆராய்ந்து பார்க்கையில் பயனற்றதாக ஆகிப் போன ஒன்றுபோல, எதிர்பாராத தோல்வியில் அச்சந்தோஷம் மூழ்கிப் போனது.

“நம் நகர்ப்புறத்தின் ஆளுநர் அலி அல்- சலவ்லியையா?” என்றார் திகைப்புடன்.

“வேறு யாரையுமல்ல.”

“நான் சாதாரண வணிகனாய் இருக்க, அவரோ பாதுகாக்கப்படும் ஆனந்த இல்லத்தில் வசிக்கும் ஆளுநராய் இருக்கிறார்...”

“அப்படியானால் கருணையும் இல்லை, மன்னிப்பும் இல்லை”

“ஐயா, ஏன் நீங்களே கொல்லக் கூடாது?”

“தன் பில்லி சூனியத்தால் என்னைத் தன் கட்டுப்பாட்டுக்குள் வைத்துள்ளார். மேலும் என் மனச்சாட்சி ஏற்காத நோக்கங்களை நிறைவேற்றிட என்னைப் பயன்படுத்துகிறார்.”

“ஆனால் நீங்கள் பில்லி சூனியத்திற்குச் சிக்காத சக்தி தானே.”

“இருந்தாலும் குறிப்பிட்ட விதிகளுக்குக் கட்டுப்பட்டவர்கள்... வாதிடுவதை நிறுத்து. ஒன்று நீ ஏற்றுக் கொள்ள வேண்டும் அல்லது மறுதலிக்க வேண்டும்.”

“உங்களிடம் வேறெதுவும் ஆசைகள் கிடையாதா? என்னிடம் ஏராளமான பணம் உள்ளது. இந்தியா மற்றும் சீனத்திலிருந்து வந்துள்ள பொருட்களும் உண்டு.”

“முட்டாளே, பயனின்றி நேரத்தை வீணாக்காதே.”

“உங்கள் சொல்படி நடக்கச் சித்தம்” என்றார் விரக்தியில்.

“என்னை ஏமாற்றிட முயலாதே.”

“என் விதியின் போக்கில் என்னை விட்டு விட்டேன்.”

“உலகின் கோடியிலுள்ள காஃப்★ மலைகளில் நீ புகலிடம் தேடி இருந்தாலும் என் பிடிக்குள்ளாகவே இருப்பாய்.”

அப்போது சனான் தன் தோளில் கடும் வலியை உணர்ந்தார். அவரது அடியாழங்களைக் கிழிக்கும் விதத்தில் கூக்குரல் இட்டார்.

II

“மிகவும் நேரங்கழித்து உங்களைத் தூங்குமாறு செய்தது எது?” என்னும் உம் சாத்தின் குரலைக் கேட்டபடி சனான் கண்களைத் திறந்தார். அவள் ஒரு மெழுகுவர்த்தியை ஏற்ற, திகைப்புடன் தன்னைச் சுற்றுமுற்றும் நோக்கினார். அது ஒரு கனவென்றால், விழிப்புநிலையை விடவும் மேலதிகமாய் அவரை அது நிரப்பியது ஏன்? பீதியுற்றிருந்த அவர், மிகுதியும் உயிர்ப்புக் கொண்டிருந்தார்.

இருப்பினும் தப்பிக்கும் எண்ணங்கள் அவரிடம் இருக்கவே செய்தன. மற்றும் நன்றி மிக்க அமைதியின் உணர்வோட்டங்கள் அவரைக் கைக்கொண்டன. முழுமையான விநாசத்தின் பின்னே உலகம் அதன் சரியான நோக்குநிலைக்குக் கொண்டு வரப்பட்டது. நரகத் தீயின் சித்திரவதைக்குப் பின்னே, வாழ்வின் இனிமை எவ்வளவு அதிசயமானது!

“சபிக்கப்பட்ட சாத்தானிடமிருந்து அல்லாவிடம் நான் புகலிடம் கொள்கிறேன்” என்று அவர் பெருமூச்செறிந்தார்.

தன் முக அழகை வெளிர்-பழுப்பு நிறமாகத் தூக்கம் ஆக்கியிருக்க, அலைபாய்ந்த முடிகளை ஒன்றுகூட்டிச் செருகியபடி, உம் சாத் அவரை நோக்கினாள். தப்பித்து விட்டிருந்த உணர்வின்

★ காஃப் மலைகள் – சொர்க்கத்திற்கும் நரகத்திற்கும் இடையிலான தொடர்பாக இருப்பவை. நரகத்தின் கொடுமுடிகளை எட்டும் அவற்றின் வேர்கள் கழுவாய் நிலை மூலமாக சொர்க்கத்தின் அடியை எட்டுபவை. காஃப் மலைகளை அடைந்தோர் தம் ஆன்மாக்கள் தூய்மை ஆக்கப் பட்டவர்கள் ஆவார்கள். இவற்றின் கொடுமுடிகளில் சீலமிக்க ஆன்மாக்கள் லட்சக் கணக்கில் இருக்கும். அடையாளமோ, தனித்தன்மையோ இல்லாது இருக்கும். இதனைப் படைத்தவர் அல்லா. தனியொரு மரகதக் கல்லிலிருந்து படைக்கப்பட்டது. இதனை அடைய சுற்றுப்பாதையில் இருநூறாண்டுகள் பயணமும் உயரவாக்கில் 500 ஆண்டுகள் பயணமும் செய்யவேண்டும்.

போதையில், "வேதனை தரும் சிக்கலிலிருந்து என்னை மீட்டுள்ள அல்லாவுக்கு வந்தனம்" என்றார்.

"ஃபாதிலின் தந்தையே, அல்லா நம்மைப் பாதுகாக்கட்டும்."

"உம் சாத், ஒரு திகில் கனவு."

"அல்லா விரும்பினால் அனைத்தும் நலமாகும்."

குளியலறைக்கு அவரை இட்டுச் சென்று மாடத்திலிருந்த ஒரு விளக்கினை அவள் ஏற்றினாள்.

அவளைப் பின் தொடர்ந்து சென்ற அவர், "என் இரவின் ஒரு பாதியை ஒரு பூதத்துடன் கழித்தேன்" என்றார்.

"அல்லாவுக்கு அஞ்சுபவரான உங்களுக்கு அது எப்படி நேர்ந்தது?"

"இதனை நான் ஷேக் அப்துல்லா அல்-பால்கியிடம் எடுத்துரைப்பேன். என் நியமங்களை முடிக்கும் விதத்தில் அமைதியாகச் செல்."

அப்படிச் சொல்லியபடி அவர் தன் இடது மணிக்கட்டைச் சுத்தம் செய்து கொண்டிருந்தபோது, உடலெங்கும் நடுங்கியவாறு, நிறுத்தினார்.

"என் அல்லாவே!"

கடி போன்றிருந்த புண்ணைத் திகைப்புடன் பார்க்கத் தொடங்கினார். பற்கள் பதிந்திருந்த சதைப் பகுதியிலிருந்து ரத்தம் வடிந்ததால், அவர் பார்த்துக் கொண்டிருந்தது ஒன்றும் மாயமில்லை.

"இது சாத்தியமில்லை."

கலவரத்தில் அவர் சமையலறை நோக்கி விரைந்தார். அவள் அடுப்பைப் பற்றவைத்துக் கொண்டிருந்தபோது, "உங்கள் நியமங்களை முடித்து விட்டீர்களா?" என உம் சாத் கேட்டாள்.

தன் கையை நீட்டியபடி அவர் "இங்கே பார்" என்றார்.

"உங்களை இப்படி எது கடித்தது" என்று அவள் திகைப்புற்றாள்.

"எனக்குத் தெரியாது."

பதட்டத்துடன் அவள், "நீங்கள் நன்றாகத் தூங்கினீர்களே" என்றாள்.

"என்ன நிகழ்ந்ததென்று எனக்குத் தெரியவில்லை."

“அது பகலில் நிகழ்ந்திருந்தால்!”

“அது பகலில் நிகழவில்லை” அவர் குறுக்கிட்டார்.

ஒடுக்கப்பட்ட எண்ணங்களுடன் கூடிய நிரடலான பார்வையை அவர்கள் பரிமாறிக் கொண்டனர்.

“கனவைப் பற்றி என்னிடம் சொல்லுங்கள்” என்றாள் பயத்துடன்.

“அது ஒரு பூதம்... கனவாக அது இருந்தபோதும்” என்றார் நம்பிக்கை இழந்து.

மீண்டும் அவர்கள் பார்வைகளைப் பரிமாறிக் கொண்டனர். மற்றும் பதட்டத்தின் வேதனையையும்.

“அது ஒரு ரகசியமாக இருக்கட்டும்” என்றாள் கவனத்துடன்.

தன் பயங்களுக்கு இணையான அவளது பயங்களின் ரகசியத்தை அவர் புரிந்து கொண்டார் - ஏனெனில் பூதத்தைப் பற்றிக் குறிப்பிட்டால், வியாபாரி என்ற வகையிலான தன் கீர்த்திக்கு நாளை என்ன நேரும் என்பதோ, தன் மகள் ஹுஸ்னியா மற்றும் மகன் ஃபாதிலின் கீர்த்திகள் என்னவாகும் என்பதோ அவருக்குத் தெரியாது. அக்கனவு முழுமுற்றான நாசத்தைக் கொண்டு வந்துவிடும். அத்துடன் சூனியம் பற்றி அவர் உறுதிப்பாடு கொண்டிருந்தார்.

“கனவென்பது கனவுதான். புண்ணின் இரகசியம் அல்லாவுக்கு மட்டுமே தெரிந்திருப்பது” என்றாள் உம் சாத்.

“ஒருவர் தனக்கு நினைவூட்டிக் கொள்ள வேண்டியது இது” என்றார் அவநம்பிக்கையுடன்.

“இப்போது உங்களுக்கு முக்கியமானது, தாமதமின்றி உடனடியாகச் சிகிச்சை மேற்கொள்வதுதான். எனவே, உங்கள் மருந்து விற்பனை நண்பர் இப்ராஹிடம் சீக்கிரம் போங்கள்.”

அவரால் எப்படி உண்மையிடம் வந்து சேர முடிந்தது? பதட்டம் மிகுந்திருந்ததால், ஆத்திரமும் கொந்தளிப்பும் அடைந்தார். தன் நிலை மோசமாகி வருவதை உணர்ந்தார். அவரின் பழைய ஆழப்பதிந்த இனிய சுபாவத்துக்கு ஒவ்வாத வகையிலான, ஒரு புது உருவில் அவர் படைக்கப்பட்டது போல, அவரின் இயல்பு சீரழிந்து வர, அவரின் உணர்வோட்டங்கள் எல்லாம் கோபமும் வன்மமும் கொண்டிருந்தன. அப்பெண்ணின் பார்வைகளை அவரால் தாங்கிக் கொள்ள முடியாது போயிற்று. அவற்றை

அவர் வெறுக்கத் தொடங்கினார். அவளின் எண்ணங்களையே அருவருத்தார்.

நிலவுகிற அனைத்தையும் அழித்தொழித்திடும் வேட்கையை உணர்ந்தார். தன்னைக் கட்டுப்படுத்த முடியாதவராக, தனது நிலைமைக்கு அவள்தான் பொறுப்பு என்பது போல், வெறுப்பும் வன்மமும் நிறைந்த பார்வையால் அவளைத் துளைத்தெடுத்தார். அவளுக்கு முதுகைக் காட்டியபடி, அவர் கிளம்பினார்.

"இவர் பழைய சனான் இல்லை" என அவள் முணுமுணுத்தாள்.

மரச்செதுக்கு வேலைப்பாடுகளின் துளைகள் வழியே கசிந்த மங்கலான ஒளியில் இருந்த வரவேற்பறையில் அவர் ஃபாதிலையும் ஹுஸ்னியாவையும் கண்டார். பரபரப்புற்ற அவர் குரல் உயர்ந்திருந்ததைப் போன்றே அவர்களின் முகங்களும் காணப்பட்டன. ஆத்திரத்துடன் அவர் "என் பார்வையிலிருந்து போய்த் தொலையுங்கள்" என்று கத்தினார்.

தன் அறையின் கதவைச் சாத்திய அவர் தன் கையைப் பரிசீலிக்கத் தொடங்கினார். ஃபாதில் தைரியமாக அவருடன் சேர்ந்து கொண்டான்.

"அப்பா உங்களுக்குச் சரியாகி விட்டது என்று நம்புகிறேன்" என்றான் பதட்டத்துடன்.

"என்னைத் தனியாக விடு" வருத்தத்துடன் சொன்னார்.

"நாய் கடித்து விட்டதா?"

"அப்படி யார் சொன்னார்?"

"அம்மா."

இவ்வாறு சொன்ன அவளது அறிவை அவர் பாராட்டி ஏற்றுக் கொண்டார். என்றாலும் அவர் மனநிலை சீராகவில்லை.

"ஒன்றுமில்லை. நான் நன்றாக இருக்கிறேன். என் வழியில் என்னை விட்டுவிடு."

"வைத்தியரிடம் நீங்கள் போக வேண்டும்."

"அதை யாரும் என்னிடம் சொல்லவேண்டியதில்லை" என்றார் எரிச்சலுடன்.

"அப்பா எப்படி மாறியிருக்கிறார்" என்று வெளியே ஃபாதில் ஹுஸ்னியாவிடம் கூறினான்.

III

தன் வாழ்வில் முதல்முறையாக சனான் அல்-கமலி தன் தொழுகைகளை முடிக்காமல் வீட்டை விட்டுக் கிளம்பினார். பழைய நண்பரும் வாணிபத் தெரு அண்டை வீட்டுக்காரருமான வைத்தியர் இப்ராஹிமின் கடைக்குச் சட்டென்று சென்றார். வைத்தியர் அவர் கையைப் பார்த்ததும், "எத்தகைய நாய் இது, தெரு நாய்கள்தான் நிறைய இருக்கின்றனவே..." என்று ஆச்சரியத்துடன் குறிப்பிட்டார்.

"ஒருபோதும் தவறாத மருந்தொன்று இருக்கிறது" என்று கூறியபடி அவர் சில மூலிகைகளை எடுத்து வைத்தார்.

அடர்த்தியான படிவு உண்டாகும் வரை அவர் மூலிகைகளைக் கொதிக்கவிட்டார். பன்னீரால் ரணத்தைச் சுத்தப்படுத்தி, மருந்தினைத் தடவி, டமாஸின் மஸ்லின் துணியால் கட்டி, "அல்லா வின் சித்தப்படி குணமாகட்டும்" என்று முணுமுணுத்தார்.

அப்போது சனான் தன்னையும் மீறியவராக, "அல்லது தன்னால் முடிந்ததை எல்லாம் சாத்தான் செய்யட்டும்" என்றார்.

தன் சிநேகிதர் எவ்வளவு மாறியிருந்தார் என்பதைக் கண்ட வைத்தியர் இப்ராஹிம், அவரின் முகத்தைப் புதிர்த்தன்மையுடன் நோக்கினார்.

"அற்பமான ஒரு ரணம், உங்களது இனிதான இயல்பை மாற்றிவிட விட்டுவிடாதீர்கள்."

சோகமான முகத்துடன் "இப்ராஹிம், இந்த உலகை நம்பாதீர்கள்" என்று கூறியவாறு சனான் கிளம்பினார்.

அவர் எவ்வளவு சந்தேகம் கொண்டிருந்தார்! தகிக்கும் மிளகுக் கலவையால் குளிப்பாட்டப்பட்டது போலிருந்தார். வெயில் சுட்டெரித்தது. மக்களின் முகங்கள் சோர்ந்து போயிருந்தன.

அவருக்கு முன்பாகவே கடைக்கு வந்திருந்த ஃபாதில் அவரைப் பிரகாசமான புன்னகையுடன் சந்திக்க, அது அவரின் ஆத்திரத்தை அதிகரிக்கவே செய்தது. எல்லாவகைத் தட்ப வெப்பத்தையும் சகித்துக் கொள்பவராக அவர் இருந்து வந்த போதும் உஷ்ணத்தைச் சபித்தார். யாரையும் வரவேற்காத அவர், பதிலாக யாருக்கும் முகமன் தெரிவிக்கவும் இல்லை. முகமோ, வார்த்தையோ அவரை உற்சாகப்படுத்தவில்லை. எந்த தமாஸினாலும் சிரிக்காத அவர், ஓர் இறுதி ஊர்வலத்தின் போது

எச்சரிக்கை உணர்வு கொள்ளவே இல்லை. எந்த இனிய முகமும் அவருக்குச் சந்தோஷம் தரவில்லை. என்ன நடந்திருந்தது? தன் தந்தைக்கும் வாடிக்கையாளர்களுக்கும் இடையே குறுக்கிட தன்னால் முடிந்த மட்டும் ஃபாதில் முயன்று பார்த்தான். ஒன்றுக்கு மேற்பட்டவர்கள் ஃபாதிலின் காதில் "இன்றைக்கு உன் அப்பாவுக்கு என்ன ஆயிற்று?" என்று கிசுகிசுத்தனர்.

"அவருக்கு உடல் நலக் குறைவு, அல்லா உங்களுக்கு சுகவீனத்தைத் தராதிருக்கட்டும்" என்று மட்டுமே இளைஞனால் பதிலளிக்க முடிந்தது.

IV

எமீர்களின் காஃபி விடுதி வாடிக்கையாளர்களுக்கு இது தெரிந்திட நீண்ட நாளாகவில்லை. இருண்ட தோற்றத்துடன் அங்கே நடந்து போய், ஒன்று அமைதியாக உட்கார்ந்தார். அல்லது அரைகுறையாக உரையாடலில் கலந்து கொண்டார். சுவராஸ்யமான விமர்சனங்களை அவர் முன்வைக்கவில்லை. சீக்கிரமே உற்சாகமிழந்துபோன அவர் விடுதியை விட்டுக் கிளம்பி விடுவார்.

"ஒரு வெறிநாய் அவரைக் கடித்துவிட்டது" என்றார் வைத்தியர் இப்ராஹிம்.

துணிமணிகள் விற்கும் கலீல், "அவர் நமக்கு முழுதாகக் கிடைக்காது போயிருக்கிறார்" என்றார்.

பெரும் செல்வமும் குரங்கின் முகமும் கொண்டுள்ள கராம் அல்-அஸீல், "ஆனால் அவரது வியாபாரம் அமோகமாக இருக்கிறது" என்றார்.

டாக்டர் அப்துல் காதிர் அல்-மஹீனி, "ஒருவர் சுகவீனமாய் இருக்கையில் பணத்தின் மதிப்பு ஆவியாகிவிடுகிறது" என்றார்.

தரையில் அமர்ந்து கொண்டு மேட்டுக் குடியினரின் பேச்சுக்குள் தன்னை நுழைத்துக் கொள்ளக்கூடிய ஒரே நபரான நாவிதன் உகர், "ஒரு மனிதன் என்பவன் யார்? நாயின் கடியோ அல்லது ஈயின் கொட்டுதலோ!" என்று தத்துவார்த்தமாகக் குறிப்பிட்டான்.

ஆனால் ஃபாதில் அவனிடம் கூச்சலிட்டான்: "என் தந்தை சரியாகிவிட்டார், அவருக்குச் சுகவீனம். அவ்வளவே. விடியும் வேளையில் அவர் சரியாகி விடுவார்."

ஆனால் கட்டுப்படுத்திடச் சிரமமான ஒரு நிலவரத்திற்குள் அவர் மேலும் மேலும் சென்றார். கடைசியாக ஓர் இரவில் அதிகமான போதை மருந்தை விழுங்கிவிட்டு, எழுச்சியுடன் விடுதியை விட்டுக் கிளம்பி அறியாததை எதிர்கொள்ள ஆயத்தமானார்.

வீட்டுக்குப் போவது பிடிக்காமல், விசித்திரமான காட்சிகளால் உந்தித் தள்ளப்பட்டு, இருளில் தடுமாறினார். தன் கலகத் தன்மையான பதட்டத்தைப் போக்கி வாதனையிலிருந்து தன்னை விடுவித்திடும் சம்பவம் ஒன்றில் நம்பிக்கை கொண்டார். நீண்ட காலத்திற்கு முன் இறந்துபோன தன் குடும்பத்துப் பெண்களை ஞாபகப்படுத்திக் கொண்டார் - பாலியல் ரீதியில் தூண்டிவிடுவதும், மயக்கி வீழ்த்தி விடுவதுமான தோற்றங்களில் அவர்கள் நிர்வாணமாய் அவர் முன் தோன்றினர் - அவர்களில் ஒருவருடன் கூட தான் உல்லாசமாய் இருந்திடாததற்காக வருந்தினார். ஷேக் அப்துல்லா அல்-பால்கியின் சந்தைக் கடந்து வந்த அவர், அவரைச் சந்தித்து நடந்ததை அவரிடம் தெரிவித்துவிட வேண்டும் என்று ஒரு கணம் யோசித்தார், ஆனால் விரைந்து போய்விட்டார். அங்கிருந்த வீடுகள் ஒன்றின் நுழைவாயில் முகப்பில் தொங்கிய விளக்கொளியில், பத்துவயதான சிறுமி ஒருத்தி பெரிய கிண்ணம் எடுத்துச் செல்வதைப் பார்த்தார். அவளைத் தடுத்து நிறுத்தி, "சிறுமியே, எங்கே போய்க் கொண்டிருக்கிறாய்?" என்று வினவினார்.

"நான் என் அம்மாவிடம் திரும்பிப் போய்க் கொண்டிருக்கிறேன்" என்றாள் கள்ளங்கபடமில்லாமல்.

அவள் காணாமல் போகும்வரை அவர் இருளில் ஆழ்ந்து விட்டார்.

"இங்கே வா, உனக்கு இனியவைகளைக் காட்டுகிறேன்" என்றார்.

தன் கைகளால் அவளை அள்ளிக்கொள்ள, ஊறுகாயிலிருந்து சிந்திய நீர் அவரது பட்டாடை மீது விழுந்தது. ஆரம்பப்பள்ளியின் படிக்கட்டின் கீழே அவளைக் கொண்டு சென்றார். அவரின் விநோத நெருக்கத்தால் குழப்பமுற்றவள், அவருடன் இயல்பாக இல்லை.

"என் அம்மா காத்துக் கொண்டிருக்கிறார்" என நடுக்கத்துடன் அவள் கூறினாள்.

ஆனால் அவளின் பயங்கள் இருந்த அளவுக்கு, அவளின் குறுகுறுப்பினை அவர் சலனப்படுத்தி இருந்தார். தன் தந்தையின் வயதினை நினைவூட்டிய அவரின் வயது அவளிடத்தே ஒருவித நம்பிக்கையை அசாதாரணமான கனவொன்றின் எதிர்பார்ப்புடன் இனந்தெரியாத சஞ்சலம் கலந்திருந்த நம்பிக்கையை - தூண்டி விட்டது. அவள் வெளியிட்ட கூக்குரல், கருணை கொண்ட அவரது கிளர்ச்சியைக் கிழித்தெறிந்தது. மேலும் அவரது குழம்பிய கற்பனையில் பீதியூட்டும் பூதங்களை ஏவிவிட்டது. அவர் சட்டென்று, நடுங்கும் உள்ளங்கையால் அவள் வாயைப் பொத்தினார். அவர் உடனடியாக நிதானமுற்றபோது, பூமிக்குத் திரும்பிய போது, முகத்தில் அறைந்தது போலிருந்தது.

"அழாதே, பயப்படாதே" என்று கெஞ்சும் தோரணையில் கிசுகிசுத்தார்.

பூமியைத் தாங்கி நிற்கும் தூண்களை துவம்சம் செய்யும் வரையிலும் அவநம்பிக்கை அவரிடம் ஊர்ந்தது. முழுமுற்றான விநாசத்திலிருந்து நெருங்கிவரும் காலடிகளைக் கேட்டார். சட்டென்று தனக்கு அந்நியமான மெலிதான கழுத்தை தன் கைகளால் பற்றிக் கொண்டார். வேட்டையாடும் விலங்கின் கால் நழுவி விட்டது போல, அவர் அதலபாதாளத்திற்குள் தடுக்கி விழுந்தார். தான் முடிந்து போய்விட்டதாக உணர்ந்து கொண்டார் மற்றும் "பஸீமா... என் பெண் பஸீமா" என்று ஒரு குரல் அழைப்பதைக் கவனித்தார்.

"இது தவிர்க்க முடியாதது" என்று விரக்தியில் தனக்குத்தானே கூறிக் கொண்டார்.

அவரின் மறைவிடத்திற்கு அக்காலடிகள் நெருங்கிக் கொண்டிருந்தன என்பது தெளிவானது.

விளக்கொன்றிலிருந்து வந்த வெளிச்சம் மங்கலாகத் தெரிந்தது. அப்புறம் கனமான ஒன்றின் இருப்பு சரிந்துவிழும் அவரின் இருப்பைப் பற்றிக் கொண்டதும் கனவின் ஞாபகம் புயலென அவரைப் பற்றிக் கொண்டது.

"இதற்காகத்தான் நம்மை அடமானம் வைத்திருக்கிறோமோ?" என்று இரண்டு தினங்களுக்கு முன் வினவிய குரலை அவர் கேட்டார்.

"அப்படியானால் நீ ஒரு நிஜம், அப்பட்டமான கனவல்ல" என்று சரணாகதியில் கூறினார்.

"சந்தேகத்திற்கிடமின்றி நீ பைத்தியமே."

"ஒத்துக் கொள்கிறேன், ஆனால் நீதான் காரணம்."

"தீங்கான ஒன்றைச் செய்யுமாறு ஒருபோதும் உன்னை நான் கேட்டதில்லை" என்றது குரல் ஆத்திரத்துடன்.

"வாதிட நேரமில்லை. ஒத்துக் கொண்டதை, நான் நிறைவேற்றும் பொருட்டு என்னைக் காப்பாற்று."

"அதற்காகத்தான் வந்தேன், ஆனால் நீ புரிந்து கொள்வதில்லை."

தீவிரமாக நிசப்தங்கொண்ட உலகின் வெற்றிடத்திலே, நகர்ந்து போவதாக அவர் உணர்ந்தார். பின்னர் மீண்டும் அக்குரலைக் கேட்டார். "யாரும் உன் தடயத்தைக் கண்டுகொள்ள முடியாது. உன் கண்களைத் திறந்து பார், உன் வீட்டு வாசல் முன் நீ நின்று கொண்டிருப்பதைக் கண்டு கொள்வாய். அமைதியாக உள்ளே போ, நான் காத்துக் கொண்டிருப்பேன்."

V

ஓர் அதிமானுட முயற்சியால் சனான் தன்னைக் கட்டுப்படுத்திக் கொண்டார். அவரது நிலை மோசமாகி இருந்ததாக உம் சாத் உணரவில்லை. இருளில் தன் புருவங்களுக்குப் பின்னே புகலிடம் கொண்டு, தான் என்ன செய்திருந்தோம் என்பதை நினைவுக்கு கொண்டுவர முற்பட்டார். அவர் இன்னொரு நபராக இருந்தார். கொலையாளி - அத்துமீறுபவன் இன்னொரு நபர். தனக்கு அனுபவம் இல்லாதிருந்த காட்டுத்தனமான உயிரிகளை அவரின் ஆன்மா பிறப்பித்திருந்தது. இப்போது, கடந்த காலத்திலிருந்து விலகி வந்து தன் நம்பிக்கைகளை எல்லாம் புதைத்து விட்டு, அறியாததன்பால் தன்னை அவர் ஒப்படைத்துக் கொண்டிருந்தார். அவர் தூங்காமலிருந்த போதிலும் அதைச் சுட்டிக் காட்டாத எந்த இயக்கமும் அவரிடத்தே இல்லை. அதிகாலையில் அழுகுரல் கேட்டது. சிறிது நேரம் மறைந்துபோன உம் சாத் திரும்பி வந்து, "பஸீமாவின் தாயே அல்லா உன்னுடன் இருப்பாராக" என்றாள்.

"என்ன நிகழ்ந்துள்ளது?" என்று தன் பார்வையைத் தாழ்த்தியபடி அவர் கேட்டார்.

"ஃபாதிலின் தந்தையே, மக்களிடம் என்ன சேர்ந்திருக்கிறது? ஆரம்பப்பள்ளிப் படிக்கட்டின் கீழே இப்பெண் கற்பழிக்கப்பட்டு,

கொலை செய்யப்பட்டுள்ளாள். அல்லாவே, அவள் ஒரு குழந்தை. சில மானுடரின் தோல்களுக்குக் கீழே காட்டு விலங்குகள் உள்ளன.''

தனது தாடி, மாரில் கலைந்து படியும் வரை அவர் தன் தலையைத் தாழ்த்தினார்.

''சபிக்கப்பட்ட சாத்தானிடமிருந்து என் புகலிடத்தை அல்லாவிடம் கண்டு கொள்கிறேன்'' என்று அவர் முணுமுணுத்தார்.

''இம்மிருகங்களுக்கு அல்லாவையும் தெரியாது, தீர்க்கதரிசியையும் தெரியாது.''

அப்பெண் கண்ணீர் உகுத்தாள்.

அவர் தன்னையே கேட்டுக் கொள்ளத் தொடங்கினார், அது பூதம்தானா? அது அவர் விழுங்கியிருந்த போதை மருந்துதானா? அல்லது சனான் அல்-கமலியா?

VI

நகர்ப்புறத்திலிருந்த ஒவ்வொருவர் எண்ணங்களும் கொந்தளிப்பில் இருந்தன. பேச்சின் ஒரே விஷயமாக அக்குற்றம் இருந்தது. அவருக்கு மருந்து தயாரித்த வைத்தியர் இப்ராஹிம் ''ரணம் இன்னும் ஆறவில்லை, ஆனால் இனி அபாயமேதும் இல்லை'' என்றார். மஸ்லின் துணியால் அவர் கையைக் கட்டிக்கொண்டே, ''அக்குற்றம் பற்றிக் கேள்விப்பட்டிருக்கிறீர்களா?'' என்றார்.

''நான் அல்லாவிடம் புகலிடம் கொள்கிறேன்'' என்றார் வெறுப்புடன்.

''குற்றவாளி மனிதன் இல்லை. நம் பிள்ளைகள் பருவம் வந்ததுமே மணமுடித்து விடுகின்றனர்.''

''அவனொரு பைத்தியக்காரன், அதில் சந்தேகமே கிடையாது.''

''அல்லா மணமுடிக்க வழிவகை இல்லாத ஊர் சுற்றிகளில் ஒருவனாய் இருக்க வேண்டும். அவர்கள் தெருநாய்கள் எனத் திரிகின்றனர்.''

''பலர் அவ்விதம் கூறுகின்றனர்.''

''அரசாங்கப் பொறுப்பில் இருந்தபடி அலி அல்-சலவ்லி என்ன செய்து கொண்டிருக்கிறார்?''

தன் தலைமீது வாளெனத் தொங்கிக் கொண்டிருந்த ஒப்பந்தம் ஒன்றைத் தான் செய்திருந்ததை ஞாபகப்படுத்திய அப்பெயரைக் கேட்ட மாத்திரத்தில் அவர் நடுங்கினார். '"தன் நலன்களில் மூழ்கி விட்டார். அன்பளிப்புகளையும் கையூட்டுகளையும் எண்ணிக் கொண்டிருக்கிறார்' என்று முடிவுக்கு வந்தார்.

"வணிகர்களாகிய நமக்கு அவரளித்த சலுகைகளை மறுக்க முடியாது. ஆனால் தனது பிரதான கடமை, நமக்காக நிர்வகிக்க வேண்டும் என்பதை நினைவில் கொள்ள வேண்டும்" என்றார் வைத்தியர்.

"இப்ராஹிம், உலகத்திடம் உன் நம்பிக்கையை வைத்து விடாதே" என்று கூறிவிட்டு சனான் புறப்பட்டார்.

VII

நகர்ப்புறத்தின் ஆளுநரான அலி அல்-சலவ்லி, பாதுகாப்பு பற்றி என்ன கூறப்பட்டது என்பதை தனது அந்தரங்க செயலாளர் புடெய்ஸா முர்கானிடமிருந்து தெரிந்து கொண்டார். செய்திகள் அமைச்சரிடம் சென்று சேர்ந்துவிடும், அவரோ அவற்றை சுல்தானுக்குத் தெரியப்படுத்திவிடுவார் என்று அவர் பீதியுற்றிருந்தார். எனவே அவர் காவல்துறை இயக்குநர் கமாஸா அல்-புல்டியைச் சந்தித்து "நான் அதிகாரப் பொறுப்பில் இருக்கையில் பாதுகாப்பு குறித்து என்ன கூறப்படுகிறது என்பதை கேள்விப்பட்டுள்ளீர்களா?" என்று கேட்டார்.

தன் மேலதிகாரியின் ரகசியங்களையும் ஊழல் நடவடிக்கை களையும் அறிந்து கொண்டிருந்த காவல்துறை இயக்குநரின் உள்ளார்ந்த அமைதி மாறியிருக்கவில்லை.

"ஆளுநரே, என்னை மன்னித்து விடுங்கள், உளவாளிகளை அனுப்புவதில் நான் அலட்சியமாகவோ கவனக் குறைவாகவே இருந்ததில்லை. எனினும், கயவன் எந்தத் தடயத்தையும் விட்டு வைக்கவில்லை, நமக்கு ஒரு சாட்சியமும் கிடைக்கவில்லை. நானே டஜன் கணக்கில் ஊர்சுற்றிகளையும் பிச்சைக்காரர்களையும் விசாரித்துள்ளேன். ஆனால் இது அடியாழம் காண முடியாத குற்றமாக, இதற்கு முன் நடந்துள்ள எதனையும் போன்றதாக இல்லாமல் உள்ளது" என்றார் அவர்.

"எத்தகைய முட்டாள் நீ, எல்லா ஊர்சுற்றிகளையும் பிச்சைக் காரர்களையும் கைது செய் - திறம்பட விசாரிப்பதில் நீ கெட்டிக்காரன்."

"அவர்களைச் சிறைப்பிடித்து வைக்க நம்மிடையே சிறைகள் இல்லை" என்றார் கமாஸா சோர்வுடன்.

"என்ன சிறைகள்? அவர்களுக்கு உணவு வழங்கும் பொறுப்பை அரசுக் கருவூலத்திற்கு விடுகிறாயா?" என்று ஆத்திரத்தில் சீறினார் ஆளுநர். "அவர்களைத் திறந்த வெளியில் தள்ளுங்கள். படைகளின் உதவியைப் பெற்றுக் கொள்ளுங்கள் - குற்றவாளியை இரவுக்குள் கொண்டுவர வேண்டும்."

VIII

காவலர்கள் பிச்சைக்காரர்களையும் நாடோடிகளையும் தேடிப்பிடித்து திறந்த வெளியில் அடைத்தனர். எந்தப் புகாரும் சொல்லப்படவில்லை, எந்த உறுதிமொழியும் எடுத்துக் கொள்ளப்படவில்லை, முதியவர்களுக்கு விதிவிலக்கு அளிக்கப்படவில்லை. அல்லாவிடமும் அவரது தீர்க்கதரிசி மற்றும் அவரின் குடும்பத்தினரிடமும் உதவி வேண்டித் தீவிரமாக தொழுகைகள் மேற்கொள்ளும் வரையும் அவர்களுக்கு எதிராக அதிகாரம் பிரயோகிக்கப்பட்டது.

சனான் அல்-கமலி பதட்டம் நிறைந்த எச்சரிக்கையுடன் அச்செய்தியைப் பின்தொடர்ந்தார். அவர்தான் குற்றவாளி. அதிலே சந்தேகமில்லை. இருந்தும் மரியாதையுடன் நடத்தப்பட்ட அவர் அங்குமிங்குமாக சுதந்திரமாகப் போய் வந்தார். இவ்வேதனையின் மையமாக அவர் ஆகியிருந்தது எப்படி? அவர் நிபந்தனையின்றிச் சரணடைந்து, முற்றிலுமாக நாசமாகிப் போயிருக்க, நிகழ்ந்திருந்தவற்றின்பால் அலட்சியம் கொண்டிருந்த ஒருவர், இனந்தெரியாத ஒருவர் அவருக்காக காத்துக் கொண்டிருந்தார். பழைய சனானைப் பொறுத்தவரை, அவர் இறந்து போய் அழித்தொழிக்கப்பட்டிருந்தார். எதுவும் அவரிடத்தே எஞ்சியிருக்கவில்லை - மாயக் காட்சிகளென ஞாபகங்களை அசைபோடுகிற குழம்பிய மனம் தவிர்த்து.

வாணியத் தெருவில் ஆரவாரம் ஒன்று அதிர்ந்து செல்வதன் பிரக்ஞை அவருக்கு இருந்தது. மக்களுக்கு ஆளுநரின் அதிகாரத்தையும் கவனத்தையும் நினைவுபடுத்தி, எந்தவொரு சீர்குலைவுக்கும் சவாலாக இருக்கும் வகையில் குதிரைப்படை முகப்பிலே நகரின் ஆளுநர் அலி அல்-சலவ்லியின் வருகை அது. முன்னேறி வந்த அவர் வலது - இடது என இருமருங்கிலும்

இருந்த வணிகர்களின் வாழ்த்துகளுக்கு முகமன் தெரிவித்தார். கொல்வதற்கென்று அவர் முற்பட்டிருந்த மனிதர் இவரே. அவரின் இருதயம் அச்சமும் அருவருப்பும் பெற்றது. அவரது வாதனையின் ரகசியமாக இருந்தது இதுவே. பில்லி சூனியத்திலிருந்து பூதத்தை விடுவித்தது அவரே. இதனைச் செய்துள்ளது பூதம் மட்டுமே. அவரின் தப்பித்தல் அல்-சலவ்லியைத் தீர்த்துக் கட்டிடும் நிபந்தனை கொண்டது. அவரின் பார்வை கருத்த முகம், கூரான தாடி மற்றும் திரண்ட உடல் ஆகியன மீது பதிந்தது. அவர் வைத்தியர் இப்ராஹிமின் கடையைக் கடந்தபோது, கடை உரிமையாளர் அவரிடம் விரைந்து வர, அவர்கள் இருவரும் கதகதப்பாகக் கைகளைக் குலுக்கிக் கொண்டனர். அப்புறம் சனானின் கடையைக் கடக்குமுன்பாக அதனை நோக்க நேர்ந்தவர், சனான் தன்னிடம் வந்து கை குலுக்குவதைத் தவிர வேறு வழியில்லை என்றானதும் புன்னகைத்தார். அப்போது, "சீக்கிரமே நாம் உன்னைக் காண்போம், அல்லாவின் சித்தப்படி" என்று குறிப்பிட்டார்.

அவர் கூறியதன் அர்த்தம் என்னவென்று தன்னைக் கேட்டுக் கொண்டவாறே சனான் அல்-கமலி கடைக்குத் திரும்பினார். அவர் ஏன் அவரைச் சந்திக்க அழைத்தார்? ஏன்? அவர் எதிர்பார்த்திராத வகையில் பாதை அவருக்கென எளிதாக்கப்படுவதை அவர் பார்த்துக் கொண்டிருந்தாரா? உச்சியிலிருந்து உள்ளங்கால் வரை ஒரு நடுக்கம் அவரிடத்தே பரவிற்று. 'சீக்கிரமே நாம் உன்னைக் காண்போம்' என்னும் அவர் வார்த்தைகளை ஒரு மயக்க நிலையில் திருப்பிக் கூறினார்.

IX

அன்றிரவு அவர் படுக்கப்போனபோது, இன்னோர் இருப்பு கட்டுப்பாடு செலுத்தி, "நீ தின்கிறாய், குடிக்கிறாய் மற்றும் தூங்குகிறாய். பொறுமை காக்க வேண்டியது நான்" என்று குத்தலாகக் குறிப்பிட்டது.

"இது கடுமையான பணி. உன்னைப் போல் இத்தகைய ஆற்றல் கொண்டோர் இது எவ்வளவு கடுமையானதென்று உணர்ந்து கொள்வதில்லை" என்றார் பரிதாபமாக.

"ஆனால் சிறுமியைக் கொல்வதை விடவும் இது எளிதானது."

“எல்லாம் வீணாகிவிட்டது. நல்லவர்களில் சிறந்தவனாக நீண்டகாலமாக எண்ணப்பட்டு வந்திருந்தேன்.”

“புறத்தோற்றங்கள் என்னை ஏமாற்றுவதில்லை.”

“அவை வெறுமனே புறத்தோற்றங்கள் இல்லை.”

“அவமானத்துடன் நெற்றியை வியர்க்க வைத்திடும் விஷயங்களை நீ மறந்து போயிருக்கிறாய்.”

“பரிபூர்ணம் அல்லாவுக்கே உரியது” என்றார் குழப்பத்தில்.

“உனது நல்லம்சங்களை நானும் மறுக்கவில்லை. அதன் பொருட்டே உன்னைக் காப்பாற்றுமாறு குறிப்பிட்டேன்.”

“என் வாழ்வில் உன் வழியை நீ திணிக்காதிருந்திருந்தால், இக்குற்றத்தில் என்னை ஈடுபடுத்தி இருக்க மாட்டேன்.”

“பொய்சொல்லாதே, உன் குற்றத்திற்கு நீ மட்டுமே பொறுப்பு” என்றது முனைப்புடன்.

“என்னால் உன்னைப் புரிந்து கொள்ள இயலவில்லை.”

“மிகச்சாதகமாகவே உன்னை மதிப்பிட்டேன்.”

“என்னைத் தனியாக மட்டும் விட்டிருந்தாலே போதுமானதாய் இருந்திருக்கும்.”

“நான் ஒரு நம்பிக்கையுள்ள பூதம். இம் மனிதனின் தீமையை விட நன்மை அதிகமானது. காவல்துறை இயக்குநரிடம் நிச்சயமாக சந்தேகத்திற்கிடமான உறவைக் கொண்டுள்ளான். மேலும் பணவீக்க காலத்தைத் தனக்கு ஆதாயமிக்கதாகப் பயன்படுத்திக் கொள்ள இவன் தயங்குவதில்லை. ஆனால் வணிகர்களில் மிகவும் நேர்மையானவன், அத்துடன் தயாளம் நிறைந்தவன், பக்தி சிரத்தை மிக்கவன், ஏழைகளிடம் கருணை நிறைந்தவன் என்று எனக்குள் கூறிக் கொண்டேன். இவ்வாறாக உன்னை நான் ஊழல் தலைவனிடமிருந்தும் பாவமிக்க உன் ஆன்மாவிலிருந்தும் பாதுகாப்பதென்று தெரிவு செய்தேன். எனினும் புலப்படுகிற இலக்கினை அடைவதற்கு பதிலாக உனது ஒட்டுமொத்த சட்டகமும் சரிந்து வீழ்ந்துவிட இந்த அருவருப்பான குற்றத்தைச் செய்து விட்டாய்.”

“சந்தர்ப்பம் இன்னும் உள்ளது” என்று குரல் தொடர்ந்தபோது, சனான் அமைதியாக முனங்கினார்.

"மேலும் அக்குற்றம்?" அவர் நிராதரவாகக் கேட்டார்.

"சிந்திப்பதற்கும் வருந்துவதற்குமென வாழ்க்கை சந்தர்ப்பங்களைத் தருகிறது."

"ஆனால் மானுடன் உட்புகமுடியாத கோட்டையாக இருக்கிறான்" என்று அவர் நம்பிக்கையில் எஞ்சிய துளியுடன் ஒட்டிக் கொண்டுள்ள குரலில் கூறினார்.

"தன்னைச் சந்திக்க அவர் உன்னை வரவழைப்பார்."

"அது நடக்கும் என்று தெரியவில்லை."

"அவர் உன்னை வரவேற்பார் - அது நிச்சயம். அதற்கு ஆயத்தமாயிரு."

சிறிது நேரம் யோசித்த சனான், "எனக்கு விடுதலையை உறுதிப்படுத்துவாயா?" என்று வினவினார்.

"உன்னை விடுதலை செய்யவே தேர்ந்தெடுத்தேன்."

மிகவும் ஓய்ந்துபோன சனான் ஆழ்ந்த தூக்கத்தில் அமிழ்ந்து போனார்.

X

"ஆளுநரிடமிருந்து வந்துள்ள தூதுவர் உங்களுக்காக வரவேற்பறையில் காத்துக் கொண்டிருக்கிறார்" என்று உம் சாத் கூறியபோது அவர் விடுதிக்குச் செல்ல ஆயத்தமாகிக் கொண்டிருந்தார்.

பளிச்சிடும் கண்கள் மற்றும் குறுந்தாடியுடன் அந்தரங்கச் செயலாளர் புடெய்ஸா முர்கான் தனக்காகக் காத்துக் கொண்டிருந்ததை அவர் பார்த்தார்.

"ஆளுநர் உங்களைப் பார்க்க விரும்புகிறார்."

அவரது இருதயம் துரிதமாய் அடித்துக் கொண்டது. நகர்ப்புறத்தின் வரலாற்றிலே மோசமான குற்றத்தை இழைத்திட தான் போய்க் கொண்டிருப்பதை அவர் உணர்ந்து கொண்டார். புடெய்ஸா முர்கான் தன் வருகையைச் சுற்றியுள்ள சந்தர்ப்பங்களைப் பரிச்சயப்படுத்திக் கொள்ள வேண்டுமே என்று அவர் வருத்தப்பட்டார். ஆனால் குவாம்காமின் உறுதிமொழியில் அவர் உறுதிப்பாடு கொண்டார்.

“நான் ஆடைமாற்றி வரும் வரை எனக்காகக் காத்திருங்கள்.”

“மற்றவர் கவனத்தை ஈர்க்காத விதத்தில் உங்களுக்கு முன்னே நான் போகிறேன்.”

ஆக, இம்மனிதர் சந்திப்பை ரகசியமாக வைத்திருப்பதில் குறியாக இருந்தார். அவர் தன் மீது ஜவ்வாது பூசிக் கொள்ளத் தொடங்கினார். - அக்கனவு வந்த இரவிலிருந்து அவளை விட்டு நீங்காததான சஞ்சலத்துடன் உம் சாத் கவனித்துக் கொண்டிருந்தாள். பழைய சனான் இருளுக்குள் மறைந்து போயிருந்தார் மற்றும் தான் இன்னொருவருடன் வாழ்ந்து வந்து கொண்டிருந்ததாக அவள் உணர்ந்து கொண்டாள். அவள் கவனிக்காதபடி இந்தியாவிலிருந்து தனக்குப் பரிசாகக் கிடைத்திருந்த வெள்ளிப் பூண்போட்ட குறுவாளை தன் பைக்குள் போட்டுக் கொண்டார்.

XI

ஆளுநர் மாளிகைத் தோட்டத்தின் கோடை இல்லத்தில் அலி அல்-சலவ்லி அவரை வரவேற்றார். அலைபாய்கிற வெள்ளை அங்கி உடுத்தியிருந்தார். அவர் தலை வெறுமையாயிருந்ததால், அவரது அந்தஸ்துக்குரிய கம்பீரத்தைச் சற்றுக் குறைத்திருந்தது. அவருக்கு முன்னிருந்த மேஜை மீது நீண்ட கழுத்துடைய பாட்டில்களும் டம்ளர்களும் முந்திரி போன்ற ரகங்களும் உலர்திராட்சைகளும் இனிப்புகளும் நிறைந்து மது அருந்துவதற்குச் சான்றாக இருந்தன. தன் அருகே உள்ள ஓர் இருக்கையில் அவரை அமரவைத்து, புடெய்ஸா முர்கானை அங்கேயே இருக்குமாறு கேட்டுக் கொண்டார்.

“உண்மையான வணிகரும் உன்னத மனிதருமான திருவாளர் சனான் வருக.”

தன் குழப்பத்தைப் புன்னகையில் மறைத்துக் கொண்டு சனான் எதனையோ முணுமுணுத்தார். “சுல்தானின் தளபதியே உங்களுக்கு நன்றி.”

முர்கான் மூன்று டம்ளர்களை நிரப்பினார். சந்திப்பு முடியு மட்டும் முர்கான் அங்கே இருப்பாரோ என்று சனான் ஆச்சரியப் பட்டார். இது திரும்ப நிகழாத சந்தர்ப்பமாக இருக்கலாம். எனவே அவர் என்ன செய்யமுடியும்?

“இது ஓர் இனிய கோடை கால இரவு. இந்தக் கோடை உங்களுக்குப் பிடித்திருக்கிறதா?” என்றார் அல்-சலவ்லி.

“எனக்கு எல்லாக் காலங்களும் பிடிக்கும்.”

“அல்லா நிறைவடைகின்றவர்களுள் ஒருவர் நீங்கள். அவரின் முழுமையான நிறைவின் மூலமே நாம் புதியதும் பயனுள்ளதுமான வாழ்வைத் தொடங்குகிறோம்.”

குறுகுறுப்பினால் தூண்டப்பெற்ற சனான், “நமக்கான தன் கொடையினை முழுமையாக்கட்டும் என்று அல்லாவை நான் கேட்டுக் கொள்கிறேன்” என்றார்.

ஒயின் அருந்திய அவர்கள் உற்சாகமும் புத்துணர்ச்சியும் கொண்டனர்.

“நம் பிரதேசத்தில் அசம்பாவிதத்தினர் இல்லாது செய்துள்ளோம்” என்று அல்-சலவ்லி தொடர்ந்தார்.

“எத்தகைய திடசித்தம்... உறுதிப்பாடு...” என்று ரகசியமான வேதனையுடன் கூறினார்.

“இப்போதெல்லாம் திருட்டு பற்றியோ பிற குற்றங்கள் பற்றியோ அரிதாகவே கேள்விப்படுகிறோம்” என்றார் புடெய்ஸா முர்கான்.

“குற்றவாளி யாரென்று கண்டுபிடித்து விட்டீர்களா?” என்று சனான் கவனமாகக் கேட்டார்.

“குற்றத்தை ஒப்புக் கொண்டிருப்பவர்கள் அய்ம்பதுக்கும் மேலே” என்று அல்-சலவ்லி சிரித்துக் கொண்டே குறிப்பிட்டார்.

முர்கானும் சிரித்துவிட்டு, “நிஜமான குற்றவாளி, சந்தேகத்திற் கிடமின்றி அவர்களிடையே இருக்கிறான்” என்றார்.

“அது கமாஸா அல்-புல்டியின் பிரச்சனை” என்றார் அல்-சலவ்லி.

“மசூதிகளிலும் பண்டிகைகளிலும் போதனைகளை அதிகரிக்கவும் வேண்டும்” என்றார் முர்கான்.

சனான் நம்பிக்கை இழக்கத் தொடங்கினார், அப்போது அல்-சலவ்லி முர்கானிடம் விசேடமாக சமிக்ஞை செய்யவே, முர்கான் கிளம்பினார். என்றாலும் தோட்டமெங்கிலும் காவலர்கள் சிதறிக்கிடந்ததால் தப்பிக்கும் விழிவகை இல்லாதிருந்தது. ஆனால் கணப்பொழுதுகூட குவாம்காமின் உறுதிமொழியை அவர் நினைக்காமலில்லை.

அல்-சலவ்லி தன் தொனியை மாற்றிக் கொண்டு, "குற்றங்கள் மற்றும் குற்றவாளிகள் தொடர்பான விவாதத்தை நாம் முடித்துக் கொள்ளலாம்" என்றார்.

"உங்கள் இரவு இனிதானதாய் அமையட்டும்" எனச் சிரித்துக் கொண்டே சனான் குறிப்பிட்டார்.

"ஒன்றுக்கு மேற்பட்ட காரணங்களுக்காக உங்களை வரவழைத்தேன் என்பதே உண்மை."

"உங்கள் விருப்பப்படியே."

"நான் உங்கள் மகளை மணக்க விரும்புகிறேன்" என்றார் உறுதிப்பாட்டுடன்.

சனான் திகைத்தார். பிறக்கும் முன்னே அழியுமாறு விதிக்கப்பட்ட சந்தர்ப்பத்தைப் பற்றியும் அவர் வேதனைப்பட்டார். என்றாலும், "இது ஒரு பெரும் கௌரவம். மிகப்பெரும் சந்தோஷம்" என்றே குறிப்பிட்டார்.

"உங்கள் மகன் ஃபாதிலுக்கான பரிசாக என்னிடம் ஒரு மகளும் இருக்கிறாள்."

தன் திகைப்பைத் துரத்தியடித்துக் கொண்டே "அவனொரு அதிர்ஷ்டக்கார இளைஞன்" என்றார் சனான்.

மற்றவர் சிறிது நேரம் நிசப்தமாய் இருந்துவிட்டு அப்புறம் தொடர்ந்தார், "இறுதிக் கோரிக்கையைப் பொறுத்தவரை, அது பொது நலனுடன் தொடர்புடையது."

அப்போது சனானின் கண்களிலே ஒரு விசாரணைப் பார்வை தென்படவே, "ஒப்பந்ததாரர் ஹம்தான் டுனெய்ஸா உங்களுக்கு உறவினர், இல்லையா?" என்று வினவினார் ஆளுநர்.

"ஆமாம் அய்யா."

"நகரம் நெடுகிலும் பாலைவனம் ஓரமாகச் சாலை ஒன்று போட நான் முடிவெடுத்திருக்கிறேன்."

"அற்புதமான திட்டம்."

"அவரை இங்கு எப்போது அழைத்து வருவீர்கள்?" என்று அர்த்தபூர்வமாக வினவினார்.

நிலவரம் எவ்வளவு முரண்சுவையானதாக உள்ளது என்பதைப் புரிந்துகொண்டு, "நாங்கள் நாளை மாலை சந்திக்கிறோம்" என்றார்.

அல்-சலவ்லி அவரை ஊடுருவுவது போல் நோக்கி, புன்னகையுடன் கேட்டார். “முறையாக தயார்நிலையில் அவர் வருவாரா என்று ஆச்சரியப்படுகிறேன்?”

“நீங்கள் கருதும்படியே வருவார்” என சனான் நுட்பத்துடன் குறிப்பிட்டார்.

அல்-சலவ்லி சிரித்துவிட்டு வேடிக்கையாகக் கூறினார்- “சனான், நீங்கள் புத்திசாலி, நாம் உறவுக்காரர்கள் என்பதை மறந்துவிட வேண்டாம்.”

அவர் புடெய்ஸா முர்கானை அழைத்து விடுவாரோ என்று திடீரென பயந்துவிட்ட சனான் ‘இப்போது, இல்லாவிடில் எப்போதைக்குமாக சந்தர்ப்பம் மறைந்து போகும்’ என்று தனக்குள் கூறிக் கொண்டார்.

கால்களை நீட்டிக் கொண்டும் பின்புறமாய்ச் சாய்ந்து கொண்டும் கண்களை மூடிக் கொண்டும் ஓய்வெடுத்தபடி தானறியாமலேயே விஷயங்களை அவர் வரவழைத்துக் கொண்டிருந்தார். குற்றம் குறித்தும் விதி இன்னும் என்னவாக இருந்ததோ, அதில் தன்னைத் தூக்கி எறிவது குறித்தும் யோசனைகளில் ஆழ்ந்துவிட்டார் சனான். குறுவாளை உறையிலிருந்து உருவுவதைப் போல் தன் கைகளை ஒன்று சேர்க்கத் தொடங்கினார். ஆனால் அவரால் முடியவில்லை. திகிலுற்ற அவரின் கண்கள் கேட்காத வார்த்தைகளை உச்சரித்தன. அப்புறம் அவர் எப்போதைக்குமாக அசைவற்றிருந்தார்.

XII

பார்வையிலிருந்து மறைந்து போயிருந்த கூர்விளிம்பு கொண்ட குத்துவாளையும் பொங்கிவரும் குருதியையும் நடுங்கிக் கொண்டே சனான் நோக்கினார். சிரமத்துடன் தன் பார்வையை விலக்கிக்கொண்ட அவர் மூடிய வாயிலை நோக்கிப் பயத்துடன் பார்த்தார். அவரது கன்னக் கதுப்புகளின் துடிப்புகளால் நிசப்தம் கிழித்தெறியப்பட்டது. மற்றும் முதல்முறையாக, மூலைகளில் விளக்குகள் தொங்குவதைக் கண்ணுற்றார். வெண்முத்துக்களால் அலங்கரிக்கப்பட்டு பெரியதொரு குரான் விரித்து வைக்கப்பட்டிருந்த சாய்வு மேஜையையும் கவனித்தார். இவ்வேதனைகளிலிருந்து விடுபட அவர் தன் பூதமும் விதியுமான குவாம்காமிடம் மன்றாடினார். புலப்படாத இருப்பு அப்போது ஆரத்தழுவிக் கொண்டது. சபாஷ் என மனநிறைவுடன் குரல்

ஒலிக்கக் கேட்டார். அதன்பின் சந்தோஷமாக, "இப்போது குவாம்காம் பில்லிசூனியத்திலிருந்து விடுபட்டுவிட்டது" என்று ஒலித்தது.

"என்னைக் காப்பாற்று. இவ்விடத்தையும் இக்காட்சியையும் அருவருக்கிறேன்."

"சுயேச்சையான என் விருப்பம் கைகூடி விட்ட இப்போது, குறுக்கீடு செய்வதிலிருந்து நம்பிக்கை என்னைத் தடுக்கிறது" என்றது குரல் அனுதாபபூர்வ அமைதியில்.

"நீ என்ன கூறுகிறாய் என்று எனக்கு விளங்கவில்லை" என்றார் பீதியுடன்.

"மானுடன் போல நீ யோசிப்பதில்லை என்பதுதான் உன் தவறு சனான்."

"அல்லாவே, விவாதிக்க நேரமில்லை. என் விதியிடம் என்னைக் கைகழுவிட உத்தேசித்திருக்கிறாயா?"

"என் கடமை என்னிடம் அதனையே வேண்டுகிறது."

"எவ்வளவு கயமையானது! என்னை நீ ஏமாற்றியிருக்கிறாய்."

"வாழுகிற ஆன்மா ஒன்றிற்கு அரிதாகவே அளிக்கப்படும் மீட்சிச் சந்தர்ப்பத்தை அல்லவா உனக்கு நான் வழங்கியுள்ளேன்."

"என் வாழ்வில் குறுக்கிட்டு இந்த மனிதரை நான் கொல்வதற்கு நீ காரணமாக இல்லையா?"

"பில்லி சூனியத்தின் தீமையிலிருந்து என்னை விடுவித்துக் கொள்ள நான் ஆர்வமாயிருந்ததால் உன் நம்பிக்கை காரணமாக, உன்னை நான் தேர்ந்தெடுத்தேன். நன்மை - தீமைகளுக்கிடையே நீ ஊசலாடிய போதும் உன் நகர்ப்புறத்தையும் உன்னையும் காப்பாற்றிக்கொள்ள மற்ற யாரையும் விட நீ தகுதியானவன் என்றெண்ணினேன்."

"ஆனால் உன் எண்ணங்களை எனக்கு நீ தெளிவுபடுத்தவில்லை" என்றார் தீவிரத்துடன்.

"சிந்திக்கக் கூடிய ஒருவருக்குப் போதுமான வகையில் தெளிவு படுத்தினேன்."

"நயவஞ்சகம். நகர்ப்புறத்திற்கு நான் பொறுப்பானவன் என்று யார் கூறியது?"

“எவனொருவனும் விடுபட முடியாத பொது நம்பிக்கை அது. ஆனால் நல்ல உத்தேசங்களில் குறைவில்லாத உன்னைப் போன்றவர்களின் கடமையாகும்.”

“ஆரம்பப் பள்ளியின் படிக்கட்டின் கீழேயான நிலையிலிருந்து என்னை நீ காப்பாற்றவில்லை?”

“பரிகாரம் அல்லது வருந்துதலின் நம்பிக்கை இல்லாமல் என் குறுக்கீடு காரணமாக நீ மோசமாகப் பாதிக்கப்பட வேண்டும் என்பதை ஒத்துக் கொள்வது எனக்குச் சிரமமாய் இருந்ததால், உனக்கு ஒரு புதுச் சந்தர்ப்பத்தை அளித்திடத் தீர்மானித்தேன்.”

“உன்னிடம் என்னை நான் பிணை வைத்திருந்ததற்கு அடிப்படையான செயலை நான் இப்போது நிறைவேற்றியுள்ளதால், என்னை நீ காப்பாற்றுவது உன் கடமையாகும்.”

“அப்படியானால் இது ஒரு சதிச் செயல். இதில் உனது பங்கு என்பது ஒரு கருவி மாத்திரமே. பயன்பாடு, பரிகாரம், வருந்துதல் மற்றும் மீட்சி ஆகியவற்றுக்கு ஒரு முற்றுப் புள்ளி வைத்தாயிற்று.”

அவர் முழங்காலிட்டு மன்றாடினார், “என்னிடம் கருணை காட்டு, என்னைக் காப்பாற்று.”

“உன் தியாகத்தை காற்றிலே வீணாக்காதே.”

“இது ஒரு தீய விளைவு.”

“நன்மை செய்பவன் விளைவுகளால் சஞ்சலப்படுவதில்லை.”

“நான் நாயகனாக விரும்பவில்லை” என்று அவர் பீதியில் கூச்சலிட்டார்.

“நாயகன் ஆகிவிடு, சனான். அதுவே உன் விதி” என்று வேதனையுடன் குறிப்பிட்டது குவாம்காம்.

“அல்லா உன்னுடன் இருப்பாராக. மேலும் உன்னையும் என்னையும் மன்னித்து விடுமாறு அவரை நான் வேண்டுகிறேன்” என்றதும் அக்குரல் மங்கத் தொடங்கிற்று.

புடெய்ஸா முர்கான் மற்றும் வெளியே நின்றிருந்த காவலர்களின் காதுகளை எட்டுமாறு கூக்குரலிட்டார் சனான்.

கமாஸா அல்–புல்டி

I

சனான் அல்-கமலியின் ஆன்மா எமீர்களின் காஃபி விடுதியின் காற்றிலே மிதக்க, அதன் வாடிக்கையாளர்கள் கவலை கொண்டனர்.

அவர்கள் அவரது விசாரணையைப் பார்த்திருந்தனர். அவரது பாவ அறிக்கையிடலைக் கேட்டிருந்தனர். மற்றும் மரண தண்டனையை நிறைவேற்றிடும் ஷபீப் ரமா அவரது தலையைச் சீவும்போது அவ்வாளைக் கண்டிருந்தனர். வணிகர்களிடையேயும் முக்கியஸ்தர்களிடையேயும் அவருக்கு நல்ல அந்தஸ்து இருந்தது. மற்றும் வறியவர்களால் நேசிக்கப்பட்ட சிலரைச் சேர்ந்தவராய் இருந்தார். இவற்றின் மத்தியிலே அவரது தலை துண்டிக்கப்பட்டிருந்தது. மேலும் அவரது குடும்பம் அநாதரவாக்கப்பட்டது. நகர்ப்புறத்து மக்களின் ஒவ்வொருவர் நாவிலும் நெஞ்சிலும் அவரது கதை சுற்றி வந்து கொண்டிருந்தது. ஒட்டு மொத்த நகர்ப்புறமே சஞ்சலப்பட்டது. சுல்தான் ஷாரியார் இதனை பலமுறை நினைவு கூர்ந்தார். இலையுதிர்கால அறிகுறிகளால் மிருதுவாக்கப்பட்டிருந்த சூழலையுடைய விடுதியில், ஒப்பந்ததாரரர் ஹாம்தன் டுனெய்ஷா கூறினார், “தன் நடவடிக்கைளில் தான் விரும்பிய வண்ணம் செயல்படுகிற, படைப்பு கர்த்தாவும் பிரதேச உரிமையாளனுமாகிய அல்லா, சிலவற்றிடம் ‘அப்படியே ஆகட்டும்’ என்றுரைக்க, அது நிறைவேறுகிறது. சனான் அல்-கமலிக்கு இத்தகைய விதியை உங்களில் யாரோ கற்பிதம் செய்திருக்கக் கூடுமோ? சனான் பத்துவயதுப் பெண்ணைக் கற்பழித்து, கழுத்தை நெறித்துக் கொல்கிறார்... தனது முதல் சந்திப்பின்போது ஆளுநரைக் கொல்கிறார்...”

“பூதம் என்பது பார தூரமானது என்றொருவர் கருதினால், இக்கதை ஒரு புதிராகி விடுகிறது” என்றார் வைத்தியர் இப்ராஹிம்.

“ஒருவேளை இது நாய்க்கடியால் ஏற்பட்டிருக்கலாம். அதுவே மூலகாரணம் எனில் சிகிச்சை செய்யப்படாத மோசமான நோயின் விளைவு இங்கு சாத்தியமாகி இருக்கும்” என்றார் டாக்டர் அப்துல் காதிர் அல்-மஹ்னி.

“நாய்க் கடிகளுக்கு சிகிச்சை அளிப்பதில் என்னை விடக் கைதேர்ந்தவர் யாருமில்லை. கடைசியாக நான் குணப்படுத்தியது செருப்புத்தைக்கும் மாரூஃபை. இல்லையா மாரூஃப்?” என்றார் வைத்தியர் இப்ராஹிம் ஆவேசத்துடன்.

சாதாரண நபர்களுக்குரிய இடத்தில் இருந்த மாரூஃப் “சிகிச்சைக்கு ஆசீர்வதித்த அல்லாவுக்கு நன்றி” என்று பதிலளித்தான்.

“மற்றும் பூதத்தின் கதையை நாம் ஏன் நம்பக் கூடாது?” என்று நாவிதன் உகர் வினவினான்.

“அவை எண்ணிக்கையில் மனிதரை மிஞ்சி நிற்கின்றன” என்றான் தண்ணீர் எடுத்துச் செல்லும் இப்ராஹிம்.

“மரணத்திற்கு காரணங்கள் அவசியமில்லை” என்றார் அரும்பொருள் வணிகர் சாஹ்லவல்.

“பூதங்களிடத்தே எனக்கு அநேக அனுபவங்களுண்டு” என்று செருப்புத்தைப்பவன் மாரூஃப் கூறியதற்கு, சுல்தானின் கோமாளியும் கூனனுமான சாம்லவலின் பதில்: “உன் மனைவி மீதான பயத்தால் பூதங்கள் உன் வீட்டை தவிர்த்து விடுகின்றன என நாங்கள் அறிவோம்.”

உத்வேகமூட்டும் அச்சூழலில் அந்நகைச்சுவை வெற்றி பெறாத போதும், மாரூஃப் தன் விதியிடம் சரணாகதிப் புன்னகை செய்தான்.

“சனான், தன் குடும்பத்தைப் போலவே நாசமாக்கப்பட்டுள்ளான்” என்றான் துணிமணிகள் விற்கும் கலீல்.

குரங்குமூஞ்சி கொண்டிருந்த லட்சாதிபதி காரம் அல்-அஸீல் குறிப்பிட்டார், “அவரின் குடும்பத்திற்கு உதவிக்கரம் நீட்டுதல், அதிகாரத்திற்கு சவால் விடுப்பதாகக் கருதப்படும். அல்லாவை விடவும் வல்லமையோ அதிகாரமோ இல்லை.”

“பூதங்களின் தீவினை சக்தி மீதான பயத்தால் மக்கள் அவரது குடும்பத்தைப் புறக்கணித்து விடுவார்கள் என்றுதான் நான் மிகவும் பயப்படுகிறேன்” என்றார் வைத்தியர் இப்ராஹிம்.

வைத்தியரின் மகன் ஹாஸன், "ஃபாதில் சனானுடனான என் உறவை எதுவும் மாற்றிவிடும் என்னும் பேச்சுக்கே இடமில்லை" என்றான்.

"சிலவற்றிடம் 'அப்படியே ஆகட்டும்' என்கிறார் அவர், அப்படியே ஆகிறது" என்று மீண்டும் கூறினார் ஒப்பந்தாரர் ஹாம்தன் டுனெய்ஷா.

II

தனக்கு விருப்பமான மீன்பிடிப்பதற்காக ஆற்றுக்குக் கிளம்பினார் காவல்துறை இயக்குநர் கமாஸா அல்-புல்டி. தன் மேலதிகாரி அலி அல்-சலவ்லிக்காக துக்கம் அனுஷ்டிக்கும் வகையில் நாற்பது நாட்கள் அதனைக் கைவிட்டிருந்தார். அண்டை வீட்டுக்காரர்களாக இருந்தது மற்றும் நீண்ட நாளைய நட்பின் காரணமாக அவ்விரு குடும்பங்களும் ஒன்றாகி இருந்ததால், கொலையாளியின்பாலும் அவர் வருத்தப்பட்டார். அவரைக் கைது செய்திருந்தது, அவரைச் சிறையில் அடைத்திருந்தது, அவரை நீதிமன்றத்திற்கு அனுப்பியிருந்தது மற்றும் இறுதியில் தூக்கிலிடுபவனான ஷபீப் ராமாவிடம் ஒப்படைத்திருந்தது எல்லாம் அல்-புல்டியே. தன் வீட்டின் மீது தலையைத் தொங்கப் போட்டிருந்த புல்டியே அவரது உடைமைகளை அபகரித்ததும் அவரின் குடும்பத்தினரை வீட்டிலிருந்து துரத்தி நாசமாக்கியதும். கடுமைக்கும் தீவிரத் தன்மைக்கும் பெயர் பெற்றவர் ஆயினும், அவரது பரிசுத்தமான தன்மை சஞ்சலப்பட்டிருந்தது மற்றும் இருதயத்தில் வேதனைப்பட்டிருந்தார். பலர் அவ்விதம் நினைக்காத போதும் அவரிடம் இருதயம் இருக்கவே செய்தது. உண்மையில் இந்த இருதயம் சனானின் மகள் ஹுஸ்னியாவை நேசித்தது. சம்பவங்கள் குறுக்கிடாது போயிருந்தால் அவளை மணமுடித்துத் தருமாறு கேட்டிருப்பார்.

இன்றைக்கு தட்பவெப்பம் சீராக இருந்தது. மெல்லிய மேகங்கள் வானில் அலைந்து திரிந்தன. சந்தர்ப்ப சக்கரத்தினால் அவரது காதல் மிதித்து நசுக்கப்பட்டிருந்த போதும்.

அவர் தன் கோவேறு கழுதையை அடிமை ஒருவனிடம் விட்டு விட்டு, படகினை ஆற்றின் மத்திக்குத்தள்ளி, தன் வலையை விரித்தார். மிருகத்தனமும் கடுமையும் கொண்ட வேலையின் சீற்றத்திலே ஆசுவாசத்தின் துளிகள். அவர் புன்னகைத்தார்.

புதிய ஆளுநர் கலீல் அல்-ஹமதானிக்கும் அவருக்கும் இடையே சீக்கிரமே பரஸ்பரப் புரிந்து கொள்ளல் வளர்ந்திருந்தது. ஷாரியார் இவ்வாளுநர்களை எங்கிருந்து பெறுகிறார்? முதல் சோதனையிலேயே அவர் தன்னை நிரூபித்திருந்தார். சனானின் சொத்துக்கள் அபகரிக்கப்பட்டபோது அவற்றில் ஒரு துளியைக் கூட தனக்கென்று வைத்துக் கொள்ளாமல் அவற்றால் புடெய்ஸா முர்கானை கொழுக்க வைத்தார். கமாஸாவுக்கும் அவரது பங்கினைத் தந்திருந்தார். எஞ்சியவை கருவூலத்தில் சேர்க்கப்பட்டன. தன் சிநேகிதனின் விதி குறித்த கவலை இருப்பினும் கமாஸா தன் பங்கினை வாங்கிக் கொண்டிருந்தார். அவற்றை மறுதலிப்பது புதிய ஆளுநருக்கான சவாலாகிவிடும் என்று சமாதானம் செய்து கொண்டார். அவரின் இருதயத்திலே உணர்வுகளுக்கு ஓரிடமும், பேராசைக்கும் கடுமைக்கும் இன்னோரிடமும் இருந்தன. 'மிகவும் கண்ணியமானவன் இந்த நகரத்திலே பட்டினி கிடக்கிறான்' என்று தனக்குள் கூறிக் கொண்டார். 'நேர்மையான ஆளுனர் ஒருவர் நம் விவகாரங்களை கவனித்துக் கொள்வதாக இருந்தால் நமக்கு என்னாகும்?' என்று வேடிக்கையாகத் தன்னை கேட்டுக் கொண்டார். சுல்தானே நூற்றுக்கணக்கில் கன்னியரையும் பக்தர்கள் பலரையும் கொன்றதில்லையா? மற்ற பெரும் ஆட்சியாளர்களது தராசுகளுடன் ஒப்பிடுகையில் அவருடையது எவ்வளவு லேசானதாய் இருந்தது!

அவர் பெருமூச்சு விட்டார். வலையில் மீன் நிறைந்தும் புல் மற்றும் நீரின் வாசம் நிறைந்து காற்று இதமாயும், மேகங்கள் சிதறிக் கிடந்த வானமும் சேர்ந்த அந்நாள் நிஜமாகவே அழகான நாள்தான். ஆனால் ஹுஸ்னியா எங்கே? அவ்வளவு ஆடம்பரம், ஆபரணங்கள் மற்றும் லாயங்கள் கொண்டிருந்த சனானின் குடும்பம் இப்போது கட்டிடம் ஒன்றின் அறையில் வசித்துக் கொண்டிருந்தது. இப்போது உம் சாத் விருந்தினர்களது இருதயங்களை மகிழ்விக்கும் மிட்டாய்களைச் செய்கிறாள். ஃபாதில் அவற்றை எடுத்துச் சென்று விற்கிறான். ஹுஸ்னியாவைப் பொறுத்தமட்டில், வராத மணமகனுக்காகக் காத்திருக்கிறாள். உன்னைக் கீழே தள்ளியது பூதமா அல்லது உன்னை நாசமாக்கியது நாய்க்கடியா? வெண்படலம் கவிந்த உனது பார்வையையும் 'கமாஸா, என் குடும்பம்' என்று உதவிகோரி நீ மன்றாடியதையும் நான் மறக்க மாட்டேன். உன் குடும்பத்திற்கு யாரேனும் உதவிக்கரம்

நீட்டிவிடுவார்கள் என்னும் பேச்சுக்கே இடமில்லை. உனது மகன் ஃபாதிலும் தன் கர்வத்துடன் பிறந்த ஒரு மனிதனே. சனான், நீ அழிந்து போயிருக்கிறாய். போனது போனதுதான். உனது பூதம் உண்மையிலேயே நம்பிக்கை மிக்கதாக இருப்பின், ஏதேனும் செய்யட்டும். தன் மக்களையும் பூதங்களையும் கொண்டுள்ள எவ்வளவு அசாதாரணமான அரசு இது? இது அல்லாவின் முத்திரையை மேலே உயர்த்திக் காட்டி தன்னைத் தூசியில் அமிழ்த்திக் கொள்கிறது.

திடீரென்று அவரது கவனம் தனது கைக்குத் திரும்பிற்று. கனத்திருந்த வலையை படகுநோக்கி இழுத்தார். ஆனால் அதில் ஒரேயொரு மீனைக் கூடக் காணவில்லை.

III

கமாஸா அல்-புல்டி திகைத்துப் போனார். ஓர் உலோக உருண்டையைத் தவிர வேறேதும் அதிலில்லை. ஏமாற்றத்துடன் அதனை எடுத்து கைகளில் உருட்டினார். பிறகு அதனைப் படகில் எறிந்தார். அது அதிரும் சப்தத்தை உண்டாக்கியது. விசித்திரமான ஒன்று நிகழ்ந்தது. அது வெப்பத்தைப் போலிருந்தது. தூசு போல ஒன்று அதிலிருந்து கிளம்பி, சுழன்று சென்று, இலையுதிர்கால மேகங்களைத் தொட்டது. தூசுப்படலம் மறைந்ததும், அவர் மீது ஏதோ ஊர்வதான ஓர் இருப்பை அது விட்டுச் சென்றது. அது எவ்வளவு அடக்கியாளும் ஆற்றல் மிக்கது என்னும் உணர்வை உண்டாக்கியது. கமாஸா அபாயகரமான நிலவரங்களுக்குப் பழகிப் போயிருந்தாலும் பீதியில் நடுங்கினார். பாட்டிலிலிருந்து விடுவிக்கப்பட்ட பூதத்துடன் தான் இருந்ததை அவர் உணர்ந்து கொண்டார். "சாலமன் பெயரால் கேட்கிறேன், தீங்கிலிருந்து காக்க வேண்டும்" என்று அவரால் கேட்டுக் கொள்ளாமல் இருக்க முடியவில்லை.

இதற்கு முன் அவர் கேட்டிராத குரல் ஒன்று "சிறைவாசத்தின் நரகத்திற்குப் பிறகு சுதந்திரம் எவ்வளவு இனிதாய் இருக்கிறது" என்றது.

"உனது சுதந்திரம் என் கைகளால் சாதிக்கப்பட்டுள்ளது" என வறண்ட தொண்டையில் அல்-புல்டி பேசினார்.

"சாலமனுக்கு அல்லா என்ன செய்துள்ளார் என்பதை முதலில் தெரிவி."

“சாலமனுக்கு ஆயிரத்திற்கும் மேற்பட்ட ஆண்டுகள் ஆயுளில் கூடின.”

“எங்களின் கனலை எட்டாத தூசியான மானுடனின் கட்டளையை எங்களுக்கு விதித்திட்ட அல்லாவின் விருப்பம் ஆசீர்வதிக்கப்படுவதாக. மேலும் அந்த மானுடனே இருதயத்தின் ஒரு தடுமாற்றத்திற்காக என்னைத் தண்டித்திருப்பதை, கருணைமிகு அல்லா மோசமாக மன்னிக்கட்டும்” என்று வெற்றிச் செருக்கில் தலை மிதக்க, அது கூறியது.

“உனது சுதந்திரத்திற்காக வாழ்த்துகள், போய் அனுபவி.”

“தப்பிப் போக நீ முனைப்பாய் இருப்பதைப் பார்க்கிறேன்” என்றது பரிகாசத்துடன்.

“நீ விடுவிக்கப்பட நான் கருவியாயிருந்தேன் என்பதை உணர்ந்து கொள்.”

“விதி தவிர வேறெதுவாலும் நான் விடுவிக்கப்படவில்லை.”

“நான் விதியின் கருவியாய் இருந்தேன்” என்று ஆர்வத்துடன் கமாஸா குறிப்பிட்டார்.

“எனது நீண்ட சிறைவாசத்தின்போது நான் கோபமும் பழிவாங்கலும் நிறைந்து காணப்பட்டேன்.”

“ஒருவரால் மன்னிக்க முடியும்போது மன்னிப்பது உன்னதமானவர்களின் இயற்கைப் பண்புகளுள் ஒன்றாகும்” என்று கமாஸா மன்றாடினார்.

“மனனம் செய்வதிலும் மேற்கொள் காட்டுவதிலும் அயோக்கியத்தனத்திலும் நீங்களெல்லாம் தேர்ந்தவர்கள். எனவே ஒழிந்து போங்கள்”

“எங்களுடனும் மக்களுடனும் வாழ்க்கையுடனும் தொடர்ந்து போராட்டம் நிகழ்த்துகிறோம். அதில் எண்ணிலடங்காமல் பலியானோர் உண்டு. கருணை மிகுந்தவரின் கருணையில் நம்பிக்கை என்பது ஒருபோதும் இல்லாது போவதில்லை” என முறையிடும் தொனியில் அல்-புல்டி கூறினார்.

கருணைக்குத் தகுதியானவருக்கே கருணை உரியது. ஞானத்தைப் பின்பற்றியோருக்கே சந்தர்ப்பங்கள் நிறைந்து காணப்படும் அல்லாவின் வியாபகம். அதனால் முயலுவோருக்கே கருணை உரியது. இல்லாவிடில் தெய்வீக ஒளியால் துலக்கமுறும் காற்றின்

தூய்மையை முடை நாற்றங்கள் பாழ்படுத்திவிடும். எனவே ஊழலுக்கு ஒரு சாக்காக ஊழலை ஆக்கிவிடவேண்டாம்'' என்று தீவிரத்துடன் பூதம் குறிப்பிட்டது.

''கழுத்துகளை வெட்டும்போதும் தலைகளைச் சீவும்போதும் நாங்கள் கருணையில் நம்பிக்கை வைத்துள்ளோம்.''

''நீ எத்தகைய அயோக்கியன்! உனது வேலை என்ன?''

''காவல்துறை இயக்குநர்.''

''எத்தகைய பெயர்ப்பொறுப்புகள்! அல்லாவுக்கு உகக்கும் வகையில் உன் கடமையை நீ செய்கிறாயா?''

''என் கடமை கட்டளைகளை நிறைவேற்றுவதே'' என்றார் கமாஸா சந்தேகத்துடன்.

''அனைத்து வகைக் கேடுகளையும் மூடிமறைக்கப் பொருத்தமானதொரு முழக்கம்.''

''இது குறித்து நான் எதுவும் செய்யும் நிலையில் இல்லை.''

''நன்மை செய்யுமாறு கூறினால், உங்களால் இயலாது என்கிறீர்கள், தீமை செய்யுமாறு கூறினால், கடமையின் பெயரால் அதனை நிறைவேற்றிட முற்படுகிறீர்கள்.''

கமாஸா நெருக்கடியான நிலையில் இருந்தார். எச்சரிக்கைகள் அவர்மீது விழவும் படகின் விளிம்புவரை பின் வாங்கிச் சென்று நடுங்கினார். அதே வேளையில், புதியதொரு இருப்பு ஊடுருவி அவ்விடத்தைத் தன் கட்டுப்பாட்டில் எடுத்துக் கொள்வதை உணர்ந்தார். இன்னொரு பூதம் வந்திருந்ததை அறிந்து கொண்டு, தான் ஒழிந்து போனோம் என உணர்ந்தார். புதியது முதல் பூதத்திடம், ''ஸிங்காம், உனது விடுதலைக்கு வாழ்த்துகள் என்றது.''

''குவாம்காம், அல்லாவுக்கு நன்றிகள்.''

''ஆயிரம் ஆண்டுகளுக்கும் மேலாக உன்னை நான் பார்த்திருக்கவில்லை.''

''வாழ்க்கையுடன் ஒப்பிடுகையில் அவை எவ்வளவு குறுகியவை, ஒரு பாட்டிலில் ஆயுளைக் கழிக்கும் போது அவை எவ்வளவு நீண்டவை.''

''நானும் மாயவலைகளில் சிக்கினேன். அதன் சித்திரவதையில் அது சிறைபோலிருக்கிறது.''

“மானுட உயிர்களிலிருந்து வரப்பெறாத எந்தத் தீங்கும் நம்மைப் பாதிப்பதில்லை.”

“நீ இல்லாத காலத்திலே நடந்த சம்பவங்கள் அநேகம். எனவே நீ நழுவவிட்டவற்றைப் பற்றிக் கொள்ள ஆசைப்படுவாய்.”

“நிஜம்தான். ஆனால் இம்மானுடம் தொடர்பானது குறித்து தீர்மானிக்க விரும்புகிறேன்.”

“இப்போது அவன் இருக்கட்டும். உனக்கு அவன் அவசியம் எனில் எந்த விதத்திலும் அவன் உன் பிடியிலிருந்து தப்பப் போவதில்லை, ஆனால் நீ ஆத்திரமாயிருக்கையில் முடிவெதுவும் எடுக்காதே. தன் கோபத்திற்கு இரையானது தவிர்த்து, நம்மிடையே எந்தவொரு பூதமும் அழிந்ததில்லை. நாம் காஃப் மலைகளுக்குச் சென்று உன் விடுதலையைக் கொண்டாடுவோம்.”

“காவல்துறை இயக்குநரே, திரும்பவும் நாம் சந்திக்கும் வரை” என்று அல்-புல்டியிடம் ஸிங்காம் கூறியது.

ஒட்டுமொத்தமாய் மறையும் வரை கட்டுப்படுத்துகிற இருப்பு குறையத் தொடங்கியது. தன் அவயங்களில் சுதந்திரம் பெற்றிருந்த கமாஸா, தன் வலிமை நீங்கியிருந்ததால் படகின் தளத்தில் சரிந்து வீழ்ந்தார். அதே வேளையில் தப்பிவிடும் நம்பிக்கையின் போதை கொண்டிருந்தார்.

IV

கமாஸா அல்-புல்டி கரைமீது குதிக்க, அடிமை ஒருவன் அவரைச் சந்தித்து, வணங்கி, வலையை மடிக்கத் தொடங்கினான்.

“வலையில் ஒரேயொரு மீன்கூட இல்லை” என்றான்.

“நான் படகில் இருந்தபோது நானிருந்த திசையில் பார்த்துக் கொண்டிருந்தாயா?” என்று வறண்ட தொண்டையில் கமாஸா கேட்டார்.

“எல்லாநேரமும் எஜமானே.”

“நீ என்ன பார்த்தாய்?”

“நீங்கள் வலை விரித்துக் காத்திருந்ததையும் அப்புறம் அதனை இழுத்ததையும் பார்த்தேன். அது வெறுமையாய் இருப்பது கண்டு ஆச்சரியப்பட்டேன்.”

“எந்தப் புகையையும் நீ பார்க்கவில்லையா?”

“இல்லை ஐயா.”

“அந்நியமான சப்தம் எதையும் கேட்கவில்லையா?”

“இல்லை.”

“ஒரு வேளை தூங்கிப் போயிருப்பாய்.”

“இல்லவே இல்லை எஜமானே.”

என்ன நிகழ்ந்திருந்தது என்பது குறித்து சந்தேகங்கள் கொள்வது அவருக்குச் சாத்தியமற்றது. அது நிஜத்தை விடவும் மிக நிஜமானது. அவரது நினைவில் ஸிங்காம் போலவே குவாம்காம் என்னும் பெயரும் பொறிக்கப்பட்டு விட்டது. சனான் பாவ அறிக்கையிடல்களை புதியதொரு வடிவிலே நினைவு கூர்ந்த அவருக்கு, தனது பழைய நண்பர் துரதிருஷ்டம் பிடித்த பலியாளாக இப்போது தோன்றினார். அறிப்படாதது தனக்கென எதனை வைத்திருக்குமோ என்று பதட்டத்துடன் வியந்தார்.

V

அவர் தன் ரகசியத்தை தன் நெஞ்சிலே புதைத்துவிட்டார். அவரது மனைவி ரஸ்மியாவுக்குக் கூட அது தெரியாது. அவரை கனமாக அழுத்திய இரகசியம் அது, ஆனால் அவர் என்ன செய்யக்கூடும்? ஒரு நாளில் அதனை அவர் வெளியிட்டு விட்டால் அது அவரது பொறுப்புக்கு இடைஞ்சலாகி அதனை இழக்க நேரும். விளைவுகளை எண்ணி பல இரவுகளில் விழித்திருந்த அவர் எச்சரிக்கையாய் இருக்கத் தீர்மானித்தார். நம்பிக்கை மிக்க பூதமாகத் தோன்றிய ஸிங்காம் தன்னை விடுதலை செய்ததன் மூலம் - அது சந்தர்ப்பவசத்தால் நிகழ்ந்தது என்றாலும் - உண்டான நற்செய்கையை கருத்தில் கொண்டிருக்கும்.

விடியல் நேரத் தொழுகையைத் தொடர்ந்து சிறிது நேரம் தூங்கிய அவர் நல்லதொரு மனநிலையில் விழித்தெழுந்தார். இயல்பில் வலுவானவரான அவர் சிரமங்களையும் சந்தேகங்களையும் பொருட்படுத்துவதில்லை. அல்-சலவ்லி மற்றும் அல்-ஹமதானியுடன் நட்பார்ந்த முறையில் இருந்த அவருக்கு ஸிங்காம் ஒன்றும் கையாள முடியாததில்லை.

காலையில் பால் பருகிக் கொண்டிருந்தபோது, ரஸ்மியா அவரிடம் கூறினாள், "நேற்று நமது அண்டை வீட்டாரான உம் சாத் வந்து போனாள்."

திடீரென அவரது நரம்புகள் விறைப்புக் கொண்டன. குறிப்பிட்ட சந்தர்ப்பங்களின் பின்னுள்ள இரகசியங்களை அறிந்த போலீஸ்காரன்போல, அவ்வருகையின் அபாயத்தை அவர் சிலாகித்தார்.

"பாவப்பட்ட விதவை, இருப்பினும்..." என்றார் வெறுப்புடன்.

ஒரு கணம் தயங்கிவிட்டு தொடர்ந்தார், "ஆனால் அவள் நம்மைப் பார்க்கவருவது என் நிலைக்குத் தீங்கானது."

"அவளது நிலைமை நெஞ்சைப் பிளப்பதாய் இருக்கிறது."

"இது உலகின் நிலைமை ரஸ்மியா. அல்லாவுக்குரியதை அல்லாவிடமே விட்டு விடுவோம்."

"தன் குடும்பச் சொத்துகளைத் திருப்பித் தரும்வகையில் ஆளுநரிடம் எடுத்துரைப்பதில் நீங்கள் உதவுவீர்கள் என்னும் நம்பிக்கையுடன் அவள் வந்தாள்."

"எத்தகைய முட்டாள்தனமான பெண்."

"மகன்களுக்கெதிரான தந்தையரின் பாவங்களை அல்லா வைத்துக் கொள்வதில்லை என்றாள்."

"இதில் ஷாரியாரே தீர்ப்புரைத்தார்."

"சனான் என் நண்பராய் இருந்தார். ஆனால் தீர்ப்புரைக்கப் பட்டிருந்தது நிகழ்ந்து விட்டது. நகர்ப்புறத்தின் ஆளுனரைக் கொன்றதுடன் ஒப்பிடுகையில் அச்சிறுமியைக் கற்பழித்துக் கொன்றது ஒன்றுமே இல்லாததாய் இருக்கக் கூடும். ஏனெனில் தன் பிரதிநிதியைக் குறிவைத்த தாக்குதல் தன்னைக் குறிவைத்ததாகவே சுல்தான் கருதுகிறார். சுல்தானிடம் திடீர் மனமாற்றம் இருப்பினும் இன்னும் அவர் இரத்த வெறிகொண்ட ஆட்சியாளராகவே இருக்கிறார். ஆகவே, அவள் அடிக்கடி வந்து போவதை ஆதரிக்காதே. இல்லாவிடில் நாம் அதிகாரமில்லாதவர்களாகிவிடும் வகையில் சாபம் ஒன்று நம்மீது கவிந்து விடும்" என்று அவர் வெளிப்படையாகவே கூறினார். தலையைத் தொங்கப் போட்டிருந்த அப்பெண் நிசப்தமாயிருந்தாள்.

“உன்னைப் போலவே நானும் கவலைப்படுகிறேன், ஆனால் நாம் இது பற்றி எதுவும் செய்ய இயலாது” என்றார்.

VI

தான் சொல்லியதில் அவர் உண்மையானவராயிருந்தார். சனானின் குடும்பம் மீதான அவரது கவலை தணியவில்லை. அக்கவலையின் தோற்றுவாய் தீவிரக் காதலில் மட்டும் இல்லை. அவரது மகளை விரும்புமுன்னரே அவரை விரும்பியிருந்தார். நல்ல உணர்வுகளும் மதவியல் ஞாபகங்களும் எப்போதைக்குமாக அவரிடம் இல்லாமல் இருந்ததில்லை. ஆனால் ஊழல் மிக்க உலகில் ஊழல் செய்வதற்கு அவருக்கு ஆட்சேபணை இருக்கவில்லை. வெளுப்புடன் கருப்பைக் கலந்துவிடுவதில் அவரைப் போன்றதான இருதயம் நகர்ப்புறத்திடம் இருந்ததில்லை என்பதே உண்மை. எனவேதான், ரகசியமானதொரு வருகையின் பொருட்டு அவர் ஃபாதில் சனானை தன் இல்லத்திற்கு வரவழைத்தார்.

இளைஞன், சுற்றித்திரிந்து விற்பனை செய்யும் வியாபாரியின் தோற்றத்தில் வந்தான். வரவேற்பறையில் அவனருகே அமர்ந்திருந்த கமாஸா, “நிலவரங்கள் இப்படியாகியும் தைரியத்துடன் நீ இருப்பதைப் பார்க்கச் சந்தோஷமாயிருக்கிறது ஃபாதில்” என்றார்.

“கௌரவம் மற்றும் செல்வத்தை இழந்த பின்னும், என் நம்பிக்கையைப் பாதுகாத்திருக்கும் அல்லாவுக்கு நன்றி பாராட்டுகிறேன்.”

“நமது நீண்ட காலப் பரிச்சயத்தை மீறி உன்னை வரவழைத்தேன்.”

“அல்லா உங்களை ஆசீர்வாதிப்பாராக.”

“அது மட்டும் இல்லாதிருந்தால், உன்னைக் கைது செய்ய நானே அனுமதித்திருப்பேன்.”

“என்னைக் கைது செய்யவா? எதற்காக ஐயா?”

“தெரியாததுபோல பாவனை செய்யாதே. உன் மீது கவிழ்ந்திருக்கும் தீங்கே போதுமானதில்லையா? சுல்தானுக்கு எதிரிகளாயுள்ள நாசகார சக்திகளுடன் தொடர்பு கொள்ளாமல் ஜீவிதத்தைத் தேடு.”

"சுற்றித் திரிந்து விற்பனை செய்பவன் நான்..." வெளிறிய முகத்துடன் ஃபாதில் கூறினான்.

"பாசாங்கு செய்யாதே ஃபாதில். கமாஸா அல்-புல்டியிடமிருந்து எதனையும் மறைக்க முடியாது. என் முதல் வேலை ஷியாப் பிரிவினரையும் காரிஜிகளையும்[1] பின் தொடர்வது தான் என்பது உனக்குத் தெரியும்."

ஃபாதில் தாழ்ந்த குரலில் தெரிவித்தான், "நான் அவர்களுள் ஒருவனில்லை. ஆரம்பத்தில் நான் ஷேக் அப்துல்லா அல்-பால்கியின் மாணவனாக இருந்தேன்."

"நானும் அவரது மாணவனாக இருந்தேன். மார்க்கத்தின் மக்கள், தீர்க்கதரிசியுடைய சன்னாவின் மக்கள் சூஃபிக்கள், சன்னிப்பிரிவினர்[2] என அல்-பால்கியின் பள்ளியிலிருந்து பலர் கற்றுத் தேறுகின்றனர். மார்க்கத்திலிருந்து விலகிச் செல்லும் சில சாத்தான்களும் கற்றுத் தேறுகின்றன."

"சாத்தான்களிடமிருந்து எவ்வளவு விலகி இருக்க முடியுமோ அவ்வளவு விலகியுள்ளேன் என்பதில் உறுதி கொள்ளலாம், ஐயா."

"அவர்களிலிருந்து பலரை நீ சகாக்களாகக் கொண்டுள்ளாய்."

"அவர்களது சித்தாந்தங்களுடன் எனக்குத் தொடர்பே இல்லை."

அது கள்ளமற்ற நட்பாகத் தொடங்கி, பின் சீரழித்து விடுகிறது. அவர்கள் பைத்தியக்காரர்கள். ஆட்சியாளர்களை நம்பிக்கையற்றவர்கள் என்று குற்றஞ்சாட்டுகிறார்கள். மேலும் வறியவர்களையும் அடிமைகளையும் மயக்கி விடுகின்றனர். எதுவும் - ரகப் மாத நோன்பும் - அவர்களுக்கு உகப்பதில்லை. அல்லா தன் வழிபாட்டாளர்களை விட்டுவிட்டு, அவர்களைத் தெரிவு செய்திருப்பதுபோல் தோன்றும். உன் அப்பாவைப் போல் அதே விதியிடம் வீழ்ந்து விடாதிருக்க கவனமாயிரு. ஏனெனில் சாத்தானிடம் எல்லா வழிவகைகளும் சாதனங்களும் உண்டு. என்னைப் பொறுத்தவரை என் கடமை தவிர்த்து

1. காரிஜிகள் – ஆரம்ப கால இஸ்லாத்தின் அதிருப்திப் பிரிவினர்.

2. சன்னிப்பிரிவினர் – நபிகளது வார்த்தைகள் மற்றும் செயல்பாடுகளை அடிப்படையாகக் கொண்ட இஸ்லாமிய நடைமுறை. 'சன்னா' என்னும் அரபுச் சொல் பாதை, வழி, ஆட்சி என்று பொருள்படும். இஸ்லாத்தின் வைதீகப் பிரிவைப் பின்பற்றி முதல் மூன்று கலீபாக்களை முகம்மதின் ஆட்சி உரிமை வாரிசுகளாக ஏற்றுக் கொள்பவர் சன்னிப் பிரிவினர்.

வேறெதுவும் எனக்குத் தெரியாது. சமயத்துரோகிகளை அழித்தொழிக்கும் கடமையில், நகர்ப்புறத்தின் ஆளுனரிடம் செய்திருப்பது போலவே சுல்தானிடம் என் விசுவாசத்தைப் பிணை வைத்துள்ளேன்."

"எனக்கும் சமயத்துரோகிகளுக்கும் மிகத் தூரம் என்பது நிச்சயம், ஐயா."

"ஒரு தந்தையைப் போல ஆலோசனை தந்திருக்கிறேன். மனதில் வைத்துக் கொள்" என்றார் கமாஸா.

"உங்கள் அன்புக்கு நன்றி ஐயா."

அவனுக்கும் அவனது சகோதரி ஹுஸ்னியாவுக்கும் இடையேயான ஒப்புமை அம்சங்களை அவனது முகத்தில் தேடத் தொடங்கினார். சில கணங்கள் அவர் காதல் பரவசத்தில் தன்னை இழந்துபோனார். பிறகு, "இன்னொரு விஷயம் உள்ளது. குடும்பச் சொத்தினைத் திரும்பக் கேட்டு விண்ணப்பிப்பது சுல்தானுக்கு விடுக்கும் சவாலாகக் கருதப்படும் என்று உன் அம்மாவிடம் தெரிவிக்க வேண்டும். அல்லா தவிர்த்து வேறெந்த அதிகாரமோ வல்லமையோ கிடையாது."

"எனது அபிப்பிராயமும் அதுவே ஐயா" என்று பணிவுடன் கூறினான் ஃபாதில்.

சந்திப்பு ஆரம்பித்தது போலவே ரகசியமாய் முடிவுற்றது. ஒருநாள் தன்னை வரவழைத்திடும் சந்தர்ப்பம் கிடைத்தால், ஹுஸ்னியாவை மணமுடித்துத் தருமாறு தான் கேட்கக் கூடும் என்று கமாஸா ஆச்சரியப்பட்டார்.

VII

கமாஸா அல்-புல்டி பொறுப்பில் இருந்தபோது நிகழ்ந்த தனியொரு முக்கிய நிகழ்வு சனான் அல்-கமலியின் குற்றமாகவே இருக்கக்கூடும். இவ்விஷயத்தில் பூதத்தின் தலையீடு தெரியவந்தபிறகு, அதற்குக் காரணமானவராக அவரை யாரும் குற்றஞ் சாட்டவில்லை. எனினும் நகர்ப்புறத்தில் தற்போது நிகழ்ந்து கொண்டிருந்தவற்றுடன் இது பொருந்தாது. நகரின் சுற்றுச் சுவர்களுக்குள்ளாகவே அடுத்தடுத்து ஏராளமான நெடுஞ்சாலைக் கொள்ளைகள், பணமும் பொருட்களும் அபகரிக்கப்பட்டு, மனிதர்கள் தாக்கப்பட்டனர். தன்னம்பிக்கை

மிகுந்த போலீஸ்காரரின் கோபம் கமாஸா அல்-புல்டியைச் சலனம் கொள்ளச் செய்தது. சாதாரண உடையில் காவலர்களை நகரின் எல்லைப் பகுதிகளுக்கு அனுப்பினார் மற்றும் இரவும் பகலும் ரோந்துப் பணிகளுக்கு ஏற்பாடு செய்தார். சந்தேகத்திற்கிடமான இடங்களில் அவரே தேடினார். ஆனால் சம்பவங்கள் தொடர்ந்து அவரது நடவடிக்கையைக் கேலிக் கூத்தாக்கின. குற்றவாளி ஒருவனும் கைது செய்யப்படவில்லை.

எமீர்களின் காஃபி விடுதியில் காரம் அல்-அஸீல் என்னும் செல்வந்தர் "மறைந்த அல்-சலவ்லியின் காலத்தில் பாதுகாப்பு மேலானதாக இருந்தது" என்றார்.

டாக்டர் அப்துல் காதிர் அல்-மஹீனி சிரித்தபடியே, "அப்போதெல்லாம் அவரைத் தவிர்த்து ஒரேயரு கொள்ளையன் கூட இருந்ததில்லை" என்றார்.

"கமாஸா அல்-புல்டி மிகவும் மோசம்" என்றான் நாவிதன் உகர்.

நாவிதன் என்ற முறையில் அவன் தம் இல்லங்களுக்குச் சென்று சேவை செய்தபோது நடந்துகொண்ட விதத்தை அவரே பார்த்ததுண்டு.

மருந்துக் கடைக்காரரான இப்ராஹிம், "மக்களின் ஜீவாதாரமாக வியாபாரம் இருக்க, வியாபாரத்தின் ஜீவாதாரமாக இருப்பது பாதுகாப்பு. நமது நகர்ப்புறத்தின் ஆளுநர் அல்-ஹமதானியிடம் நம்மில் சிலர் பாதுகாப்பு நடவடிக்கைக்காகப் போகலாம் என்கிறேன்" என்றார்.

VIII

அரசாங்க இல்லத்திற்கு கமாஸா அல்-புல்டியை வரவழைத்தார் கலீல் அல்-ஹமதானி.

"நகரம் சீரழிந்து போகப் போகிறது, நீங்களோ குறட்டை போட்டுத் தூங்குகிறீர்கள்."

"நான் தூங்கவில்லை, வேலையில் அலட்சியமாய் இருக்கவில்லை."

"விஷயங்கள் எப்படிச் செல்கின்றன என்பதை வைத்து முடிவு கட்டலாம்."

"என் கைகள் கட்டப்பட்டுள்ளன."

"உங்களுக்கு வேண்டியவை என்ன?"

"முன்னர் கைது செய்யப்பட்டிருந்த கேடிகள் இப்போது பழிவாங்கத் தொடங்குகின்றனர்."

"அவர்கள் சூதுவாதற்றவர்கள் என்று சனானின் ஒப்புதல் அறிக்கை மூலம் நிறுவப்பட்டுள்ளது."

"எனவேதான் அவர்கள் பழிவாங்குதலை மேற்கொள்கின்றனர். அவர்களைத் திரும்பவும் கைது செய்ய வேண்டும்."

ஆளுநர் ஆவேசமாகக் கூறினார். "முதல் முறையாக அவர்கள் கைது செய்யப்பட்டதற்கு அமைச்சர் டாண்டன் எரிச்சலடைந்தார். திரும்பவும் அது நிகழ அனுமதிக்க மாட்டார்."

"என்றாலும் தணிந்து விடாத ஒரு சக்தியை எதிர்த்து நான் போராடிக் கொண்டிருக்கிறேன்" என வருத்தத்துடன் கமாஸா அல் - புல்டி குறிப்பிட்டார்.

"பாதுகாப்பை நீங்கள் கட்டுப்பாட்டில் வைத்திருக்க வேண்டும். இல்லாவிடில் உங்களை வெளியேற்றி விடுவேன்."

தன் ஆயுளில் முதல்முறையாகத் தன்னை அற்பமாக உணர்ந்தபடி, கமாஸா அல்-புல்டி அரசாங்க இல்லத்திலிருந்து வெறியேறினார்.

IX

அவமதிக்கப்பட்டதாக ஆத்திரங்கொண்ட, அவரது வலுவானதும் கட்டுப்படாததுமான இயல்பு அவரை தன் கட்டுப்பாட்டில் கொண்டு வந்தது. நன்மையின் பாலான அவரின் போக்குகள் தொலைதூர ஆழங்களில் அமிழ்ந்து மறைந்து போயின. தன் அதிகாரத்தைப் பாதுகாப்பதில் எதுவும் அனுமதிக்கத்தக்கதே என்றெண்ணுகிற ஒருவனின் காட்டுமிராண்டித்தனத்துடன் அவர் தோல்விக்கு எதிர்வினையாற்றினார். அதிகாரம் அவரை முழுமையாக கைக்கொண்டு, கள்ளங்கபடமற்ற காலத்தில், தொழுகை அறையில் ஷேக்கிடமிருந்து தான் கற்றிருந்த நல்வார்த்தைகளை அப்படியே அறியாதவராக ஆக்கியிருந்தது. சட்டென்று தன் உதவியாட்களைத் திரட்டி நரகத் தீயின் சாளரங்களை அகலத்திறந்து வைத்துக்கொண்டு, தலைமையகத்தின் கூடத்தில் தான் சகித்துக் கொண்டிருந்த வசைகளை அவர்கள் மீது கொட்டினார். புதிய சம்பவம் ஒன்று

நிகழும் போதெல்லாம் பலரைக் கைது செய்து ஈவிரக்கமில்லாது சித்திரவதை செய்தார். இதன் காரணமாக ஷியாப்* பிரிவினரையும் காரிஜிகளையும் அவர் பின் தொடர்வது குறைய, அவர்கள் தம் நடவடிக்கையை வலுப்படுத்திக் கொண்டனர். சுல்தான் மற்றும் அதிகாரப் பொறுப்புகளில் உள்ளவர்களைப் பற்றிய கண்டனங்கள் நிறைந்த ரகசியச் செய்தித் தாள்களை உருவாக்கிய அவர்கள், சட்டரீதியான முடிவுகளுக்கு குரானும் தீர்க்கதரிசியின் மரபார்ந்த வாசகங்களும் அடிப்படையாக மாறவேண்டும் என்று கோரினர். வெறிகொண்டவராகி அவர்களில் பலரையும் கைது செய்யவே நகரமெங்கும் பீதி நிலவி, அனைவரும் அச்சத்தில் நடுங்கினர். மேற்கொள்ளப்படும் நடவடிக்கைகளின் வன்முறை அதிர்ச்சியளிப்பதை அல்-ஹமதானி கண்டு கொண்டார். இருப்பினும் சம்பவங்களுக்கு முடிவு காணும் ஆசையில் தன் கண்களை மூடிக் கொண்டார். என்றாலும் அவை எண்ணிக்கையிலும் வன்முறையிலும் அதிகரிக்கவே செய்தன.

X

தோற்றுப் போனாலும், கமாஸா அல்-புல்டி அதனை ஒத்துக் கொள்ள மறுத்தார். அவரது வேலை நெருக்கடி அவரின் வழக்கத்திற்கு மாறான வலிமையைப் பாதிக்கும்வரை, காவல் துறை தலைமையகத்தில் பல இரவுகளை அவர் கழிக்கத் தொடங்கினார். ஒருமுறை தான் பணியாற்றிய அறையில் தூக்கம் தள்ள, அவர் அடிபட்ட சிங்கமென அதற்கு இணங்கினார். அவர் நம்பிய ஓய்வு கிடைக்கப் பெறாமல் அவரது ஒட்டு மொத்த உடலையும் கைப்பற்றிக் கொண்ட ஒன்றின் பாரத்தால் அழுத்தப்பட்டார்.

திகைப்பில் அவர் கிசுகிசுத்தார், “ஸிங்காம்”. அவரின் இருப்பின் மீது படையெடுத்து அவரிடம் வந்து சேர்ந்தது குரல். “ஆமாம், காவல் துறை இயக்குநரே.”

அருவருப்புடன் அதனை அவர் வினவினார், “உன்னை வருமாறு தூண்டியிருப்பது எது?”

“தாங்கள் புத்திசாலிகள் என்று கூறிக்கொள்வோரின் முட்டாள் தனம்.”

★ ஷியாப் பிரிவினர் – முகம்மது நபியின் மருமகன் அலி, அதன்பின் இமாம்களின் அதிகாரத்திற்குற்பட்டு இயங்குகிற இஸ்லாமியப் பிரிவு.

திடீரென்று கமாஸாவின் மனம் ஒளியைக் கண்ணுற்றது.

"எந்தவொரு தடயத்தையும் யாராலும் அறிந்து கொள்ள முடியாத, கொள்ளையரின் ரகசியத்தை இப்போது நாங்கள் அறிந்து கொள்கிறோம்."

"இப்போது தானா?"

"நீ தான் அவர்கள் எஜமானன் என எப்படி நான் யூகிக்க முடியும்?"

"உன்னிம் முனைப்பு இருப்பினும், நீ ஒரு முட்டாளென ஒத்துக்கொள்."

"அல்லாவை உச்சரிப்பது ஓயாது உன் உதடுகளில் இருந்த போதும், மக்களின் சொத்துக்களைத் திருடுவது குறித்து நீ கிஞ்சித்தும் கவலைப்படாதிருப்பது எப்படி?" என்று அவர் அலட்சியமாக ஸிங்காமைக் கேட்டார்.

"மற்றவர்களைத் தங்களுக்குச் சாதகமாக எடுத்துக் கொள்வோரிடம் மட்டுமே என் கோபம் படிந்துள்ளது."

தனக்குள்ளேயே பேசிக் கொள்பவர் போல, கமாஸா பெருமூச்செறிந்து கூறினார்.

"இதன் காரணமாக என் வேலையை நான் இழந்து விடுவேன்."

"நீயும் ஊழல் மிக்க கூட்டத்தைச் சேர்ந்திருக்கிறாய்."

"என் கடமையைச் செயலாற்றும் விதத்தில் நான் ஈடிணையற்றவன்."

"மேலும் நேர்மையற்ற வகையில் பணம் வந்து சேருகிறதே."

"பெரிய புள்ளிகளின் மேஜைகளிலிருந்து விழும் துண்டு துணுக்குகள் தான்."

"ஒரு வெட்ககரமான சமாதானம்."

"நான் மனிதர்களின் உலகிலே வாழ்கிறேன்."

"பெரிய புள்ளிகள் பற்றி நீ அறிவாயா?"

"ஒவ்வொரு விவரணமும் அவர்கள் திருடர்களும் அயோக்கியர்களுமாகவன்றி வேறெதுவும் இல்லை."

"எனினும் உன் கூர்நுனி வாளால் அவர்களை நீ பாதுகாக்கிறாய். மேலும் நிதானமும் சரியான தீர்மானமும் எடுக்கும் அவர்களது எதிரிகளைத் தாக்குகிறாய்" என வெறுப்புடன் குறிப்பிட்டது அக்குரல்.

"நான் கட்டளைகளை நிறைவேற்றுகிறேன்; மேலும் நான் செல்லும் பாதை தெளிவானது."

"குற்றவாளிகளைப் பாதுகாப்பது மற்றும் கண்ணியமானவர்களை இம்சிப்பது என்னும் சாபத்தால் பின்தொடரப்படுகிறாய்."

"இத்தகைய பணியாற்றும்போது என்னைப்போல் யாரேனும் யோசித்தால் அவன் அழிந்து விடுவான்."

"அப்படியானால் நீ இருதயமற்ற கருவி."

"என் இருதயம் என் கடமையில் முற்றிலுமாக இருந்து விடுகிறது."

"ஒருவனின் மனிதநேயத்தை இல்லாததாக்கிவிடும் ஒரு சமாதானம்."

அவருக்குள்ளே ஒரு யோசனை பளிச்சிட, கதவுகளும் ஜன்னல்களும் அவர் முன்னே திறந்துகொண்டன.

"நான் என்னுடன் திருப்தி கொள்ளவில்லை என்பதே நிஜம்" என்றார் தந்திரமாக.

"அப்பட்டமான பொய்கள்."

"உன்னதமான அகக்குரல்களைக் கொண்டு வருவதில் ஒருபோதும் நான் வெற்றி பெற்றிருக்கவில்லை. அவை எப்போதும் இரவின் நிசப்தத்திலேதான் என்னுடன் உரையாடுகின்றன."

"உன் வாழ்விலே அவற்றின் தடயம் எதனையும் நான் பார்க்கவில்லை."

"எனக்கு அது தேவைப்படுகையில் என்னை நிலைநிறுத்திக் கொள்ள ஏதோவொரு ஆற்றல் அவசியமாகிறது."

"கண்ணியமானவர்களை நீ துரத்தி அடிப்பது போலவே, உன்னதமான குரல்களையும் துரத்தி அடித்துக் கொண்டிருக்கிறாய்."

"என்னை நானே விசாரணைக்கு உட்படுத்துகிறேன்" என்றார் சவால் விடும் தன்மையில்.

"என்ன அர்த்தப்படுத்துகிறாய் என்பதை தெளிவாக்கு."

"என்னைத் தடைப்படுத்துவதை விடவும் ஆதரிப்பதில் உன் ஆற்றல்களைச் செலவழி."

"உனக்கென்ன வேண்டும்?"

“குற்றவாளிகளை ஒதுக்கித் தள்ளிவிட்டு, நீதியுடனும் நேர்மையுடனும் ஆட்சி செய்ய வேண்டும்.”

ஒரு சிரிப்பொலி அதிர்ந்து, பிரபஞ்சத்தை நிறைத்தது.

“அதிகாரம் மற்றும் ஆற்றல் என்னும் உனது புதைந்துள்ள கனவுகளை நிறைவேற்றிக் கொள்ளும் பொருட்டு, என்னிடம் ஊடாட விரும்புகிறாய்.”

“லட்சியமாக அல்லாமல், வழிமுறையாக.”

“உன் இருதயம் இன்னும் அடிமைத்தனத்தில் ஆழ்ந்துள்ளது.”

“நீ விரும்பினால் என்னை வெளியே கொண்டு வா.”

“நான் நம்பிக்கை கொண்டுள்ள ஒரு பூதம், நான் ஒருபோதும் எல்லைகளைத் தாண்டுவதில்லை.”

“அப்படியானால் என் பாதையிலிருந்து சமாதானத்துடன் உன்னை விலக்கிக் கொள்” என்று மீண்டும் கமாஸா விரக்தியுடன் கூறினார்.

“காஃப் மலைகளின் சிகரங்களின் மீது அமைதியாகச் சிந்தித்த நான், எனக்கொரு சேவையை நீ செய்திருந்தாய் என்று ஒத்துக் கொண்டேன், அது உத்தேசிக்கப்படவில்லை என்றாலும் மறுதலிக்க இயலாதது. அச்சலுகைக்கு அதனைப் போன்ற ஒன்றையே திருப்பித்தர முடிவெடுத்திருக்கிறேனே ஒழிய, வரம்புகளைத் தாண்டிச் செல்வதற்கு அல்ல.”

“ஆனால் என்ன உத்தேசித்தாயோ அதற்கு எதிரானதையே செய்து கொண்டிருக்கிறாய்.”

“எத்தகைய முட்டாள் நீ.”

“உன் நோக்கத்தை என்னிடம் விளக்கு” அவர் கெஞ்சினார்.

“உன்னிடம் ஒரு மனமும் விருப்பமும் ஆன்மாவும் உள்ளது.”

அதனிடம் அவர் மேலும் கெஞ்சுவதற்கு எண்ணியபோது, பூதம் வெறுப்புடன் சிரித்துவிட்டு, சட்டென்று விலகி மறைந்து போனது.

கமாஸா அல்-புல்டி, கதவு தட்டப்படுவதைக் கேட்டு விழித்தார். ஆளுநர் அல்-ஹமதானி அழைக்கப்பட்டதாக அவரது துணை அதிகாரி வந்து தெரிவித்தார்.

XI

விஷயங்களை எண்ணிப் பார்க்கும் வகையில் தான் தனித்து விடப்பட வேண்டும் என அவர் ஆசைப்பட, வேறுவழி இல்லாது இருந்தார். அச்சந்திப்பின் மூலம் எந்த நன்மையினையும் அவர் எதிர்பார்க்கவில்லை. நம்பிக்கை மின்னல்கள் இலையுதிர்கால விண்ணிலே மறைந்துபோக, வெற்றி முரசங்கள் நிசப்தமாயின. ஆளுநர் மற்றும் ஸிங்காமின் வேடிக்கைகளுக்கிடையே அவர் நெடுநேரம் ஊசலாடுவார். ஆளுநரின் இல்லத்திற்குப் போகும் பாதை இயக்கமும் சப்தமும் நிறைந்திருக்க, தன் கோவேறு கழுதை மீது சென்ற அவர் யூகத்தின் அடியாழமற்ற குளத்திலே ஆழ்ந்து விட்டார். மக்களின் கண்கள் வெறுப்புடன் பின்தொடர, வாழ்க்கையின் கோரிக்கைகளால் சூழப்பட்டார். சந்தோஷங்களோ ஏமாற்றங்களோ எதுவுமில்லை. பெருமிதத்தின் நாட்கள் முடிவுக்கு வந்திருந்தன. இழிவினைத் தின்று கொழுக்கும் அவமதிக்கப்பட்ட நபர் - அப்படித்தான் ஸிங்காம் அவரை எண்ண வைத்திருந்தது. அவரின் ஒரே ஆறுதலாயிருந்தது அவரே அரசின் வாளாக இருந்தார் என்பதே.

ஆனால் வாள்முனை மழுங்கியிருந்தது மற்றும் பாதுகாப்பு குலைந்து போயிருந்தது. ஆதலின் அவரால் என்ன பயன்? ஒரு கொலைகாரக் கொள்ளையன், குற்றவாளிகளின் பாதுகாவலன், கள்ளங்கபடமற்றவர்களின் சித்திரவதையாளன். ஒரு பூதத்தால் நினைவூட்டப்படும் மட்டும் அவர் அல்லாவை மறந்திருந்தார்.

XII

போருக்கு ஆயத்தமான ஈட்டிபோல், வரவேற்புக் கூடத்தின் மத்தியில் கலீல் அல்-ஹமதானி நின்று கொண்டிருந்ததை அவர் பார்த்தார்.

“அல்லாவின் சமாதானம் உங்களிடத்தே நிலவட்டும்” என்று கமாஸா நயமாகக் கூற, ஆளுனரோ ஆத்திரத்துடன் நடுங்கும் குரலில் கூச்சலிட்டார். “உங்கள் இருப்புடன் சமாதானம் என்பது இல்லாத ஒன்று!”

“இல்லாது ஒழியும் அளவுக்கு வேலை செய்கிறேன்.”

“அதனால் என் வீட்டுக்குள்ளேயே எனது பெண்களின் நகைகள் திருடப்படுகின்றன.”

இது அவர் எதிர்பார்த்ததை விடவும் அதிகம். ஸிங்காம் என்ன செய்யக் காத்திருந்ததோ என்று ஆச்சரியப்பட்டார். பேச்சு மூச்சற்று இருந்தார்.

"நீ உபயோகமற்ற வகையில் ஹஸிஸ் தின்று திரிபவன். திருடர்களின் கூட்டாளி தவிர்த்து வேறொன்றும் இல்லை."

"நான் காவல்துறைத் தலைவர்" என்றார் விறைப்பான குரலில்.

"மாலையில் சந்திப்போம் அல்லது உங்களை நான் வெளியேற்றித் தலையைத் துண்டிப்பேன்."

XIII

தேடுவதால் என்ன கிடைக்கும்? ஸிங்காமின் ஆற்றலின் முன்னே அவரது மனிதர்கள் என்ன செய்யக்கூடும்? அவர் பதவிவிலக்கப்பட்டு, தன் கௌரவத்துடன் தலையையும் இழப்பார். இந்த விதியிடம்தான் அவர் மற்றவர்களை அடிக்கடி அனுப்பி வைத்திருந்தது. அப்படியிருக்க தன்னை எப்படிக் குற்றஞ்சாட்ட முடியும்? ஆனால் கமாஸா தன்னைப் பாதுகாத்துக் கொள்ளாது - அதுவும் ஆவேசமாக - தன் விதியை ஏற்றுக்கொள்ள மாட்டார். இங்கே அவரது விதி ஒரு பக்கத்தைப் போல் அவரின் கண்கள் முன்னே திறந்திருந்தது, பருண்மையானதும் பீதியூட்டுவதுமான சாட்சியமாக. அல்லாவுடனான ஒப்பந்தத்துடன் ஆரம்பித்திருந்த அது சாத்தானுடனான ஒப்பந்தத்துடன் முடிந்திருந்தது. மரணத்திற்கு முன்னே அதனை அவர் குலைத்தாக வேண்டும். ஷேக்கின் எண்ணம் வறுத்தெடுக்கும் கோடைநாளில் எப்போதாவது வருகிற தென்றலாய் அவரிடம் ஏற்பட்டது. ஏக்கத்தின் தூய எண்ணங்களைத் தாங்கி வீசிற்று. 'இது அவரின் நேரம்' என்று தனக்குள் கூறினார். ரத்தம் சிந்தியிருந்த திடமான மையத்தை அவரது துயரங்கள் பிளந்தெடுத்திருந்தபோது தனது அடியாழத்திலிருந்து அவரை வெளியே கொண்டு வந்தார்.

அவரை எதிர்பார்த்திருந்தவர் போல எளிய வரவேற்பறையில் அவரைப் பார்த்தார். நிசப்தமாக தலையைத் தொங்கப்போட்டிருந்த அவர், அவரின் முன்னுள்ள இருக்கையில் அமர்ந்தார். வாடிய ரோஜாவின் வாசனை போல ஞாபகங்கள் சுவாசிக்கப்பட்டன. வெற்றுவெளியில் அவரின் முன்னே குரான் செய்யுட்களும் தீர்க்கதரிசியின் வாசகங்களும் நல் உத்தேசங்களின் எச்சங்களும்

குருதித் துளிகளென உருக் கொண்டன. அவமான உணர்வு பெறும் மட்டும் தெய்வீக உத்வேகம் கொண்ட சமாதானத்தின் வியாபகத்திலிருந்து முழுதாகச் சுவாசித்தார்.

"என்பாலான உங்களின் உணர்வுகளைப் புரிந்துகொள்ள முடிகிறது ஐயா" என்று அவர் வேதனையுடன் கூறினார்.

"அது குறித்த அறிவு அல்லாவிடம் மட்டுமே உள்ளது. எனவே உங்களுக்குத் தெரியாதவை குறித்து எதுவும் பீற்றிக் கொள்ள வேண்டாம்" என்று தனது மாறாத அமைதியுடன் அப்துல்லா அல்-பால்கி கூறினார்.

"மக்களின் அபிப்பிராயத்தில் நானொரு ரத்த வேட்கைமிக்க போலீஸ்காரன்" என்றார் வேதனையுடன்.

"இரத்தம் சிந்துவோர் என்னை ஏன் வந்து பார்க்கின்றனர் என்று அதிசயிக்கிறேன்…"

தைரியத்தை வரவழைத்துக்கொண்டு அவர் பேசினார்.

"ஐயா நீங்கள் எந்த அளவு இனிமையானவர். நீங்கள் கேட்க வேண்டுமென நான் விரும்பும் கதை ஒன்று என்னிடம் உள்ளது."

"அதைக் கேட்க எனக்கொன்றும் ஆசையில்லை" என்றார் கோபத்துடன்.

"நான் ஒரு முடிவு எடுத்தாக வேண்டும். அக் கதையைச் சொல்லாமல் அதன் முக்கியத்துவத்தை எவ்வகையிலும் புரிந்து கொள்ள முடியாது."

"கதையைப் புரிந்துகொள்ள முடிவே போதுமானது."

"இவ்விஷயத்தில் ஆலோசனை தேவைப்படுகிறது."

"இல்லை உங்கள் முடிவு மட்டுமே."

"எனது அசாதாரணமான கதையைக் கவனியுங்கள்."

"முடியாது. ஒரேயொரு விஷயமே எனக்கு வேண்டியது."

"அது என்ன, ஐயா?"

"அல்லாவுக்காக மட்டுமே நீங்கள் முடிவெடுக்க வேண்டும் என்பதே."

"இதற்காகத்தான் உங்கள் அபிப்பிராயத்தை நான் வேண்டுவது" என்றார் நிராதரவாக.

ஷேக் திடமான நிதானத்துடன் கூறினார், "கதை உங்களுடையது மட்டுமே... மேலும் முடிவும் உங்களுடையது மட்டுமே."

XIV

உறுதிப்பாட்டிற்கும் சந்தேகத்திற்கும் இடையே பிளவுபட்டிருந்த ஷேக்கின் இல்லத்திலிருந்து அவர் கிளம்பினார். அவரின் கதையையும் முடிவையும் தேடி அறிந்து கொண்டு, அல்லாவுக்காக மட்டுமே அவரது முடிவை ஆசீர்வதிப்பது போலிருந்தது. அவநம்பிக்கை ஒரு பாத்திரம் வகித்திருந்தது இல்லையா? தற்காப்பு இன்னொரு பாத்திரம் வகித்திருந்தது இல்லையா? பழிவாங்கும் ஆசை மூன்றாவது பாத்திரம் வகித்திருந்தது இல்லையா? அதற்கு முன்னொரு பாவம் இருந்திருந்தால் அது வருத்தத்தைக் குறைத்திருக்குமா என்று வியந்தார். இதில் கருதப்படவேண்டியது இறுதி உத்தேசமும் இறுதிவரை அதில் விடாப்பிடியாக இருப்பதும்தான். எதுவாயினும், அவர் பழைய கமாஸாவைப் புதைத்துக் கொண்டும் இன்னொருவரை எழுப்பிக் கொண்டும் இருந்தார்.

அவர் தன் முடிவை எடுத்திருந்தபோது விடுதலைப் பெருமூச்செறிந்தார். அவரின் ஆற்றல் இருமடங்காயிற்று. தன் வீட்டுக்குச் சென்று, மனைவி ரஸ்மியாவுடனும் மகள் அக்ரமானுடனும் அமர்ந்தார். அவரது தனிமையை மேலும் மேலும் உணர வைத்த, மர்மமான விதத்தில் தீவிரங்கொண்ட உணர்வுகளால் அவர் இருதயம் நிரம்பிற்று. ஸிங்காம் கூட அவரைத் தனிமையில் விட்டுவிட்டது. இருப்பினும் அவரது தீர்மானம் இறுதியானதாக இருந்தது. அதில் ஊசலாட்டம் இல்லை. அரிதான தைரியம் மற்றும் தடுமாற்றமில்லாத தீர்மானத்துடன் தன் வாழ்வில் மிகவும் அபாயகரமான நிலையை அவர் எதிர்கொண்டார்.

தன் வேலைத் தளத்திற்குத் திரும்பிய அவர் தன் முயற்சியினாலேயே, ஷியாப் பிரிவினரையும் காரிஜிகளையும் விடுதலை செய்தார். இதனை அவர் முழுமையான குழப்பத்துடன் செய்ய, துருப்புகள் மற்றும் பலியானவர்கள் ஆகிய இருவருமே அவரது இந்நடவடிக்கையால் திகைப்புற்றனர். மாலைப் பொழுதானதுமே அவர் அரசாங்க இல்லத்திற்குச் சென்றார். தன் வழியில் தென்பட்ட முகங்கள் மற்றும் இடங்களிலிருந்தும் தனக்கு அக்கறை இல்லாததுபோல தன் பார்வையைத் திருப்பினார். அவர்

கடைசியாக கலீல் அல்-ஹமதானி நிதானமிக்க உறுதிப்பாட்டுடன் காத்துக் கொண்டிருந்ததைக் கண்டார். தானும் ஒரு முடிவை எட்டியிருந்தது குறித்து சந்தேகிக்கவில்லை. இருக்கைகள் மற்றும் நேர்த்தியான திரைச்சீலைகளின் பின்னே மனிதத் துயரங்களும் கடந்துபோன தலைமுறைகளின் சாட்சியங்களும் தவிர்த்து வேறுயாரும் இல்லாத வரவேற்புக் கூடம் அவர்களைத் தழுவிக் கொண்டது. வணக்கம் எதனையும் பரிமாற்றிக் கொள்ளாமல் உணர்வு பாவமற்ற முறையில் ஆளுநர் அவரை வினவினார். "உங்களிடம் சொல்வதற்கு என்ன இருக்கிறது?"

"எல்லாம் சிறப்பாயுள்ளது" என நம்பிக்கையுடன் கூறினார் கமாஸா அல்-புல்டி.

திடீர் நம்பிக்கையுடன் அவர் விசாரித்தார். "திருடனைக் கைது செய்துவிட்டீர்களா?"

"அந்த நோக்கத்திற்காகவே வந்திருக்கிறேன்."

ஆளுநர் கேள்வி கேட்கும் தொனியில் கொட்டாவி விட்டார். "அவன் என் வீட்டில் இருக்கிறான் என்றெண்ணுகிறீர்களா?"

கமாஸா அவரைச் சுட்டிக் காட்டினார். "இதோ இருக்கிறான், வெட்கமில்லாமல் பேசிக் கொண்டு."

"காபாவின் தேவன் பெயரால் கூறுகிறேன், உங்களுக்குப் பைத்தியம் பிடித்திருக்கிறது." கலீல் அல்-ஹமதானி கூச்சலிட்டார்.

"முதல் முறையாகப் பேசப்படும் உண்மை இது."

ஆளுநர் நடவடிக்கை எடுக்க ஆயத்தமானதும் கமாஸா தன் வாளை உருவினார். "உங்களின் உண்மையான பாலைவனத்தை நீங்கள் பெறுவீர்கள்."

"உங்களுக்குப் பைத்தியம் பிடித்திருக்கிறது, நீங்கள் என்ன செய்கிறீர்கள் என்பது உங்களுக்கு தெரிகிறதா?"

"என் கடமையைச் செய்து கொண்டிருக்கிறேன்" என்றார் நிதானமாக.

"நிஜ உலகிற்கு வாருங்கள், தூக்கிலிடுபவனின் கைகளில் உங்களை ஒப்படைத்துக் கொண்டிருக்கிறீர்கள்." அவர் குழப்பத்திலும் பீதியிலும் குறிப்பிட்டார்.

கழுத்தில் கடுமையாகக் குத்தினார் கமாஸா. நீரூற்றென குருதி பொங்கி வர, நெரிபடும் கழுத்தின் கூச்சலுடன் ஆளுநரின் கலவரமுற்ற கத்தல்கள் ஒன்று கலந்துவிட்டன.

XV

கமாஸா அல்-புல்டி கைது செய்யப்பட்டார். அவரது கையிலிருந்த வாள் பறிக்கப்பட்டது. அவர் தப்ப முயலவில்லை. அவர் தடுக்கவில்லை, தன் பணி முழுமையடைந்திருந்தது என நம்பினார். ஆகவே நிதான உணர்வும் பரிசுத்தமும் அவரிடத்தே உண்டாயின. தான் கற்பிதம் செய்து கொண்டதை விடவும் தான் மிகப்பெரியவன். தான் இழைத்திருந்த மோசமான செயல்கள் எந்த விதத்திலும் தனக்குத் தகுதியானதில்லை. மேலும் அவற்றின் செல்வாக்கிற்கு அடிபணிந்து போவது இழிசெயலாகி, தனது வீழ்ச்சிக்கு இட்டுச் சென்று, தன் மனித இயல்பிலிருந்து தன்னை அந்நியமாக்கி விட தன்னைத் தூக்கிலிடுவோரின் மீது நடந்து செல்வதாக அவரை உணரச் செய்த, அசாதாரணமான தைரிய அலை எழுந்தது. நீண்ட ஆண்டுகளின் சீரழிவால் உண்டான மாசினைக் கழுவித் துடைப்பதான பரிசுத்தம் கொண்ட வழிபாட்டினை தான் இப்போது பின்பற்றிக் கொண்டிருந்ததாக அவரே கூறிக் கொண்டார்.

இலையுதிர் காலத் தென்றல் செய்தியைப் பரப்பிட, அது மேட்டுக்குடியினர் மற்றும் சாதாரண மக்களின் பேச்சாயிற்று. திகைப்பு எண்ணற்ற கேள்விகளைக் கொண்டு வந்தது. நகரமெங்கிலும் சீர்குலைவு பரவிட வதந்திகள் சுல்தானின் அரண்மனையை எட்டிட கணிப்புகள் முரண்பட்டன. மேலும் வெறியர்களின் கூச்சல்கள் உரத்து ஒலித்தன. அமைச்சர் டாண்டன், குதிரைப் படையின் தலைவராக, அரசாங்க இல்லத்திற்குச் சீக்கிரமே விரைந்தார்.

XVI

நீதியின் கூடத்திலுள்ள சிம்மாசனத்தின் முன்பு, கமாஸா அல்-புல்டி இரும்புத் தளைகள் பிணைத்துக் கொண்டுவரப்பட்டார். நீதியுரைக்கும்போது அணிகிற சிவப்பு அங்கி மற்றும் அபூர்வக்கற்கள் பதித்த நீண்ட தலைப்பாகையில் ஷாரியார் தோற்றமளித்தார். அவரின் வலப்புறத்தே டாண்டனும்,

இடப்புறத்தே அரசு நிர்வாகிகளும் நிற்க, இருபுறங்களிலும் காவலர்கள் நிறைந்திருந்தனர். சிம்மாசனத்தின் பின்னே தூக்கிலிடுவோன் ரமா நின்றான்.

சுல்தானின் கண்கள் சிந்தனையின் பாரம் ஏறிய கனத்த பார்வையைக் கொண்டிருந்தன. காவல்துறை இயக்குநரின் முகத்தை நெடுநேரம் துருவி ஆராய்ந்த அவர், “உங்களுக்குச் சலுகை காட்டினேன் என்பதை நீங்கள் ஒத்துக் கொள்ளவில்லையா, கமாஸா?” என்று வினவினார்.

திடமானதும் நிரடுவதுமான குரலில் அவர் பதிலளித்தார். “சுல்தானே, நிச்சயமாக.”

இரும்புத் தளைகளால் பிணைக்கப்பட்டிருந்தாலும் அக்கைதியிடமிருந்த அலட்சியத்தின் சமிக்ஞைக்காக சுல்தான் காத்திருந்தார்.

“உங்கள் பகுதியில் என் தளபதியான கலீல் அல்-ஹமதானியைக் கொன்றதை ஒத்துக் கொள்கிறீர்களா?”

சீற்றத்துடன் அவர் கேட்டார்.

“ஆமாம், சுல்தானே.”

“அருவருக்கத்தக்க குற்றத்தை இழைக்குமாறு உங்களைத் தூண்டியது எது?”

“அல்லாவின் விருப்பத்தை நிறைவு செய்யத்தான்.” விளைவுகளைப் பற்றிக் கவலைப்படாமல், தெளிவாக அவர் குறிப்பிட்டார்.

“சர்வவல்லமை வாய்ந்தவரான அல்லா என்ன விரும்புகிறார் என்று உங்களுக்குத் தெரியுமா?”

“என் வாழ்க்கையின் போக்கை மாற்றிவிட்ட அசாதாரணமான கதை மூலமாக இதில் நான் உத்வேகம் கொண்டிருந்தேன்.”

‘கதை’ என்பதன் பால் ஈர்க்கப்பட்ட சுல்தான் “அது என்ன?” என்று விசாரித்தார்.

கமாஸா தன் கதையை விவரித்தார். சாதாரணப் பெற்றோருக்குப் பிறந்தது, ஷேக் அப்துல்லா அல்-பால்கியின் தொழுகை அறையில் படித்தது, மதம், படிப்பு மற்றும் எழுத்தின் அடிப்படைகளை அறிந்துகொண்ட பின், ஷேக்கிடமிருந்து கிளம்புதல், திடமான உடல்வாகு காரணமாக காவல்துறையில்

வேலை கிடைக்கப் பெறுதல், தன் அரிதான திறமையால் காவல்துறை இயக்குநர் ஆதல், படிப்படியாக ஊழல் புரிந்து காலப்போக்கில் ஊழல் புரிபவர்களைப் பாதுகாத்து, நீதியும் நியாயமும் கொண்டவர்களைத் தூக்கிலிடுதல், தன் வாழ்வில் ஸிங்காம் தோன்றியது, தான் சென்று வந்துள்ள நெருக்கடிகள், இறுதியாக - வருந்துதல் என்னும் அவரின் முட்டாள்தனமான காரியம்.

தன் வார்த்தைகளுக்கு முரண்படும் எதிர்வினைகள் உண்டாக ஷாரியார் உன்னிப்பாகக் கவனித்தார்.

"சனான் அல்-கமலியின் குவாம்காமிடமிருந்து கமாஸாவின் ஸிங்காம் பின் தொடர்கிறது. ஆளுநர்களைக் கொல்வது தவிர்த்து வேறெதுவும் தெரியாத பூதங்களின் காலத்தே நாம் உயிர்வாழ்கிறோம்."

"உண்மைத் தரவுகளுடன் தனியொரு வார்த்தையைக் கூட நான் சேர்த்திருக்கவில்லை. அல்லா எனக்குச் சாட்சியமாக இருக்கிறார்" என்றார் கமாஸா.

"தண்டனையிலிருந்து உங்களை அது காக்கும் என்று நீங்கள் கனவு கண்டிருக்கக்கூடும்."

"நான் கவலைப்படவில்லை என்பதையே எனது தைரியம் உறுதிப்படுத்துகிறது" என்று வெறுப்புடன் அவர் குறிப்பிட்டார்.

வேறுவழியின்றி ஷாரியார் கூறினார், "உங்களது தலை துண்டிக்கப்பட்டு உங்கள் வீட்டு வாசலின் மேலே தொங்கவிடப் படட்டும், உங்கள் சொத்துகள் அபகரிக்கப்படட்டும்."

XVII

இருளிலும் பாதாளச் சிறையிலும் தன் வலிகளை எதிர்கொண்ட அவர் தைரியத்தை இழக்காதிருந்தார். சுல்தானின் சீற்றத்தைத் தூண்டிவிட்டு, அவரை வெற்றி கண்டு, சிம்மாசனத்தில் இருந்தபடி தோல்வியில் முணுமுணுக்குமாறு செய்திருந்தார். வேதனையுடன் அவர் ரஸ்மியாவையும் அக்ரமானையும் நினைவுபடுத்திக் கொள்ள, ஹுஸ்னியாவும் அவரது எண்ணங்களில் ஊடாடினாள். சனானின் குடும்பத்தினரைப் போலவே அவரது குடும்பமும் அதே இழிவை சகித்துக் கொள்ளும். ஆனால் அல்லாவின் கருணை, பிரபஞ்சத்தை விடவும் வலிமையானது. தான்

தூக்கமின்றி இருக்க நேரும் என்று அவர் எண்ணினார். ஆனால் உண்மையில் அவர் நன்றாகத் தூங்கினார். தீப்பந்தங்களின் வெளிச்சம் மற்றும் ஆரவாரம் காரணமாகவே எழுந்தார். அது காலை வேளையாக இருந்திருக்கும். மேலும் அவர்கள் அவரைத் தூக்கிலிட இட்டுச் செல்வோராக இருந்திருப்பார்கள். ஆர்வம் காரணமாக வந்திருந்தோரால் சதுக்கம் நிரம்பியிருக்கும் மற்றும் முரண்படும் உணர்வோட்டங்கள் திரண்டிருக்கும். அப்படியே இருக்கட்டும், ஆனால் அவர் பார்த்துக் கொண்டிருந்தது என்ன? படைவீரர்கள் கமாஸா அல்-புல்டியை உதைக்க, அவரோ பீதியில் முனகியவாறு எழுந்தார். இதன் பொருள் என்ன? அவர் கனவு கண்டுகொண்டிருந்தாரா? அது கமாஸா அல்-புல்டி என்றால், அவர் யார்? அவர் அங்கே இல்லாதது மாதிரி, யாரும் அவரைக் கவனிக்காது இருந்தது எப்படி? திகைப்புற்ற அவர், தன் மனம் பிறழ்வதாகப் பயந்தார் - ஏற்கனவே அவர் அப்படி ஆகியிருக்கக் கூடும். தன் முன்னே கமாஸா அல்-புல்டியை நேருக்கு நேராக அவர் பார்த்துக் கொண்டிருந்தார். படைவீரர்கள் அவரை வெளியே துரத்திக் கொண்டிருந்தனர். அவர் - அவரைப் போலில்லாமல் - மிகுந்த கலவரத்திலும் நிலைகுலைந்தும் இருந்தார். அவரின் பிணைப்புகளிலிருந்து தான் விடுபட்டிருந்ததாகவும் கண்டார். சிறையை விட்டுப் போக தீர்மானித்து மற்றவர்களைத் தொடர்ந்து சென்றார். யாரும் அவரைக் கவனிக்கவில்லை.

தண்டனை நிறைவேற்றப்பட இருந்த சதுக்கத்திலே ஆண்களும் பெண்களும் குழந்தைகளும் என ஒட்டுமொத்த நகரமே நெருக்கியிருந்தது. முன்வரிசையிலே சுல்தானும் அரசு நிர்வாகிகளும் காணப்பட்டனர். தூக்கிலிடுதல் மேற்கொள்ளப்பட இருந்த முரட்டுத் தோல் பட்டை மத்தியில் கிடந்தது. ஓரமாக ஷபீப் ரமாவும் அவரது உதவியாளர்கள் கூட்டமும் இருந்தனர். ரஸ்மியாவோ அக்ரமானோ வந்திருக்கவில்லை. அது நல்லது. அம்முகங்களில் எத்தனை அவரறிந்தவை மற்றும் தொடர்புகள் கொண்டிருந்தவை. அவர் ஓரிடத்திலிருந்து இன்னோரிடத்திற்கு நகர்ந்தார். ஆனால் யாரும் அவரைக் கவனிக்கவில்லை. கமாஸா அல்-புல்டியைப் பொறுத்த மட்டில் அவர் தனது காவலர்களிடையே தோல்பட்டையை நெருங்கிக் கொண்டிருந்தார். தனியொரு முகம் அவருக்குத் தோற்றமளித்து அவரை ஆச்சரியப்படுத்தியது. அது அரும்பொருள் வணிகர் சாஹ்லவலினுடையது. பயங்கரமான நிசப்தத்தின் தருணம்

கட்டுப்பாட்டைச் செலுத்தியபோது தோல்பட்டை எல்லாக் கண்களையும் தன்னிடத்தே ஈர்க்க, அவரது இருதயம் வேகமாய் துடித்தது. இன்னொருவரின் தலை வீழ்ந்திருந்த பின்னே தன் உயிரை இழந்து விடுவோம் என்று அவருக்குத் தோன்றியது. நிசப்தத்தால் கனத்திருந்த தருணத்தில் ஷபீப் ரமாவின் வாள் உயர்த்தப்பட்டது. அப்புறம் இடியென இறக்கப்பட்டது. தலை வீழ்ந்தது மற்றும் கமாஸா அல்-புல்டியின் கதை முடிந்தது.

கமாஸா அல்-புல்டி மரணத்தை எதிர்பார்த்திருந்தார், எனினும் அதனைக் கடந்து சென்று விட்டார். சதுக்கம் முற்றிலும் வெறுமையாகும் மட்டும் கிளம்பிச் சென்று கொண்டிருந்த அவரின் திகைப்பு இரட்டிப்பானது. 'நான் கமாஸா அல்-புல்டியா?' என்று அவர் தன்னைத் தானே கேட்டுக்கொள்ள, ஸிங்காமின் குரல் பதிலளித்தது: "அதனை எப்படி நீ சந்தேகிக்கக் கூடும்?"

அதீதப் பரபரப்பில் இருந்த அவர் "ஸிங்காம், இந்த அற்புதத்திற்கு காரணம் நீதானே" என்று கத்தினார்.

"நீ உயிரோடு இருக்கிறாய். அவர்கள் கொன்றதெல்லாம் நான் உருவாக்கிய உருவத்தையே."

"என் ஆயுள்முழுக்க நான் உனக்குக் கடன்பட்டிருக்கிறேன். எனவே என்னைக் கைவிட்டு விடாதே."

"முடியாது. இப்போது நாமெல்லாம் ஒரே நிலையில். உன்னை அல்லாவின் பாதுகாப்புக்கு விட்டுவிடுகிறேன்" என்றது தெளிவாக.

"ஆனால் மக்களின் முன்பு எப்படி நான் தோன்றுவது?" அவர் பீதியில் வினவினார்.

"மக்கள் உன்னைக் கண்டுகொள்வது சாத்தியமற்றது. கண்ணில் படும் முதல் கண்ணாடியைப் பார்."

சுமைதூக்கி

I

நுழைவாயிலின் மேலே கமாஸா அல்-புல்டியின் தலை தொங்கிற்று. கடந்து செல்வோர் அதனைச் சிறிது நேரம் நின்று பார்த்துச் சென்றனர். கமாஸா அல்-புல்டி அவர்களுடன் ஒருவராக இருந்தார். அவர்கள் குறுகுறுப்புடன் அல்லது அனுதாபத்துடன் அல்லது விஷமத்துடன் பார்த்தனர். அவரைப் பொறுத்தமட்டில், திகைப்புடன் பார்த்தார். தன் மனைவி மற்றும் மகளை தனது இல்லத்திலிருந்து வெளியேற்றியதைக் கண்ட கவலையிலிருந்து இன்னும் அவர் மீண்டிருக்கவில்லை. குறுக வெட்டிய முடியும் லேசான தாடியும் கொண்டு மெலிந்த எத்தியோப்பியனின் உருவத்தை அவர் பெற்றிருந்ததால் அவர்களிருவரும் அவரைக் கவனிக்காமலேயே கடந்து போனார்கள். தன் தோற்றம் குறித்த அவரின் ஆச்சரியமோ தனது குடும்பம் மீதான வேதனையோ ஓய்ந்திடவில்லை. அவர் வீட்டைச் சுற்றிவந்து தொங்குகிற தலையின் கீழே ஒலிக்கும் முரண்பாடான வாசகங்களைக் கேட்டார். மருந்து வியாபாரி கராம் அல்-அஸீல், துணிமணி வியாபாரி போன்ற மேல்மட்டத்தினர் அவரை ஈவிரக்கமின்றி சபிக்க, சாதாரண மக்களோ அவருக்காக அனுதாபம் தெரிவித்தார்கள்.

புதிய ஆளுநர் யூசுஃப் அல்-தாஹிர், அவரது அந்தரங்க செயலாளர், புடெய்ஸா முர்கான் மற்றும் புதிய காவல்துறை இயக்குநர் அத்னான் செளமா ஆகியோர் அவரது வீடு கையகப்படுத்துவதை மேற்பார்வை இட்டனர். அரசின் கருவூலத்திற்கு எவ்வளவு போயிருக்கும், அவர்களது சட்டைப் பைகளுக்குள் எவ்வளவு விழுந்திருக்கும் என்று அவர் வியப்புற்றார். தொங்கும் தலையைப் பார்த்தபடியும் யோசித்தபடியும் கவனித்தபடியும் அவர் நெருங்கி நின்றார். தண்ணீர் தூக்கிச் செல்லும் இப்ராஹிம் தலையைச் சுட்டிக்காட்டி நாவிதன் உகரிடம் கூறியதைக் கண்டார், "அவர்

தன் வாழ்வில் செய்த உருப்படியான நல்ல காரியத்திற்காகக் கொன்று விட்டனர்.”

“அவரது முஸ்லிம் பூதம் ஏன் அவரைக் காப்பாற்றவில்லை?”

“உனக்குத் தெரியாதவற்றுக்குள் குதிக்காதே” என்று நாவிதன் எச்சரிக்க, செருப்புத் தைக்கும் மாரஂஃப் அவ்வார்த்தைகளை உறுதிப்படுத்தினான்.

அரும்பொருள் வணிகர் சாஹ்லவல் கவலை இல்லாமல் தலையை நோக்கிக் கொண்டிருந்ததைப் பார்த்த அவர், தூக்கிலிடும் நாளன்று அவர் கொண்டிருந்த அசாதாரண ஆற்றலை நினைத்துப் பார்த்தார். வணிகர் தன் பாதையில் செல்லத் தொடங்கியதும் அவரை அணுகி, “இது யாருடைய தலை என்று ஓர் அந்நியனுக்குத் தெளிவுபடுத்த மாட்டீர்களா?” என்று கேட்டார்.

அவரை ஏறிட்டு நோக்கிய சாஹ்லவலின் உடலுக்குள் நடுக்கங்கள் பரவின. தனது அடியாழங்கள் வரை ஊடுருவிச் சென்றதை உணர்ந்த அவர், தன்னை இன்னும் மர்மத்துடன் பார்ப்பதைக் கண்டார். அவர் கிளம்பியதும், “அவரைப் பற்றி மற்றவர்களை விடவும் கூடுதலாக எனக்கொன்றும் தெரியாது” என்று சாஹ்லவல் குறிப்பிட்டார்.

சாஹ்லவல் மறையும் மட்டும் பார்வையால் பின் தொடர்ந்த கமாஸா, அப்புறம் தனக்குத் தானே கூறிக் கொண்டார். “அந்நியனான எத்தியோப்பியனிடம் பேச வேண்டியதில்லை என்னும் அளவுக்குத் தன்னைப் பெரியவராக அவர் எண்ணியிருக்கக் கூடும்.”

மக்களின் நிலவரங்களை நன்கறிந்த முன்னாள் போலீஸ் அதிகாரி என்னும் தன் நீண்ட வரலாற்றை நினைவு கூர்ந்த அவர், தன்னுடனோ ஆளுநரிடமோ சந்தேகத்திற்குரிய உறவை உருவாக்காமல் இருந்தது சாஹ்லவல் மட்டுமே என்பதை ஒத்துக்கொண்டார். ஆனால் நினைவுகளின் நெருக்குதலில் அவரைச் சீக்கிரமே மறந்து விட்டார். பின்னர் சுமைதூக்கி ரகப், உகர், இப்ராஹிம் மற்றும் மாரஂஃபின் கூட்டத்தில் சேர்வதைப் பார்த்து தான் ஏற்கனவே வகுத்திருந்த திட்டத்தால் துண்டப்பட்டு அவனிடம் சென்றார். அவனுக்கு வாழ்த்து தெரிவித்துவிட்டுக் கூறினார். “நானொரு எத்தியோப்பிய அகதி. சுமைதூக்கியாக வேலை செய்ய விரும்புகிறேன்.”

தன் முதல் சிநேகிதன் சிந்துபாத்தின் ஞாபகம் வரப்பெற்ற ரகப், “என்னுடன் வா, அல்லா தாராளமானவர்” என்றான்.

II

உடலாலும் உணர்வாலும் தன் குடும்பத்தைச் சுற்றி வந்தார் அவர். தன் குடும்பம் மற்றும் தலை ஆகிய இரண்டிலிருந்தும் அவர் விலக்கப்பட்டிருந்தால் அவர் வாழ்வில் என்ன மதிப்பு இருக்கக் கூடும்? சனான் குடும்பத்தினர் வாழ்கிற கட்டிடத்தின் அறை ஒன்றிலே ரஸ்மியாவும் அக்ரமானும் தங்கிவிடும் வரை அவர் அவர்களைப் பின்தொடர்ந்து போய்க் கொண்டிருந்தார். தயக்கமின்றி அதே கட்டிடத்தின் அறை ஒன்றை வாடகைக்கு எடுத்துக் கொண்ட அவர், தன்னைச் சுமைதூக்கி அப்துல்லா என்றறியச் செய்தார். தன் குடும்பத்தாரை தம் புதிய இல்லத்திற்குள் வரச்செய்திருந்தது உம் சாத் என்று அறிந்தபோது சஞ்சலத்திற்கிடையிலும் அவரைச் சந்தோஷமடையச் செய்தது. தாங்கள் முன்பு அண்டை வீட்டுக்காரர்களாக இருந்திருந்ததையும் துயரத்தில் இருந்திருந்த உம் சாத்திற்கு ரஸ்மியா உதவ முயன்றதையும் அவள் மறந்துவிடவில்லை என்பது அவரைச் சந்தோஷமடையச் செய்தது. பண்டங்கள் தயாரிப்பதில் அவள் ரஸ்மியாவுக்கு உதவ, ஃபாதில் சனான் எடுத்துச் சென்று விற்று இரு குடும்பங்களுக்கும் உதவினான். அந்தச் செயலும் அவர்களை அண்டை வீட்டாராகப் பெற்றிருந்ததும் அவரைச் சந்தோஷமடையச் செய்தது. அவர்கள் நன்றாக இருப்பதைப் பார்த்து ரசித்தார். அவர்களுக்காக தன் நேசத்தை அவர் வெளிப்படுத்துவார் மற்றும் தொலைதூரத்திலிருந்து தன்னால் முடிந்தவரை ஒரு கணவனுக்குரியதும் ஒரு தந்தைக்குரியதுமான கடமைகளைச் செய்து வருவார் - அவரது நிலைமை யாருக்கும் தெரியாது என்ற நிலையில். ஃபாதிலின் சகோதரி ஹுஸ்னியாவைத் தான் ஒருநாள் மணந்து கொள்வதாக கனவு கண்டதுபோல், சனானுடன் ஒத்துக் கொண்டபடி, தன் மகள் அக்ரமானை ஃபாதில் மணந்து கொள்ள வேண்டும் என அவர் எதிர்பார்த்தார்.

சில சமயங்களில் தான் உயிர்த்திருப்பதாகவும், வேறு சில சமயங்களில் தான் இறந்து விட்டதாகவும் உணர்ந்த அவர், அப்புதிரான வாழ்வை வாழ்ந்துகொண்டு போனார்.

III

உண்மையில் அவர் வாழ்கிற அப்துல்லா மற்றும் இறந்துபோன கமாஸா ஆகிய இருவராக இருந்தார். மானுடனுக்கு இதற்கு முன் தெரிந்திராக புதிரான அனுபவம். தினசரி ஜீவிதத்திற்காக ரகப்புடன் வேலை செய்யும்போது தான் உயிர்த்திருந்ததை ஞாபகப்படுத்திக் கொள்வார். அப்புறம் துண்டிக்கப்பட்ட தலையின் கீழுள்ள தெருவைத் தாண்டும் போதோ அல்லது ரஸ்மியாவையும் அக்ரமானையும் பார்க்கும் போதோ, தான் இறந்துவிட்டதை ஞாபகப்படுத்திக் கொள்வார். சாவிலிருந்து அதிசயமான வகையில் தான் தப்பியிருந்ததை கணப் பொழுதும் மறந்து விடாமல், இறுதி வரையிலும் தெய்வீகத்தின் பாதையில் நடந்து சென்றிடத் தீர்மானித்தார். வழிபடுதலில் அவர் மகிழ்வார். மேலும் அல்லாவை நினைத்துப் பார்ப்பதன் மூலம் தன் தனிமையில் பரவசமடைவார்.

“நெடுங்காலம் தன் ஆன்மாவை அவமதித்த கொடியவனின் இறப்புக்கான அடையாளமாக நீ இருப்பாய்” என்று துண்டிக்கப்பட்ட தலையுடன் அகவயமாகப் பேசுவார்.

ஒருவன் இறந்துவிட்டபின் உயிர்த்திருக்க முடியும் அல்லது உயிர்த்திருக்கும்போது இறக்க முடியும் என்னும் எண்ணத்தால் எப்போதும் சஞ்சலப்படுகிற நிஜமான திருந்துதலால் தன் வாழ்வுக்கு மகுடம் சூட்டிக் கொண்டிருந்த, குறுகிய காலமே வாழ்ந்திருந்த பாத்திரத்தின் மீதான ஏக்கம் அவரது இருதயத்தைத் தொடர்ந்து நிரப்பி வந்தது. தன் மறைவான சாராம்சத்தில் அவர் கமாஸா அல்-புல்டி என்று நம்பக்கூடியவராக இருந்தது யார்? இந்த ரகசியத்தை எப்போதைக்குமாக வைத்திருக்கக் கூடியவர் அவர் மட்டுமே என்பது எண்ணிப் பார்க்கக் கூடியதா? அந்நியப் பிரதேசங்களிலிருந்து வந்திருந்த ஓர் அந்நியர் என்றே, ரஸ்மியாவும் அக்ரமானும் கூட அவரைப் பார்த்தனர். இவ்வாறாக அவர்களது அலட்சியப் பார்வையின் முன்னே அந்நியமாதல் மற்றும் சித்திரவதைக்குள்ளான அநீதியின் குரூரத்தை உணர்ந்தார். அவரின் திருட்டுத்தனமான பார்வைகளின் பின்னிருந்த, ஆழவேரூன்றிய நேசத்தை ஒரு முறையேனும் அவர்கள் அறிந்தவர்கள் இல்லை. அவரின் ஏக்கங்களை அவர்கள் திரும்ப எதிரொலிக்கவில்லை. ஒவ்வொரு காலையிலும் மாலையிலும் தூக்கிலிடும் காட்சி அவர்களது கண்களில் திரும்பத் திரும்ப நிகழ்ந்தது. அன்றாட வாழ்க்கைத் துயரங்களில் தம்மை அவர்கள்

அமிழ்த்துக் கொள்ள, அவரைப் பற்றிய ஞாபகத்தால் அவர்கள் கொள்ளும் வேதனை, அவரின் ஆன்மாவைப் பிளந்தது. ஓர் அதிசயத்தால் அவருக்கு உயிரளிக்கப்பட்டிருந்தது என்பதை ஒருபோதும் நம்பவோ ஒத்துக்கொள்ளவோ மாட்டார்கள். அவர்கள் அவரின் மரண வேதனைகளை விழுங்கியிருந்தார்கள். அவர்கள் அவரில்லாமலேயே வாழ்வை அனுபவித்திருந்தனர். மற்றும் இப்புதிய நிலைமையிலிருந்து வெளியேறுவது, அதற்குள் நுழையும் அளவுக்கு அவ்வளவு சிரமமானதாகும். புதிய கட்டுமானத்தை தகர்த்திட அவர் முயலமாட்டார். முயலவும் முடியாது. இறந்து போயிருந்த அவர், தான் நேசிப்பவர்களிடம் கொள்ளும் கருணையாக மரணத்தில் நீடித்தாக வேண்டும். தன் புதிய வாழ்க்கையில் தன் சாவுக்குப் பழகிக் கொள்ள வேண்டியது அவரது பொறுப்பே. அவர், சுமைதூக்கி அப்துல்லாவாக இருக்கட்டும், கமாஸா அல்-புல்டியாக இருக்க வேண்டாம். அவரது ஆனந்தம் வேலையிலும் வழிபாட்டிலும் இருக்கட்டும். என்றாலும் அவரது வேலை அவரின் பழைய நண்பர்களது இல்லங்களுக்கும் செல்வாக்கும் அதிகாரமும் கொண்டுள்ளவர்களின் மாளிகைகளுக்கும் உள்ளார்ந்து ஊழலும், பார்வைக்குப் பவ்வியமும் நிறைந்த உலகத்திற்கு அடிக்கடி இட்டுச் சென்றது. இவையெல்லாம் சேர்ந்து தன்னைக் குறித்தும் மக்களின் சூழல்களைக் குறித்தும் அவர் எண்ணிப் பார்க்குமாறு செய்தன. மேலும் அவரது ஆன்மிக அமைதியின் தூய்மையைப் பாழ்படுத்தின. அவரது அவயங்கள் புயலால் தாக்குண்டு செயலிழந்து போனவையாக சூதான வழிமுறைகளும் குறுக்கு வழிகளும் அவரைப் பின்தொடர்ந்தன. உன்னத ஒழுங்கிலே செல்லும் நட்சத்திரங்கள் போலவே அல்லாவின் ஜீவராசிகளின் அக்கறைகளும் இருக்க வேண்டும் எனத் தனக்குள் கூறிக் கொண்டார்.

‘சுமைதூக்கியாக வேலை செய்ய வேண்டும் என்பதற்காகவா அதிசயத்தால் நான் உயிர் பிழைத்திருப்பது?’ என்று அவர் சிரமத்துடன் தன்னையே கேட்டுக் கொண்டார்.

IV

இரவில் ஒன்று சேர்ந்து கிசுகிசுத்த மரங்களின் ஆவிகளை ஷாரியார் நோக்கினார். குளிர்காலத்தின் அறிகுறிகள் தென்படும் முன்னரே பின்வாங்கிக் கொண்டிருந்த இலையுதிர்காலத்தில்,

பின்புற உப்பரிகையிலுள்ள தன் இருக்கையில் சுல்தான் சாய்ந்திருந்தார்.

தன் எண்ண ஓட்டங்களுடன் சச்சரவிடுவதைக் காட்டிலும் கூடுதலாகக் குளிரைத் தாங்கக் கூடியவராக இருந்தார். அமைச்சர் டாண்டன் பக்கமாகத் திரும்பி வினவினார், "நீங்கள் இருளை வெறுக்கிறீர்களா?"

"மாட்சிமை மிக்கவரே அதனை நான் விரும்புகிறேன்" என்று அமைச்சர் விசுவாசத்துடன் கூறினார்.

சுல்தான் நிஜமாகவே மாறியிருந்தாரா, அது தோன்றி மறைந்துவிடும் ஒன்றா என்று அவர் எப்போதும் தன்னைக் கேட்டுக் கொண்டிருந்தார். ஆனால் பொறுமையாய் இருக்க வேண்டும். கடந்த காலத்தில் அவர் தீர்மானகரமானவராக, தெளிவானவராக, குரூரமானவராக மற்றும் உணர்வு நுட்பம் இல்லாதவராக இருந்திருந்தார். இப்போது அவர் கண்களில் வேதனை மிக்க பார்வை சட்டென்று பளிச்சிட இருந்தது.

"தேசம் சந்தோஷமாயிருக்கிறது. அபரிமிதமான நன்றியால் நிறைந்திருக்கிறது" என்றார் டாண்டன்.

"அலி அல்-சலவ்லி கொலை செய்யப்பட்டு உடனே அவரிடத்திற்கு கலீல் அல்-ஹமதானி வந்துவிட்டார்" என்று சுல்தான் கோபத்துடன் முணுமுணுத்தார்.

"நன்மையும் தீமையும், பகலும் இரவும் போல" எனக் கருணையுடன் குறிப்பிட்டார் டாண்டன்.

"மற்றும் பூதங்கள்?"

"தூக்கிலிடுவதற்கான தோல் பட்டையை எதிர்கொள்ளும் குற்றவாளி தன்னால் எப்படியெல்லாம் புனையமுடியுமோ அப்படியான கதையைக் கட்டிவிடுகிறான்."

"ஆனால் நான் செஹர்ஜாத்தின் கதையை ஞாபகம் வைத்திருக்கிறேன்." அவர் அமைதியாகக் குறிப்பிட்டார்.

வேகமாக இருதயம் துடிக்கப் பெற்ற டாண்டன், "ஒரு கொலையாளி தன் தண்டனையை எதிர்கொண்டாக வேண்டும்" என்றார்.

"கமாஸா அல்-புல்டியைச் சிறைப்படுத்தியதுடன் திருப்தி அடைந்து விட வேண்டும் என்றுதான் இருந்தேன். ஆனால்

திமிர் பிடித்த வகையில் என்னை அழைத்ததற்கான அபராதமாக அவரைத் தூக்கிலிடச் செய்தேன்" என்றார் கோபத்துடன்.

தன் எஜமானர் மாறியிருந்தது மேலோட்டமாகவே என்று டாண்டன் தனக்குள் கூறிக்கொண்டார். "எப்படியோ கிராதகன் தனக்குரியதைப் பெற்றுவிட்டான்" என்றார் பவ்வியமாக.

"நான் என் பங்கிற்குச் சஞ்சலத்தைப் பெற்றேன்" என்றார் கோபத்துடன்.

"மாட்சிமை மிக்கவரே, இது சட்டென்று மாறிவிடக்கூடிய சுகவீனமே என்பதில் சந்தேமில்லை."

"இல்லை, இது இருத்தலின் நிபந்தனைகளுள் ஒன்றாகும் - செஹர்ஜாத்தின் கதைகள் மரணம் தவிர்த்து வேறெதனையும் எனக்குத் தெரிவித்தனவா?"

"மரணமா?" அமைச்சர் நிரடலுடன் குறிப்பிட்டார்.

"தீர்மானகரமான தனியொரு வெற்றியாளனான, சந்தோஷங்களை நீர்மூலமாக்குபவன் கடைசியாக கதவைத் தட்டும்போது, மக்கள் மக்களால் கபளீகரம் செய்யப்படுகின்றனர்."

"இது அல்லாவின் சித்தம், உங்கள் ஆயுள் நீடிப்பதாக."

"இருதயம் இரகசியங்களின் உறைவிடம். சோகம் சங்கோஜமானது. பழைய காலத்து மன்னர்கள் நாட்டைச் சுற்றி வந்து மக்களின் நிலவரங்களை ஆராய்ந்ததன் மூலம் குணப்படுத்தப்பட்டனர்" என்றார் சீரான குரலில்.

உயிர்காக்கும் மிதவையைப் பற்றிக்கொண்டு அமைச்சர் கூறினார், "நாட்டை சுற்றிவந்து மக்களின் நிலவரங்களை ஆராய்தல் எத்தகைய உத்வேகம்."

"தன் ஆற்றலில் வரம்புகளற்ற ஒரு ஜீவன். தன்னை அவன் ஒரு மலராக காட்டிக் கொள்ளலாம் அல்லது ஒரு நிலநடுக்கத்தை அவன் உண்டாக்கலாம்" என்று அவர் தனக்குள் கூறிக் கொண்டார்.

V

சுமைதூக்கி அப்துல்லா ஓய்வில்லாது சுற்றிவந்து கொண்டிருக்கிறார். அரும்பொருள் மையங்களிலும் வளைந்து போகும் சந்துகளிலும் வியாபாரிகள் மற்றும் கைவினைஞர்களின்

பகுதிகளிலும் படகுத் துறை நகரங்களிலும் துப்பாக்கிப் பயிற்சி, வேட்டையாடுதல் மற்றும் தூக்கிலிடும் மையங்களின் வழியாகவும் மற்றும் எல்லைகளாகச் செயல்படும் மாபெரும் வாயில்களின் கீழாகவும் மருந்து வணிகரின் கடை, போதைப் பொருள் சாரங்கள், கிளர்ச்சியூட்டும் ஆடைகள், பசியாற்றும் உணவுகள், நாறும் தோல்களின் ஊடுருவுகிற வாசனையுடனும் ரஸ்மியாவும் அக்ரமானும் கடந்து சென்றனர். அவர்களுடன் உம் சாத்தும் ஹுஸ்னியாவும். இவ்வுலகில் தயக்கம் காட்டும் நாக்குடனும் இன்னோருலகில் வசித்திருக்கும் இருதயத்துடனும் அவன் வாழ்த்தினைத் தெரிவிக்கின்றான். தன் அலைச்சல்களில் ஃபாதில் சனானை அறிய நேர்ந்து அவனுடனான நட்பினை வலுப்படுத்திக் கொண்டான். மருந்து வாணிகரான ஹாஸன் மற்றும் நூர் அல்-தீன் போன்றோர் அவனுடன் தொடர்பு வைத்துக்கொள்ள, சிலரோ சாத்தானைப் போல அவனைத் தவிர்த்தனர்.

அக்ரமான் மற்றும் ஹுஸ்னியாவின் எதிர்காலத்திற்கு முற்றுப்புள்ளி விழுந்துவிடும் என்பதால் பூதத்தின் கதை வெளிநாடுகளில் பரவிடக்கூடாது என்பது குறித்து அப்துல்லா பதற்றமாயிருந்தான். தீவிரத்தன்மை, பவ்வியம் மற்றும் தைரியத்திற்காக ஃபாதிலை அவன் நேசித்தான். எனவே தன் பகல் வேலையின் போது ஓய்வு எடுப்பதற்காக, பொது நீருற்றுக்குப் பதிலாக படிக்கட்டினை அவன் தெரிவு செய்து கொண்டான் - அங்கே அவர்கள் சந்தித்துப் பேசுவார்கள். “தன் தொழுகைகள் அனைத்தையும் நிறைவேற்றும் பக்தி நிறைந்த இளைஞனான நீ திருமணம் செய்து கொண்டு உன் சீலத்தை ஏன் காப்பாற்றிக் கொள்ளக் கூடாது?” என்று ஒருமுறை வினவினான்.

“செலவுக்குத் தேவைப்படும் தொகையை என்னால் பெற இயலவில்லை.”

“அதிகமாக ஒன்றும் தேவைப்படாது.”

“எனக்கென்று சுயமரியாதையும் கௌரவமும் உள்ளன.”

“உன் முன்னே நேருக்கு நேராக அக்ரமான்...” எனத் தூண்டுதல் உண்டாகும் வகையில் அப்துல்லா குறிப்பிட்டான்.

பல ரகசியங்களை வெளிப்படுத்திய புன்னகையில் அவர்களது கண்கள் சந்தித்தன.

"அப்துல்லா மாமா, உங்களுக்கு நாற்பதோ கூடுதலாகவோ இருக்கும், இன்னும் திருமணமாகவில்லை" என்றான் ஃபாதில்.

"நான் மனைவியை இழந்தவன், நானும் என் சீலத்தைப் பாதுகாத்துக் கொள்ள விரும்புகிறேன்."

"உங்களுக்குக் கல்யாணத் தரகர் தேவையில்லை என்று தோன்றுகிறது."

"அக்ரமானின் அம்மாவான ரஸ்மியா சீமாட்டி" என்று இதமாகக் குறிப்பிட்டான்.

"நாம் சிறிது நேரம் காத்திருந்து ஒன்றாக முன் நிற்போம்" என்று ஃபாதில் சிரித்தபடியே கூறினான்.

"ஏன் காத்திருக்க வேண்டும்?"

"அப்போதுதான் கமாஸா அல்-புல்டியின் ஞாபகம் நீங்கிப் போகும்."

அவனது இருதயம் சுருங்கிற்று. தன் விசுவாசம் மற்றும் பக்தியின் வலிமையைக் கொண்டு அவன் ரஸ்மியாவை விரும்பினான். ஆனால் தன் ஆசைகளுக்கு அவன் அடிபணிந்தால் ஹுஸ்னியாவைத் தவிர்த்து வேறுயாரையும் தெரிந்தெடுக்க மாட்டான். ரஸ்மியா தன்னை ஏற்றுக் கொள்ளும் நாளில் தன் பாதி இருதயத்துடன் அகமகிழ்வான் மற்றும் மறுபாதி துயரத்தில் இருக்கும்.

VI

எங்கெல்லாம் தன்னைத் தனியே கண்டுகொண்டானோ அங்கெல்லாம் வினவுவான், 'நான் சுமைதூக்கியாக வேலை செய்தாகவேண்டும் என்று அதிசயம் ஒன்றினால் எழுதி வைக்கப்பட்டிருக்கிறேனா? சனான் அல்-கமலியிடமிருந்து குவாம்காம் விலகியது போல, நெருக்கடியான தருணத்தில் ஸிங்காம் ஏன் என்னைக் கைவிடவில்லை?' என்றும் ஆச்சரியப்படுவான். மழைக்காகத் திறந்துள்ள பாத்திரம்போல கவலையால் நிரம்பப்பெற்ற அவன் கால்கள் அவனை ஷேக் அப்துல்லா அல்-பால்கியின் வீட்டுக்குக் கொண்டு வந்திருந்தன. அவர் கையை முத்தமிட்டு அவர் முன் சம்மணமிட்டு அமர்ந்து "நானொரு அந்நியன்" என்றான்.

“நாமெல்லாம் அந்நியரே”, ஷேக் குறுக்கிட்டார்.

“அலையும் தேனீக்களை தன்னிடம் ஈர்க்கும் பூப்போன்றது உங்கள் பெயர்.”

“நல்வார்த்தைகளை விடவும் நற்செயல்கள் சிறந்தவை.”

“ஆனால் நற்செயல்கள் என்பவை எவை? இதுதான் எனது சிரமம்.”

“நீ வந்து கொண்டிருந்தபோது, புத்தி சுவாதீனம் இல்லாத ஒருநபரை நீ சந்திக்கவில்லையா?”

“எங்கே, ஐயா?”

“வழிபாட்டு இடங்களுக்கு இடையிலே” என்றார் இதமாக.

மறைத்திருந்ததை ஷேக்கினால் அறிந்து கொள்ளக் கூடும் என்பதை உணர்ந்துகொண்டு அவன் நடுங்கினான்.

“கும்மிருட்டான இரவில் முழுநிலவைப் பார்க்க முடியாது” எனப் பெருமூச்செறிந்தான் அவன்.

“மூவகையான சீடர்களை அறிந்திருக்கிறேன்” என்றார் ஷேக்.

“எல்லாவகையிலும், அவர்கள் அதிருஷ்டசாலிகள்.”

“நெறிகளைக் கற்றுக்கொண்டு அதன்படி வாழ முயற்சி செய்வோர். கற்றலில் ஆழ்ந்து ஊருடுவிச் சென்று விஷயங்களைக் கட்டுப்பாட்டுக்குள் கொண்டு வருவோர் மற்றும் அன்பின் ஆன்மிக இல்லம் வரையிலும் விடாது பயணிப்போர் - ஆனால் அவர்கள் எவ்வளவு சொற்பமானவர்கள்!”

சுமைதூக்கி அப்துல்லா சிறிதுநேரம் யோசித்துவிட்டுக் கூறினான். “ஆனால் சமுதாயத்திற்கு மேற்பார்வை தேவை.”

ஷேக் தன் நிதானத்தை இழக்காமல் குறிப்பிட்டார், “ஒவ்வொருவரும் தம் ஆர்வத்தின் அளவுக்கேற்ப.”

“இருப்பினும் உங்களை நான் என் இலட்சியமாக, எஜமானராகக் கொண்டிருக்கிறேன்” என்று தன் தயக்கத்தை அப்துல்லா சமாளித்துக் கொண்டான். தன் எண்ணங்களை ஒழுங்குபடுத்திக் கொள்வதுபோல் அவன் நிசப்தத்தில் தடுமாற ஷேக் கூறினார், “உன் இலட்சியம் குறித்து என்னிடம் பேச வேண்டாம்.”

“ஏன் கூடாது?”

“ஒவ்வொருவரும் தன் ஆர்வத்தின் அளவுக்கேற்ப” அவர் தனக்குள் ஒடுங்கியவராக, தன் இமைகளைத் தாழ்த்திக் கொண்டு குறிப்பிட்டார்.

அவை திறப்பதற்காக அப்துல்லா காத்திருந்தான், ஆனால் அவர் அவ்விதம் செய்யவில்லை.

குனிந்து அவர் கையை முத்தமிட்டு அவன் கிளம்பினான்.

VII

ஷேக் தன் சந்தேகங்களைத் தெரிந்தும் அடக்கமாய் இருந்தார் என்று அவன் தனக்குள் கூறிக்கொண்டான். மற்றும் தன்னை நிதானத்துக்குள் கொண்டு வந்திருந்தான். தன் நம்பிக்கையை அவன் யாரோ ஒருவரிடம் வைத்திருந்ததால் இதனை அவன் ஏற்றுக் கொண்டாக வேண்டும். தீங்கிழைப்போர் நாளைக்கு வருந்தியவனின் தீர்மானத்தாலும் அனுபவம் வாய்ந்த போலீஸ்காரனின் வஞ்சனையாலும் தம் நாசத்தைச் சந்திப்பார்கள். சிந்தனை முனைப்பையும் பரிசுத்தத்தையும் பெற்று அவன் தன் பணியில் நீடித்தான். அவனது இருதயத்தின் மூலமாகப் பரவிய கருணையிலிருந்து எந்தவொரு கருணையும் அறியாத எண்ணங்களை - வாளின் கூர்மையை ஒத்த எண்ணங்களை - அவன் மனம் முன்வைத்தது. தனது வியப்பூட்டும் முரண்பாடுகள், கோர விளைவுகள் மற்றும் உறுதியளிக்கப்பட்ட மகிழ்ச்சி ஆகியவற்றுடன் வாழ்க்கை திடீரென்று அவனை ஆச்சரியத்தில் ஆழ்த்தியிருந்தது. விலையைத் தராமல் வாழ்க்கையின் அன்பளிப்பை எடுத்துக் கொள்ள அவன் மறுதலித்திருந்ததால், பின்வாங்க மறுதலித்தான். அப்போது இன்னோர் உலகத்து வானில் ஒளிரும் நம்பிக்கைக் கதிரென ஹுஸ்னியா அவன் முன்னே தோன்றுவாள். தன்னைச் சந்திக்கிற பொதுநீருற்றின் படிக்கட்டிற்குச் சென்றுவிடுவான். தான் கணக்கிட்டிருந்ததை விடவும் சீக்கிரமாகவே அவ்விளைஞன் காலத்தைத் தாவிவிட்டிருந்தான் என்பது தெளிவாயிற்று.

“நான் அக்ரமானை மணமுடித்துக் கொள்ளுமாறு கேட்கப் போகிறேன்” என்றான் ஃபாதில்.

“சிறிது காலம் காத்திருப்பது நல்லது என்று நீ எண்ணவில்லையா?” என வியப்புடன் அப்துல்லா குறிப்பிட்டான்.

“இல்லை, என் முடிவை மாற்றிக் கொண்டுள்ளேன். சீமாட்டி ரஸ்மியாவை மணமுடித்துத் தருமாறு உன் சார்பாக கேட்பேன்.”

அப்துல்லா நிசப்தமாக யோசனை வயப்பட்டிருந்தான். தன் சோதனைக் காலத்தில் சந்தேகத்திடமின்றி ஒருவனின் தேவை வேண்டியிருந்த அவள், அவனை விட மேலான ஒருவனுக்காக நம்பிக்கை வைக்க முடியாது.

“ஒரே இரவன்று தாயும் மகளும் மணமுடிப்பது என்பது எவ்வளவு இனியது” எனக் குதூகலத்துடன் ஃபாதில் கூறினான்.

அவனை விரும்பவும் நம்பவும் தொடங்கியிருந்த ஃபாதில், சனான் அல்-கமலி மற்றும் கமாஸா அல்-புல்டி ஆகியோரின் கதைகளை அவனுக்கு எடுத்துரைக்கத் தொடங்கினான்.

VIII

பரபரப்பூட்டும் தன் கதையை ஃபாதில் சொல்லி முடித்தபோது, அப்துல்லா கூறினான், “தான் கௌரவிக்க விரும்புபவர்களை அல்லா கௌரவிக்கிறார் மற்றும் தான் அடக்கி வைக்க விரும்புவர்களை அடக்கி வைக்கிறார்.”

“ஒவ்வொருவரும் தம் ஆர்வத்திற்கேற்ப” என்று ஃபாதில் சனான் முணுமுணுத்தான்.

மிளகின் வாசனை என இவ்வாசகம் அவனைத் தாக்கியது. ஒருவேளை ஃபாதில் அதே ஆதாரத்திலிருந்து அவ்வார்த்தைகளை அறிந்திருந்தானா என்று அவன் வியந்தான். உரையாடலில் புதியதொரு திசைவழியை ஆயத்தப்படுத்தி அவன் குறிப்பிட்டான், “மற்றும் ஆர்வத்தின் பரிபூரணத்தின் ஒரு பகுதி எச்சரிக்கை ஆகும்.”

அவர்கள் சிறிது நேரம் தத்தமது எண்ணங்களை ஓடவிட்டதும் அப்துல்லா கூறினான், “நாம் ஒரு குடும்பமாக ஆகிவிடும் நிலையில் இருக்கிறோம். எனவே மேட்டுக் குடியினருக்கு மட்டுமே திறந்திருக்கும் இல்லங்களில் சுமைதூக்கி ஒருவன் நுழைகிறான் என உனக்குள் கூறுகிறேன்.”

நம்பிக்கைக்குரிய ஒன்றை தன் சிநேகிதன் தன்னிடம் கூறுகிறான் என்பதை ஃபாதில் யூகித்தான். அவனிடம் விசாரணை செய்யும் பார்வையைச் செலுத்திவிட்டுக் குறிப்பிட்டான், “ஆளுநர் யூசுஃப்

அல்-தாஹிர் மற்றும் காவல்துறை அதிகாரி அத்னான் சௌமா ஆகியோரின் இல்லங்களிலே சமயங்களில் அரசின் எதிரிகள் பற்றிய கிசுகிசுப்புகள் நிலவும்."

"அது எதிர்பார்க்கக் கூடியதே" என்று ஃபாதில் பாவனையான அலட்சியத்துடன் கூறினான்.

"என்ன நிகழ்ந்து கொண்டிருக்கிறது என்பதன் அர்த்தத்தை நான் புரிந்து கொள்கிறேன். அல்லது அதுகுறித்து ஏதேனும் நான் கவனம் செலுத்துகிறேன் என யாரும் கற்பிதம் செய்து கொள்ளவில்லை."

"அப்துல்லா மாமா, நீ ஒரு விசித்திரமான ஆள். நீ என்னைத் தொடர்ந்து ஆச்சரியத்தில் ஆழ்த்துகிறாய்."

"வெவ்வேறான இடங்களிலும் சூழல்களிலும் அலைந்து திரிந்துள்ள ஒருவனின் சாதுர்யத்தில் ஆச்சரியப்பட ஒன்றுமில்லை."

"நான் உன்னுடன் இருப்பதில் உண்மையாகவே மகிழ்ச்சி அடைகிறேன்" என்றான் ஃபாதில்.

தான் சொல்ல இருந்ததை அப்துல்லா தொடர்ந்தான். "அவர்கள் மயக்கங்களால் பீடிக்கப்பட்டிருப்பவர்கள். எந்த அளவுக்கு அவர்கள் குற்றவியலின் அதீதங்களுக்குப் போகின்றனரோ, அந்த அளவுக்கு அவர்கள் ஷியாப்பிரிவினர் மற்றும் காரிஜிகளின் ஆவிகளை யூகித்துக் கொள்வார்கள்."

"அதனை நான் நன்றாகவே அறிவேன்."

"எனவேதான் ஆர்வத்தின் பரிபூரணத்தின் ஒரு பகுதி எச்சரிக்கை என்று நான் கூறினேன்."

அவனிடம் கேள்வி கேட்கும் பார்வையைச் செலுத்திய ஃபாதில், "நீ கூறுவதன் பொருள் என்ன?" என்று வினவினான்.

"அறிந்து கொண்டுவரும் அளவுக்கு நீ புத்திசாலி."

"என்னை நீ எச்சரிப்பதாகத் தெரிகிறது."

"அதில் தீங்கொன்றும் இல்லை."

"இனிப்புகள் விற்பவனே, உனக்குச் சஞ்சலத்தை உண்டுசெய்கிற ஏதேனும் என்னிடமிருக்கிறதா?"

அவன் புதிராகப் புன்னகைத்துவிட்டுக் கூறினான். “ஷியாப் பிரிவினரையும் காரிஜிகளையும் விரும்புமளவுக்கு எச்சரிக்கையை விரும்புகிறேன்.”

“நீ எந்தப் பிரிவைச் சேர்ந்திருக்கிறாய்?” என ஃபாதில் ஆர்வத்துடன் கேட்டான்.

“எவர்களிடமும் சேரவில்லை. ஆனால் தீங்கிழைப்போரின் எதிரி நான்.” அப்துல்லா வெளிப்படையான அழைப்பின் முன் தான் நிற்கக் கண்டான். ஆனால் முந்தைய போலீஸ்காரன் என்ற வகையில், தன் வழியில் தொடரவே விரும்பினான்.

IX

தான் புனைந்திருந்த புனித யுத்தத்தின் வானிலே அம்பெனப் பாய்ந்தான் சுமைதூக்கி அப்துல்லா. முந்தைய காலத்துக்குரிய தன் வலிமையை வரவழைத்துக் கொண்டு தனது தூய்மையானதும் திடமானதுமான விருப்பத்திற்கேற்ப அதனை அடக்கி வைத்தான். உடனே அந்தரங்கச் செயலாளர் புடெய்ஸா முர்கான் சாய்க்கப்பட்டார். கொலை செய்யப்பட்டார். நள்ளிரவுக்குப்பின்னே அரசாங்க இல்லத்திலிருந்து தன்னுடைய சொந்த வீட்டிற்குக் காவலர்களுடன் அவர் சென்று கொண்டிருந்தபோது இது நிகழ்ந்தது. அப்போது இருளிலிருந்து வந்த அம்பு அவர் மேல் பாய்ந்து அவரது இருதயத்தில் பதிந்து விட்டது. அவரின் காவலர்களது ஈட்டிகளுக்கும் லாந்தர்களுக்கும் மத்தியில் அவரின் கோவேறு கழுதை மேலே கிடத்தப்பட்டார். சூழ்ந்திருந்த குடியிருப்புகளில் பாய்ந்த காவலர்கள் அலைந்து திரியும் போக்கிரிகள், மூலை முடுக்குகளில் தூங்குவோர் என அகப்பட்டவர்களை எல்லாம் கைது செய்தனர். அவரது இல்லம் சோகமே உருவாயிருந்தது. அரசாங்க இல்லம் களேபரப்பட்டது. மற்றும் யூசுஃப் அல்-தாஹிர் தன் படைகளின் முகப்பிலே பைத்தியக்காரனைப் போல வெளியேறினார். செய்தி, அமைச்சர் டாண்டனை எட்ட, அவரோ காலை வரையிலும் பீதியால் தூக்கமற்றிருந்தார். காலையில் செய்தி ஒட்டுமொத்த நகரெங்கும் பரவி இருந்தது. மக்கள் போராட்ட நிலையில் காணப்பட்டனர். வதந்திகள் நிறைந்தன. அல்-சலவ்லி மற்றும் அல்-ஹமதானி ஆகியோரது மூர்க்க மரணங்களின் சங்கிலியில் அது ஒரு புதுக்கண்ணியாக, பூதங்களின் மர்மமிகு உலகம் குறித்த புதிய உறுதிப்படுத்தலாக அது இருந்தது. அல்லது அது ஷியாப்

பிரிவினரா/காரிஜிகளா? அல்லது ஒரு பெண்ணின் / ஒரு ஆணின் பொறாமை மறைந்துள்ள தனியொரு சம்பவமாக இருந்ததா?

கனத்த மழையுடன் வானம் திறந்தது. நாள் முழுவதும் அது நீடித்தது. சந்துபொந்துகளில் சேறும் சகதியும் மண்டிய நீர் தேங்கி புடெய்ஸாவின் இறுதி ஊர்வலத்தையும் சவ அடக்கத்தையும் கெடுத்து, மோசமான குளிர்காலம் குறித்து எச்சரிக்கை விடுத்தது. மறைந்துள்ள கவனத்துடன் புலன்கள் எச்சரிக்கை கொள்ள சுமைதூக்கி அப்துல்லா எமீர்களின் சிற்றுண்டி விடுதியில் சாதாரண மக்களிடையே நழுவிப் போனான். மேட்டுக் குடியினரின் பிரகடனப்படுத்தப்பட்ட எண்ணங்களுக்கும் சாதாரண மக்களின் கிசுகிசுக்கப்பட்ட பரிமாற்றங்களுக்கும் இடையே பேதங்கள் நிலவ, கொலை எல்லாப் பேச்சுகளுக்கும் ஆன விஷயமாகியது.

லட்சாதிபதி கராம் அல்-அஸீலுடன் நீண்ட உரையாடலில் ஈடுபட்டிருந்த அரும்பொருள் வணிகர் சாஹ்லவலை அப்துல்லா கண்டுபிடித்து விட்டான். அவன் இருதயம் இறுக்கம் கொண்டது. தொங்கிய தலையின் கீழ் சாஹ்லவல் தந்திருந்த ஊடுருவும் பார்வையை அவன் மறந்து விடவில்லை. மேலும் தான் அம்பெய்ய இருந்தபோது அந்தரங்கச் செயலாளரின் பரிவாரத்தினரை அவன் சுற்றிவந்ததை ஞாபகப்படுத்திக் கொண்டான். ஆனால், அவன் கைது செய்யப்படாதிருந்தது எப்படி? காவலர்களின் பார்வையிலிருந்து எவ்விதம் அவன் மறைந்திருந்தான்? அப்துல்லாவின் இருதயம் அச்சத்தால் சுருங்கிற்று. காவல்துறை அதிகாரி என்ற வகையில் ஆயுள் முழுவதிலும் எந்த ரகசியத்தையும் அறிந்திராத ஒரே நபர் சாஹ்லவல் என்பதைக் கண்டு அவன் ஆச்சரியம் அடைந்தான். புதிரான இம்மனிதன் தவிர்த்து எல்லா நிலையிலுமான மனிதர்களின் சந்தர்ப்ப சூழல்களைப் பற்றியும் அறியவந்தவை மற்றும் மறைவானவை பற்றியும் அவன் பரிச்சயம் கொண்டிருந்தான்.

X

பொறுப்பான பதவிகளில் இருந்தோரின் ஜுரவேகம் தணியவுமில்லை, அவர்கள் மேற்கொண்ட கடும் நடவடிக்கைகள் குறையவுமில்லை. எஞ்சிய மக்களைப் பொறுத்தவரை அவர்கள் இச்சம்பவத்திற்குப் பழகிப்போய் இதுகுறித்துப் பேசுவதில்

அலுப்புற்று மறந்து போயினர். சீக்கிரமே, வரலாற்றின் சம்பவங்களை வாழ்க்கை நெருக்கடிகள் முந்திச் சென்றன. சனானின் விதவை உம் சாத், கமாஸா அல்-புல்டியின் விதவையான சீமாட்டி ரஸ்மியாவிடம் கூறினாள்: "அல்லாவின் ஆசீர்வாதத்தாலும் அவரது ஞானத்தாலும் என் மகன் ஃபாதில் அக்ரமானை மணந்து கொள்ள விரும்புகிறான்."

பொதுவான குதூகலத்தினிடையே உடன்பாடு உண்டானது.

அவர்கள் அனைவரும் நிஜமான உலகில் வாழ்ந்து கொண்டிருந்தனர். கடந்து போன கனவு அதனை நாசப்படுத்தி விடுமாறு விட்டுவிடவில்லை. அப்போது சீமாட்டி உம் சாத் கூறினாள், "நீங்களும் தான், சீமாட்டி ரஸ்மியா" சுமைதூக்கி அப்துல்லா தன்னை மணந்து கொள்ளும் விருப்பம் கொண்டிருப்பதை அவள் தெரியப்படுத்தினாள். ரஸ்மியா ஆச்சரியத்துடன் லேசாகச் சிரித்தாள். அவள் அச்செய்தியால் மகிழவும் இல்லை அதனை வரவேற்கவும் இல்லை.

"திருமணம் அக்ரமானுக்கும் ஹுஸ்னியாவுக்குமிடையில்தான். நமக்கில்லை" என்று அவள் வெட்கத்துடன் குறிப்பிட்டாள். அப்புறம் சிறிது நேர நிசப்தத்திற்குப் பின் அவள் தொடர்ந்தாள். "கமாஸா இறந்திருக்கவில்லை, அவரது ஞாபகம் எனக்குள் இன்னும் உயிர்த்திருக்கிறது."

"ஃபாதிலும் அப்துல்லாவும் தாம் பெற்றுக் கொண்ட செய்திகளால் சந்தோஷமடைந்தனர். ஆம், தன் உணர்வுகளை புதைத்துக் கொள்ள வேண்டி இருப்பதற்காக அப்துல்லா நிலைகுலைந்து போயிருந்தான். ஆனால் அவனுக்குள்ளே மறைந்திருந்த கமாஸா மிகவும் சந்தோஷமடைந்தார்.

XI

உம் சாத்தின் அறையில் திருமணம் நடந்தேறியது. இரு குடும்பங்களும் கலந்து கொண்டன. சுமைதூக்கி அப்துல்லா அழைக்கப்பட்டிருந்தான். குடும்பத்தின் தகிக்கும் வாசத்தினால் போதையேறி புடெய்ஸா முர்கானைக் கொல்ல முற்பட்டபோது, அவன் பிரயோகித்திருந்த அதே வேகத்துடன் அன்றைக்கு அவன் கூட்டிப் பெருக்கியதில் கிடைத்த தொகையைக் கொண்டு தம்பதியினருக்குப் பரிசுப்பொருளாக ஆடையும் வாசனைத் திரவியமும் வாங்கியிருந்தான். அது அவன் அவயங்களிலே

நீடித்த போதனையைச் செலுத்தியிருந்தது. பக்தியின் கட்டுப்பாடு மற்றும் கருணைமிகு அல்லாவின் நேசம் ஆகியவற்றினால் நேசம் அடக்கி வைக்கப்பட்ட அதே வேளையில் ஒரு தந்தையாகவும் ஒரு கணவனாகவும் இருப்பது குறித்த உணர்வுகளால் அவன் இருதயம் கொந்தளித்தது. துயரத்துடன் கிணற்றில் தன் ரகசியத்தைப் புதைத்து விட்ட அவன் பழைய உணர்வோட்டத்தின் வளங்களை மீளப்பெற்றான். மேலும் அவ்வாறு நெருக்கமாக இருப்பதில் ஆனந்தமடைந்தான். பாடல், கவிதையிலுள்ள தன் தேர்ச்சி மற்றும் நேர்த்தியான குரலில் ஹுஸ்னியா தன் சகோதரனின் திருமணத்திற்கு உயிருட்ட முன்வந்தாள். கைகள் தட்டப்பட அவள் இனிதாகப் பாடினாள்.

"என் நாவிலிருந்து மொழிபெயர்க்கும்
என் வழி உனக்குத் தெரியப்படுத்துகிறது.
என் இருதயம் மறைத்திருப்பது எதையென,
நாம் சந்தித்த பொழுதிலே கண்ணீர் வடிந்தது
நான் உடையானேன் மேலும் என் கண்பேசியது
என் ரகசியக் காதலின் கவலைகளை."

அவர்களெல்லாம் நெகிழ்ச்சி கொண்டனர். இருதயம் கண்ணீரால் நிரம்பும் அளவுக்கு அப்துல்லா அகமகிழ்ந்தான். நெருப்பில் விறகுத் துண்டைத் தள்ளிவிட எழுந்தபோது கதவு திறந்து சில்லிடும் இருளில் மூன்று ஆவிகள் நின்று கொண்டிருந்தன.

"நாங்கள் அந்நிய வணிகர்கள். அழகான பாடலைக் கேட்ட போது உன்னதமானவர்கள் அந்நியரைத் துரத்தி அடிப்பதில்லை என எங்களுக்குள் கூறிக் கொண்டோம்" என அவற்றுள் ஒன்று கூறியது.

அறையை இரண்டாகப் பிரித்த திரையின் பின்னே தம்மை மறைத்துக் கொண்ட பெண்களிடம் ஃபாதில் கூறினான்: "சமாதானத்துடன் வருக. தொடர்புடைய சிலருடன் மட்டும் நிறுத்திக் கொள்ளப்பட்ட ஒரு திருமணம்தான் இது."

"நல்லவர்களுடனான நட்பார்ந்த சூழலை அனுபவிக்கவே விரும்புகிறோம்" என்றது அந்நியர்களுள் ஒன்று.

"இங்கே நேர்த்தியுடன் கதகதப்பாய் இருக்கிறது" என்றது இன்னொன்று.

"இது தவிர எங்களிடம் வேறெதுவுமில்லை. இதைக் கொண்டுதான் நாங்கள் ஜீவனம் செய்கிறோம்" என்ற ஃபாதில்,

பஸீமா மற்றும் முஸாப்பிக் என்னும் இனிப்புகளை அவர்களுக்கு எடுத்துவந்தான்.

“தின்பதற்கு ருசியான இப்பண்டங்களைக் கொண்டுவந்து எங்கள் மாலைப் பொழுதை மிகவும் அனுபவிக்கத்தக்கதாக ஆக்கியுள்ள அல்லாவைப் போற்றுகிறோம்.”

மூவருக்குத் தலைமையானவன் அவர்களுள் ஒருவனிடம் எதனையோ கூற, அவன் அவசரமாய் வெளியேறினான். தலைமையான நபரை ஓரிரு தடவைகள் நோக்கிய அப்துல்லாவுக்கு அந்நபரைப் பார்ப்பது இது முதல் தடவை அல்ல என்று தோன்றியது. எங்கே, எப்பொழுது என்று ஞாபகப்படுத்த முயன்றான். ஆனால் அவனது ஞாபகம் கைகொடுக்கவில்லை. அப்போது அவன் வறுத்த மீன்களுடன் திரும்பி வந்தான். இவ்வளவு ருசிகரமான பதார்த்தத்தைக் கண்ட அவர்களது பசி கூர்மை கொண்டது.

“எங்கள் இருப்பிடம் உங்களைப் போன்றவர்களின் அந்தஸ்திற்குரியதல்ல” என்றான் ஃபாதில் நன்றிகளுடன்.

“ஓர் இருப்பிடம் அதில் வாழ்கிறவரைப் பொறுத்து அறியப்படுகிறது. கொஞ்சம் இசை கேட்கலாம். உங்களைப் பரிச்சயம் செய்து கொண்டதில் எங்களுக்குச் சந்தோஷம் அளித்திருப்பது அதுவே” என்று அவன் மரியாதையுடன் குறிப்பிட்டான்.

எனவே ஃபாதில் திரைக்குப் பின்னே போனான். திரும்பவும் இருக்கையில் வந்து அமர்வதற்குள் ஹுஸ்னியாவின் குரல் இசைக்கத் தொடங்கிவிட்டது.

உங்கள் வருகை தெரிந்திருந்தால் திறந்து வைத்திருந்திருப்போம்
எங்கள் இதயங்களை, எங்கள் விழிகளின் கருமையை
எங்கள் கன்னங்களை விரித்து வைத்திருந்திருப்போம்
பார்வைப் பரிமாற்றத்தினூடாக சந்திக்கலாம் என்று.

எல்லோரும் நெகிழ்ச்சி கொள்ள அந்நியருள் ஒருவர் “மாபெரும் கடவுளுக்குப் போற்றுதல் உண்டாகட்டும்” என்றார்.

“நீ கூறிக் கொள்வது போல் அவ்வளவு ஏழை என்றால் இவ்வடிமைப் பெண்ணை எப்படி வைத்துக் கொள்ள முடிந்தது?” என்று தலைமையான நபர் ஃபாதிலைக் கேட்டார்.

“அவள் என் சகோதரிதான்.”

“உன்னதமான குடும்பத் தோற்றத்தை உணர்த்திவிடுகிற தேர்ந்த குரல் அவளுக்கு இருக்கிறது.”

ஃபாதில் பேச்சிழந்து போக, சுமைதூக்கி அப்துல்லாதான் பேசினான்: “உண்மையில் அவன் உன்னத குடும்பத்தைச் சேர்ந்தவன்தான், ஆனால் காலத்தின் கோலத்தால் அவன் பாதை அடைபட்டுவிட்டது.”

“அது என்ன கதை?”

“வணிகர் சனான் அல்-கமலியின் கதையை அறியாதவர் எங்கள் நகரிலே யாருமில்லை” என்றான் சுமைதூக்கி அப்துல்லா.

சிறிது நேரம் நிசப்தமாக இருந்த வியாபாரி, “உங்கள் நகரம் பற்றி நாங்கள் கேள்விப்பட்டிருக்கும் அசாதாரண கதைகளுள் ஒன்று இது” என்றார்.

“ஆனால் பூதத்தைப் பற்றிக் கூறப்படுவதை நம்புகிறாயா?” என்று அவரது தோழர்களுள் ஒருவர் கேட்டார்.

“ஏன் நம்பக்கூடாது? இத்தகைய விநாசங்கள் எங்களை நாசப்படுத்தி இருக்கும்போது...”

“ஆனால் விதிகளின்படி சாட்சியம் அளிக்கவோ விசாரணை செய்யவோ பூதங்களை மன்னர் அழைக்கக்கூடாது என்றால் நீதி எப்படி நிலைநாட்டப்படும்?”

“பூதங்களை நம்வாழ்வில் குறுக்கிடாதபடி ஆரம்பத்திலிருந்து நீதி பரிபாலனம் செய்ய வேண்டியது மன்னரின் கடமை.”

“உங்கள் வாழ்வில் அநீதியால் பாதிக்கப்படுகிறீர்களா?” என்று அந்நியருள் தலைமையானவர் வினவினார்.

கடந்த காலத்தில் காவல்துறையிடமிருந்து தான் பெற்றுள்ள எச்சரிக்கை அவன் உதவிக்கு வந்தது.

“எங்களுக்கு நீதி தவறாத சுல்தான் உண்டு. அல்லாவுக்கு வந்தனம் - வாழ்க்கையில் சோதனைகளுக்குப் பஞ்சமில்லை என்றபோதும்.”

அந்நியர்கள் எழுந்து கிளம்பும் மட்டும் உரையாடல் நீடித்தது.

XII

அவர்கள் மூவரும் நிசப்தமாய் இருளுக்குள் ஆழ்ந்தனர். இரண்டாம் வியாபாரி முதல் வியபாரியைப் பார்த்துக் கூறினார்: "தான் ஆசைப்பட்டிருந்த வேடிக்கை விளையாட்டை மாட்சிமை மிக்கவர் காண முடிந்ததா?"

"இருதயங்களின் ஒரு சோகக் காட்சி" என்று முணுமுணுத்தார் மற்றவர்.

சிறிது நேரம் கழித்து அவர், "கவிஞர்கள் கூட்டம் என்னை உற்சாகமடையச் செய்வதுமில்லை, கூனன் சாம்லவலின் விநோதங்கள் என்னைச் சிரிக்கச் செய்வதுமில்லை."

"மாட்சிமை மிக்கவரே, அல்லா உங்களை கவனித்துக் கொள்ளட்டும்."

"குறுகியதும் திகைக்க வைப்பதுமான கனவு. எந்த உண்மையும் மறைந்து மாயமாவது தவிர்த்து தன்னைக் காட்டிக் கொள்வதில்லை" என்று தனக்குத்தானே கூறிக் கொண்டார்.

அவர் வார்த்தைகள் மீது சிறிது வெளிச்சத்தை வீசும் பொருட்டு மற்றவர் சுல்தானுக்காகக் காத்திருந்தார். ஆனால் அவர் நிசப்தமாயிருந்தார்.

XIII

ஃபாதிலும் அக்ரமானும் ஓர் அறையை எடுத்துக்கொள்ள, இரண்டாவது அறையில் ரஸ்மியாவும் உம் சாத்தும் ஹுஸ்னியாவும் இருந்து கொண்டனர். தம் வாழ்வில் எளிமை இருப்பினும், புதிதாகத் திருமணம் செய்து கொண்ட இருவரும் பரிசுத்தமான ஆனந்தத்தை அனுபவித்தனர். தனக்குக் கிடைத்திருந்த அதே ஆனந்தத்தை ஹுஸ்னியாவும் பெற வேண்டும் என ஃபாதில் ஆசைப்பட்டான்.

கடந்த காலத்தை மறந்து போவதில் பெண்களை விடவும் அவன் மிக வெற்றிகரமாக இருந்தான். ஏனெனில் மற்றவர்களைப் பொறுத்தவரை கீர்த்தியுடனும் பிரகாசமான வெளிச்சங்களுடனும் கூடிய கடந்து போன தினங்கள் அவர்களது ஞாபகத்திலிருந்து அழிக்கப்படாதிருக்க, அவன் மனதில் வேறு விஷயங்கள் ஆக்கிரமித்துக் கொண்டன.

மனம் மற்றும் இருதயத்தின் எண்ணங்களைப் பரிமாற்றிக் கொண்டு சுமைதூக்கி அப்துல்லாவுடன் அவன் காலத்தைத் தனியே கழித்தான். உறுதியான உலோக வார்ப்பான உடலும் உன்னதமான இருதயமும் கொண்டிருந்த அவனது கவனத்தை சமுதாயக் கவலைகள் ஈர்த்தன. அவன் வெறுமனே சுமைதூக்கியல்ல, மாறாக மதச்சிந்தனை உள்ளவன் என்பது போல. அவர்களிடையே நிகழ்ந்த உரையாடலை அவ்வழியே செல்பவன் கேட்க நேர்ந்திருந்தால் அவன் திகைப்படைந்து அவர்கள் சிறுவியாபாரியும் சுமைதூக்கியுமான வேடத்தில் உள்ள முக்கிய நபர்கள் என்று கருதியிருப்பான்.

ஒருநாள் ஃபாதில் கூறினான்: "நான் என் இருதயத்தை உனக்குத் திறந்து காட்டியிருக்கிறேன். ஆனால் நீயோ மூடி வைத்திருக்கிறாய்."

அப்துல்லா தலையை பலமாக ஆட்டி இதனை மறுத்தான்.

"உன் வாழ்வில் ரகசியம் ஒன்றுள்ளது. நீ சாதாரண சுமைதூக்கி இல்லை" என்று அவன் சொல்லிக் கொண்டு போனான்.

"என் சொந்த மண்ணில் ஆன்மிக வழிகாட்டி ஒருவரைப் பெற்றிருந்தேன். அதில் ரகசியம் எதுவுமில்லை." அவனை அளந்து கொண்டே அப்துல்லா கூறினான்.

"அது, அதை விளக்குகிறது."

"எதுவென்றாலும் அறிவார்த்த தாகங்களை ஒரே ஊற்றிலிருந்து தீர்த்துக் கொள்கிறோம்."

"ஆகவே உன்னிடம் ஒரு சலுகை கேட்க விரும்புகிறேன்" என்றான் ஃபாதில் துணிச்சலுடன்.

விசாரணை மிக்க பார்வையினால் அவனை அப்துல்லா நிலைநிறுத்த ஃபாதில் அர்த்த புஷ்டியுடன் கூறினான்: "உன் வேலை காரணமாக எல்லாவித வீடுகளுக்கும் வந்து போகிறாய்."

அப்துல்லா புன்னகையுடன் அவன் தொடர்வதற்காக நிசப்தமாயிருந்தான்.

"சில சமயங்களில் செய்திகள் எடுத்துச் செல்ல சம்மதிக்கிறாயா?"

"பிரச்சினைகளைப் பின் தொடர்வதன் வாயிலாக தம் வாழ்க்கைக்கு அர்த்தம் காண்போர் இருக்கவே செய்கின்றனர்."

அக்ரமானை பாசத்துடன் நினைத்தபடி புன்னகை செய்து கொண்டே அவன் கூறினான்.

அப்துல்லா கூறியதை ஒதுக்கித் தள்ளி விட்டு அவன் கேட்டான், "நீ ஒத்துக்கொள்கிறாயா?"

"நீ விரும்பியபடியே - மிகவும்" என்றான் அமைதியாக.

XIV

தன் அடிப்படைப் பணிக்கு இது கணிசமான அளவில் கூடுதலாய் எதையும் சேர்த்துவிடாது என்று அவன் கருதாததால் இந்த வேலையை எளிதாகவும் நிச்சய உணர்வுடனும் செய்து முடித்தான். அவனது தனிப்பட்ட கவலைகள் - ரஸ்மியாவும் ஹுஸ்னியாவும், வாழ்க்கை மற்றும் மரணத்திற்கிடையிலான அவனது ஊசலாட்டமும் - அவனது மனதின் பரப்பிலிருந்து அழிக்கப்படாது போனாலும் அவனைச் சஞ்சலப்படுத்தவில்லை. அப்போது அவனது பொதுவான கவலைகள் ஆற்றின் அலைகள் கடலில் நுழைகையில் மறைந்து போவதுபோல் மறைந்து போயிருந்தன. அவனது நிகழ்ச்சித் திட்டத்தில் இரண்டாவது நபராக இருந்தவர் யூசுஃப் அல்-தாஹிர் அல்லது அத்னான் சௌமா. ஆனால் அவன் அவர்களுக்குப் பதிலாக இப்ராஹிம் அல்-அத்தருக்கு முன்னுரிமை தந்தான். இதற்கு முன் இத்தகைய கவனக் குறைவு அவனிடத்தே நிகழவில்லை என்றபோதும். ஒருமுறை அப்துல்லா அவருக்குச் சில பொருட்களை எடுத்துச் சென்றிருந்தபோது பணம் தொடர்பாக இருவரும் சண்டையிட்டனர். அதிகாரமிக்க வியாபாரி அவனைச் சபித்து புண்படுத்தி இருந்தார்.

சிற்றுண்டி விடுதியின் மாலை அமர்வு முடிந்து இப்ராஹிம் அல்-அத்தர் தன் வீட்டுக்குத் திரும்பிக் கொண்டிருந்தபோது, பயங்கரமான அந்த அம்பு அவரின் நெஞ்சிலே பொதிந்திருந்தது. நகரில் பீதி வெளிப்பட்டது மாத்திரமல்லாது அல்-சலவ்லி, புடெய்ஸா முர்கான் மற்றும் அல்-ஹமதானி ஆகியோரது கொலைகளின் ஞாபகங்கள் எழுப்பப்பட்டன.

பிரச்சினையின் உச்சத்தின்போது படிக்கட்டுகளில் சந்தித்துக் கொண்டனர் அப்துல்லாவும் ஃபாதிலும். தம் சந்தோஷத்தை மறைத்துக் கொள்ள அவர்கள் வீணே முயன்றபோது பீதி கொண்ட பார்வைகளை பரிமாறிக் கொண்டனர்.

"எத்தகைய பயங்கரமான நிகழ்வுகள்" என்று முணுமுணுத்தான் அப்துல்லா.

அவன் பார்வைகளை உள்ளுணர்வால் அறிந்துகொண்ட அடுத்தவன், சூதுவாதற்ற தன்மையில் கூறினான், "இக்கொலை நம் திட்டத்தில் சேர்ந்திருக்கவில்லை."

திகைப்பை ஒதுக்கிவிட்டு அப்துல்லா குறிப்பிட்டான், "ஒரு வேளை இது தனிப்பட்ட பழிவாங்கல் நடவடிக்கையாய் இருக்கலாம்."

"நான் அப்படி நினைக்கவில்லை."

"ஆனால் அவன் வேறுயாரையும் விடவும் அதிக ஊழல் கொண்டவன் அல்ல."

"ஆளுநரின் எதிரிகள் மருந்தில் அவன் நஞ்சைக் கலந்து கொண்டிருந்ததை மேல்மட்டத்தினர் அறிவர்."

தன் சிநேகிதன் தன்னை அறிந்திருப்பதைப் போலவே பலரது ரகசியங்களையும் அறிந்திருந்தான் என அப்துல்லா தனக்குள் கூறிக் கொண்டான். இன்னும் கூடுதலாகக் கூட அது இருக்கக் கூடும். "கொலை நம் திட்டத்தின் அங்கமாக இல்லாது போயிருந்தால், செய்தது யார்?"

ஃபாதில் எரிச்சலுடன் கூறினான்: "கடவுளே அறிவார். அவர் கொல்ல நாம் விலையைத் தருகிறோம்."

XV

அவன் மெழுகுவர்த்தியை அணைத்து விட்டு படுக்கைக்குச் சென்றபோது தன்னிடம் நெருக்கி அடித்த இருப்பொன்றினை உணர்ந்தான். அவனது இருதயம் அதிர்ச்சி கொள்ள, "ஸிங்காம்" என்று முணுமுணுத்தான்.

"என்ன செய்திருக்கிறாய்?" என உணர்வு பாவமில்லாது அக்குரல் வினவியது.

"எது மேலானது என்று நான் நம்புவதை என் வழியில் செய்கிறேன்."

"உன்னிடத்தில் உண்டுசெய்யப்பட்ட அவமானத்தை விடவும் கூடுதலான எதிர்வினை இது."

"நான் செய்ததெல்லாம் அவனுக்கு முன்னிடம் தந்ததுதான். அவனது முறை விரைந்தோ, தாமதித்தோ வந்திருக்கும்" என்று அவன் வேகத்துடன் குறிப்பிட்டான்.

"மக்கள் நெஞ்சங்களில் இருப்பனவற்றுக்கு அருகில் இருப்பவருடன்தான் உன் கணக்கு இருக்கிறது. கவனம்."

ஸிங்காம் மறைந்துவிட, அப்துல்லா தூக்கமிழந்தான்.

XVI

சாந்தமும் குளிர்காலத்தின் குளிர்ச்சியும் நிறைந்திருந்த பத்தாம் இமாமின் மசூதியின் மேலே இரவின் ஆடையுடன் குவாம்காமும் ஸிங்காமும் அமர்ந்திருந்தனர். அப்போது கீழே அவர்களது ரத்தச் சிவப்பு விழிகளிலிருந்து பொறிபறக்க, பழிவாங்கும் வகையில் இரவின் ஆடை போலீஸ் தரப்பினரைச் சூழ்ந்து கொண்டது. "ஓ, மானுடத்தின் வேதனை!" என வெறுப்புடன் குவாம்காம் கிசுகிசுத்தது.

"நான் செய்ததெல்லாம் கமாஸா அல்-புல்டியின் ஆன்மாவை நரகத் தீயிலிருந்து காப்பாற்றியதுதான்" என மன்னிப்புக் கோரும் தன்மையில் ஸிங்காம் கூறியது.

"நாம் விரும்பியவாறு விஷயங்கள் மாறும் வகையில் நாம் ஒருபோதும் அவர்களது வாழ்வில் குறுக்கிட்டதில்லை."

"மேலும் அவர்களுக்கு உடந்தையாயிருப்பது நம்மால் தாங்கிக் கொள்ள முடியாததாய் உள்ளது."

அவர்களின் கீழாக, அப்போது அரும்பொருள் வாணிகன் சாஹ்லவல் கடந்து போனான். அவனைச் சுட்டிக்காட்டி குவாம்காம் கூறியது: "தானும் ஒரு மானுடனே என்பது போல அவர்களுடன் அவன் வாழ்வதற்காகச் சந்தோஷப்படுகிறேன்."

அதன் அபிப்பிராயத்தை பகிர்ந்துகொண்டு ஸிங்காம் சொன்னது: "ஆனால் அவனொரு தேவதை, மரணதேவதை. நகர்ப்புறத்தில் ஆஸ்ரேலின் முகவர். அவர்களுடன் அவன் இரவு பகலாக கலந்து கொள்வதை அவன் பணி வேண்டுகிறது. நமக்கு அனுமதிக்கப்படாதவற்றைச் செய்யுமாறு அவன் அனுமதிக்கப்படுகிறான்."

“சரியானதைச் செய்திட உத்வேகம் அளிக்குமாறு அல்லாவைத் துதிப்போம்.”

“ஆமென்” என்றது ஸிங்காம்.

XVII

சுமைதூக்கி அப்துல்லாவின் நடவடிக்கைகள் அவனைச் சஞ்சலப்படுத்திய சம்பவம் ஒன்றினால் தடைப்படுத்தப்பட்டன. உலர் திராட்சை மற்றும் பருப்புகளின் கனத்த பாரத்துடன் அவன் காவல் துறை இயக்குநர் அத்னான் சௌமாவின் இல்லத்திற்குப் போய்க் கொண்டிருந்தான். மருந்து வியாபாரி இப்ராஹிம் அல்-அத்தரின் கொலை பற்றி எண்ணுவதை அவன் நிறுத்தி இருக்கவில்லை. அதில் எவ்வளவு புனித யுத்தம், எவ்வளவு ஆத்திரம் மற்றும் எவ்வளவு பழிவாங்கலுக்கான ஆசை? அல்லாவுக்கான பாதை தெள்ளத் தெளிவானது மற்றும் அதில் கோபமோ பெருமிதமோ சேர்ந்திருக்கலாகாது. இல்லாது போனால் ஒட்டுமொத்தக் கட்டுமானமே சரிந்து போகும்.

அத்னான் சௌமாவின் இல்லம் அரசாங்க இல்லத்திற்குக் குறைந்த தூரத்திலேயே தெருவில் இருந்தது. இருபுறங்களிலும் தனிப்பட்ட மாளிகைகளும் பெரிய விடுதிகளும் கொண்ட அது ஒரு கண்ணியமான தெருவாய் இருந்தது. ஒரு தோட்டத்தையும் அடிமைப் பெண்கள் விற்கப்பட்ட திறந்து வெளியையும்கூட அது கொண்டிருந்தது. அவ்வீட்டில் நுழைந்தபடி “உன் முறை சீக்கிரமே வந்து கொண்டிருக்கிறது, அத்னான்” என்று கூறிக் கொண்டான். அதன் பின் அவன் வெளியேற இருந்த போது இல்லத்தின் எஜமானரைப் பார்க்குமாறு அடிமை ஒருவனால் நிறுத்தப்பட்டான். வரவேற்பறைக்குச் சென்ற அவனது இருதயம் நடுங்கிக் கொண்டிருந்தது. சிறிய உருண்டை முகமும், குரூர குறுகிய விழிகளும் கொண்ட எஜமானர் தன் தாடியை வருடியபடி “எங்கிருந்து வருகிறாய்?” என்று கேட்டார்.

“எத்தியோப்பியா” என அடக்கத்துடன் பதிலளித்தான் அப்துல்லா.

“உனக்கு நல்ல மரியாதை உள்ளதென்றும் ஒரு தொழுகையைக் கூட நீ தவறவிடுவதில்லை என்றும் கேள்விப்பட்டிருக்கிறேன்.”

முதல்முறையாக ஆறுதலளிக்கும் மூச்சை இழுத்து “அல்லாவின் அன்பினாலும் அருளாலும்” என்றான்.

"எனவேதான் உன்னைத் தெரிவு செய்துள்ளேன்."

மூடுண்ட அறையில் வலுவான வாசனை போல் உணர்த்தப்பட்ட அர்த்தம் அவன் தலையில் சுற்றிவந்தது. அவர் காவல்துறை இயக்குநராக இருந்தபோது, இதே வார்த்தைகளை எவ்வளவு தடவைகள் பேசியிருந்தார் - உளவுப் பிரிவில் சேர்க்கப்படுவதை உணர்த்தியவாறு - அதிலிருந்து தப்பிவிட முயல்வது மரணதண்டனைக்கு ஒப்பானதாகும். எனவே அடிபணிவதைத் தவிர்த்து வேறுவழியில்லை என்பதை அவன் உணர்ந்து கொண்டிருக்க வேண்டும்.

"இவ்வகையில் சுல்தானுக்கும் மார்க்கத்திற்குமான சேவையில் கௌரவம் சேர்த்துக் கொள்கிறாய்" என்றார் அத்னான் சௌமா.

களிப்பும் பெருமிதமும் அடைவதாக அப்துல்லா பாவனை செய்தான். அவருக்கு உறுதிப்படுத்தும் விதமாக சமிக்ஞைகளை அவன் வெளிக்காட்டியதும் துரோகியை நாசத்திற்குள்ளாக்கி விடும் விஷயங்கள் குறித்து எச்சரிக்கையாய் இரு" என்றார்.

"அல்லாவின் நிலையில் உள்ளவர்களுக்குச் சேவை செய்வது எனக்குச் சந்தோஷமளிக்கிறது" என்று அவன் புதிரான வகையில் முணுமுணுத்தான்.

"உன் சேவை காரணமாக உனக்காக இல்லங்கள் திறந்திருக்கின்றன. தேவையானவை சில கட்டளைகளே. கமாஸா அல்-புல்டியின் காலத்திலிருந்து அவை ரகசிய ஆவணங்களில் பதியப்பட்டுள்ளன" என்றார் அத்னான்.

XVIII

தான் எடுத்து வந்திருந்த பாரத்தை விடவும் கனத்த சுமையுடன் அவன் அத்னான் சௌமாவின் இல்லத்தை விட்டுக் கிளம்பினான். ஃபாதில் சனானைச் சந்தித்ததும் தன் ரகசியத்தை வெளியிட்டான். நீண்ட நெடுநேரம் அது பற்றி யோசித்த ஃபாதில், "நீ இருவழி கொண்டவனாகி இருக்கிறாய்: ஒன்று எங்களுக்காகவும் இன்னொன்று எங்களுக்கு எதிராகவும்" என்றான்.

அப்துல்லா கவலையில் ஆழ்ந்தான்.

"இதனை நமக்கு ஆதாயமானதாக நீ கருதவில்லையா?" என்று ஃபாதில் அவனைக் கேட்டான்.

"வேலையில் நான் விசுவாசமான ஈடுபாடு காட்டவேண்டும் என்று கோரப்படுகிறது" என அப்துல்லா சோகத்துடன் குறிப்பிட்டான்.

ஃபாதில் தன் நிசப்த எண்ணங்களில் அடைக்கலம் புக, அப்துல்லா தொடர்ந்தான்,

"என்னைச் சந்தேகிப்பதால் என்னை வரவழைக்கிறாரோ என ஆச்சரியப்படுகிறேன்."

"அவர்கள் வன்முறையாளர்கள். அவர்களுக்கு சதிவேலைகள் தேவையில்லை" என்றான் ஃபாதில்.

"ஒத்துக் கொள்கிறேன். ஆனால் என் விசுவாசத்தை எவ்விதம் நான் நிரூபிப்பது?"

ஃபாதில் சிறிது நேரம் யோசித்துவிட்டுக் கூறினான், "நம்மில் சிலரை வெளிநாடுகளுக்கு அனுப்புமாறு சந்தர்ப்பங்கள் வந்து சேரும். அப்படியான ஒருவனை உனக்கு நான் சுட்டிக் காட்ட, நீ அதனை அவருக்கு எடுத்துச் சொல் - அவன் சரியான தருணத்தில் நழுவிப்போய்விடுவான் - சந்தர்ப்பவசத்தால் நிகழ்வது போல."

"சந்தோஷமானதொரு தீர்வு. ஆனால் திரும்பச் செய்யமுடியாத ஒன்று" என்று கண்கள் பிரகாசிக்க அப்துல்லா கூறினான்.

தனக்குள்ளே பேசியபடி ஃபாதில் குறிப்பிட்டான், "இது அவர்களை நிஜமாகவே ஒரு நெருக்கடியில் நிறுத்துவதாகும்."

"ஆக ஒருவாறு என்னைப் போலவே நீ சிந்தித்துக் கொண்டிருக்கிறாய்." அவனது ரகசியத் திட்டத்தைத் தொடர்ந்து நிறைவேற்ற முடியுமா என்று தன்னையே கேட்டுக் கொண்டான்.

திடீரென அவர்களின் முன்னே எதையும் கவனிக்காமல், சாஹ்லவல் வீதியைத் தாண்டிச் செல்வதைக் கண்ட அவனது எண்ணங்கள் சிதறிப்போயின. வழக்கம்போலவே அவனது இருதயம் இறுக்கம் கொள்ள ஃபாதிலை நச்சரித்தான்.

"இந்நபரைப் பற்றி உனக்கென்ன தெரியும்?"

"சாஹ்லவல் அரும்பொருள் வணிகர். அப்பாவின் நண்பர்களுள் ஒருவராக இருந்தவர். பழிசொல்ல முடியாதபடி இருக்கும் ஒரு வியாபாரியாக அவர் இருக்கக் கூடும்."

"இவரைப் பற்றி உனக்கு வேறென்ன தெரியும்?"

"எதுவுமில்லை."

"அவரைப் பற்றிய அறியமுடியாத தன்மை உன்னிடம் குறுகுறுப்பை உண்டாக்கவில்லையா?"

"அவரைப் பற்றிய அறியமுடியாத தன்மையா? அவர் எளிமையே உருவானவர். அடுத்தவர்களைப் பற்றி கவலைப்படாது துடிப்பாயும் விஷயமறிந்தவராகவும் இருப்பவர். அவரிடம் உனக்கு ஆச்சரியத்தை ஏற்படுத்துவது எது?"

சிறிது தயக்கத்திற்குப் பின் அவன் கூறினான், "என்னைச் சஞ்சலப்படுத்தும் ஊடுருவிச் செல்லும் பார்வை அவருக்கு உள்ளது."

"உன் சந்தேகங்களுக்கு ஆதாரம் இல்லை, ஊழல் மண்டிய ஆட்சிக்கு அவர் ஒரு சீலம் நிறைந்த விதிவிலக்கு."

ஃபாதில் சொன்னது சரிதான். மேலும் தன் சந்தேகங்கள் தவறாக நிரூபிக்கப்படும் என அப்துல்லா நம்பினான்.

XIX

புதிதாய் வரும் சீருடை அணியாதவர்கள் எல்லோருக்கும் நேர்வதுபோல தான் கண்காணிப்பில் நிறுத்தப்படுவோம் என்பதில் - தன் முந்தைய அனுபவத்தைக் கொண்டு - நிச்சயம் கொண்டிருந்தான். தன் பாதையிலிருந்து அத்னான் சௌமாவை அகற்றாத பட்சத்தில் எந்தவொரு புதுமுயற்சியையும் மேற்கொள்வது என்னும் பேச்சுக்கே இடமில்லை.

ஆகவே ரகசியச் சந்திப்புக்காக அத்னானின் இல்லத்திற்குள் நழுவிப்போன அவன் "விரைவில் நிறையக் கனிகள் உதிரும். அரண்மனை துரோகிகளால் நிறைந்துள்ளது. ஆனால் உங்களை அடிக்கடி வந்து பார்ப்பதைத் தவிர்ப்பது நல்லது என்றெண்ணுகிறேன்" என்று கூறினான்.

"உனக்காகத் தூதுவன் ஒருவனை நியமிக்கிறேன்" எனச் சந்தோஷத்துடன் அத்னான் சௌமா குறிப்பிட்டார்.

"சாதாரண விஷயங்களுக்கு அது போதுமானது. ஆனால் முக்கிய விஷயங்களைப் பொறுத்தமட்டில் உங்களிடம் மட்டுமே தொடர்பு வைத்துக் கொள்ள வேண்டும்."

"அதனைப் பிறகு செய்து கொள்வோம்."

“விரைந்து செய்யப்படுவதுதான் மேலான அன்பு” என்று பழமொழியை எடுத்துரைத்தான் அப்துல்லா.

“சமயங்களில் நான் அரண்மனைக்கு வெளியே தென்படுவதுண்டு. அது பொருத்தமான இடமென்று கருதுகிறேன்” என்று சிறிது யோசனைக்குப் பின் அத்னான் செளமா கூறினார்.

தான் நம்பியிருந்ததை விடவும் அவன் திட்டம் நன்றாகவே நிறைவேறியது.

XX

தோல் பதனீட்டாளர்களின் சந்திலுள்ள வீட்டில் வசித்து வரும் மணமுடிக்காத இளைஞனைப் பற்றிய அறிக்கையை ஃபாதில் சனானின் உதவியுடன் அவன் அனுப்பிவைத்தான். அவன் வசித்துக் கொண்டிருந்த பகுதியில் துருப்புகள் குவிந்தபோது பயணம் மேற்கொள்வதற்கு சில நிமிடங்கள் முன்பாகவே அவன் கிளம்பியிருந்தான் என்பது வெளிப்படையானது. “விளைவை உணராமல் அவனது சந்தேகத்தைத் தூண்டிவிட்டாய்” என்று சீற்றம் கொண்டிருந்த அத்னான் செளமா, அப்துல்லாவிடம் கூறினார்.

அவர் கற்பிதம் செய்திருப்பதை விடவும் தான் தந்திரசாலி என்று அப்துல்லா அவரைத் திடப்படுத்தினான். ஆனால் அத்னான், அவனிடம் சந்தோஷமின்றி அனுப்பிவிட்டார்.

XXI

கோட்டை மதில்களுக்கு வெளியே அத்னான் செளமாவின் சடலத்தைக் கண்டு ஆளுநரின் மாளிகை ஆடிப்போனது. அப்படியே அரண்மனையும் ஒட்டுமொத்த நகரமும். ஷாரியாரே ஆவேசமுற்றார். இருளில் தம் குகைகளிலிருந்து நகர்ந்து வெளிப்பட்ட முக்கியமான கண்களின் முன்னே மர்மமான பயங்கள் நிழலாடின. காவல்துறை இயக்குநர் ஏன் நகரின் மதில்களைத் தாண்டி ரகசியமாய் சென்றிருந்தார் என்பதைக் கண்டறிவதில் விசாரணை முனைந்திருந்ததை அப்துல்லா தன் தரப்புகளிலிருந்து அறிந்து கொண்டான். நகர ஆளுநர் யூசுஃப் அல்-தாஹிரின் இரு சகோதரிகளான குல்நார் மற்றும் ஜாஹ்ரியாரைச் சந்திக்கும் பொருட்டு தனிப்பட்ட இல்லம்

ஒன்றிற்குப் பலியானவர் சென்றதன் ரகசியத்தை முதலாவதாக அறிந்திருந்தவன் அப்துல்லாவே. அண்மையில் அரசாங்க சேவையில் அவன் சேர்ந்ததிலிருந்து மற்றும் யூசுஃப் அல்-தாஹிர் பொறுப்பேற்கும் முன்பாக, அவ்விரு பெண்களின் வாழ்க்கைப் போக்கை அவன் அறிந்திருந்தான். எனவேதான் காவல்துறை இயக்குநர் மாளிகைத் தோட்ட மண்டபத்திலே தன்னைச் சந்திக்குமாறு வரவழைத்துப் பின்னர் அனுப்பி வைத்தார். நகரத்திற்கு அவன் திரும்பவில்லை. எனினும் விடியலுக்கு முன்பே அவர் மாளிகையை விட்டுக் கிளம்பும்வரை இருளில் அவருக்காக் காத்திருந்து, உயிரை வாங்கும் அம்புடன் அவரைச் சந்தித்தான். இப்போது அவனது பாதுகாப்புணர்வு மறைந்து கொண்டிருந்தது. அத்னான் சௌமாவுக்கு நெருக்கமானவர்களில் பெண்களும் ஆண்களுமான சிலர் தனக்கும் அவருக்கும் இடையிலான ரகசியச் சந்திப்பை அறிந்திருப்பர் என்பது சாத்தியமானதென அவன் கருதினான்.

சற்றைக்கேனும் தப்பிப்போக அவன் தீர்மானித்தான். ஆகவே நகரை விட்டுக் கிளம்பி மீன்பிடிக்கும்போது அறிமுகமாயிருந்த, நிலத்தின் பச்சைப் பரப்பிற்கு அருகாமையில் ஆற்றின் பக்கமாக உள்ள திறந்த வெளியின் பின்னே போய் நின்று கொண்டான். - அவன் ஸிங்காமைச் சந்தித்திருந்தது அதே இடத்தில்தான். நெடிதுயர்ந்த ஈச்சமரத்தினடியில் அமர்ந்து சிந்தனையில் ஆழ்ந்தான். இரவு வந்தது. குளிருடன் நட்சத்திரங்கள் இதமாக மின்னின. நன்றாக அவன் திட்டமிட்டிருந்தானா அல்லது தன் திட்டத்தை நிறைவேற்றிடும் ஆர்வம் தன் நோக்கத்தைத் தடையேற்படுத்தி விட்டதா? என்று ஆச்சரியப்பட்டான். திரும்பவும் அவன் செயல்படுவதற்கான சந்தர்ப்பம் எப்போது, எப்படி அவனுக்குக் கிடைக்கும்? அவனது எதிரிகளை அவன் எப்படித் தவிர்ப்பது மற்றும் அவனது நண்பன் ஃபாதில் சனானுடன் எப்படித் தொடர்பு கொள்வது?

இரவின் நிசப்தத்திலே "ஓ... அப்துல்லா" என்ற குரலொன்று ஒலித்தது.

ஆற்றைநோக்கி குரல்வந்த திசையில் நோக்கிய அவன், "யாரது?" என்றான்.

பாதுகாப்பு, அமைதி மற்றும் சமாதான உணர்வைப் பரவவிட்ட குரலில் "இன்னும் நெருங்கிவா" என்றது.

சோர்வுடன் நடந்தபடி நட்சத்திர ஒளியின் கீழே ஆற்றின் இருண்ட மேல்பரப்பினைக் கண்ணுறும்வரை அதனை நெருங்கினான். ஒரு பாதி தண்ணீரிலும் இன்னொரு பாதி கரையோரமாகச் சாய்ந்து கொண்டுமிருந்த ஓர் ஆவி உருவத்தை அவன் பார்த்தான்.

"உனக்கு உதவி தேவையா?" என்று வினவினான்.

"உதவி தேவைப்படுவது உனக்குத்தான் அப்துல்லா."

"நீ யார்? என்னைப் பற்றி உனக்குத் தெரியுமா?" என்று அவன் சந்தேகத்துடன் கேட்டான்.

"நீ நிலத்தின் அப்துல்லாவாக இருப்பது போல, நான் கடலின் அப்துல்லா. தீவினையின் பிடி உன் கழுத்தைச் சுற்றி இறுகுகிறது."

"ஐயா, உங்களைத் தண்ணீரில் வைத்திருப்பது எது? நீங்கள் எந்தவிதமான ஜீவன்?"

"ஒருபோதும் முடிவுறாத தண்ணீர் சாம்ராஜ்யத்திலே நானொரு பக்தன் என்பது தவிர்த்து வேறொன்றுமில்லை."

"தண்ணீருக்குக் கீழே வாழ்வது ஒரு சாம்ராஜ்யம் என்கிறீர்களா?"

"ஆமாம். அதிலே பரிபூரணம் சாதிக்கப்பட்டிருக்கிறது. மேலும் எதிர்ப்புகள் மாயமாகி இருக்கின்றன. நிலத்தில் வாழ்வோரின் துயரம் தவிர்த்து வேறெதுவும் அதன் பரிசுத்தத்தை சஞ்சலப்படுத்துவதில்லை."

"நான் கேள்விப்படுபவை அசாதாரணமானவை. ஆனால் அல்லாவின் ஆற்றல் வரம்பில்லாதது" என ஆச்சரியத்துடன் அப்துல்லா குறிப்பிட்டான்.

"அதுபோலவே அவரது கருணையும். எனவே உன் ஆடைகளை அவிழ்த்து விட்டு தண்ணீரில் குதி."

"ஏன் ஐயா அப்படி? சில்லிடும் இரவில் என்னை ஏன் அப்படி செய்யச் சொல்கிறீர்கள்?"

"உன் கழுத்தை, உயிரைக் குடிக்கும் பிடி இறுக்குவதற்கு முன்பாக நான் சொல்லும்படி செய்."

தனது முடிவை அவன் மேற்கொள்ளட்டும் என்று ஆற்றின் நீருக்குள்ளே சட்டென்று குதித்திருந்தான் கடலின் அப்துல்லா.

விநோதமான ஒரு உத்வேகத்தினால் தூண்டப்பட்ட அவன், தன் ஆடைகளை அவிழ்த்துவிட்டு முழுதுமாக மறையும்

மட்டும் ஆற்றில் குதித்தான். அப்போது அக்குரல் "நிலத்திற்குப் பத்திரமாக திரும்பிவா" என்று கூறக்கேட்டான்.

தன் பாதங்களின் கீழே பூமியை உணரத் தொடங்கியதுமே, அவனது இருதயம் மாரெலும்புகளிடையே நிலைகொண்டு விட வானம், பூமி மற்றும் இரவை வேட்டையாடுபவர்களில் ஒருவனாகத் தன்னை உணர்ந்தான். ஒரு கதகதப்பு குறித்து பிரக்ஞையும் கொண்டிருந்தான். அப்போது அவனுக்குத் தூக்கம் வந்தது. அவன் ஆழ்ந்து அமைதியாயும் தூங்கினான். அவனைப் பார்த்துக் கொள்ள வேண்டும் என்பதற்காகவே நட்சத்திரங்கள் மின்னியது போலிருந்தது. விடிவதற்கு முன்பே அவன் எழுந்தான். ஒளியின் முதல் கிரணங்களால் தன் கண்ணாடியில் தன்னைப் பார்த்த அவன், இதற்கு முன் தனக்குத் தெரிந்திராத முகம் ஒன்றைத் தன் முன்னே கண்டான்.

"அல்லாவினால் ஆக்கப்பட்டவை போன்றுள்ள அதிசயமான விஷயங்கள் ஆசீர்வதிக்கப்பட்டவை!" என அவன் வியப்புற்றான்.

அது, கமாஸா அல்-புல்டியின் முகமோ அப்துல்லாவின் முகமோ இல்லை. அவன் கண்களின் பார்வை நட்சத்திர மொழியுடன் மின்னிட, தோள்கள் வரை படிந்த அடர்ந்த முடியும் அசைந்தாடும் கருந்தாடியும் தெளிந்த சருமத்துடன் கூடிய கோதுமை நிறத்திலான முகமாயிருந்தது. இதற்கு முன்னர் கமாஸா அல்-புல்டிக்கு நேர்த்திருந்தது போலவே அப்துல்லா மரணத்தால் பீடிக்கப்பட்டிருந்தான். ரஸ்மியாவும் ஹுஸ்னியாவும் அப்படியே. உம் சாத்தும் கூட. ஆனால் புதிய குரல்கள் உருக்கொண்டன. சூரிய உதயத்துடன் சாகசங்கள் வந்து சேர்ந்தன. மற்றும் ஆச்சரியமானவற்றை வெளிக்காட்டிய புதிய உலகமும்.

XXII

ஆற்றினுள் நீண்டு கிடந்த நிலத்தின் பச்சை நாவுக்கு அருகாமையிலுள்ள திறந்த வெளியில் அவன் வாழ்க்கை இனிதாயிருக்கக் கண்டான். தூய்மையான காற்று அவனுக்குச் சீரான தோழமையாய் இருக்க பேரீச்சை மரம் அவன் சகாவாய் இருந்தது. ஆற்றில் மீன் பிடித்தல் அவனுக்கு உணவு தந்தது. கேளிக்கை விளையாட்டின் பொருட்டும் இசைக்காகவும் வந்தவர்கள் அவனது அதிருப்தியைச் சம்பாதித்தாலும் அவனது

மன்னிப்பைப் பெற்றனர். சஞ்சலமற்றிருந்த அவனது இருதயம் கடலின் அப்துல்லாவுடன் உரையாடிக் கொண்டிருக்கக் கண்டான்.

ஆற்றைத் தாண்டியவர்கள் நகரின் செய்தியைக் கொண்டு வந்தனர். அவன் கேள்விப்பட்ட விஷயங்களிடையே ஆளுநர் யூசுஃப் அல்-தாஹிர் தன் அந்தரங்கச் செயலராக ஹுஸம் அல்-ஃபிகியையும் காவல்துறை இயக்குநராக பயோமி அல்-அர்மாலையும் நியமித்தது இடம் பெற்றது. பாதுகாப்புப் படைகள் நகரைக் கலக்கியடித்து சுமைதூக்கி அப்துல்லாவைத் தேடிக் கொண்டிருந்தன என்றும் தெரிந்து கொண்டான். அவனது நண்பர்களைச் சிறைப்பிடித்த அவர்கள் சுமைதூக்கி ரகப், ஃபாதில் சனான் மற்றும் அவன் மனைவி அக்ரமானை சிறைக்குள் தள்ளினர். இவ்வாறாக அவனது பாதுகாப்புணர்வு சட்டென்று முடிவுக்கு வந்துவிட அவனது இருதயம் பதற்றமடைந்தது. திரும்பவும் அவன் செயல்படுவதற்குத் தன்னை ஆயத்தப்படுத்தினான்.

XXIII

கொல்வதற்காக அல்லாமல் தான் நேசித்தவர்களுக்குப் பிணை நிற்பதற்காகவே அவன் சென்றான். பயமோ சந்தேகங்களோ குறித்து அவனுக்குப் பிரக்ஞை இல்லை. அறிவு விளக்கம் பற்றிய உணர்வு அவனது சஞ்சலத்தை விஞ்சி நின்றது. போலீஸ் தலைமையத்திலுள்ள பயோமி அல்-அர்மாலிடம் நேராகச் சென்ற அவன் நிதானத்துடன் கூறினான்: "அத்னான் சௌமாவை நானே கொன்றேன் என்பதை ஒப்புக் கொள்வதற்காக வந்திருக்கிறேன்."

காவல்துறை இயக்குநர் அவனை நெருக்கமாகப் பார்த்தார். "நீ யார்?" என்றார்.

"நிலத்துக்குரிய அப்துல்லா, மீனவன்."

அவனது தோற்றத்திலிருந்து அவனைப் பைத்தியம் என்று எடைபோட்ட இயக்குநர் அவன் ஆபத்தானவனாக இருக்கக்கூடும் என்று விலங்கிடுமாறு கட்டளை இட்டுவிட்டு, "அத்னான் சௌமாவை ஏன் கொலை செய்தாய்?" என்று கேட்டார்.

"தீயவர்களைக் கொல்லும் பொறுப்பு எனக்கு ஒப்படைக்கப் பட்டிருக்கிறது" என அவன் எளிதாகக் குறிப்பிட்டான்.

"யார் உனக்கு ஒப்படைத்தது?"

"நம்பிக்கை மிக்க பூதமாகிய ஸிங்காம். அதன் உத்வேகத்தால் கலீல் அல்-ஹமதானி, புடெய்ஸா முர்கான் மற்றும் மருந்து வாணிகர் இப்ராஹிம் அல்-அத்தரைக் கொன்றேன்."

"முன்னாள் காவல்துறை இயக்குநர் கமாஸா அல்-புல்டி தான் கலீல் அல்-ஹமதானியைக் கொன்றிருப்பதாக ஏற்கனவே ஒப்புக் கொண்டுள்ளாரே" என்று அவர் வேடிக்கை செய்தார்.

"உண்மையில் நான் தான் கமாஸா அல்-புல்டியாக இருந்தேன்."

"அவரது தலை அவர் வீட்டு வாசலில் தொங்குகிறது."

"என் கண்களால் நானே பார்த்துள்ளேன்."

"அந்தத் தலை உன்னுடையது என்று பிடிவாதம் செய்கிறாயே?"

"அதில் சந்தேகமே இல்லை. என் கதையை நீங்கள் கேட்கும் போது நம்புவீர்கள்."

"எப்போது, எப்படி இப்புதுத் தலையை உனக்குப் பொருத்திக் கொண்டாய்?"

"சாட்சியம் கூறுமாறு ஸிங்காமை அழைக்க அனுமதியுங்கள்."

"நீ எப்போதும் பைத்தியக்கார விடுதியில் அடைபட்டிருக்க வேண்டும்" என்று கர்ஜித்த அவர், அவனை நேராக பைத்தியங்களின் இல்லத்திற்கு அனுப்பக் கட்டளை இட்டார்.

அவன் இழுத்துச் செல்லப்படுகையில் "ஸிங்காம், உதவிசெய்! கடலுக்குரிய அப்துல்லாவே, என்னை மீட்க வா" என்று கூச்சலிட்டான்.

மற்றவர்களுடன் சேர்த்து, ஃபாதிலை விடுவிப்பதைத் தவிர வேறு வழியில்லை என்று ஆளுநர் உணரும் வரையிலும் அவன் நீண்ட நேரமாகச் சிறையில் சித்திரவதைப் படுத்தப்பட்டான். அதேசமயம், சுமை தூக்கி அப்துல்லாவின் இருப்பிடத்தைக் கண்டறியுமாறு அவர் உத்தரவிட்டார்.

நூர் அல்-தீன் மற்றும் துன்யாஜாத்

I

பால்க் மரங்களை நனைத்த நிலவொளி, மிருதுவான கோரோசனைப் பூக்களை ஒளிரச் செய்து, குவாம்காமையும் ஸிங்காமையும் திளைக்க வைத்தது. பிரிந்து செல்லும் குளிர்காலத்தின் சுவாசங்கள் வரவிருக்கும் வசந்தத்தின் சுவாசங்களுடன் சேர்ந்து கொண்டிருந்த இரவில், மிக உயர்ந்த மரத்தின் கிளைகளில் அவர்கள் தங்கி இருந்தனர்.

"விதியின் மகிழ்ச்சியின் கீழாக காலம் ஓடினால் எவ்வளவு நல்லது" என்றது குவாம்காம்.

"தெய்வீக வியாபகம் தங்கி இருக்கையில் அல்லாவைப் பிரார்த்தித்துப் போற்றும் பூக்களின் கிசுகிசுப்பு கேட்கிறது."

"இடம், காலம் போன்றவற்றின் ஆசீர்வாதங்களை அனுபவிக்கும் மனிதனிடம் இல்லாதிருப்பது எது?"

"சகோதரனே, அதுதான் என்னைத் திகைக்க வைக்கிறது. அவனுக்கு அறிவும் ஆன்மாவும் அருளப்பட்டிருக்கவில்லையா?"

காதுகளைத் தீட்டிக் கொண்ட குவாம்காம் கேட்டது: "ஆகாயத்தில் எச்சரிக்கும் அறிகுறி ஏதேனும் கிடையாதா?"

அந்நேரத்தில் ஆணும் பெண்ணுமான இரு பூதங்கள், வெட்கங்கெட்ட விதத்தில் போதையேறிய நிலையில், அருகிலுள்ள கிளையில் அமர்ந்தன.

"சக்ரபௌத் மற்றும் ஸர்மபஹா" என்று கிசுகிசுத்தது ஸிங்காம்.

"கடவுள் இல்லாத் தன்மையும் தீமையும்" என்று கிசுகிசுத்தது குவாம்காம்.

"அச்சமில்லாமல் நாங்கள் இருத்தலை அனுபவிக்கிறோம்" என்று விஷமத்துடன் சிரித்தபடி சக்ரபௌத் கூறியது.

"தம் இருதயங்களில் அல்லா இல்லாது வெறுமையாய் வைத்திருப்போருக்கு சந்தோஷம் என்பதில்லை" குவாம்காம் அதனிடம் கூச்சலிட்டது.

"நிஜமாகவா?" எனக் குத்தலாகக் குறிப்பிட்டது ஸர்மபஹா.

அதுவும் அதன் சகாவும் கலவி புரியத் தொடங்க, அவர்களது தழுவலிலிருந்து பொறி பறந்தது. குவாம்காம் மற்றும் ஸிங்காம் மறைந்துவிட சக்ரபௌத்தும் ஸர்மபஹாவும் வெற்றிக் கூச்சல் எழுப்பின. "என்னிடமிருந்து நீ விலகி இருந்து நெடுங்காலமாகிறது" என்று அவன் அவளிடம் கூறினான்.

"இந்தியாவிலுள்ள ஒரு கோயிலில் நான் ஒரு தந்திரம் பயின்று கொண்டிருந்தேன். நீ எங்கிருந்தாய்?"

"நான் மலைகளின் மேலே பயணம் செய்தேன்."

"நான் திரும்புகையில் என்னைத் திகைக்க வைத்த அழகு கொண்டிருந்த ஒரு யுவதியைப் பார்த்தேன் என்பதை ஒத்துக் கொள்ள வேண்டும்.." என்று மயக்கும் தன்மையில் ஸர்மபஹா கூறியது.

"வாசனைத்திரவியம் விற்கும் பகுதியில் நானும் ஒரு வசீகரமான இளைஞனைப் பார்த்தேன். மானிடரிடையே அவன் அழகுக்கு ஈடு கிடையாது."

"என் யுவதியை ஒருமுறை பார்த்து விட்டால் உன் இளைஞனின் சித்திரம் உன் ஞாபகத்திலிருந்து அழிந்து விடும்."

"அது ஒரு நியாயமற்ற மிகைப்படுத்தல்."

"உன் கண்களாலேயே வந்து பார்."

"உன் யுவதியை எங்கே பார்ப்பது?"

"சுல்தானின் அரண்மனையிலேயே..."

கண்ணிமைப் பொழுதில் அவர்கள் இருவரும் சுல்தான் அரண்மனையின் வரவேற்புப் பிரிவில் இருந்தனர். அபரிமிதமான அழகுடைய ஒரு பெண் தோன்றினாள். டமாஸ்கஸ் பட்டினால் ஆன இரவு உடையை உடுத்தும் பொருட்டு பொன்னிழைகளால் அலங்கரிக்கப்பட்ட மேலாடையை அவள் அவிழ்த்துக் கொண்டிருந்தாள்.

“சுல்தானின் மனைவி, செஹர்ஜாத்தின் சகோதரி துன்யாஜாத்” என்றது ஸர்மபஹா.

“உண்மையில் அவளின் அழகு வாழ்க்கையை விடவும் மிக உயர்ந்தது. பலவீனமான எந்தவொரு மனித உயிரும் இத்தகைய அழகைப் பெற்றிருக்கவில்லை.”

“நீ சொல்வது சரியே - சிறிது காலம் அது பிரகாசிக்கிறது. அப்புறம் காலம் அதை மங்கச்செய்து விடுகிறது.”

“எனவே இவற்றில் திருப்தியுறுவதில் சந்தோஷப்படுகிறாய்.”

“அவர்களுக்கு அறிவுள்ளது. ஆனால் முட்டாள்களின் வாழ்வை வாழ்கின்றனர்.”

“எவ்வளவு நித்தியமானவளாக அவள் தோற்றமளிக்கிறாள்.”

“உன் இளைஞனை விடவும் அவள் மிக அழகானவள் என்பதை இப்போது நீ ஒத்துக் கொள்கிறாயா?”

“எனக்குத் தெரியவில்லை. நீயே வந்து பார்” என்று சிறிது தயக்கத்திற்குப் பின் சக்ரபௌத் குறிப்பிட்டது.

கணப்பொழுதில் அவர்கள் இளமைக்கு உதாரணமான இளைஞனின் அங்காடியில் இருந்தனர். கடையிலிருந்து கிளம்பும் முன்பாக அவன் விளக்கை அணைத்துவிட்டு, கடையை மூடிக் கொண்டிருந்தான்.

“இவன் வாசனைத் திரவியம் விற்கும் நூர் அல்-தீன்.”

“இவனின் இளமையும் அசாதாரணமானது. உன் நண்பன் எங்கிருந்து வருகிறான்?”

“நீ பார்க்கிறபடி அவன் ஒரு வியாபாரி. அவன் எங்கிருந்து வந்தால் நமக்கென்ன?”

“எல்லா ஆண்களிலும் என் பெண்ணுக்கு மிகப் பொருத்தமானவன் அவனே. எல்லாப் பெண்களிலும் அவள் அவனுக்கு மிகப் பொருத்தமானவள்.”

“ஒரே நகரத்தில் வசிக்கும் அவர்கள் வானமும் பூமியும் போல பிரிந்து கிடக்கிறார்கள்.”

“உண்மையில் இது ஒரு முரண்சுவையே. இருப்பினும் நகைச்சுவை செய்வதாகக் குற்றஞ்சாட்டப்படுவது நாமே.”

"தரகர்கள் இப்பெண்ணுக்குப் போட்டியிடாமலிருப்பது எப்படி?"

"சீராகவே போட்டியிடுகின்றனர்! பலர் அவளை அடைய விரும்புகின்றனர், அவர்களில் நகர ஆளுநர் யூசுஃப் அல்-தாஹிர் மற்றும் லட்சாதிபதி கராம் அல்-அஸீல் ஆகியோர் அடங்குவர். ஆனால் சுல்தான் மனைவியின் தங்கைக்குத் தகுதியானவர் யார்?"

"ஸர்மபஹா, இவ்வுலகம் முட்டாள்தனத்தினால் கனத்துக் கிடக்கிறது."

"என்னிடம் ஒரு யோசனை இருக்கிறது" என ஸர்மபஹா உல்லாசமாகப் பீற்றிக் கொண்டது.

"அது என்ன?"

"சாத்தானுக்கு உரித்தான ஒரு யோசனை."

"என் ஆர்வத்தைத் தூண்டுகிறாய்."

"சிறிது வேடிக்கை செய்து பார்ப்போம். அவர்களை ஒன்று சேர்ப்போம்."

II

துன்யாஜாத்தின் கருவிழிகள் ஒளிர்ந்தன. சுல்தான் அரண்மனையில் திருமண விருந்து ஆடம்பரமான அதிசயமாயிருந்தது. வரவழைக்கப்பட்டிருந்தோரின் ஆபரணங்களை பிரகாசிக்கச் செய்த மெழுகுவர்த்திகள் மற்றும் லாந்தர்களின் வெளிச்சங்களால் அரண்மனை அலையடித்தது. மேலும் ஆண்-பெண் கலைஞர்களின் பாடல்களால் அதிர்ந்தது. திருமண இரவின் நகையை அன்பளிப்பாக அவளுக்கு அளித்து சுல்தான் ஷாரியாரே தன் ஆசீர்வாதத்தை வழங்கினார்.

"துன்யாஜாத், உன் இரவு ஆசீர்வதிக்கப்படுவதாக என்று அவளிடம் கூறினார்.

பொன், முத்துக்கள் மற்றும் மரகதங்களால் அலங்கரிக்கப்பட்ட உடையுடன் இரவின் முடிவிலே, படுக்கையறையில் அவள் காத்திருந்தாள். அவளது தாயும் சகோதரி செஹர்ஜாத்தும் பிரியாவிடை கொடுத்தனர். அவள் மட்டும் சிந்தனையில் ஆழ்ந்தவளாக, தன் காத்திருத்தல் மற்றும் துடிக்கும் இருதயத்தைப் பற்றி மட்டுமே அக்கறை மிக்கவளாக, படுக்கையறையில் காத்திருந்தாள். கதவு திறந்தது. டமாஸ்கஸ் ஆடைகள், இராக்கின்

தலைப்பாகை மற்றும் மொராக்கோவின் காலணிகளுடன் நூர் அல்-தீன் நுழைந்தான். முழுநிலவைப் போல் அவளை நெருங்கி அவள் முகத்திரையை விலக்கினான். அவள் முன் மண்டியிட்டு அவள் கால்களை தன் நெஞ்சில் தழுவிக் கொண்டான். “பிரியமானவளே, ஓர் ஆயுளின் இரவுக்காலம்” என்று பெருமூச்சுடன் குறிப்பிட்டான்.

மறைவான சந்தங்களால் நிறைந்திருந்த படுக்கையறையின் நிசப்தத்தில் அவளது ஆடைகளை ஒவ்வொன்றாக அவன் அவிழ்க்கத் தொடங்கினான்.

III

துன்யாஜாத் தன் கண்களைத் திறந்தாள். திரைச்சீலை ஒளியை ஊடுருவச் செய்து கொண்டிருந்தது. தான் அருந்தியிருந்த மாய ஊற்றின் ஞாபகங்களில் தான் ஆழ்ந்து போயிருந்ததை அவள் கண்டுகொண்டாள். அவளது இதழ்கள் முத்தங்களால் ஈரமாயிருந்தன. அவளது காதுகள் மிக இனிய வார்த்தைகளால் போதை ஏறியிருந்தன. அவளது கற்பனை பெருமூச்சுகளின் கதகதப்பால் நிறைந்திருந்தது. தழுவப்படுதலின் உணர்வு அவளது உடலைவிட்டு நீங்கியிருக்கவில்லை. அதுபோலவே மென்மையும். காலைப் பொழுதாய் இருந்தது, ஆனால்... பிரக்ஞையின் கடுங்காற்று அவள் மீது வேகமாய் அடித்தது. மணமகன் எங்கிருந்தான்? அவன் பெயர் என்ன? திருமணச் சடங்குகள் எப்போது முடிவுற்றிருந்தன? அவளுக்கு நிச்சயம் செய்யப்படவில்லை, மணமுடிக்கப்படவில்லை, அரண்மனையில் விருந்தேதும் நிகழவில்லை. தூக்குமேடைக்கு ஒருவன் இட்டுச் செல்லப்படுவது போல அவளது கனவிலிருந்து அவள் அபகரிக்கப்பட்டுக் கொண்டிருந்தாள். நிஜமாகவே அது கனவு தானா? ஆனால் கனவுகளின் தன்மை மறைந்து மாயமாவது - திடமாக நிலைகொண்டு, ஸ்பரிசிக்கவும் உணரவும் கூடியதாக பருப்பொருளாவதில்லை. அந்த அறை அவனது மூச்சுக் காற்றால் இன்னும் வாசனை கொண்டிருந்தது. அவள் தரையில் குதித்தாள். தான் நிர்வாணமாயிருந்ததையும் தனது தூய்மை மாசுபடுத்தப்பட்டிருந்ததையும் அவள் கண்டு கொண்டாள். பயங்கரமான வகையில் ஊடுருவும் நடுக்கம் அவளைத் தாக்கியது.

“இது பைத்தியக்காரத்தனம்” என விரக்தியுடன் சொன்னாள்.

“திகைப்புடன் சுற்றுமுற்றும் நோக்கிய அவள், “இது நாசம்” என்று திரும்பவும் சொன்னாள். பின்தொடரும் விலங்கென பைத்தியநிலை ஊடாடியது.

IV

வாசனைத் திரவியப் பகுதியிலுள்ள தன் கடைக்கு மேலுள்ள வீட்டின் படுக்கையறையைப் பார்த்ததும் ஆத்திரமும் கலவரமும் கொண்டவனாக நூர் அல்-தீன் விழித்தெழுந்தான். அது கனவாக இருந்திருக்குமோ? ஆனால் யதார்த்தத்தின் ஆற்றலும் பாரமும் கொண்ட அது எத்தகைய அசாதாரணக் கனவு. இங்கே அழகே உருவான மணமகள் - மறந்திடவோ அவன் இருதயத்திலிருந்து அழித்திடவோ இயலாத ஒரு நிஜம். அவனது உடைகள் எப்போது எப்படி அவிழ்க்கப்பட்டிருந்தன? தன் வாசனைகளில் ஈடு இணைகொண்டிராத ஒருமணத்தை அவன் இன்னும் நுகர்ந்து கொண்டிருந்தான். திரைச்சீலைகள், மெத்தைகள், அற்புதமான படுக்கை என வசதியாக இருந்த படுக்கை அறையை அவனால் இன்னும் காண முடிந்தது.

“என்னைப் போன்ற விசுவாசமான நம்பிக்கையாளனிடம் வேடிக்கை செய்வதில் என்ன அர்த்தம் இருக்கும்?”

அவன் யதார்த்தத்தினால் மட்டுமல்லாமல் காதலினாலும் வதைக்கப்பட்டான்.

V

ஸர்மபஹா சிரித்துவிட்டு சக்ரபௌளத்தைக் கேட்டது, “நம்பிக்கையற்ற இக்காதல் பற்றிய உனது அபிப்பிராயம் என்ன?”

“உண்மையாகவே தனிச்சிறப்பான வேடிக்கை.”

“மானுடம் இதுபோன்றதை ஒருபோதும் கண்டிருக்காது.”

“அவசியமில்லை. மாயங்களைப் புனைந்து கொள்வதில் அவர்கள் முனைப்பாய் உள்ளனர்” என்றது சக்ரபௌளத்.

“எப்படி?”

“தம்மிடம் அறிவாற்றல், கவிதைத்திறன், திறமை உள்ளது எனக் கற்பிதம் செய்வோர் எத்தனையோ பேர் இருக்கின்றனர்.”

"எத்தகைய முட்டாள்கள் அவர்கள்" என்று கூறிவிட்டு, அது சிரித்தது.

"நம்மைவிடவும் அவர்களுக்கு ஏன் முன்னுரிமை தரப்பட வேண்டும் என்று நான் ஆச்சரியப்படுகிறேன்."

VI

தன் ரகசியம் தன்னால் தாங்கிக் கொள்ள முடியாத கடினமான ஒன்று என்பதை துன்யாஜாத் உணர்ந்து கொண்டாள். ஷாரியார் நீதி பரிபாலன மன்றத்திற்கு விரைந்து சென்ற பிறகு, அவரின் அரண்மனைக்கு வேகமாகப் போனாள். செஹர்ஜாத் அவளைப் பார்த்ததுமே "என்ன பிரச்சினை?" என்று வினவினாள்.

சுல்தானாவின் காலடியில் இருந்த திண்டில் அமர்ந்து கொண்ட அவள், தன் விழிகளை உதவிகோரி உயர்த்தினாள். கேவல்களுடன் "அது சுகவீனமாகவோ, மரணமாகவோ இருந்திருக்க வேண்டும் என்று விரும்புகிறேன்" என்றாள்.

"நான் அல்லாவிடம் புகலிடம் கொண்டுள்ளேன். இப்படிக் கூறாதே. நேற்று நாம் பிரிந்தோம், நீ நன்றாக இருந்தாய்."

"அப்புறம் அறிவுள்ளோர் உலகில் நிகழாத ஒன்று நிகழ்ந்தது."

"என்னவென்று சொல், என் மனநிம்மதியைக் குலைத்திருக்கிறாய்."

தன் கண்களைத் தாழ்த்திக் கொண்டு கற்பிதமான திருமணத்தில் தொடங்கி நிஜமான உதிரத்தில் முடிவுற்ற கதையை அவளுக்கு எடுத்துரைத்தாள். சந்தேகத்துடனும் பதற்றத்துடனும் அக்கதையைக் கேட்ட செஹர்ஜாத் பின்னர் ஊக்கமளிக்கும் விதத்தில் கூறினாள்: "உன் சகோதரியிடமிருந்து எதையும் மறைக்காதே."

"என் கதையில் ஒரு வார்த்தையைக் கூட நான் கூட்டவுமில்லை, குறைக்கவுமில்லை என்று பிரபஞ்ச கர்த்தாவின் பெயரால் சத்தியம் செய்கிறேன்."

"அரண்மனையைச் சேர்ந்த நபர்களில் உள்ள ஒரு கயவனாக அவன் இருப்பானா?" என செஹர்ஜாத் வினவினாள்.

"இல்லை, இல்லை, அவனை நான் பார்க்கவே இல்லை."

"உன் கதையை அறிவுள்ள யார்தான் ஒத்துக் கொள்வார்கள்?"

"அதனையே எனக்குக் கூறிக் கொள்கிறேன். உனது ஆச்சரியகரமான கதைகளுள் ஒன்றைப் போன்றது அது."

"துன்யாஜாத், என் கதைகள் இன்னொரு உலகிலிருந்து வருபவை."

"உன் மர்ம உலகின் உண்மைக்கு நான் கைதியாகி இருக்கிறேன். ஆனால் அதற்குப் பலியாளாக இருக்க விரும்பவில்லை."

"சீக்கிரமே உண்மையைக் கண்டுபிடித்து விடுவேன். ஆனால் அதற்குள் அந்த அவமானம் நம்மைப் பீடித்துக் கொள்ளுமே என்று கலவரப்படுகிறேன்" என்று வேதனையுடன் செஹர்ஜாத் கூறினாள்.

"பயத்துடனும் கவலையுடனும் என்னைக் கொல்வது அதுவே."

"உன் கதையைச் சுல்தான் அறியவந்தால், திரும்பவும் அவருக்குச் சந்தேகங்கள் உண்டாகும். நம் பாலினரைத் தரக்குறைவாக எண்ணுவார். என்னைத் தூக்கிலிட அனுப்பி வைக்கக்கூடும். மேலும் தன் முந்தைய நடவடிக்கைக்குத் திரும்பி விடுவார்."

"என் காரணமாக உனக்குத் தீங்கு ஏதேனும் நிகழ்வதை அல்லா தடுக்கட்டும்" என்றாள் துன்யாஜாத்.

சிறிது நேரம் யோசித்துவிட்டு செஹர்ஜாத் கூறினாள்: "சுல்தானோ, தந்தையோ அறியாதபடிக்கு நம் கதையை ரகசியமாக வைத்திருப்போம். செய்யக் கூடியதை அம்மாவுடன் சேர்ந்து ஏற்பாடு செய்து விடுகிறேன். ஆனால் நீ உடல் நலமில்லை என்று கூறி நம் வீட்டுக்குத் திரும்பிவிட வேண்டும்."

"நான் எவ்வளவு மோசமாக இருக்கிறேன்" என்று துன்யாஜாத் முணுமுணுத்தாள்.

VII

தன்னை வந்து பார்க்குமாறு நூர் அல்-தீன், தன் தாய் கலீலா அல்-துமுரைக் கேட்டுக் கொண்டான். குரான் செய்யுட்களை நிசப்தமாக ஓதிக் கொண்டு வயதானவள் வந்தாள். உருக்குலைந்த அவளது முகம் பழைய அழகின் தடயங்களைக் கொண்டிருந்தது. குரசானிலிருந்து தருவிக்கப்பட்ட இருக்கையில் அவளை அமரச் செய்து விட்டு, "நான் தூங்கியபோது அந்நியர்கள் யாரேனும் வருகை புரிந்தனரா?" என்று வினவினான்.

"யாரும் கதவைத் தட்டவில்லை."

"என் அறையிலிருந்து எந்தக் குரலும் கேட்கவில்லையா?"

"இல்லை. நான் தூங்கினாலும் என் புலன்கள் தூங்குவதில்லை. மெலிதான சப்தங்கள் கூட என்னை உசுப்பி விடுகின்றன. இத்தகைய கேள்விகளை ஏன் கேட்கிறாய்?"

"மற்ற கனவுகளைப் போல் இல்லாவிட்டாலும் அது ஒரு கனவாக இருந்திருக்கக் கூடும்."

"நீ என்ன பார்த்தாய் மகனே?"

"அழகான பெண்ணின் இருப்பிலே என்னையே பார்த்தேன்."

"காணப்படாததிலிருந்து வரும் திருமண அழைப்பு அது" என்றாள் கலீலா.

"அது உணரப்பட்ட, அறியப்பட்ட யதார்த்தமாயிருந்தது. அதை எவ்விதம் சந்தேகிப்பது என்றெனக்குத் தெரியவில்லை. ஆனால் என்னால் நம்பவும் இயலவில்லை" என்று அவன் குறிப்பிட்டான்.

வயதானவள் எளிதாகக் கூறினாள்: "நீ கவலைப்படாதே, மணமுடித்துக் கொள்."

"கனவில் மறைந்து மாயமாகிற நிஜத்தை எப்போதேனும் கேள்விப்பட்டிருக்கிறாயா?"

"அல்லா சர்வவல்லமை மிக்கவர். ஒரு மணிநேரம் கழிவதற்குள் எல்லாவற்றையும் மறந்து போவாய்."

பெருமூச்சுடன் அவன் "ஆம்" என்றான்.

தான் பொய் சொல்கிறோம் என்பதை அறிவான். தன் இருதயம் நிஜமான காதலுடன் துடித்துக் கொண்டிருந்தது. தன் காதலி குருதியும் சதையுமானவள். அழித்திட முடியாத மனப்பதிவு கொண்டுள்ள அவளை மறந்திட இயலாது என்பதை அவன் மறந்து போக மாட்டான்.

VIII

நூர் அல்-தீன் தன் கடையைத் திறந்து புதிய முகத்துடன் மக்களைப் பார்த்தான். சிறுவயது முதலே தன் பரிசுத்த பார்வைகளுக்காவும்

துடிப்பான மனதிற்காகவும் நன்கறியப்பட்டவன். ஆனால் அந்த வசந்தகாலக் காலை வேளையில் அவன் கவனம் விலகியவனாகவும் குழம்பியவனாகவும் இருந்தான். அவனின் தோற்றத்தைப் பார்த்து சந்தோஷப்படும் வழக்கமுடையவர்கள், அவனை மாற்றி அவனது மனதை ஆக்கிரமித்துக் கொண்டது என்ன என்று வியப்புற்றனர். தன் நாசகரமான பாதிப்பில் நிஜத்தை விஞ்சியதான அசாதாரண கனவு குறித்து அவனும் சதா வியப்புற்றுக் கொண்டிருந்தான். தன் நண்பன் ஃபாதில் சனானின் சகோதரி ஹுஸ்னியாவை மணந்து கொள்ள வேண்டும் என்னும் பழைய ஆசையால் மணம் முடிக்காதபடியே இருபது வயதினை எட்டியிருந்தான். இதற்கு முன்னர் தன் வரம்புக்குட்பட்ட வருவாய் காரணமாகவும் அவளது தந்தையின் மிகுந்த சொத்து காரணமாகவும் அவன் தயங்கி இருந்தான். அதன் பிறகு, பூதத்துடன் கலந்து விட்டதான வாழ்வைக் கொண்டுள்ளவரின் மகளை மணமுடிப்பதற்கு தனது தாய் ஆட்சேபித்ததால் அவன் தயங்கி இருந்தான்.

“இதுபோன்ற புதிர்கள் பற்றி நமக்கு எதுவும் தெரியாததால் தீமையிலிருந்து விலகி நில்” என்று கூறியிருந்தாள் அக்கிழவி.

ஹுஸ்னியாவைக் காலத்திடம் விட்டு விட்டு அவன் ஃபாதிலிடம் நட்பை நீடித்திருந்தான். ஆனால் இப்போது ஹுஸ்னியா எங்கிருந்தாள்? உலகமும் அதிலுள்ள ஒவ்வொன்றும் கூட எங்கே இருந்தன?

விசாலாமான படுக்கை அறை. தனது படுக்கை அறையைவிடவும் பெரிதான மற்றும் பளிச்சிடும் அதன் படிமம் தவிர்த்து எதுவும் இருக்கவில்லை. அவன் யதார்த்தத்தின் தரிசனத்தைக் கண்டிருந்தான். நிஜமாகக் காதலித்திருந்தான். எந்தவொரு நிஜமான காதலும் பலவீனமானதும் தொய்மையானதுமாக ஆகிவிடும் விதத்தில், அவன் இப்போது காதலித்துக் கொண்டிருந்தான். அவளைப் பிரிந்திருப்பதால் நீடித்த வேதனையும் தனிமையும் சோகமும் கொண்ட வாழ்வின் வசீகரத்தால் அவன் வேதனைப்பட்டுக் கொண்டிருந்தான். அது அவனது நாசித் துவாரங்களில் தங்கியிருந்தது. அவள் கிசுகிசுத்த வார்த்தைகளைப் பொறுத்தவரை அவனது ஒவ்வொரு சுவாசத்திலும் அவை திரும்பத் திரும்ப ஒலித்தன.

ஷேக் அப்துல்லா அல்-பால்கியின் அரவணைப்பில் வாசிக்கவும் எழுதவும் மற்றும் மதத்தின் அடிப்படைகளையும் கற்றுக்

கொண்ட தன் இளமைக் காலத்தை அவன் நினைவு கூர்ந்தான். போதும் என்ற நிலையில் ஷேக்கிடமிருந்து விடைபெற இருந்தபோது, "எவ்வளவு சிறப்பான வகையில் நீ காதலுக்கு பொருத்தமானவனாக இருக்கிறாய்..." என்றார் ஷேக்.

ஷேக் தன்னுடன் தங்குமாறு வேண்டுகிறார் என்பதைப் புரிந்து கொண்டு, "என் அப்பாவுக்கு உடல் நலமின்மையால் கடையைப் பார்த்துக் கொள்ள வேண்டும்" என்றான்.

"வேலை செய்யாத யாரையும் என் சீடர் குழுவில் நான் ஏற்றுக் கொள்வதில்லை."

"வழிபாடும் பக்தியும் எனக்குப் போதுமானவையாக இருக்கட்டும்."

இது குறித்து அவன் தன் எண்ண ஓட்டங்களை வைத்துக் கொள்ளத் தவறவில்லை. நேரான பாதையிலிருந்து விலகிச் செல்லவில்லை. இப்போது அவன் ஷேக்கின் தன்னெழுச்சியான வார்த்தைகளை ஞாபகப்படுத்திக் கொண்டான்: "எவ்வளவு சிறப்பான வகையில் நீ காதலுக்குப் பொருத்தமானவனாக இருக்கிறாய்". ஆலோசனை கேட்பதற்காக அவன் ஷேக்கிடம் போக வேண்டுமா? ஆனால், ரகசியம் தன் நெஞ்சத்திலே இருப்பதுதான் பொருத்தமானது என்பதை ஒத்துக் கொண்டான்.

பர்தா அணிந்த பெண்களின் நீரோடையை தன் கண்களால் பின் தொடர்ந்தான். தன் காதலி அவர்களுள் ஒருத்தியாக இருக்கக் கூடுமா? எங்கேனும் ஓரிடத்தில் அவளைக் கண்டாக வேண்டும். அது பற்றி அவனுக்குச் சந்தேகமில்லை. எங்கேனும் ஓரிடத்தில் கிடைப்பாள். வேறெந்தக் காலத்திலும் இல்லாமல் இப்போதே. பிரியமானவளைச் சந்தித்த பிற்பாடு விசித்திரமாக அலைந்து திரிவதுபோல, நமது அபிலாஷைகள் திரியக் கூடும். இக்கனவின் அற்புதத்தை நிகழ்த்திக் காட்டி இருந்தவரே, வேறொரு கனவின் வாயிலாக அதன் விளக்கத்தையும் நிறைவேற்றத்தையும் அளிக்கக்கூடும். இத்தகைய கனவு, ஒருபோதும் இருந்திராததைப்போல் லகுவாக மறைந்துபோவது சாத்தியமாக இல்லை. மிக வலுவான அபிலாஷைகள், இன்னோசையோ காரணமோ இல்லாது பற்றி எரிவது சாத்தியமாக இல்லை. காதலன் தன் இலக்கினை அடைந்தாக வேண்டும். பகுத்தறிவு நீதியிலோ, விசித்திர வழியிலோ, எப்படியும் அதனை அடைந்தாக வேண்டும். ஆனால் வழிகாட்டி இல்லாமல் தேடுபவன் எப்படி திகைத்து விடுகிறான்!

IX

தன் விசாலமான வீட்டுக்கு துன்யாஜாத் திரும்பியிருந்தது குறித்து அமைச்சர் டாண்டன் மகிழ்ச்சியாக இருந்தார். வருத்தமுற்றது அவள் தாய் மட்டுமே - துன்யாஜாத்துடன் சேர்ந்து - ரகசியத்துடன் சேர்ந்து வாழ்வதான வேதனை.

"துன்யாஜாத், நீ செய்தது தவறு" என்று வேதனையிலும் கோபத்திலும் தன் மகளிடம் அவள் கூறினாள்.

"உலகங்களின் கர்த்தா விருப்பப்படி நடக்கட்டும் என்று விட்டு விடுகிறேன்" என்று அழுதபடியே துன்யாஜாத் கூறினாள்.

"விளைவு நல்லதாக இருக்காது."

"உலகங்களின் கர்த்தா விருப்பப்படி நடக்கட்டும் என்று விட்டு விடுகிறேன்" என அவள் அடக்கத்துடன் திரும்பவும் கூறினாள்.

மகளின் நிலை தெளிவானதும், அவள் அல்லாவின் மன்னிப்பைக் கோரியபடியே மகளுக்குக் கருக்கலைப்பு செய்ய ஏற்பாடுகள் மேற்கொண்டாள்.

"நாம் பேரழிவைத் தள்ளிப் போடுகிறோம். ஆனால் ஒரு மணமகன் வந்து நின்றால் என்னாவது?"

"மணமுடிக்க எனக்கு ஆசையில்லை" என்றாள் துன்யாஜாத்.

"பொருத்தமான ஒருவர் கிடைத்துவிட்டால், உன் அப்பாவிடம் நாம் என்ன பதில் சொல்ல முடியும்?"

"உலகங்களின் கர்த்தா விருப்பப்படி நடக்கட்டும் என்று விட்டுவிடுகிறேன்."

"தனிமையில் இருக்கையில் தன்னைச் சூழ்ந்திருந்த அபாயங்களை மறந்துவிட்டு, பிரிந்துபோன காதலனை மட்டுமே நினைவு கூர்ந்தாள். அவ்வாறு அவள் இருந்தபோது மரணம் கூட ஒரு பொருட்டாக இல்லை. அவமானத்தையும் அவள் பொருட்படுத்தவில்லை, 'என் காதலனே, எங்கே இருக்கிறாய்? என்னை எவ்விதம் கண்டறிந்தாய்? உன் ரகசியம் என்ன? உன்னை என்னிடம் இருந்து விலக்கி வைத்திருப்பது எது? உன் அழகு என்னைச் சிறைப்படுத்தியுள்ளது போல, என் அழகு உன்னைச் சிறைப்படுத்தியிருக்கவில்லையா? என் ஆன்மாவில் கனலும் நெருப்பு உன்னை வாட்டி வதைக்கவில்லையா? என் சித்திரவதை கண்டு நீ இரக்கப்படவில்லையா? என் காதலையும்

ஏக்கத்தையும் நீ இழந்ததாக எண்ணவில்லையா?' என்று வேதனையுடன் தன்னைக் கேட்டுக்கொள்ள மட்டுமே செய்தாள்.

X

சம்பவங்களின் போக்கில் தடையொன்று எழ, மக்களின் இருதயங்கள் பாதிப்புக்குள்ளாயின. துறைமுகங்களில் ஒன்றின் மீது பைஸாண்டிய மன்னரின் தாக்குதல் இருப்பதையும் படையெடுப்போரை விரட்டி அடித்திடும் புனிதப்போருக்காக படைகள் விழிப்புணர்வுடன் இருக்க வேண்டும் என்பதையும் அறிவித்தபடி, முரசறைவோன் தன் கோவேறு கழுதையில் கடந்து போயிருந்தான். பதட்டம் பரவ மசூதிகளில் தொழுகை செய்வோர் திரண்டனர். சுல்தான் ஷாரியார் வெற்றி பெறுவதற்காகத் தொழுகைகள் நடத்தப்பட்டன. மாலையில் எமீர்களின் சிற்றுண்டிவிடுதியில் மேல்மட்டத்தினரும் அடி மட்டத்தினரும் கூடினர். ஒரு பெஞ்சில் இப்ராஹிம் அல்-அத்தரின் மகனான ஹாஸன் அல்-அத்தர், ஃபாதில் சனான் மற்றும் நூர் அல்-தீன் ஆகியோர் அமர்ந்திருந்தனர். யுத்தம் தவிர்த்து வேறு பேச்சே இல்லை. "எதிரியின் தாக்குதலை நீங்கள் பார்த்திருக்கவில்லை. நகரங்களையும் அவற்றின் மக்களையும் அடித்துச் சென்ற அழிவின் புயல் அது" என்று குறிப்பிட்டார் டாக்டர் அப்துல் காதிர் அல்-மஹீனி.

"கடவுளின் படையை வெல்லமுடியாது" என்றார் துணிமணி வியாபாரியான கலீல் அல்-பாஸஸ்.

"கடவுளிடமும் உள்ளார்ந்த காரணங்கள் இருக்கும்."

"சிந்துபாத்தின் கப்பல் கைப்பற்றப்படலாம்" என்றார் சுமைதூக்கி ரகப்.

அதற்கு நாவிதன் உகரின் மகன் அலாவுதீன் "நீ உன்னையும் உன் நண்பனையும் பற்றியுமே எண்ணுகிறாய்" என்றான்.

அப்போது நாவிதன் உகர் குறிப்பிட்டான்: "எனக்கொரு அசாதாரண கனவு வந்தது."

அவன் உண்மை பேசுவான் என யாரும் நம்பாததாலும் மற்றவர் விவகாரங்களில் தன்னை ஈடுபடுத்திக் கொள்வதை அவன் விரும்புபவன் என்பதை அவர்கள் அறிந்ததாலும் அவனது கனவு பற்றி யாரும் வினவவில்லை.

ஒரு கனவு பற்றிக் குறிப்பிடப்பட்டதும் நூர் அல்-தீன் நடுங்கினான். “மனிதரின் வாழ்க்கையில் கனவுகளை விடவும் குறிப்பிடத்தக்கது வேறெதுவுமில்லை” என்று அவன் தன் நண்பர்கள் ஹாஸனிடமும் ஃபாதிலிடமும் கூறினான். தன் இறுதி வார்த்தைகளைப் பற்றி ஒரு குரல் கருத்துரைக்கக் கேட்டான்: “மகனே, நீ கூறியிருப்பது சரிதான்.”

அருகிலுள்ள மேடையை நோக்கிய அவன், அரும்பொருள் வணிகரான சாஹ்லவல் புன்னகையுடன் தன்னைப் பார்க்கக் கண்டான்.

“ஐயா, நீங்கள் புத்திசாலி, மேலும் அனுபவசாலி.”

“கனவுகளின் எஜமானனாக இருப்பவன் நாளைய எஜமானன்” என்றார் சாஹ்லவல்.

உரையாடலில் தன் முழு இருதயத்தையும் அவர் ஈடுபடுத்தினார். ஆனால் நண்பன் சுமைதூக்கி அப்துல்லா என்ன கூறியிருந்தான் என்பதை ஞாபகப்படுத்திக் கொண்ட ஃபாதில், அவனது காதில் கிசுகிசுத்தான்: “அவருடன் பேசுவதை நிறுத்து.”

“ஆனால் அவர் அனுபவம் மிக்கவர் இல்லையா?” என்று நூர் அல்-தீன் வினவினான்.

“அவரும் கனவென அறியமுடியாதவர்” என்று ஃபாதில் சனான் கிசுகிசுத்தான். மேலும், “எனது அபிப்பிராயத்தில், சுல்தானின் படை வெற்றி பெறும். ஆனால் கருவூலத்தின் சிதைபாடுகளிலே ஆந்தை அலறும்” என்று டாக்டர் அப்துல் காதிர் அல்-மஹீனி கூறுவதைக் கேட்டான்.

XI

தன்னுடைய ஏக்கம் எப்போது முடிவுக்கு வருமென்று நூர் அல்-தீன் பெருமூச்செறிந்தான். அவனது இருதயம் அழுத்தப்பட்டிருந்தது. சில சமயங்களில் பகலிலும் இன்னும் சில சமயங்களில் இரவிலும். பெண்கள் தமக்குப் பிடித்தமான சந்தைகளில் ஒன்று கூடுகிற இடங்களுக்குக் குறிப்பாக, ஈர்க்கப்பட்டு, வீதிகளில் திரிந்தான். மரப்பாலத்தின் பின்னே துன்யாஜாத் நின்று கொண்டிருந்த அமைச்சர் டாண்டனின் இல்லத்தை அவன் ஒருமுறைக்கு மேலாக கடந்து போனான். ஆனால் அவனோ, அவளோ பார்த்துக் கொள்ளவில்லை.

தனிவிதமான இவ்வனுபவம் நம்பிக்கைப் பிராந்தியத்திற்குத் தொலைதூரத்தில் தங்கிவிட்ட அதர்க்க நிகழ்வாக அவனுக்குத் தோன்றியது. அல்லாவின் கருணை, விரும்பிய வேளையில் தரிசனம் தருகிற அசாதாரண உண்மையாக, சிலவேளைகளில் அவனிடத்தே கிசுகிசுக்கும். இன்னொரு சந்தர்ப்பத்தில் இரவின் முடிவிலே, நெருங்கி வருகிற ஆவியைக் கண்டான். வாசலுக்கு மேலேயுள்ள வெளிச்சத்தில் அதனைப் பார்க்க முடிந்தபோது, அது ஒரு குள்ளனின் முகமாக, லட்சாதிபதி கராம் அல்-அஸீதின் முகமாக இருந்தது. இத்தகைய வேளையிலே அவனது பிரம்மாண்டமான இல்லத்திலிருந்து அவனை வெளிவரச் செய்திருந்தது எது? அவனை விழிக்க வைத்துக் கொண்டிருந்தது எது? அவன் தேடிக் கொண்டிருந்தது எது? தானே ஆகியிருந்தது போல அந்நபர் ஏதோ கனவொன்றிடம் சிறைப்பட்டிருந்தாரா மற்றும் அவரைச் சிறைப்பட வைத்தது யாரென்று கண்டறிவதில் அவரது செல்வம் உதவக் கூடுமா என்று அவன் வியப்புற்றான். சரியான காரணம் இல்லாமல் வெளிப்பிரதேசத்தில் அவரைக் கண்டதால் அவனது இருதயம் சுருங்கியது.

XII

ஆளரவமற்ற வீதிகளில் நடந்து போவதை கராம் அல்-அஸீத் விரும்பினார். நகரில் அலைந்து திரிவதை அவர் நேசித்தார். அவருக்குச் சொந்தமான வீடோ, விடுதியோ இல்லாத நகர்ப்பகுதியே கிடையாது. அவரது விசாலமான இல்லத்திலே அவருக்கு ஒரு மனைவியும் பத்து அடிமைப் பெண்களும் இருந்தனர். ஆனால் மனிதர்களையும் பொருட்களையும் அவர் உரிமைகொண்டிருந்தது போல், அவர்களின் இருதயங்களை உரிமை கொண்டிருக்கவில்லை. விதிகளை மாற்றியமைப்பது அவரது அதிகாரத்தால் முடிந்தது. ஆனால் தன்னுடைய ரூபத்தையோ வடிவமைப்பையோ மாற்றிக் கொள்ள இயலாது. இவ்வகையில் இவ்வுலகமானது அடிக்கடி தன் முகத்தைப் போன்றே மங்கலாகத் தோன்றும். மக்களுடன் கலந்துறவாடுமாறு வியாபார நடவடிக்கைகள் அவரை நிர்ப்பந்தித்தன. இருப்பினும் அவர் இரவின் தனிமையை விரும்பினார். பாடுவதை விரும்பாத அவர் உரையாடலில் சலிப்புற்றார். ஆனால் செல்வத்தைப் போற்றினார். அதிகாரத்தை வணங்கினார். சுல்தானின் நம்பிக்கைக்குரியவராக ஏற்றுக் கொள்ளப்பட்டதில் அவருக்குச் சந்தோஷம். தர்மத்திற்கான வரியைச் செலுத்திவிடக்கூடிய

அவர் எந்தவொரு தர்மகாரியத்தையும் மேற்கொள்ளவில்லை. தன் தாடியில் அக்கறை கொண்டிருந்த அவர் அது குறித்துப் பெருமிதப்பட்டார். அவர் வைத்திருந்தவற்றில் மிக அழகானதாக அபரிமிதமான வளர்ச்சியுடன் அது இருந்ததால், இருபது பெண்களை பிறப்பித்த அவர் ஓர் ஆண்குழந்தையைக் கூட பெற்றெடுக்கவில்லை. பல லட்சங்களைக் கொண்டிருந்த அவர் நகரிலேயே - ஒட்டுமொத்த நகரிலேயே - பணக்காரராக இருந்தார்.

அவர் பெண்களை நேசிப்பவராகவும் இருந்தார். இருண்டதும் ஆழ்ந்த பாதிப்புடையதுமான இருதயத்துடன் நூர் அல்-தீன் அவர் நிழலைப் பின்தொடருமாறு செய்திருந்தது இதுவாக இருக்கலாம்.

XIII

நபிகள் நாயகத்தின் பேரனின் உயிர்த் தியாக ஆண்டு நினைவு வைபவங்களின்போது யானை மீது பவனிவந்த துன்யாஜாத்தின் பர்தா விலகிய வேளையில், கராம் மிகுந்த வேட்கைக்கு இலக்கானார். இருண்ட மேகங்களை மின்னல் வெட்டி வீசுவதுபோல வியாபாரக் கவலைகளில் மூழ்கியிருந்த அவரது இருதயம் நடுங்கியது. அடிமை வாணிகத்தில் தனக்குக் கையாளாக இருந்த காவல்துறை அதிகாரி பேயுமி அல்-அர்மால் பக்கமாகச் சாய்ந்தார்.

“இந்த அடிமைப் பெண் யார்?”

“துன்யாஜாத், சுல்தானாவின் தங்கை” என்று புன்னகைத்தபடியே அவர் பதிலளித்தார்.

எவ்வளவு பணத்தாலும் அவள் வாங்கப்பட முடியாதவள் என்று அவர் குறிப்பிட்டபோது அவரது நெஞ்சம் இறுகிற்று.

இவ்வாறாக, இனிமை தராத எண்ணங்களின் தோழமையுடன் அவர் இரவில் சென்று கொண்டிருந்தார்.

நூர் அல்-தீன்னைக் கண்டதும் புறக்கணித்தார். அவனது நல்ல தோற்றத்தில் பொறாமைப்பட்டார். இன்னொரு மனிதன் மீது பொறாமைப்படுவதற்காக தன்மீதே கோபம் கொண்டபடி நடந்தார். அரும்பொருள் வணிகர் சாஹ்லவலின் வீட்டைக்

கடந்து போனபோது, தனக்குள் கூறிக்கொண்டார்: "செல்வத்தில் இவன் எனக்கு எதிரி."

மற்றவர்கள் தன்னை மதிக்குமாறு செய்கிற அரிதான சிறுபான்மையினரைச் சேர்ந்தவராக அவரைக் கருதவே, மற்றவர்களை விடவும் கூடுதலாக அவரை வெறுத்தார். தன் வீட்டுக்குத் திரும்பும் வழியில் அவர் தனக்குள் கூறிக் கொண்டார்: "அறியாததை நமக்கு வாசித்துக் காட்டுவது கராம் அல்-அஸீதாவா? அப்துல்லா அல்-புல்கியா? என் செல்வம் என்னிடம் இருப்பதை விடவும் அதிக சந்தோஷத்தை எனக்கு அளிக்க வேண்டும்."

XIV

"அந்தரங்கச் செயலர், ஹுஸும் அல்-ஃபிகி உங்கள் வருகைக்காக வரவேற்புக் கூடத்தில் காத்துக் கொண்டிருக்கிறார், ஐயா" என்றான் காவலன்.

இந்த நேரத்தில் அவரை இங்கே கொண்டு வந்திருந்தது எது? உடனே அவரிடம் சென்றார். அவர்கள் தழுவிக் கொண்டனர். "எஜமானரே, நகரின் ஆளுநரான யூசுஃப் அல்-தாஹிர், தன் இல்லத்தில் உங்களுக்காகக் காத்திருக்கிறார்" என்றார் அந்தரங்கச் செயலர்.

"என்ன அவசர வேலை உங்களை இங்கே வரவழைத்தது?"

"இது முக்கியமானது என்பது தவிர்த்து எனக்கு வேறெதுவும் தெரியாது."

அவர்கள் சட்டென்று கிளம்பினர்.

கராம் அல்-அஸீல் அவரை ஆர்வத்துடன் நோக்க, "நமது படை வென்றுள்ளது. நல்ல செய்தி முதலில் தெரிவிக்கப்படுவது உங்களுக்குத்தான்" என்றார் மற்றவர்.

அவர் குழப்பத்துடன் முணுமுணுத்தார், "உலகின் கர்த்தாவிடமிருந்தான கொடை."

அவரை நீண்ட நேரம் நோக்கிய ஆளுநர், "கருவூலம் தன் சக்திக்கு மீறிய செலவினத்தைப் பெற்றிருக்கிறது" என்றார்.

அதன் அர்த்தம் என்ன என்பதைப் புரிந்து கொண்டதும் அவரின் இருதயம் சில்லிட்டது.

யூசுஃப் அல்-தாஹிர் தொடர்ந்தார்: "சுல்தானுக்குக் கடன் தேவைப்படுகிறது. நிலவரி வசூலானதும் அதனைத் திருப்பித் தந்து விடுவார்."

"அதற்கும் இதற்கும் என்ன தொடர்பு?"

"இந்த கௌரவத்திற்காக சுல்தான் தெரிவுசெய்திருப்பது உங்களைத்தான்"

அவர் உற்சாகமின்றிக் கேட்டார், "எவ்வளவு?"

"ஐந்து மில்லியன் தினார்கள்."

தப்பிக்க வேறுவழியில்லை. உபாயம் எதுவும் கிடையாது. இருப்பினும் பேரங்களைத் தொடர்வதில் மிகவும் அனுபவம் பெற்றிருந்த அவரது மனதில் யோசனை ஒன்று பளிச்சிட்டது.

"சுல்தானை நெருங்குவதற்கும் கருணை கொண்டவரின் வெகுமதியைப் பெறுவதற்கும் ஒரு சந்தர்ப்பம்."

"சபாஷ்."

"ஆனால் என்னிடம் ஒரு வேண்டுதல் உள்ளது. அதை எப்படி வெளியிடுவது என்று தெரியாது இருந்தேன்" என்றார் அமைதியாக.

கராம் அல்-அஸீல் பேசும் வரையில் யூசுஃப் அல்-தாஹிர் அமைதியாகப் புன்னகைத்தார். "இந்த கௌரவத்தை நான் பெறவேண்டுமானால் துன்யாஜாத் எனக்கு வேண்டும்."

யூசுஃப் அல்-தாஹிர் ஆச்சரியப்பட்டாலும் அதைக் காட்டிக் கொள்ளவில்லை. துன்யாஜாத்தை அடைய தானே எவ்வளவு விருப்பம் கொண்டிருந்ததை அவர் ஞாபகப்படுத்திக் கொண்டார். கற்பிதம் செய்ய முடியாத விதத்தில் மற்றவரிடம் எரிச்சல் கொண்ட அவர் நிதானமாகக் கூறினார், "நீங்கள் ஆசைப்பட்டபடியே வேண்டுகோளை முன்வைப்பேன்."

XV

"எதற்குப் பயந்தோமோ அது நிகழ்ந்துள்ளது." பெரும் பீதியில் அவளது அம்மாவிடமிருந்து வெளிப்பட்டன வார்த்தைகள்.

"மணமகன் வந்துள்ளார். அவர் சுல்தானின் இசைவையும் உன் தந்தையின் ஒப்புதலையும் பெற்றிருக்கிறார்."

அவர் யாராக இருக்க முடியும்? பரிகாரம் பொதிந்துள்ள புதிய அற்புதம் எதனையும் விதி கொண்டிருந்ததா? அவள் ஒரு வார்த்தையைக் கூட உதிர்க்காதிருக்க, அவள் கண்கள் அக் கேள்வியைக் கேட்டன.

"அவர் லட்சாதிபதியான கராம் அல்-அஸீல்."

"அவதூறு இடியைப் போல கதவைத் தட்டுகிறது" என்றாள் அம்மா.

"நான் கள்ளங் கபடமற்றவள். அல்லா எனக்குத் துணை இருப்பார்" என அழுதபடி துன்யாஜாத் கூறினாள்.

"யாரும் உன் கதையை நம்பப் போவதில்லை."

"அல்லாவே எனக்குப் போதும்."

"மன்னித்தலும் பொறுத்துக் கொள்ளலும் அவரிடம் உள்ளன."

"ஒத்துக் கொள்வது, மறுதலிப்பது என்னும் உரிமை எனக்கில்லையா?"

"அது சுல்தானின் விருப்பம்." அவளது யோசனையை மறுதலித்து அம்மா குறிப்பிட்டாள்.

"இவ்வுலகிலிருந்து நான் தப்பிச் செல்ல வேண்டுமே", அவள் முணுமுணுத்தாள்.

"அது இன்னும் பெரிய அவதூறாக முடியும் மற்றும் அந்த விளைவுகளிலிருந்து உன் சகோதரி பத்திரமாக இருக்க முடியாது."

அவளது அழுகை அதிகரிக்கவே அவளின் அம்மா கூறினாள். "சிரமங்கள் கண்ணீரால் தீர்க்கப்படும்."

"ஆனால் என்னிடம் இருப்பது கண்ணீர் மட்டுமே" என்று வியப்புற்றாள் துன்யாஜாத்.

XVI

ஆனந்தமாகச் சிரித்துக் கொண்டிருந்த சக்ரபௌத், ஸர்மபஹாவிடம் கூறியது: "நாம் செய்த தந்திரம் மிகவும் சிக்கலாகியுள்ளது. மேலும் பரபரப்பான விளைவுகளைக் கொண்டிருக்கும்."

அதன் ஆனந்தத்தைப் பகிர்ந்துகொண்ட ஸர்மபஹா, "ஓர் அரிதான பொழுதுபோக்கு" என்றது.

"அழகான யுவதி தற்கொலை செய்து கொள்வாள் அல்லது கொல்லப்படுவாள் என்று நினைக்கிறாயா?"

"அவள் கொல்லப்பட்டு அவளது தந்தை தற்கொலை செய்து கொண்டால் மேலானது."

"வேடிக்கைக்கு மேலும் வாய்ப்பிருக்கிறதா?"

"நமது குறுக்கீட்டிற்கு அவசியமில்லாது விஷயங்கள் தம் போக்கில் போக விட்டுவிடுவோம்."

"உண்மை என்னவென்றால் நான் பயப்படுகிறேன்..."

"எதைக் குறித்து பயப்படுகிறீர்கள்?" அது குறுக்கிட்டது.

"நாம் அறியாத ஓரிடத்திலிருந்து நன்மை நுழையும் என்பதால்."

"மிகவும் அவநம்பிக்கை கொள்ள வேண்டாம்." அது வெறுப்புடன் கூறியது.

சிரித்துவிட்ட சக்ரபௌத் எதுவும் கூறவில்லை.

XVII

துன்யாஜாத்துடனான கராம் அல்-அஸீலின் நிச்சயதார்த்தச் செய்தி நகரெங்கும் பரவிற்று. ஆனந்தம், குறுகுறுப்பு, பரிகாசப் பேச்சென்னும் தடத்தைக் கூடவே இட்டுச் சென்றது.

தர்மம் செய்வதன் சந்தோஷத்தை அறியாத ஒருவனிடமிருந்து தாராளமாகத் தர்மம் கிடைக்கும் என வறியவர்கள் கனவு காண, செல்வந்தர்களோ சுல்தானுக்கும் தம்பகுதிக்கும் இடையிலான திருமணத்தின் மூலம் உண்டாகும் இவ்வுறவு குறித்து ஆனந்தமடைந்தனர், குரங்கொன்று தேவதையை மணமுடிப்பது குறித்து எச்சரிக்கும் கிசுகிசுப்புகள் இருந்தபோதிலும். தனிமையிலிருந்த துன்யாஜாத், அறியாததுடன் உரையாடிக் கொண்டே புலம்பினாள்.

"பிரியமானவனே, எங்கே இருக்கிறாய்? அழிவிலிருந்து என்னை மீட்டிட எப்போது வருவாய்?"

நூர் அல்-தீன் வீதிகளிலும் சந்துகளிலும் தொடர்ந்து திரிந்து கொண்டிருந்தான். அறியாததுடன் அவனும் உரையாடியதால், திருமணச் செய்தி அவனது வேதனையைத் தூண்டியது. "என் பிரியமானவளே, எங்கே இருக்கிறாய்?" இதற்கிடையே, குவாம்காமும், ஸிங்காமும் ஆழ்ந்த துயரத்துடன் கிசுகிசுக்கப்பட்ட உரையாடல்களில் பின் தொடர்ந்தன.

"என்ன நேரம், எந்த இடம் என்று கவனி" என்று ஸிங்காம் தன் சகாவிடம் கூறிற்று.

"மானுடத்தின் புலம்பல்கள், நட்சத்திரங்களிடையே துயரங்களின் நதியாகப் பாய்கிறது" என்றது குவாம்காம்.

அவை இருந்த மரத்தின் கீழே சாஹ்லவல் விரைந்து போனார்.

"அவர் ஒரு வேலை நிமித்தம் செல்கிறார்" என்றது குவாம்காம்.

"சமயங்களில் என்னால் கொள்ள முடியாத வேலைகள் வருகின்றன" என்று குழப்பத்தில் குறிப்பிட்டார் சாஹ்லவல்.

XVIII

பைத்தியக்கார விடுதியின் சுவரை ஒட்டி இருளில் நின்றார் சாஹ்லவல்.

"எனக்கு நம்பிக்கை இல்லாது போயிருப்பின் இவற்றின் அர்த்தம் என்னவென்று கேட்டிருப்பேன்."

தனக்கும் கமாஸா அல்-புல்டியின் தனிக் கொட்டடிக்கும் இடையிலான தரை மீது அவர் தன் விருப்புறுதியை கட்டாயப்படுத்தவே, ஓராண்டுக்கும் குறையாத காலத்திலே மானுடரால் வெட்டி எடுக்க முடியாத குகை ஒன்று திறந்து கொண்டது. ஒரு சில விநாடிகளிலே கமாஸா அல்-புல்டியின் தலை மீதான இருளில் நின்று கொண்டிருந்த அவர், அவரின் சீரான சுவாசத்தைக் கவனித்துக் கொண்டிருந்தார். அவர் விழிப்புற்று "யாராது?" என்று கேட்கும் வரை லேசாக அவரை உசுப்பினார்.

"அது முக்கியமல்ல. வேதனையிலிருந்து உனக்கு விடுதலை வந்திருக்கிறது. ஆகவே உன்னை நான் விடுதலையிடம் இட்டுச் செல்ல உன் கையைக் கொடு" என்றார்.

நம்புவதற்கு துணிவு கொள்ளவில்லை என்றபோதும் கமாஸா அல்-புல்டி தன்னை சாஹ்லவலிடம் ஒப்புக் கொடுத்துவிட்டார், குளிர்ந்த வசந்தகாலத் தென்றலில் தான் அமிழும் வரையும்.

“ஓ அல்லாவின் கருணையே, அந்நியனே, நீ யார்? உன்னை அனுப்பியுள்ளது யார்?” என கமாஸா முணுமுணுத்தார்.

“ஆற்றங்கரை மீதான உனது பழைய ஒதுக்குப்புறமான இடத்திற்கு” என்று அவரை முன்னோக்கித் தள்ளியபடியே சாஹ்லவல் குறிப்பிட்டார்.

XIX

அந்நியன் போயிருந்தபோது கமாஸா அல்-புல்டி தனக்குள் கூறிக் கொண்டார்: “இது மானிடரின் வேலையல்ல கமாஸா. ஞாபகம் வைத்துக் கொள். நினைவில் வைத்து எண்ணிப்பார்.”

பைத்திய நிலையுடன் தான் இயல்பாக இருக்கிற வரையிலும் அவர் பைத்தியங்களிடையே வாழ்ந்திருந்தார். அது ஒரு மூடுண்ட ரகசியம் மற்றும் பரபரப்பூட்டும் வெளிப்பாடு என்று உணர்ந்திருந்தார். அதன் அடியாழங்களுக்குப் போய், அதன் சவால்களை எதிர்கொள்ள முடியும் என்று நம்பியிருந்தார்.

தென்றலினால் புத்துணர்வூட்டப்பட்ட அவரது இருதயம் அக்ரமான், ரஸ்மியா மற்றும் ஹுஸ்னியாவை நோக்கி விரைந்தது. அந்த இல்லத்திற்குச் சென்று தன் பிரியமானவளுடன் ஒன்று சேர வேண்டும் என்று ஆசைப்பட்டார். ஆனால் அவர் யார்? அவரது தலையையும் தாடியையும் அவர்கள் மழித்திருந்தனர். மேலும் இருமுறை சவுக்கால் அடிக்கப்பட்டிருந்தார். இன்றைக்கு கமாஸா அல்லது அப்துல்லா என யாருமில்லை. இன்றைக்கு அவர் அடையாளம் இல்லாமல், பெயரில்லாமல் கவலைகள் நிரம்பி, பக்தி உணர்வு உந்தப்பட்டவராய் இருந்தார்.

ஆற்றின் முகத்துவாரத்திலுள்ள பேரீச்சை மரத்திடம் அவர் சென்றார். தனது கனவு நண்பன் கடலின் அப்துல்லாவை ஞாபகப்படுத்திக் கொண்டார். மீண்டும் ஒருமுறை அவர் கூறினார்: “அடையாளம் இல்லாத ஒரு ஜீவன், அதன் இலக்கு பிரபஞ்சத்திற்கு அப்பால் உள்ளது. ஆனால் நினைவில் வைத்து எண்ணிப் பார்க்க வேண்டும். காரணம் ஏதுமின்றி வேதனையிலிருந்து விடுதலை வந்திருக்கவில்லை.”

XX

தன் மாட்சிமை மிக்க விருப்பத்திற்கேற்ப சுல்தானின் தலைமையின் கீழ் திருமண வைபவம் கொண்டாடப்பட வேண்டும் என்னும் வகையில், துன்யாஜாத் அரண்மனைக்கு கொண்டுவரப்பட்டாள்.

மணப்பெண் மற்றும் அவளது சகோதரியும் கதைகளின் சீமாட்டியுமான இரு இருதயங்களின் மீதும் பயங்கரத்தின் காற்று அடித்தது. தனக்குச் சுகவீனம் மற்றும் தான் குணமடையும் வரை திருமணத்தைத் தள்ளிப் போட வேண்டும் என்று சுல்தானைக் கேட்குமாறு தன் தங்கைக்கு ஆலோசனை கூறினாள் செஹர்ஜாத். டாக்டர் அப்துல் காதிர் அல்-மஹீனி வரவழைக்கப்பட, அவர் அவளுக்கு சிகிச்சை மேற்கொண்டார். அவர் சீக்கிரமே ஒரு தினுசாகிவிட்டார். கூர்ந்த மதியும் சாமர்த்தியமும் பெற்று, ஆன்மாக்களிடத்திலான அனுபவம் உடல்களிடத்திலான அனுபவத்தை விடவும் குறைவானதில்லை என்ற நிலையில், தனக்குக் கணவனாக வரப்போகிற குரங்கின் மேல் மணப்பெண்ணுக்கு வெறுப்பு என்பதைப் புரிந்து கொண்டார். என்றாலும் அவளின் விருப்பத்திற்கேற்ப, அறியாதவர் போல பாவனை செய்து தன் தொழிலின் புனிதக் கேணியிலே அவளது ரகசியத்தைப் புதைத்துவிட்டு, சிகிச்சை முடிய நாளாகும் என்று அழுத்தமாக எடுத்துரைத்தார். மணப்பெண் குணமாகும் வரையும் திருமணம் தள்ளிப் போடப்பட வேண்டியதாயிற்று. இம்முடிவினால் கராம் அல்-அஸீல் எரிச்சலுற்றார். சந்தேகங்களாலும் அலைக்கழிக்கப்பட்டார். இதனால் திருமண ஒப்பந்தத்தை மேற்கொள்ள அனுமதிக்கப்பட வேண்டும் என்று சுல்தானிடம் மன்றாடினார். சுல்தான் இதற்கு இசைந்தார். தலைமை முல்லா வரவழைக்கப்பட்டு திருமண ஒப்பந்தம் நிறைவேற்றப்பட்டது. லட்சாதிபதி கராம் அல்-அஸீலின் சட்டபூர்வ மனைவியாக துன்யாஜாத் ஆனாள். சிலர் திருமணக் கோலாகலங்களுக்காகப் பொறுமையின்றி காத்திருக்க, மற்றவர்களோ வரப்போகும் விநாசத்தை எதிர்பார்த்தனர்.

XXI

ஒரு மாலை வேளையில் நூர் அல்-தீன்னின் உறுதியற்ற காலடிகள் அவனை ஆற்றை நோக்கி இட்டுச் செல்ல, முகத்துவாரத்தில்

அவன் தனியே உட்கார்ந்திருந்தான். ஏக்கத்தின் நாவுகள் பற்றியெரிய, வசந்தத்தின் சுவாசத்தினால் மட்டுமே சஞ்சலமுற்ற இதமான தனிமையில், யாரோ ஒருவர் உரையாடுகிற சப்தம் அவனை வந்து எட்டியது. யாரோ ஒருவர் தொழுகிறார் என்று நினைத்துக் கொண்டவன், இதம் மற்றும் ஆறுதலுக்கான தேடலில் அவர்பால் ஈர்க்கப்பட்டான். பேரீச்சை மரத்தின் கீழிருந்த வயதானவரை வந்தடைந்தவன் அவரிடம் குறுக்கீடு செய்ய மனமின்றி அருகிலமர்ந்தான். தன் தியானம் முடிவுற்றதும் அவர் வினவினார்: "யார் நீ? உன்னை இங்கே கொண்டு வந்து சேர்த்திருப்பது எது?"

"நான் மிகுந்த வேதனைக்குள்ளாகியிருக்கிறேன். நீங்கள் இந்த இடத்தைச் சேர்ந்தவரா?" என்றான் நூர் அல்-தீன்.

"தம் வழிபாட்டை ஆனந்தமாக மாற்றி இருப்போருக்கு இடங்கள் முக்கியமில்லை. சரி, உனது சித்திரவதையின் ரகசியம் என்ன?"

"என்னிடம் விநோதமான கதை இருக்கிறது."

தன் பாரத்தை இறக்கி வைத்திடும் வேட்கையால் உந்தப்பட்ட அவன் எல்லா விவரணங்களுடனும் சேர்த்து தன் கனவையும், அதைத் தொடர்ந்து வந்த பைத்திய நிலையையும் அவரிடம் எடுத்துரைத்து, "என்னை நம்புகிறீர்களா?" என்று வினவினான்.

"பைத்தியங்கள் பொய்யுரைப்பதில்லை" என்றார் அவர்.

"இந்த ரகசியத்திற்கு உங்களிடம் விளக்கம் உண்டா?"

"உன் பின்னே தேவதையோ, பிசாசோ இருக்கிறது. ஆனால் அது நிஜம்."

"என் ஏக்கங்களிலிருந்து நான் விடுபடுவது எப்படி?"

"எண்ணிக்கையற்ற ஏக்கங்களால் பாதிப்படைகிறோம். அதன் பின்னே ஏக்கம் எதுவும் இல்லாத ஏக்கத்திடம் அவை நம்மை இட்டுச் செல்லக் கூடும். ஆகவே அல்லாவை நேசி. அவர் அனைத்தையும் உனக்கு மிகையாக ஆக்கிவிடுவார்" என அவர் இதமாக உரைத்தார்.

சிறிது நேர அமைதிக்குப் பிறகு நூர் அல்-தீன் குறிப்பிட்டான், "நான் நம்பிக்கை மிகுந்தவன் மற்றும் என் தொழுகையில்

விசுவாசமுள்ளவன். ஆனால் இன்னும் நான் அல்லாவின் படைப்புகளை நேசிக்கிறேன்."

"அப்படியானால் தேடுவதை நிறுத்தாதே."

"நான் அலுத்துப் போய் தூக்கம் இழந்து விட்டேன்."

"நேசிப்போன் சோர்வடைவதில்லை."

"நீங்கள் அனுபவசாலி என்றெனக்குத் தோன்றுகிறது."

"தன்னை நேசித்தவர்களை மட்டுமல்லாமல் இருப்பையே இழந்து விட்ட ஒருவரை எனக்குத் தெரியும்."

"சாவினாலா?"

"இல்லை, வாழ்க்கையில்."

"என் மனநிலை குறித்து உங்களுக்குச் சந்தேகமுண்டா?"

"இது அசல் பைத்தியம்."

"பகுத்தறிவு நிலை கூட. புரிந்து கொள்வதும் மேலும் வளர்வதும் உங்களுக்குச் சிரமம்" என்று சிறிது தயக்கத்திற்குப் பின் நுர் அல்-தின் கூறினான்.

புன்னகையுடன் கிழவர் வினவினார்: "அப்படியானால் உன் கனவு பற்றி என்ன கூறுகிறாய்?"

XXII

இருட்கடல்களினூடாகப் பாய்ந்து, நூர் அல்-தீன் நகரத்திற்குத் திரும்பினான். வழிபாட்டாளர் தன் பற்றி எரியும் தாகத்தைத் தணித்திருக்கவில்லை அல்லது அரைபாதியாகத் தணித்திருந்தார். தேடுமாறு அவனை வற்புறுத்தியவர், அவன் பெற்றி பெறுவான் என்று உறுதி அளித்திருக்கவில்லை. மேலும் விரக்தி குறித்து எச்சரித்திருக்கவில்லை. அல்லாவினால் பாதிக்கப்பட்டவர்களுள் அவன் ஒருவன் என்று அவனுக்குத் தெளிவுபடுத்தியிருந்தார். உலகில் துறவறத்திற்காக நூர் அல்-தீன் உருவாக்கப் பட்டிருக்கவில்லை. மாறாக, உலகில் அல்லாவை நேசிப்பதற்காக உருவாக்கப்பட்டிருந்தான். இப்புரிதலின் அடிப்படையில் அன்றைக்கு அவன் ஷேக் அப்துல்லா அல்-பால்கியிடமிருந்து பிரிந்திருந்தான். அவனுக்குப் பிரியமானவள் எங்கோ ஓரிடத்தில் உயிர்த்திருந்தாள் மற்றும் அவனது நேசத்தின் அடையாளத்தைப்

பதித்திருந்தாள் என்று அத்தருணத்தில் அவனால் நிச்சயப்படாமல் இருக்க முடியவில்லை. பள்ளி வாசலின் கவிகை மாடங்களுக்கும் தூபிகளுக்கும் இடையே இறங்கும் நட்சத்திரங்களின் மினுக்கம் அவனிடம் பேசியது போலவே, இதமான இரவுத்தென்றல் அவனிடம் பேசியதும் அதையே. தனிமையிலிருந்த அவன் உரத்த குரலில் கத்தினான்: "தன் சேவகர்களிடம் இனிதாக இருப்பவரே, என் சித்திரவதையைத் தணியுங்கள்."

"இந்த இரவு வேளையில் புலம்புவது யார்?" என்றது ஆழமான குரல் ஒன்று.

தன் பாதையை அடைத்துக் கொண்டிருந்த இருவரின் உருவம் குறித்த பிரக்ஞை அவனுக்கு ஏற்பட்டது.

"காவல் துறையிலிருந்து வருகிறீர்களா?" என்றான்.

"உங்கள் தொன்மையான நகரில் நீண்ட இரவில் நடந்து திரிந்து, எங்களை உற்சாகப்படுத்திக் கொள்ளும் வணிகர்களாகிய நாங்கள் அந்நியர்கள்."

"உங்கள் இருவரையும் வரவேற்கிறேன்."

"இளைஞனே, உனது குறை என்ன?"

"மற்றவர்களுக்கு உதவத்தான் மக்கள் இருக்கின்றனர். கண்ணியவான்களிடையே குறைகள் தீர்க்கப்படாது போவதில்லை" என்றது அதன் சகா.

அதன் மேன்மையான உணர்வினால் உந்தப்பட்ட நூர் அல்-தீன் "அருகாமையிலிருக்கும் என் சாதாரணக் குடிலுக்கு உங்களை வரவேற்கிறேன்" என்றான்.

நேர்த்தியான அறையன்றில் அமர்ந்திருந்த அவர்களுக்கு ஜாலபியா என்னும் தின்பண்டத்தையும் செம்பருத்திப் பூவிதழ்களிலிருந்து வடித்த பானத்தையும் அவன் பரிமாறினான். அவனது குறைபாட்டைப் பற்றி அறிய அவர்கள் முயன்றபோது, எங்கிருந்து வருகிறீர்கள் என்று அவன் வினவ, சாமர்கண்டிலிருந்து வருவதாக அவர்கள் பதிலளித்தனர். திரும்பவும் அவனது குறைபற்றி அவர்கள் சுட்டிக்காட்ட, "இழந்திருப்பவன் தன் ரகசியத்தை அந்நியனுக்கு வெளியிடுவான்" என்றான்.

"எதிர்பாராததை அவனிடம் கண்டு கொள்ளலாம்" என்றது ஆழ்ந்த குரலில் ஒன்று.

“ஆகையால் நம்மீது எதிர்பாராத மழையை வானம் பொழியட்டும்” என்று பெருமூச்சுடன் நூர் அல்-தீன் குறிப்பிட்டான். தன் அசாதாரண கனவின் கதையை அவர்களுக்கு எடுத்துரைக்கத் தொடங்கினான், எங்கும் விரவியிருந்த நிசப்தத்திற்குள் அவன் குரல் மறைந்து போகும் வரை. பிறகு அவர்களை வெட்கத்துடன் உற்று நோக்கிக் கொண்டிருந்தான். அப்போது ஆழ்ந்த குரல் கொண்டது கூறியது: “மேலான மனங்கொண்டவர்களுக்கு உரிய விதத்திலே, நாம் நெஞ்சங்களினூடாக பரிச்சயங் கொண்டுள்ளோம். ஆனால் ஒருவர் மற்றவரின் பெயரை அறிந்து கொள்ள வேண்டிய நேரம் வந்திருக்கிறது. எனது பெயர் எஸ்-அல் தின் அல்-சமர்கண்டி. இவர் என் பங்குதாரர் கெயர் அல்-தின் அல்-உன்ஸி.”

“நூர் அல்-தீன், வாசனைப் பொருட்கள் விற்பவன்” என்றான் அவன்.

“உன் முகத்தைப் போன்று பொலிவுமிக்க ஒரு வியாபாரம்.”

“அல்லா விலக்களிக்கட்டும்! நான் அழகானவனில்லை. தன் அங்கீகாரத்தை வைக்க விரும்பும் இடத்திலேதான் அல்லா தன் அழகை வைக்கிறார்” என்றவன், “என்னை நம்புகிறீர்களா?” என்றான்.

“ஆம், இளைஞனே. நான் நிறையவே சுற்றி வந்திருக்கிறேன். மனித நெஞ்சங்களுக்குத் தோன்ற முடியாத நம் முன்னோர்களது கதைகளையெல்லாம் கேள்விப்பட்டிருக்கிறேன். எனவே உன் கனவின் உண்மை குறித்து நான் சந்தேகிக்கவில்லை” என்றார் எஸ் அல்-தின்.

நூர் அல்-தீன்னின் நெஞ்சிலே நம்பிக்கைகள் புத்துயிர்ப்புக் கொண்டன. “என் பிரியமானவளைக் கண்டறிந்திடும் இலக்கை என்னால் அடைய இயலுமா?”

“அதனை நான் சந்தேகிக்கவில்லை.”

“அப்படியானால், எப்போது?” என்று முனகலுடன் வினவினான்.

“பொறுமையாலும் விடாப்பிடியான தன்மையாலும் காரியம் சாதிக்கப்படும்” என்ற கெயர் அல்-தின் அல்-உன்ஸி, “உனக்குப் பணம் தேவையா?” என்றார்.

“என் இலக்கை அடைவது தவிர்த்து வேறெதையும் நான் அல்லாவிடம் கோருவதில்லை.”

"அல்லா உன்னை விடுவிப்பது சமீபத்தே இருப்பதால் உற்சாகம் கொள்" என்றார் எஸ் அல்-தின்.

XXIII

சுல்தான் அவ்வளவு பரபரப்படைந்ததை செஹர்ஜாத் ஒருபோதும் கண்டிருந்ததில்லை. தோட்டத்தின் மீது கவிந்திருந்த உப்பரிகையில் அவர்கள் இருந்தனர். அவர் தன் காலை வேளைத் தொழுகையை முடித்து காலை உணவாகப் பாலையும் ஆப்பிளையும் புசித்துக்கொண்டிருந்தார். சீக்கிரமே தன் அதிகாரபூர்வ உடையை அணிந்து கொண்டு தர்பார் மண்டபத்திற்குச் சென்று விடுவார். ஆனால் அத்தருணத்தில் அவர் புதியதொரு கண்டுபிடிப்பைச் செய்திருக்கும் குழந்தையைப் போலத் தோன்றினார்.

"நேற்றிரவு நான் நகர்வலம் திரிந்து கொண்டிருந்தபோது உன் கதைகளில் ஒன்றைப் போன்றிருந்த கதையினைக் கேட்டேன் செஹர்ஜாத்" என்றார்.

"கதைகள் திரும்பத் திரும்ப இடம் பெறுவது என்பது அவற்றின் உண்மையைச் சுட்டிக் காட்டுகிறது, மன்னரே" என்று தனக்குள் வேதனை இருந்தாலும் புன்னகைத்தபடியே கூறினாள்.

"ஆமாம் ஆமாம். இருத்தலின் ரகசியங்கள் ஒயினை விடவும் அழகானவை. மிகவும் சுவையானவை."

"இருப்பை அனுபவிக்கவும் அதன் ரகசியங்களை அறிந்து கொள்ளவும் மன்னருக்கு அல்லா அருளட்டும்."

யோசித்து விட்டு அவர் கூறினார்; "எப்போதும் நான் அலைந்து திரிந்து கொண்டிருக்கிறேன். மேலும் என் இருதயம் ஒருபோதும் ஓய்வு கொள்வதில்லை. பகலின் பிரகாசமும் இரவின் இருளும் என்னுடன் போட்டியிடுகின்றன."

தன் ஆன்மாவின் விசனத்தை மறைத்துக் கொண்டு, உற்சாகத்துடன் அவள் கூறினாள்: "ஜீவித்திருக்கும் மனிதன் எப்போதும் இப்படித்தான் இருக்கின்றான்."

"அவசரம் வேண்டாம். உன்னிடம் விசித்திரமான கதையைக் கூறும் என் முறை வந்திருக்கிறது..." என்றவர் வாசனைப் பொருள் வியாபாரி நூர் அல்-தீன்னின் கனவை அவள் முன் வைத்தார். அவளது முகத்தின் வெளிப்பாட்டைக் கவனித்த அவர்

ஆச்சரியத்தில் குறிப்பிட்டார்: "செஹர்ஜாத், அது உன்னிடம் எத்தகைய மனப்பதிவை ஏற்படுத்தியுள்ளது!"

"இன்று காலையில் நான் விழித்தெழுந்தபோது உடல் நலமில்லை" என்று மன்னிப்புக்கோருவது போல் அவள் கூறினாள்.

"புழுக்கத்தின் தாக்கம். சீக்கிரமே அது சென்று விடும். மருத்துவர் உன்னைக் கவனித்துக் கொள்வார். காதலர்களை ஒன்று சேர்த்திடும் வகையில் முரசறைவோருக்குச் சொல்லி இக்கதையைப் பரவுமாறு செய்யப் போகிறேன்."

"நாம் மெதுவாகச் செயல்படுவது நல்லது. இல்லையெனில் கள்ளங்கபடமற்ற இருவர் வஞ்சக நாக்குகளுக்குப் பலியாவர்" என்று அவள் தீவிரத்துடன் குறிப்பிட்டாள்.

அவர் சிறிது நேரம் யோசித்து விட்டுக் கேட்டார், "அவர்களைப் பாதுகாக்கும் சாமார்த்தியம் எனக்கில்லையா?"

மக்களின் தலைகளைத் துண்டிப்பது மட்டுமே இவரின் மனதில் ஆக்கிரமித்துக் கொண்டிருப்பதுண்டு. இன்னும் சாத்தான் இவரிடம் செல்வாக்குக் கொண்டுள்ளதை குறைத்து மதிப்பிட்டு விடமுடியாது - அது அவரை முழுதாக பீடித்திருக்காவிட்டாலும் - என்று செஹர்ஜாத் தனக்குள் சொல்லிக் கொண்டாள்.

XXIV

சுகவீனத்தின் போது துன்யாஜாத்தைக் கவனித்துக் கொள்ளும் பாவனையில் அரண்மனையில் தங்கியிருந்த தன் அம்மாவிடம் செஹர்ஜாத் கூறினாள்: "முன்னெப்போதும் நிகழ்ந்திராத சம்பவம் இன்னும் மேலான ஞானத்தை நம்மிடம் கோருகிறது."

"எந்த ஒரு சம்பவத்தையும் எதிர்கொள்ளும் நிலையில் என் இருதயம் இல்லை" என்று அவளது அம்மா பெருமூச்சுடன் குறிப்பிட்டாள்.

"கனவின் நபர் நிஜமாகியிருக்கிறார் அம்மா."

தாயின் வாய் ஆச்சரியத்தில் விரிந்தது. "என்னிடம் கனவுகள் பற்றிப் பேசாதே."

"அவர் வாசனைத் திரவியம் விற்கும் நூர் அல்-தீன்." அவள் சுல்தானின் சாகசத்தை விலாவரியாக அம்மாவிடம் எடுத்துரைக்க

திகைப்புற்ற அம்மா, "அவனைப் போன்ற ஒருவன் இரவிலே சுல்தானின் அரண்மனைக்குள் நுழைவது சாத்தியமில்லை" என்றாள்.

"அம்மா, உன் சந்தேகங்கள் சரி என்றால், அவள் அவனுடன் ஓடிப் போயிருப்பது எளிதாய் இருந்திருக்கும்."

"அதனால் அது எதை சாதித்திருக்கும்? உன் தங்கை கராம் அல்-அஸீலின் சட்டபூர்வ மனைவி. இதனால் விநாசம் நெருங்கி வரும் வேளை கூடுகிறது."

"மற்றும் நகரின் முரசறைவோர் கதையை பரவச் செய்து விடுவார்கள், அது குறித்த உண்மை வெளியாகிவிடும் என்பது சாத்தியமே."

"அபாயம் நம்மை அறியாமலே வந்து விடும்" என்று தாய் முனகினாள்.

"இது பயங்கரமான உண்மை."

"தூக்கு மேடையில் வீசப்பட்டுள்ளவனைப்போல் நாம் காத்திருப்போமா?"

"துன்யாஜாத்திற்காவும் எனக்காகவும் கூட பீதி கொண்டிருக்கிறேன். ரத்தம் சிந்துபவன் மீது நம்பிக்கை இல்லை. தான் கடவுள் என்னும் மயக்கத்தில் ஒருவன் இருப்பதுதான் அதிகபட்சம் அவனை வருத்தக்கூடிய நோய்க் கூறாகும்" என்றாள் செஹர்ஜாத்.

"அது மரணம் போன்றது. தவிர்க்க முடியாதது."

"உன் அப்பா அதையும் கூறுகிறார்."

"ஆனால் அவருக்குள்ளே என்ன ஓடுகிறது? என் பார்வையில் அவர் இன்னும் நம்ப முடியாத மர்மமிக்க புதிர்."

தொலைதூரத்தில் இருக்கையில் இக்கதை அவருக்கு உவப்பளிக்கலாம். ஆனால் அவரது கதவைத் தட்டும்போது, அவரைக் குறித்ததாக இருக்கையில் அது வேறு விஷயம். அவரின் மயக்கங்கள் போய்விடலாம்."

"மற்றும் அவர் தானிருந்த சாத்தானாக அல்லது இன்னும் கோரமான ஒன்றாகத் திரும்பி விடுகிறார்."

"மற்றும் நீ இழைத்துள்ள தவறென்ன?"

"நாம் துன்யாஜாத்துடன் சேர்ந்து நம் கவலைகளைப் பகிர்ந்து கொள்ள வேண்டும் என்றெண்ணுகிறேன்."

"அது குறித்து நான் பெரிதும் சந்தேகப்படுகிறேன்."

"உண்மை நம்மைச் சுற்றிக் கொண்டிருக்கையில் அதனிடமிருந்து நாம் ஏன் தப்பி ஓடவேண்டும்?"

இல்லத்தைப் பராமரிக்கும் முர்கான் உள்ளே வர அனுமதி கோரினார். அவள் பயத்துடன் குறிப்பிட்டாள்: "என் எஜமானி துன்யாஜாத்தைக் காணோம், இச் செய்தியை விட்டுச் சென்றுள்ளார்."

அவ்வார்த்தைகளை செஹர்ஜாத் வாசித்தாள்: "மன்னரின் மன்னிப்பை வேண்டுகிறேன். கராம் அல்-அஸீலை மணமுடிக்க வேண்டும் என்னும் உங்கள் கட்டளையை மீற முடியாதவள் நான். இருப்பினும் அவரை மணந்து கொள்வது என்னால் ஆகாது. ஆகவே இங்கிருந்து சென்றுவிடத் தீர்மானித்திருக்கிறேன். அல்லா மன்னிப்பவர், கருணை மிக்கவர்."

தாய் கேவி அழுதவாறே, மயங்கி விழுந்தாள்.

XXV

நகரின் முரசறைவோர் அந்த அசாதாரணக் கனவைப் பரப்பத் தொடங்கினர். மேலும் சுல்தானின் பாதுகாப்பில் அவ்விரு காதலரையும் சந்தித்துக் கொள்ளுமாறு வரவேற்றனர். அப்போதுதான் துன்யாஜாத்தின் தற்கொலை குறித்த செய்தியை வேதனையுடனும் அதிருப்தியுடனும் சுல்தான் வரப்பெற்றார். எங்கிருந்தாலும் அவளது உடலைக் கண்டறிந்தாக வேண்டும் என்று அவர் கட்டளை இட்டார். மிகவும் நிலைகுலைந்து போன கராம் அல்-அஸீல் தன்னைக் கண்டு சந்தோஷப்படுபவர்கள், தன்னை வேடிக்கை செய்கிறவர்களிடமிருந்து மிகவும் விலகி தனித்திருந்து, நள்ளிரவில் மட்டும் வீட்டை விட்டு வெளியேறினார். நகரின் ஆளுநர் யூசுஃப் அல்-தாஹிரைப் பொறுத்தவரை அவர் இச்செய்தியை மிகுந்த துயரம் மற்றும் ஆனந்தத்துடன் பெற்றுக் கொண்டார்.: குரங்கு மனிதனின் பிடியிலிருந்து துன்யாஜாத் விடுவிக்கப்பட்டதற்காக ஆனந்தமும் விரும்பிய யுவதியின் மரணம் மற்றும் கராம் அல்-அஸீலைக் கொலை செய்வதற்காக, எவர் பொருட்டு அவர் திட்டமிட

எண்ணியிருந்தாரோ, அவர்களுக்காக மிகுந்த துயரமும் அடைந்தார்.

XXVI

நட்சத்திரங்களின் ஒளியில் நெருங்கி வந்து கொண்டிருந்த ஆவியின்பால் தன் கவனம் ஈர்க்கப்பட்டபோது, இரவின் இருளில் பைத்தியக்காரன் தியானித்துக் கொண்டிருந்தான். "நகரிலிருந்து என்னை இட்டுச் செல்லும் கப்பலுக்கு என்னைக் கொண்டு செல்லுமாறு அல்லாவின் பெயரால் உன்னை நான் கேட்டுக்கொள்ளலாமா?" என்று ஒரு பெண் குரல் தன்னை விளித்துக் கூறுவதை அவன் கேட்டான்.

"அல்லாவைக் கோபத்துக்குள்ளாக்கும் செயல் ஒன்றிலிருந்து தப்பிப் போய்க் கொண்டிருக்கிறாயா?" என்று அவன் அவளை இதமாகக் கேட்டான்.

"நான் என் ஆயுளில் அல்லாவை ஒருபோதும் கோபத்துக்கு உள்ளாக்கியதில்லை." அவள் இதமாகக் குறிப்பிட்டாள்.

அவளது குரல் அக்ரமான் மற்றும் ஹுஸ்னியாவின் குரலை அவனுக்கு ஞாபகப்படுத்தியது. பூமியின் மிருதுத்தன்மை வானின் தாபங்களுடன் அவன் இருதயத்தில் ஒன்று கலந்தன.

"அல்லா தன் கருணையில் உன்னைப் பொறுப்பேற்றுக் கொள்ளும் விடியல் வரையும் நீ காத்திருக்க வேண்டும்" என்று அவன் இணக்கமாகக் கூறினான்.

"இங்கே நான் காத்திருக்கலாமா?"

அவள் கண்டு கொள்ளாத புன்னகையை வீசிய அவன், "காற்று அகதிகளுக்கெனவே உருவாக்கப்பட்டுள்ளது. நீ எப்போது போகப் போகிறாய்?" என்றான்.

"நகரிலிருந்து தொலைதூரம் விலகிச் செல்ல விரும்புகிறேன்."

"ஆனால் நீ தனித்தும் அழகாயும் இருக்கிறாய்."

அவள் நிசப்தம் காட்டியபோது அவன், "நீ விரும்பும் பட்சத்தில் அல்லா அப்படியே என் மூலமாக உனக்கு உதவுவார்" என்றான்.

"நான் பயணம் மேற்கொள்வதை நீ சாத்தியமாக்குவதைத் தவிர வேறொன்றையும் விரும்பவில்லை."

"ஒரு மனித ஜீவனுக்கு நீ இழைத்துள்ள தீங்கொன்றை நீ விட்டுச் செல்லவில்லையென அல்லாவின் பெயரால் உன்னால் உறுதிப் படுத்த முடியுமா?"

உறுதிப்பாடு கொண்ட அவள் நடுங்கும் குரலில் கூறினாள்: "நேர்மையின்றி வஞ்சிக்கப்பட்டது நானே. என்னை மாய்த்துக் கொள்வதற்காக வீட்டிலிருந்து வெளியேறினேன். அப்புறம் அல்லா என்னை ஆத்திரத்துடன் சந்திப்பார் என்று பயந்தேன்."

"ஏன், மகளே?"

அவள் கேவி அழுதபோது, அவன் வானை நோக்கிக் கூவினான்: "எங்கே உன் கருணையை வைப்பதென்பதை நீ மிகவும் அறிந்திருப்பவன்."

"நான் கள்ளமற்றவள் மற்றும் வஞ்சிக்கப்பட்டவள்."

"உன் இருதயத்தின் ரகசியத்திற்குள் எட்டிப்பார்க்க நான் ஆசைப்படவில்லை."

"நீ அல்லாவின் நல்ல சேவகர்களுள் ஒருவன். உன்னிடம் என் ரகசியத்தை வெளிக்காட்டுவேன்" எனத் தன்னை ஒப்புக் கொடுத்திடத் தீர்மானித்துக் கூறியவள், தன் கதையை எடுத்துரைக்கத் தொடங்கினாள்.

"கனவில் வந்தது நீதானா?" என அவன் குறுக்கிட்டான்.

"உனக்கெப்படி அது தெரியும்?" அவள் வியப்புற்றாள்.

"இதே இடத்தில் உன் காதலனிடமிருந்து தெரிந்து கொண்டேன். அதன் பின்னர் நகரின் முரசறைவோரிடமிருந்து அறிந்து கொண்டேன்."

"நீ சொல்வது எனக்குப் புரிபடவில்லை. கனவில் வரும் என் காதலனை உனக்குத் தெரியுமா?"

"நகரின் முரசறைவோர் அவன் பெயரைப் பரப்பிக் கொண்டிருக்கிறார்கள். நூர் அல்-தீன் என்னும் வாசனைத் திரவிய வணிகன் அவன்."

தனக்குள் பேசிக் கொள்வது போல அவள் கூறினாள், "முரசறைவோரா? அவர்கள் பின்னே சுல்தான் இருக்கிறார்! எவ்வளவு விசித்திரம்! நூர் அல்-தீன்... நூர் அல்-தீன்... ஆனால் எனக்கு மணமாகி விட்டது. நான் மடிந்து போய் விட்டேன்."

தன் கதையை அவள் முடித்திருந்தபோது, "உன் கணவனிடம் போய்ச்சேர்" என்றான்.

"மரணம் எளிதானது" அவள் விடாப்பிடியாக வியப்புற்றாள்.

"உன் கணவன் நூர் அல்-தீன்னிடம் போய்ச்சேர்."

"ஆனால் நான் கராம் அல்-அஸீலின் சட்டபூர்வமான மனைவி."

'விடியட்டும்... நூர் அல்-தீன்னிடம் போய்ச் சேருவாய்."

XXVII

"நான் காண்பதென்ன? சந்தோஷமான முடிவை நோக்கி விஷயங்கள் சென்று கொண்டிருக்கின்றன" என்று ஆவேசத்துடன் சக்ரபௌத் கூறியது.

தன் கசப்புணர்வுகளை மறைத்துக் கொண்டு, ஸர்மபஹா கூறியது, "பொறு, பாதையில் இன்னும் முட்கள் இருக்கின்றன."

மரத்தின் கீழே இருளில் விரைந்தபடி போய்க்கொண்டிருந்த சாஹ்லவலை அவர்கள் கண்டுகொண்டனர்.

"எதிர்பாராத வேலை... இல்லையா தேவதையே?" என சக்ரபௌத் தன்னையே கேட்டுக் கொண்டது.

"நமக்கு எதிரானது என்பதை விட நமக்கு ஆதரவானது என்றே இதனை நம்புவோம்" என்றது ஸர்மபஹா.

அவர்களைக் கவனிக்காமலேயே சாஹ்லவல் தன் வழியில் போய்க் கொண்டிருந்தார்.

XXVIII

அதிகாலையில் தன் கடையைத் திறக்கும் பொருட்டு நூர் அல்-தீன் தன் வீட்டை விட்டுக் கிளம்பினான். தன் கடையருகே காத்துக் கொண்டிருந்ததாகத் தோன்றிய, பர்தா அணிந்த யுவதியை அவன் பார்த்தான். அவள் உயர்தரமான டமாஸின் பட்டாடை அணிந்திருந்தாள். அவனை ஆர்வத்துடன் நோக்கிய அவள் அப்புறம் ஆழ்ந்த பெருமூச்செறிந்தாள். அவளைக் கண்டு திகைப்புற்று புலப்படாத உணர்வுகளைத் தன் இருதயம் வெளிப்படுத்துவதாக உணர்ந்தான். அடங்கிய உற்சாகத்துடன்

அவனை உற்று நோக்கியவாறே தன் பிரகாசமான முகத்தை சீக்கிரமே வெளிக் காட்டினாள். எல்லா நடவடிக்கைகளையும் தாண்டி வேட்கைமிக்க மாயாஜாலத்தை சுவாசித்த கனவொன்றிலே அவர்கள் ஆழ்ந்திருந்ததால் ஒரு யுகம் கழிந்து போனது. வசந்தகாலத் தென்றல் வானின் நீல வாசத்தால் அவர்களை நிறைத்தது. சித்திரவதை மற்றும் குழப்பத்தின் நினைவுகளை மறக்குமாறு செய்தது அவர்களின் சந்தோஷம். சமாதானம் பூமிக்கு இறங்கியது. பறவைகள் பாடுவதைப் போன்ற தன்னெழுச்சியான இயக்கம் ஒன்றிலே அவர்கள் கரங்களைப் பற்றிக் கொண்டனர்.

“இத்தருணம் நிஜம்தான், மனிதராகவும் உயிரோடும் உள்ளார். கனவல்ல” அவன் வியப்படைந்தான்.

அவள் நடுங்கும் குரலில் கிசுகிசுத்தாள், “ஆமாம், நீ நூர் அல்-தீன். நான் துன்யாஜாத்.”

“எத்தகைய கருணை நானிருந்த இடத்திற்கு உன்னை அழைத்து வந்தது...”

அத்துயர நாடகத்தையும் அது தீர்க்கப்பட்ட விதத்தையும் அவள் கூறியபோது, வார்த்தைகள் அவளது வாயிலிருந்து பாய்ந்தன.

“பயனேதுமில்லாது இவ்வற்புதம் நிகழ்ந்து கொண்டிருக்கவில்லை என்று நாம் நிச்சயப்படுத்திக் கொள்ள வேண்டும்” என்று அவன் ஜுரவேகத்தில் குறிப்பிட்டான்.

“ஆனால் புறாக்களின் சப்தங்களை விட இடியோசை வலுவானது.”

“ஒன்றிணைந்தும் என்றென்றைக்குமாகவும்” அவன் இறுதியாகக் கூறினான்.

“அது விதிக்கப்பட்டது.”

“நாம் சுல்தானிடம் போவோம்.”

அவளது தீவிரத்தின் பிழம்பு அணைந்து போயிற்று.

“ஆனால், நான் கராம் அல்-அஸீலுக்கு மணமுடிக்கப் பட்டிருக்கிறேன்.”

“சுல்தானின் வாக்குறுதி இன்னும் திடமானது.”

“பொய்யான காலடிகள் கூட தம் ஆற்றலைப் பெற்றுள்ளன.”

அவன் முற்றிலும் மயக்கமுற்ற நிலையில் இருந்தான்.

XXIX

பகலில் கூடிய சுல்தானின் தர்பாரில் அரசின் கண்ணியவான்கள் பலரும் கலந்து கொண்டனர். அரியணையின் முன்னே, வாசனைத்திரவிய வணிகன் நூர் அல்-தீன்னும், சுல்தானாவின் தங்கை துன்யாஜாதும் நின்றனர்.

"அதிசயமானதும் அறியமுடியாததுமான நிகழ்வுகளால் நாம் அதிர்ந்து போயுள்ளோம். அகலத்திறந்து ஒளியை வெளிக்காட்டும் வகையில் அறியமுடியாததன் கதவைத் தட்டுமாறும் இத்தகைய அதிசயங்களின்பால் கவனம் செலுத்துமாறும் பகல்களும் இரவுகளும் நமக்குக் கற்பித்துள்ளன. கனவென மாறுவேடம் பூண்டுள்ள இவ்வற்புத நிகழ்வு என் இல்லத்தின் மீதே படையெடுத்துள்ளது" என்று சுல்தான் முகஞ்சுளித்தபடி கூறினார்.

சுல்தான் நிசப்தமானதும் அமைச்சர் டாண்டனின் இருதயம் நடுங்கியது. மற்றும் துன்யாஜாத், நூர் அல்-தீன்னின் முகங்கள் வெளிறின. முட்டிமோதுகிற சக்திகள் சுல்தானின் இருதயத்தின் மேலாதிக்கம் கொள்ள முயன்றன என்பதில் சந்தேகமே இல்லை. குரூர ராட்ஸதக் கதைகளால் வசீகரிக்கப்பட்டிருந்தாலும், அவரது சாராம்சம் மாறியிருக்கவில்லை. அப்போது மிகவும் சிடுசிடுப்பான முகத்துடன் அவர் கூறினார்; "ஆனால் சுல்தானின் வாக்குறுதி செல்லுபடியாகும்."

சஞ்சல உணர்வு பலரின் நெஞ்சங்களிலிருந்து அகல, நம்பிக்கை ஒளியாய் முகங்கள் பிரகாசம் கொண்டன. அப்போது அதிகாரபூர்வ சட்டக் கருத்துரையாளர் முஃப்தி குறிப்பிட்டார்: "ஆனால், சீமாட்டி துன்யாஜாத் ஏற்கனவே சட்டபூர்வமாக மணமானவள்..."

"கராம் அல்-அஸீலை இட்டு வருக" என சுல்தான் டாண்டனுக்குக் கட்டளை இட்டார். அப்போது தொன்மையான நகர்ப்பகுதியின் ஆளுநர் யூசுஃப் அல்-தாஹிர் எழுந்து, "மாட்சிமை மிக்கவரே, நேற்றிரவு அவரது வீட்டுக்கு அருகாமையிலேயே கராம் அல்-அஸீல் இறந்து கிடந்தார்" என்றார்.

மக்களின் இருதயங்களைத் தாக்கிய அச்செய்தி நிலநடுக்கமென அவற்றை நடுங்கச் செய்து, ஆளுநர் மற்றும் முக்கிய பிரஜைகளின் மரணங்களை நினைவுபடுத்தியது. நகர்ப் பகுதியின் காவல் துறை இயக்குநர் பயோமி அல்-அர்மால் எழுந்து நின்று குறிப்பிட்டார்: "எங்கள் காவலர்கள் நெடுநேரம் தேடிய பின் நகர்ப்பகுதியில்

இரவு வேளையில் குறிக்கோளின்றி திரிந்து கொண்டிருந்த பைத்தியக்காரனைக் கண்டு பிடித்துக் கைது செய்துள்ளனர்."

"அவன்தான் அல்-அஸீலைக் கொன்றுவிட்டான் என்று குற்றம் சாட்டுகிறீர்களா?" என்று சுல்தான் வினவினார்.

"குற்றங்களை எல்லாம் இழைத்தது தானே என்று அவன் கர்வத்துடனும் பிரதாபத்துடனும் ஒத்துக் கொள்கிறான்."

"தான் கமாஸா அல்-புல்டி என்று சொன்னவன்தானே அவன்?"

"அவனேதான். இன்னும் விடாப்பிடியாக இருக்கிறான்."

இந்த இடத்தில் யூசுஃப் அல்-தாஹிர் குறிப்பிட்டார்: "அவனை பைத்தியக்கார இல்லத்திற்குத் திருப்பி அனுப்புவதை விடவும் அவன் தலையைத் துண்டிப்பதே பாதுகாப்பானது என்று மாட்சிமை மிக்க உங்களின் அனுமதியைக் கோருகிறோம்."

"அவன் தப்பிவந்த குகை மானுடரால் வர இயலாதது என்று அமைச்சர் டாண்டன் கூறியிருக்கிறார்."

"அப்படித்தான் மாட்சிமை மிக்கவரே," என பயோமி அல்-அர்மால் ஒத்துக் கொண்டார்.

தன் வாழ்வில் முதல்முறையாக அச்சத்தால் தாக்கப்பட்டுக் கொண்டிருந்ததை, தன் நெருங்கிய சகாக்கள் உணர்ந்து கொண்டனர் என்று சுல்தான் நீண்ட நேரம் தயங்கினார்.

இதனை டாண்டன் உணர்ந்து கொண்டதும் சாமர்த்தியத்துடன் கூறினார், "அவன் பைத்தியமே தவிர வேறுயாருமில்லை மாட்சிமை மிக்கவரே. எனினும் குறைத்து மதிப்பிடமுடியாத ரகசியம் அவனிடம் இருக்கிறது. எனவே அவனை விட்டு விடுங்கள்; "தெய்வத்தின் பொறுப்பிலுள்ள அவனைப் போன்றவர்கள் கையளவேனும் இல்லாத தேசமே இல்லை. அவன் விடுவிக்கப்பட வேண்டும், மேலும் ஷியாக்கள் - காரிஜிகளிடையே கொலையாளியைக் கண்டறிய தேடுதல் மேற்கொள்ளப்பட வேண்டும் என்றுணர்கிறேன்."

தன் அமைச்சரின் புத்தி சாதுர்யத்திற்காக அவருக்கு உள்ளூர நன்றி பாராட்டியபடி, "டாண்டன் நல்ல ஆலோசனை தந்திருக்கிறீர்கள்" என்றார் சுல்தான். பிறகு துன்யாஜாத்தையும் நூர் அல்-தீன்னையும் நோக்கிக் கூறினார். "உங்களுக்கு என் வாக்குறுதி உண்டு, ஆகவே

மணமுடித்துக் கொள்ளுங்கள். தனக்குத் தேவையானவற்றை எல்லாம் துன்யாஜாத் கருவூலத்திலிருந்து பெற்றுக் கொள்வாள்."

அவையை சமாதானமும் சந்தோஷமும் நிறைந்த காற்று சூழ ஆரம்பித்தது.

நாவிதன் உகரின் சாகசங்கள்

I

கராம் அல்-அஸீலின் மரணத்தினால் மனங்கள் குழப்பமுற்றன. ஆனால் நாவிதன் உகரோ, உலகத்தையும் அதில் இருந்தவற்றையும் விலக்கி விட்டு தனக்குள் ஆழ்ந்திருந்தான். சாதாரண சந்தர்ப்பங்களில் நிகழ்ந்து கொண்டிருந்தவை எதுவும் அவனது கவனத்தை ஈர்க்காமல் போவதில்லை. ஏனெனில் அவன் மற்றவர் விவகாரங்களை ஆழ்ந்து நோக்குபவன். எறும்புப் புற்றுகளை மலைகளாக்கி விடுபவன். நாவிதன் ஆவதற்கு முன் செய்திகளிலிருந்தும் ஊதிப்பெருக்கிய வதந்திகளிலிருந்தும் ஆர்வத்தையும் ஆனந்தத்தையும் பெற்று, தன் கடையில் கதைகள் புனைபவனாகக் கருதப்பட்டான். எனினும் அவனது இயற்கை இயல்பை ஒரு புன்னகை மீட்டுத் தந்திருந்தது மற்றும் நீண்ட காலத்திற்கு முன் அழுத்தி வைக்கப்பட்டிருந்த நம்பிக்கைகள் புதிதாக எழுந்தன.

முழுவதும் வசீகரத்தை இழந்து விடாத இருண்ட பழுப்பு நிறமும் பிரகாசமான கண்களும் கொண்டு, அவன் குள்ளமாகவும் ஒல்லியாகவும் இருந்தான். வேறுயாரையும் போலில்லாது ஒரு பேரார்வத்தை மறைத்து வைத்திருந்தான். புன்னகை கொண்டிருந்த அப்பெண் அவனை விடவும் ஓரிரு ஆண்டுகள் மூத்தவளாக, நடுத்தர வயதினளாக இருந்தாள். அவனைப் போன்ற நாவிதனிடம் அவள் ஏன் புன்னகைக்கிறாள்? அவள் மனிதர்களை விரும்பியிருக்கக் கூடும். உகரின் வறுமை குறித்து யாருக்கும் எந்தச் சந்தேகமும் இல்லாததால் பெண் தன்மை மற்றும் தாராளத்தினால் அவள் அவனைத் தூண்டுதல் செய்து கொண்டு இருந்திருக்கக் கூடும்.

அல்லாவே, அவன் பெண்களை எப்படி நேசித்தான்! அவனது வறுமை மட்டும் இல்லாதிருந்தால் அவனது ஆயுளெல்லாம் அவனின் ஒரே மனைவியாக ஃபாத்தவ்ஹா மட்டுமே

இருந்திருக்க மாட்டாள். அவனது இளம்பருவத்து மகன் அலாவுதீன் அருமையான உணவு மற்றும் பானம் குறித்து கனவு கண்டதுபோல, அவன் பெண்களைக் குறித்து கனவு கண்டான். அவனது கடைக்கு முன்பாக அவள் நாட்கணக்கில் கடந்து போனதுண்டு. கடைசியில் அவன் அவளைத் தேடிச் செல்ல அஸ்தமனத்திற்குப் பிறகு சுல்தானின் பள்ளியருகே அவனைச் சந்திப்பதாகக் கூறியிருந்தாள். "உகர் அதிருஷ்டத்தின் பால் உன் முறை வந்துள்ளது" என்று தனக்குள் கூறியபடி அவன் காத்திருந்தான். முதல்முறையாக அவன் அதிருஷ்டத்தைப் பாராட்டிப் பேசி மண்டியிட்டுத் தொழுதான். முதல்முறையாக அவன் அஸ்தமனச் சூரியனை வரவேற்கிறான். முதல் முறையாக அவன் பீடுநடைபோட்டு வீதியில் இணக்கமாக உணர்கிறான். அவன் பரபரப்பும் எதிர்பார்ப்பும் நிரம்பிக் காணப்பட, கடைகள் தம் கதவுகளை மூடிக் கொண்டிருக்கின்றன.

வீதி வெறுமையாக, அநேகமாக அப்படி இருந்தபோது, பெரிய அங்கியில் நீண்ட தாடியுடன் பைத்தியக்காரன் தோன்றினான். மாபெரும் குற்றங்கள் இழைத்ததாக தானே கூறிக் கொள்பவனும் தன்னை கமாஸா அல்-புல்டி என்று கூறிக் கொள்பவனும் மரணத்தை வென்றவன் என்றும் சுல்தானின் கல்நெஞ்சைத் துளைத்திருந்தவன் என்றும் விடுவிக்கப்பட்டவன் என்று கூறிக் கொள்பவனும் ஆன அவன், தன் ரகசியங்களால் இரவைத் துளைத்தெடுப்பதாக, எதிர்பாராதவகையில் தோன்றியிருந்தான். ஏதோ மர்மமான விளையாட்டுப் பொருளென்று அவனை விரும்பிய உகர், விதிவசமான இவ்வேளையில் அவனது தோற்றத்தை வரவேற்கவில்லை. அவன் பயந்தது போலவே பைத்தியத்தின் முன்னே நேர் எதிராக நின்றுகொண்டிருந்தவனை நோக்கி, பைத்தியம் நெருங்கி வந்தது.

"வீட்டுக்குப் போ. தனக்கொரு லட்சியம் இல்லையெனில் இரவு வேளையில் யாரும் வெளியே போவதில்லை" என்று அவன் உரத்த குரலில் கூறினான்.

உகர் தன் பதட்டத்தை சமாளித்துக் கொண்டு சிரித்துக்கொண்டே, "உன் தலைமீதுள்ள முடி பால்க் மரமென வளர, உன் தாடியோ திரைச்சீலையென கீழ்நோக்கியும் வெளிப்புறமாயும் நீள்கிறது. உன் தலையைத் திருத்திச் சரிப்படுத்தும் பொருட்டு நீ ஏன் என் கடைக்கு வரக்கூடாது?"

"உன் மூளை அழுகிவிட்டதால் என் சொல்படி கேட்க மாட்டேன் என்கிறாய்." அவன் அவனைக் கண்டித்தான்.

“எத்தகைய ஆனந்தமான பைத்தியக்காரன் நீ.”

“அறியாமை மிக்க வம்சத்திலிருந்து ஓர் அறியாதவன்” அவன் தன் வழியில் நடந்தபடியே கூறினான்.

அப்பெண் வந்து சேர்ந்தபோது அவன் ஒரு நிமிடம் கூட தனித்திருக்கவில்லை.

II

அறியப்படாத வெறுப்பிலிருந்த ஒரு தகிக்கும் அனுபவம். அன்றாடத் திருமண வாழ்வில் இருபதாண்டுகளுக்குப் பின்னர், இரு பக்கங்களிலான லாந்தர்களால் தணிக்கப்பட்ட இருளில், சுவர்களுக்கு வெளியிலான தோட்டத்துடன் கூடிய, அநேகமாக தனித்திருந்த வீடு நோக்கி அவனை இட்டுச் சென்றது. தன்னை இட்டுச் சென்று கொண்டிருந்த நபர் அந்தஸ்தும் செல்வமும் பெற்று ஒழுக்கக் கேடான வாழ்வைக் கொண்டிருந்தவர் என்று நம்பினான். இது குறித்து சந்தோஷப்பட்டான். இருண்ட இடத்திற்கு அவன் வந்து சேர்ந்தும் வாசனைகள் அவனைச் சூழ, அது தோட்டமென்று உணர்ந்து கொண்டான். மூலைகளில் விளக்குகள் எரிந்த கூடத்தின் மத்தியில் விசாலமான கட்டிலும் உணவும் பானமும் நிறைந்த மேஜையைச் சுற்றி நாற்காலிகளும் கிடந்தன. பர்தா இல்லாமல் பட்டாடை அணிந்த பெண் சென்றாள், அப்புறம் திரும்பினாள். அவன் கணக்கிட்டிருந்ததை விடவும் வயதானவளாய், ஆனால் வேண்டுமென்றே கவர்ச்சி காட்டி, நேர்த்தியான அம்சங்களுடன் கட்டுறுதி பெற்றிருந்தாள். அப்பெண், உணவு மற்றும் பானத்தின் மீது அவன் பார்வை நகர்ந்து செல்ல அவன் தனக்குள் பேசிக் கொண்டான்: “கனவுகள் எவ்விதம் ஈடேறுகின்றன என்று பார்.”

செயலூக்கத்திற்கு தன்னை ஆயத்தம் செய்தபடி “நம் இரவுக்கு ஈடிணை கிடையாது” என்றான்.

இரண்டு குவளைகளை நிரப்பிய அவள் சிரித்தபடியே கூறினாள், “நன்றி மறந்தவனே, சலுகைகளை மறுதலிப்பான்.”

அவள் கைகளைத் தட்ட, இருபதுகளிலான ஓர் அடிமைப்பெண் யாழுடன் வந்தாள். தன் இளமையால் அவளை விஞ்சியிருக்க, அவளது சகோதரி என்று கூறத்தக்கவளாய் காணப்பட்டாள்.

“எங்களுக்காக வாசிக்கவும். சந்தோஷம் முழுமையாக்கப்பட வேண்டும்” என்றாள் அவள்.

பானம் அவர்களின் மனங்களுடன் விளையாட, யாழோ அவர்களது இருதயங்களுடன் விளையாடிற்று. உகர் தனக்கே உரித்தான அலட்சியத்துடன், உணவிடமும் பானத்திடமும் அப்பெண்ணிடமும் தன்னை ஒப்படைத்தான். ஆனால் அதனால் என்ன? அவன் தன் அவசரத்தை உணர்ந்து தனக்கேற்ற வகையில் தன் பாத்திரத்தை நடிக்கட்டும். சீலம் கெட்ட பெண்ணின் முன்னே தானிருந்ததை அவன் சந்தேகிக்கவில்லை. ஆனால் தன்னை வழங்கி சுரண்டல் செய்யாத, தாராளம் மிகுந்த சீலம் கெட்ட பெண் அவள். அது உண்மையாகவில்லை என்பது தவிர்த்து அவனுக்குத் தீங்கேதும் செய்திடாத கனவு அது.

III

ஒவ்வொரு திங்கட்கிழமையையும் அவனுக்காக அவள் ஒதுக்கினாள். அவன் மேலும் விரும்பியிருப்பான், ஆனால் அவள் அதனைப் பொருட்படுத்தவில்லை. அதில் திருப்தியுறுமாறு தனக்குத்தானே ஆலோசனை கூறிக் கொண்டான். தான் யார் என்று சுட்டிக் காட்டுவதை அவள் தவிர்க்க, அவனோ அவள் கௌரவமிக்க குடும்பத்தைச் சேர்ந்தவள் என்பதைப் புரிந்து கொண்டான். யாரேனும் முக்கியஸ்தருடன் அரண்மனை ஒன்றில் அவள் ஏன் தங்கிவிடவில்லை? உல்லாசம் அல்லது பகட்டாரவாரம் காரணமாக இருந்திருக்கலாம். எனவே இவற்றில் எதில் அவன் சந்தோஷமடைவது? அடிமையான யுவதியைப் பொறுத்தமட்டில், அவள் சர்ச்சைக்கிடமின்றி அவளது சகோதரிதான். சந்தேகத்திற்கிடமற்ற வகையில் ஊழலில் தோய்ந்தவள். முற்றிலும் கீழ்ப்படிபவள். பெண் சேவகர் யாரையும் போலவே, அவளுக்கு விட்டுக் கொடுப்பவளே. அவர்களிருவரும் கள்ளப் பார்வைகளைப் பரிமாறிக் கொண்டபோது, அவள் வசீகரமாயிருந்தாள். மூத்தவளின் கண்ணியில் அவன் விழுந்தது போலவே, இளையவளின் கண்ணியில் நிச்சயமாக விழுந்து விடுவான். அதற்கு அதிக நேரம் ஒன்றும் ஆகாது. வேட்கையும் காட்டிக் கொடுத்தலின் வாசமும் கொண்டதாக அவ்விருந்து இருந்தாலும், அப்பெண் குறித்து முடிவற்ற வகையில் அவன் எச்சரிக்கையாய் இருந்தான். அப்பெண்ணை அவன் விரும்பியது போன்றே உணவையும் பானத்தையும் விரும்பினான். நேரம் செல்லச் செல்ல சாப்பாட்டையும் பானத்தையும் கூடுதலாய் விரும்பினான். அவ்விரு பெண்களுக்கும் குதூகலமூட்டும் காட்சியாகி விடும்

வகையில், காட்டுத்தனமாயும் வெட்கங்கெட்ட முறையிலும் உணவு மேஜையில் தன்னை ஒப்படைத்தான். இருப்பினும் அதீதமான எச்சரிக்கையின் பின்னே ஒளிந்து கொண்டாலும் அடிமைப் பெண்ணே அவனை ஊக்குவிக்க, அவள் மீதான தன் ஆசையால் தான் சமரசப்படுத்திக் கொள்ள நேரும் என்பதால், அவன் கவனமாயிருந்தான். எமீர்களின் சிற்றுண்டி விடுதியில் அவன் பிரபலங்களை விடவும் உயர்குடியினராக மற்றும் யூசுஃப் அல்-தாஹிரை விடவும் சந்தோஷமானவனாக உணர்ந்தான். தான் இன்னொரு ஷாரியார் என்றுணர்ந்தான்.

IV

ஒருநாள் இரவு அவன் அங்கு சென்றபோது, அடிமைப் பெண் தவிர வேறு யாரையும் காணவில்லை. கூடம் எப்போதும் போல் இருக்க, மேஜை வெறுமையாயிருந்தது. குழப்பமுற்ற அவன் ஒன்றும் சொல்லவில்லை.

"அவளுக்கு உடல் நலமில்லை, தன் பொருட்டு மன்னிப்புக் கோரும் பொறுப்பை என்னிடம் ஒப்படைத்திருக்கிறாள்" என்றாள் அடிமை யுவதி. அவன் இதயம் துடித்தது, அவன் கண்கள் பளிச்சிட்டன. அவன் புன்னகைத்தான்.

"நான் சீக்கிரமே கிளம்ப வேண்டும்" என்றாள்.

"அவள் மிகவும் நம்பிக்கையானவள்" என்றவன் முன்னகர்ந்து சென்று அவளைப் பற்றினான்.

நிஜமான எதிர்ப்பைக் காட்டாமல், "யார் அறிவார்?" என்றாள்.

"ஆனால் இச்சந்தர்ப்பம் நம் கைகளிலிருந்து நழுவி விடாது."

"எத்தகைய சாகசம்!"

"அவளைப் போல், நீ சுதந்திரமாகி விட்டாய். சந்தேகத்திற்கு இடமின்றி நீ அவளது சகோதரியே."

அவனிடமிருந்து இதமாக வெளிப்பட்ட அவள், உணவையும் பானத்தையும் கொண்டு வந்தாள். பதட்டத்தையும் ஊகத்தையும் போக்கிக் கொள்ளும் விதத்தில் அவர்கள் இருவரும் சேர்ந்து தாராளமாக அருந்த முற்பட்டனர். தகிக்கும் வேட்கையில் அவர்கள் கரைந்து போயினர். தூண்டுதலின் உச்சிக்கு ஏறிய அவர்கள் வெறும் இருப்பிலிருந்தும் விலகிக் கொண்டனர்.

அவன் சீக்கிரமே விழித்துக் கொண்டான். கனத்த தலையுடனும் தடுமாறும் கால்களுடனும் எழுந்தான். திரைச்சீலையை விலக்க, பகல் வெளிச்சம் பாய்ந்தது. அவன் மனம் முந்தைய இரவின் ஞாபகங்களுக்குத் திரும்பிற்று. வனப்புமிக்க அந்த அடிமைப்பெண் தண்டிக்கப்பட்டுக் கிடப்பதைப் பார்த்த அவன் பெருமூச்செறிந்தான். மேலும் அவன் கண்கள் பிதுங்கின. அவளிடம் மரணம் தன்னை இருத்திக் கொண்டதால் அவளது குருதி முழுதாக வடிந்து போயிருந்தது. எப்போது? யார்? எப்படி? அவன் தப்பி ஓடவேண்டுமா? அவன் தலை எவ்வளவு கனத்தது! தன் ஒயினில் ஏதோ போதை மருந்தைச் சேர்த்து குடித்திருந்த தாக்கம் அவன் தலையில் இருந்தது. அவன் தர்க்க ரீதியில் அல்லாமல் சட்டென்று யோசித்தான்: தோட்டம், பிரேதத்தைப் புதைத்தல், குருதித் தடயங்களை அகற்றுதல். வீட்டில் அவனைக் கவனித்தபடி யாரேனும் இருந்தனரா? அவன் செயல்பட்டாக வேண்டும் அல்லது விதியிடம் தன்னை ஒப்புக் கொடுத்தாக வேண்டும். யோசனைக்கு நேரமில்லை. ஒட்டுமொத்தக் கட்டுமானமும் சரிந்து போனது. பழையதை நினைவுகூர முடியவில்லை. இன்னொருத்தியின் ஆவி சதா அவனுடன் இருந்தது.

அவன் அந்த இடத்தைக் கடைசியாக நோக்கியபோது படுக்கையின் அடியில் மணியாரத்திலிருந்து நழுவிய வைரத்தைப் பார்த்தான். அதை என்ன செய்வது என்று தெரியாமல், எடுத்துப் பையில் போட்டுக் கொண்டு திருட்டுத் தனமாகக் கிளம்பினான்.

"நான் தப்பினால் அது ஓர் அற்புதமாய் இருக்கும்" என்று அவன் கூறிக் கொண்டான்.

V

சிறைக் கொட்டடியின் நீடித்த சித்திரவதையில் தடுமாறியபடி காலத்தைக் கழித்தான் உகர். அவனை வதைத்தெடுத்த குற்றம் அவன் மூச்சுத்திணறும் வகையில் அவனை இறுக்கியது. "ஓ அல்லாவே, நீ என்னைக் காப்பாற்றினால் திருந்திவிடுவதாக வாக்குறுதி அளிக்கிறேன்."

அவனைக் கண்ட மகன் அலாவுதீன், அவன் திரும்பியதில் அகமகிழ்ந்தான். அவன் மனைவி ஃபாத்தவ்ஹா இளித்தாள்.

சிறிதும் அக்கறை இல்லாமல் அவன் கூறினான், "கஞ்சா கூடத்தில் தூக்கத்தில் அமிழ்ந்து கிடந்தேன்."

அவள் அவனைத் திட்டினாள். அவர்களுக்கிடையிலான வாழ்க்கை முழுவதும் ஏற்றத்தாழ்வுகள் நிரம்பிக் காணப்பட்டது. வழக்கத்தை விடவும் தாமதித்தே அவன் கடை திறந்தான். பயங்கரத்தின் பள்ளத்தாக்குகளில் அலைந்து திரிவதும் கவனம் பிசகியதுமான மனதுடன், அவன் தலைகளையும் தாடிகளையும் வரவேற்றான். சந்தேகத்திற்கிடமின்றி கொலையாளியான மூன்றாவது நபர் ஒருவர் இருந்தார். அந்த யுவதி ஏன் கொல்லப்பட்டிருந்தாள்? பொறாமையினாலா? இனந்தெரியாத ஒருவனின் பொறாமையினாலா அல்லது ஒரு பெண்ணின் பொறாமையினாலா? அவன் எப்போதும் அக்காவின் உருவத்தினால் பின் தொடரப்பட்டான். அது வலுவானதாய், நெறி தவறியதாய், அதிக்கிரமமான குற்றங்கள் புரியக் கூடியதாய் இருந்தது. அவள் சடலத்தைக் கண்டுபிடித்து விடுவாளா? இரவில் அவன் நழுவிப் போயிருந்ததை யாரேனும் அறிந்தார்களா? ஒரு நாளைக்கு அவன் தலைதுண்டிக்கப் படுவதற்காக தூக்கு மேடைக்கு இட்டுச் செல்லப்படுவானா? 'ஓ அல்லாவே, நீ என்னைக் காப்பாற்றினால் திருந்துவதாக நான் வாக்குறுதி அளிக்கிறேன்.' தப்பியோடுவது குறித்து பலதருணங்கள் அவன் யோசித்தான். அவன் வயிற்றின் மீது கிடந்த ஆரம் அதிருஷ்டத்தை கொண்டு வந்து சேர்க்கும். ஆனால் அதனை விற்க ஏற்பாடு செய்வது அவன் வீழ்ச்சிக்கு வழிவகுக்கும். இல்லை, அவன் கொலை செய்யவில்லை, அவன் தப்பி ஓட மாட்டான். தெய்வ நியதி தூங்கிக் கொண்டிருக்கவில்லை. ஆம், தெய்வநியதி தூங்கவில்லை. ஆனால் இது யார்? பைத்தியக்காரன் தன் கடையில் நுழைந்து, தரையில் அமர்ந்து சம்பிரதாயம் பார்க்காமல் வாதுமைப் பழமொன்றைத் தின்றதை விரக்தியுடன் நோக்கினான். உகர், டாக்டர் அப்துல் காதிர் அல்-மஹீனியின் தாடியைத் திருத்திக் கொண்டிருந்தான்.

"பகல் பொழுதில் வழக்கத்திற்கு மாறாக உன்னைக் கொண்டு வந்து சேர்த்துள்ளது எது?" என்று அவன் பைத்தியத்தைக் கேட்டான்.

"உகர், உன் பகல் பொழுது இரவாகியுள்ளது" என்று வெளிப்படையாகக் கூறியது பைத்தியம்.

"இத்தகைய தீய வார்த்தைகளிலிருந்து நான் அல்லாவிடம் அடைக்கலம் கொள்கிறேன்."

“எங்களை தவறாக இட்டுச் செல்லாதே, ஏனெனில் பைத்தியம் என்பது அறிவின் உச்சம்” என்று டாக்டர் சிரித்தபடி கூறினார்.

“ஒரு காலத்தில் நான் போலீஸாக இருந்தேன்” என்றான் பைத்தியக்காரன்.

“நீ இன்னும் உன்னை கமாஸா அல்-புல்டி என்றுதான் நினைத்துக் கொண்டிருக்கிறாயா?”

“மேலும் அல்லாவிடம் திரும்பும் போலீஸ்காரன் தன் பழைய வேலையைக் கைவிட்டு விடுவதில்லை.”

“உன் பைத்திய நிலையிலிருந்து என்னை விட்டுவை. நான் நல்ல மனநிலையில் இல்லை” என்று சோதித்துப் பார்க்கும் வகையில் உகர் குறிப்பிட்டான்.

“உன்னைப் போன்றவர்களே என்னை அழைக்கிறார்கள், அறியாத ஜென்மமே.”

டாக்டர் உரத்துச் சிரித்துவிட்டுக் கூறினார், “நமது அறிவு வேலை செய்யத் தவறுகையில் அவன் வழக்கம் போல் அழைப்பான்.”

பைத்தியக்காரன் எழுந்து நின்று, “உயிர்த்திருப்போர், மரித்தோர் மற்றும் மரித்து உயிர்த்திருப்போர் அனைவரது புகலிடமும் அல்லாவே” என்று கூறியபடி கிளம்பினான்.

அவன் பின்னே கதவு சாத்தப்பட்டதும் உகர், டாக்டரிடம் கூறினான், “இப்பைத்தியக்காரன் அபாயகரமான கொலையாளி என்று என் இருதயம் இப்போது தெரிவிக்கிறது.”

அப்துல் காதிர் அல்-மஹீனி முணுமுணுத்தார், “உகர், எத்தனை கொலையாளிகள் உள்ளனர்?”

பைத்தியம் தன் ரகசியங்களை அறிந்திருந்தது என உகர் உணர்ந்தான். அழகான யுவதியை அவன் வெட்டித் துண்டாடி இருக்கக்கூடுமா? வானகத்தின், வையகத்தின் அல்லாவே அவனது வருத்தம் எப்போது நீங்கும்?

VI

மர்மமிக்க சாத்தியப்பாடுகள் குறித்து எச்சரிக்கை தந்த குல்நாருடனான சந்திப்பு திங்கட்கிழமை இரவு வந்தது. அவன் போனால் அது நரகத்தீயிடம் போவதாக இருக்கும். போகாவிட்டால் அவன் இழைக்காத குற்றத்திற்கான சாட்சியம்

முன் வைக்கப்படும். குற்றம் மற்றும் பயங்கரத்தின் இல்லத்திற்கு அவன் சென்றான்.

கலவரத்தினால் தன் உடல் நடுங்க தன்னை விதியிடம் ஒப்புக் கொடுத்தான். தன் பார்வையைத் தவிர்ப்பதன் மூலம், தோட்டத்தை அதன் இருப்பிலிருந்து ஒளித்து வைத்தான். அழகான உடலிலிருந்து துண்டிக்கப்பட்ட தலையைப் பொறுத்தவரை அது படிப்படியாக அவனுடன் தங்கிற்று. குல்நாரையும் மேஜையையும் பார்த்த அவன் புழுக்கத்தினால் கனக்கும் கோடையின் தட்பவெப்பத்தின் முதல் மூச்சுக்காற்றை சுவாசித்தான். தன்னைக் காட்டிக் கொடுத்துவிடும் என்பதால் தன் குழப்பத்தை அவன் கட்டுப்படுத்திக் கொள்ள வேண்டும். அவன் குருதிப் படுக்கை மீது காதலை நிகழ்த்திக் காட்ட வேண்டும். உடல் அவ்விடத்தை நிறைத்து, தீவிரங்கொண்ட பெண்ணை மங்கச் செய்வதாகத் தோன்றியது. தப்பித்தல் எவ்வளவு இனிதாய் இருந்தது! விரக்தியில் அவன் மதுபானம் அருந்தினான். அப்பெண் அமைதியாய் புன்னகைத்துக் கொண்டிருந்தாள். ஸஹ்ரியர் பற்றி விசாரிப்பதா அல்லது காத்திருப்பதா? எது அதிகச் சந்தேகத்தைக் கிளப்பும்? ஆனால், 'ஸஹ்ரியர் எங்கே?' என்னும் விசாரிப்புடன் விஷயத்தை அவிழ்த்தது குல்நார்தான்.

"அவள் உன்னுடன் வரவில்லையா?" அவன் விசாரித்தான்.

அவனுடன் சேர்ந்து குடித்த அவள், குழப்பத்தில் அவனை ஏறிட்டுப் பார்த்து, "என் சமாதானங்களுடன் அவளை நான் உன்னிடம் அனுப்பியிருந்தேனே" என்றாள்.

"ஓரிரு வார்த்தைகளைப் பரிமாறிவிட்டு நாங்கள் பிரிந்து விட்டோம்" என்று படபடக்கும் இருதயத்துடன் அவன் குறிப்பிட்டான்.

"காற்றில் கரைந்து விட்டது போல் அவள் மாயமாகி விட்டாள். தளராமல் அவளைத் தேடிக் கொண்டிருப்பவர்கள் கைவிட்டு விட்டனர். இல்லம் இப்போது ஆயுதங்களால் நிரம்பியுள்ளது."

விரக்தியின் சமிக்ஞையாக கைகளைச் சேர்த்துத் தட்டிய அவன், "உண்மையிலேயே ஓர் அசாதாரண நிகழ்வு நடக்க இருந்தது. அவள் மறைந்து மாயமாவதற்குக் காரணம் ஏதேனும் உண்டா?" என்று முணுமுணுத்தான்.

"என்னால் எதையும் கற்பிதம் செய்ய முடியவில்லை. இல்லம் ஆயுதங்களால் நிரம்பியுள்ளது."

“எந்த இல்லம் குல்நார்?”

“எங்கள் இல்லம்தான். ஏன் எங்களுக்குக் குடும்பம் இல்லையென்று நினைக்கிறாயா, உகர்?”

“இந்த இல்லம்... இது என்ன?”

“இது ஓய்வு கொள்வதற்கான இடம்தான். பொழுதுபோக்கிற்காக நாங்கள் வைத்துள்ள ஓரிடம்.”

தயங்கியவாறே அவன் கேட்டான், “குல்நார், உன் குடும்பத்தினர் யார்?”

“சில பேர். அவர்களைப் பற்றி உனக்கென்ன?” என்று புன்னகைத்தபடியே அவள் கேட்டாள்.

தன் கவலைகளில் மிகவும் ஆழ்ந்து போன அவன் சோகத்துடன் வினவினான், “ஸஹ்ரியர், நீ எங்கே இருக்கிறாய்?”

“இச்செய்தி சந்தேகத்திற்கிடமின்றி உன்னை வேதனைப்பட வைத்துள்ளதா?”

“குல்நார், நான் மானுடன்தானே” என்றான் நம்பிக்கையிழந்து.

“மற்றும் ஒரு நல்ல மானுடன், நீ” என்று அவன் தாடியை அசைத்தாட்டியபடி அவள் கூறினாள்.

ஒயின் போதை ஏற அவள் அவனை நெருங்கினாள். அவனைச் சுற்றி அவநம்பிக்கை நிலவியது. உணவு மற்றும் பானத்தின் மீதான வேட்கையின்மை அவனிடம் உண்டாக, வேட்கையின் சுவர்கள் உலர்ந்து போயின. அவளைக் குறித்து அவன் பீதியுற்றதால் நிலைகுலைந்தான். அது முடிவுக்கு வந்தாக வேண்டிய நீண்டதும் கனத்ததுமான தீக்கனவாய் இருந்தது.

VII

அடுத்த சந்திப்பின் போது தூக்கிலிடுவோனின் தோல் விரிப்புக்குப் போவதென அவன் போனான். ஆனால் அவன் கதவைத் தட்டிய போது யாரும் பதிலளிக்கவில்லை. அக்கதவு திறக்காததால் குற்றம் கண்டறியப்பட்ட பிறகு முதல் முறையாக அவன் நிம்மதியை உணர்ந்தான். அவளது குடும்பம் ஒரு வழியாக அவளின் ரகசிய நடத்தையைக் கண்டறிந்திருக்கக் கூடும். அவனை அவள் தவிர்த்துக் கொண்டிருக்கக் கூடும். அவள் தன் சகோதரியுடன் சேர்ந்திருக்கக் கூடும். அவனுக்கு என்ன

நேர்ந்திருந்தாலும் அவனது வாதையின் அற்பமான பகுதிகூட முடிவுறவில்லை. குற்றத்தின் களத்தை அவன் திரும்பவும் நெருங்கப் போவதில்லை. தன்னைப் பின் தொடர்ந்து வந்த குருதியின் நிறத்தை எதிர்த்து அவன் போராடுவான். மேலும் தன் ஆயுட்காலத்தில் எந்தக் கொலையையும் செய்ததில்லை என்று தனக்கு நினைவூட்டிக் கொள்ளத் தவறமாட்டான். ஒரு கோழிக் குஞ்சைக் கூட அவனால் கொல்ல முடியாதிருந்தது. உணவு, பானத்தின் ஞாபகங்கள் மற்றும் கலவி புரிதல் அனைத்தும் தம்மை விலக்கிக் கொண்டன. அவை நிஜமாகக் கூட இல்லாதிருக்கலாம் என்று தன் தோல்வியுற்ற அகத்திற்குக் கூறினான். கடந்து போன ஒவ்வொரு நாளும், மனஅமைதி என்னும் கொடையை அவனுக்கு நல்கின. பயம் குற்றத்தினுடையது, கள்ளமற்றதற்கு உரியதல்ல. அவன் சந்தேகத்திற்கிடமின்றி கள்ளமற்றவன். மன அமைதி அவனுக்குள் பரவியபோதெல்லாம் அடக்கப்பட்ட ஆசையுடன் சேர்ந்து வாழ்க்கை துடிப்புற்றது; கலவிபுரிந்த இரவுகளையும் உணவையும் நினைவுகூர்ந்து ஏக்கப் பெருமூச்சு விட்டான். தன் வயிற்றுக்கு மேலே கிடந்த விலை உயர்ந்த ஆரத்தையும் ஞாபகப்படுத்திக் கொள்வான். அதை விற்க முடியாதது குறித்து வேதனைப்படுவான். தன்னைச் சுற்றிலும் உதவாக்கரை சொத்தைத் தூக்கிச்சென்று கொண்டிருந்தான். சந்தோஷத்துடனான அவனது அனுபவம் மறக்க முடியாதது. பேராசையும் ஏக்கங்களும் அவனுள் சுரக்க, "வருந்துவது எனக்குச் சிறந்ததில்லையா?" எனக் குழப்பத்துடன் கேட்பான்.

ஆனால் குல்நாருடனான இரவுகள் பெண்களின் மீதான கிறக்கத்தை அவனுள்ளே பளிச்சிடச் செய்தன. அவன் கண்கள் அக்கினிப் பார்வைகளை எறிந்தபடி அழகிய பெண்களிடையே திருட்டுத் தனமாகத் திரிந்தன. அப்படியான ஒரு திரிதலின்போது சனானின் மகளும் ஃபாதிலின் தங்கையுமான ஹுஸ்னியாவின் மீது அவன் பார்வை இறங்கியது. அவளது வறுமையும் இறந்த போன அவளது தந்தையின் கீர்த்தியும் அவளைக் குறித்துத் திட்டமிட அவனை ஊக்குவித்தன. தன் முடியையும் தாடியையும் சரிப்படுத்திக் கொள்ள ஃபாதில் அவன் கடைக்கு வந்தபோது, தன் சந்தர்ப்பத்தை ஏற்படுத்திக் கொண்டான். அவனைத் தாராளமாக வரவேற்று குறிப்பிடத்தக்க நேரான தன்மையில் வினவினான்: "திருவாளர் ஃபாதில் சனான், திருமணத்தின் மூலம் உன்னுடன் சொந்தம் கொண்டாட வேண்டுகிற ஒரு நபர் இருக்கிறார்."

"யாரது உகர்?" என விகல்பமில்லாமல் ஃபாதில் கேட்டான்.

"பணிவுமிக்க நான்தான்." அதே நேரியத்தன்மையுடன் அவன் குறிப்பிட்டான்.

திடுக்கிட்டுப்போன ஃபாதில், தன் எதிர்வினையை மறைத்துக் கொண்டு தனக்குள் கூறிக் கொண்டான், 'உகர் என்னை விடவும் நல்ல நிலையில் இருக்கக் கூடும், ஆனால் அவன் உகர் தான், நான் ஃபாதில் தான் மற்றும் செஹர்ஜாத்தை விடவும் குறைவாக வளர்க்கப்பட்டவள் அல்ல ஹுஸ்னியா…' யோசிப்பதற்கு நேரம் தேவை என்பதால், "என் தங்கையா?" என்று கேட்டான்.

"ஆமாம்."

"யாரோ ஒருவர் உன்னை இப்படி நிர்ப்பந்தப்படுத்தி இருக்கிறார்" என்று மன்னிக்கும் தொனியில் அவன் குறிப்பிட்டான்.

உகர் நிசப்தத்தில் புகலிடம் கொண்டான். யாரேனும் ஒருவர் அதை நிர்ப்பந்தப்படுத்தி இருந்தால், அவன் அதை அறிந்து கொண்டிருப்பான். நகரில் நடந்துள்ள எதுவும் எப்போதேனும் அவனிடமிருந்து மறைக்கப்பட்டிருந்ததா? உகர் கோபமுற்றான். சாத்தானின் சாபம் கவிந்துள்ள இல்லத்துடன் உறவை ஏற்படுத்திக் கொள்ள அவன் வேண்டிக் கொண்டிருக்கும்போது, அவன் கோரிக்கையை ஒரு சலுகையாக ஃபாதில் கருதாதது எப்படி?

VIII

அவனது காதல் ஆசை அதிகரித்தது. மேலும் செல்வச் செழிப்பின் மீதான அவனது வேட்கையும் ஓயவில்லை. தன் மகன் அலாவுதீனுக்கு இன்னும் மணமாகவில்லை என்றபோதும், இளைஞனைப் போன்று கன்னியர் குறித்த கனவுகளில் மூழ்கினான். தான் சேவகம் புரியும் பொருட்டு சில நேரங்களில் நுழைய நேர்கிற மாயாஜால வீடுகளின் இருக்கைகளிடையே தான் திரிவது போன்ற மயக்கம் கொண்டான். ஹுஸ்னியாவிடம் அவன் காதல் வயப்பட்டது போலவே மருந்து வியாபாரி ஹாஸன் அல்-அத்தரின் சகோதரி கமாரிடமும் தன் நெஞ்சைப் பறிகொடுத்தான். முதலாவதை விடவும் இது வலுவான காதலாய் இருந்தது. மற்றும் அதன் நம்பிக்கையற்ற தன்மையால் இன்னும் வலுவானது: ரகசியம், வருத்தம் மற்றும் வலியினால் நிந்திக்கப்பட்ட ஒரு காதலாக இருந்தது.

ஒரு நாள் ஹாஸன் அல்-அத்தரின் தாடியைத் திருத்துவதற்காக அவரது இல்லத்திற்குச் சென்றிருந்த அவன், அழகான

பெண்ணைக் கண்டு தன் நிம்மதியை என்றென்றைக்குமாக இழந்து போயிருந்தான். ஆனால் அவன் கனவை இழந்து விடவில்லை. அல்-அத்தர், துணிமணி வியாபாரி கலீல் அல்-பாஸஸ் மற்றும் நூர் அல்-தீன் போன்றோரின் இல்லங்களிடையே அலைந்து திரிவான். எத்தகைய சந்தோஷமான இளைஞனாக அவனிருந்தான்! உகரின் அந்தஸ்தை விடவும் உயர்ந்ததல்லாத, வாசனைப்பொருள் வியாபாரி என்னும் நிலையிலிருந்து அவன் உயர்ந்திருந்தான். பிரபலங்களில் ஒருவனாகி செஹர்ஜாத்தின் தங்கை துன்யாஜாத்தின் கணவனாகவும் சுல்தானின் மருமகனாகவும் ஆவதற்கு, இளமையிலும் பண்புகளிலும் தன் மகன் அலாவுதீனை விடவும் குறைந்திருக்கலாம். எல்லாவற்றையும் நிறைவேற்றக் கூடியவராக அல்லா இல்லையா?

IX

எமீர்களின் சிற்றுண்டி விடுதியில் ஒவ்வொரு இரவிலும் அவன் அமர்வதுண்டு. உஷ்ணமான கோடைகால நாளுக்குப் பின்னே, வரவேற்கிற தென்றலை இரவு வழங்கும். ஓர் இரவில், அரும் பொருள் வணிகர் மாஸ்டர் சாஹ்லவலின் மேடைக்கு அவ்வளவு அருகாமையில் அவன் அமர்ந்திருந்தான். அந்தாரின் வீரகாவியக் கதையின் ஒரு பகுதியை, கதை சொல்லி முடித்திருந்தபோது, வளாகம் நிசப்தமாகி, உரையாடல் தொடங்கியிருந்தது.

“தங்கள் வருகையால் எங்களைக் கௌரவப்படுத்தி நீண்ட காலமாகிறது” என்று தன் வாடிக்கையாளர்களுள் ஒருவரான மாஸ்டர் சாஹ்லவலிடம் உகர் கூறினான்.

புன்னகைத்தபடியே “ஒரு நாள் திடீரென்று வருகிறேன்...” என்றார் அவர்.

மருந்து வியாபாரி ஹாஸன் அல்-அத்தர், துணிமணி வியாபாரி கலீல் அல்-பாஸஸ் மற்றும் ஃபாதில் சனான் ஆகியோர் வந்து சேர்ந்தனர். அவர்கள் தத்தமது இடங்களில் அமர்ந்தனர். உகர் அவர்களைத் தாராளமாக வரவேற்க, அவர்கள் பற்றுதலில்லாது பதில் முகமன் தெரிவித்தனர். அக்கனவான்களிடையே அவன் வலுக்காட்டாயமாக நுழைய, அவர்களோ சுரத்தில்லாமல் பதிலளித்தனர். இப்போது அவன் ஃபாதிலை விடவும் முக்கியமானவனாயிருந்தான். ஆனால் அவர்களோ முந்தைய கால நிலவரங்களிலிருந்து வழுவாது காணப்பட்டனர். அவர்களது மேஜைகளின் முன்னிருந்து கவனிக்க முடிந்ததற்குப்

பதிலாக, தான் சேவைபுரிந்திட அனுமதிக்கப்பட வேண்டும் என்பதே சதா அவனது கனவாயிருந்தது. ஒருமுறை வெல்லும் அவன், பத்துமுறைகள் தோற்று விடுவான். பேராசை மிக்க அவன் வேட்கை பற்றி எரியும். தன் சகோதரியை மணந்திடும் முன்மொழிவை நிராகரித்ததால் ஃபாதில் அவன் எதிரியாயிருந்தான். ஹாஸனைப் பொறுத்தவரை உகர் நம்பிக்கை கொள்ளாத சலுகையைப் பெற்றுக் கொண்டிருந்தான். ஓய்வெடுத்துத் தூங்குபவனைப் போல பாவனை செய்து கொண்டு, அவர்கள் அமர்ந்திருந்த இடத்தை நோக்கி தன் கவனத்தைத் திருப்பினான். இந்தியாவிலிருந்து சரக்குடன் வந்து சேர்ந்திருந்த துணிமணி வியாபாரியின் கப்பல் வருகையைக் கொண்டாடும் வகையில், நடத்த இருந்த ஆனந்தமான மாலை விருந்து பற்றி அவர்கள் பேசிக் கொண்டிருந்தனர். குல்நார் ஏற்பாடு செய்திருந்ததை விடவும் சிறப்பான உணவு இருக்கும். குடிப்பதற்கு ஏராளமான மது இருக்கும். கறி வகைகள் தயாரிப்பவன் பழைய காலங்கள் போல வயிற்றை நிரப்பி விடுவான்.

"தட்ப வெப்ப நிலை உஷ்ணமாயுள்ளது. வெளியே எங்காவது போகலாம்."

பிரபலங்களுள் ஒருவரைப் போல அப்போக்கிரி தன் ஆசைகளை தெரியப்படுத்திக் கொண்டிருக்க அவனுக்கு கலீல் பதிலளித்தார். "பசுமைத் தீவு."

"கூனன் சாம்லவலை அழைத்திருக்கிறேன்" என்றார் ஹாஸன் அல்-அத்தர்.

"சுல்தானின் கோமாளி நமக்காக வேடிக்கை செய்வது எவ்வளவு வேடிக்கையாயிருக்கும்!"

கோமாளி கூட! உகர், உன்னைப் பொறுத்தவரை, உன்னிடம் அதிருஷ்டம் புன்னகை புரிந்த மாத்திரத்தில் மானுடக் குருதியால் அடித்துச் செல்லப்பட்டு விடுகிறது.

அவன் மாஸ்டர் சாஹ்லவலை நோக்கி வேதனையுடன் கூறினான். "மாஸ்டர் சாஹ்லவல், உல்லாசத்திலிருந்து நீங்கியிருப்பதில், நீங்கள் தனி ரகம்."

"அது உண்மைதான்" மாஸ்டர் அமைதியாகக் கூறினார்.

"நீங்கள் மேன்மையும் அடக்கமும் கொண்டவர். குடிப்பதில் நான் உங்கள் சகாவாக இருப்பதை நீங்கள் மறுதலிக்க மாட்டீர்கள்."

புன்னகைத்த அவர் பதிலளிக்கவில்லை. உல்லாசத்தில் அவரை ஈடுபடுத்துவதற்கு எப்படித் தூண்டுவது என்று உகர் சிறிது நேரம் யோசித்தான். திரும்பவும் அவரை நோக்கிப் பார்த்தபோது, அவரது இருக்கை காலியாக இருக்கக் கண்டான். சிற்றுண்டி விடுதியைச் சுற்றிலும் நோக்கியவன், அவரைப் பற்றிய எந்தத் தடயத்தையும் காணவில்லை. இப்படித்தான் அவர் திடீரென மாயமாகி விடுவார். எத்தகைய விநோத நபர்! ஆனால், பசுமைத் தீவில் மாலைவேளை நிகழும் விருந்தில், எது வந்தாலும் கலந்து கொண்டாக வேண்டும் - அந்தச் சாகசத்தில் தான் தூக்கி எறியப்பட்டால் கூட - என்பதில் உகர் தீர்மானமாயிருந்தான்.

X

ஆற்றின் நடுவே நீண்டிருந்த திட்டு குறுகிய தீவாகக் காணப் பட்டது. ஆனால் விளக்கின் ஒளி இல்லாமல் நட்சத்திரங்களின் மங்கிய பிரகாசம் மட்டும் இருந்தது. அருகிலேயே இருளுருவமாய் நின்ற பேரீச்சை மரத்தின் அடிப் பகுதி பைத்தியக்காரனின் இல்லமாக இருந்தது. தரையில் துணியை விரிக்க வேண்டியிருந்தது. வறுத்தெடுக்க கணப்பு மூட்டினர். உணவு வகைகளை துணி மீது பரப்பினர். துரதிருஷ்டவசமாக அவர்களுக்குப் பரிமாறுவதற்காக ஆவி ஒன்று தானே முன் வந்து "கனவான்களின் சேவகன்" என்று கூறிக் கொண்டது.

அக்குரலுக்கு ஊக்குவிப்பு கிடைக்கவில்லை. கலீல் அல்- பாஸஸ் கூச்சலிட்டார், "உகர், எத்தகைய அருவருப்பானவன் நீ."

சேவகம் செய்ய ஒரு போதும் ஓயாத கைகளைக் கொண்ட அவன் தீர்மானகரமாகக் கூறினான்: "ஆனால் நான் அருவருப்பானவன் இல்லை. இத்தகைய விருந்து சேவகன் இல்லாமல் எப்படிச் சரியாக அமையும்?"

"உன் வாயை பசையிட்டு ஒட்டிக் கொள்ள வேண்டும் என்பது நிபந்தனை" என்று மிரட்டினார் ஹாஸன்.

"நீங்கள் வற்புறுத்தாதவரை நான் வாயைத் திறக்கப் போவதில்லை."

கூனன் சாம்லவலின் குரல், குழந்தையின் குரலென உச்சத்தில் உயர்ந்தது: "முக்கியமானவர்களிடையே உன்னைப் போன்ற உதவாக்கரை எப்படி நுழையலாம்?"

ஆத்திரங்கொண்டாலும், பாட்டில்களையும் குவளைகளையும் ஒழுங்குபடுத்தியும் கணப்பு மூட்டியும் உகர் தன்னை வேலையில் ஆழ்த்திக் கொண்டான். அவர்கள் அனைவரும் குடிக்க முற்பட்டனர். தன்னைப் போன்று பெரிதான யாழ் ஒன்றைத் தூக்கிக் கொண்ட சாம்லவல், வெறுமனே சிரிப்பைத் தூண்டி விட்ட குரலில் மிருதுவாக முணுமுணுக்கத் தொடங்கினான். குள்ளமான உருவம், இருந்தும் அவனது இருதயத்தில் அடிப்படைப் பெருமிதம் கசிவுற்றது.

உகரின் வயிற்றில் முதல் குவளை மது விழுந்ததுமே அவன் தன் வாக்குறுதியை மறந்துபோய், "யூசுஃப் அல்-தாஹிர், ஆளுநரின் செயலாளர் ஹுஸம் அல்-ஃபிகி பற்றிய சமீபத்திய கதையைக் கேள்விப்பட்டிருக்கிறீர்களா?" என்றான்.

"அது பற்றி கேட்க நாங்கள் விரும்பவில்லை, உன் வாயை மூடு" என்று ஹாஸன் அல்-அத்தர் கூச்சலிட்டார்.

அவர்கள் குடித்துக் கொண்டிருந்தபோது புலப்படாத குரலொன்று "ஒருவர்..." என்று முணுமுணுத்தது. எல்லாத் தலைகளும் பேரீச்சையின் நிழலை நோக்கித் திரும்பின.

"அவன் பைத்தியக்காரன்" என்றான் ஃபாதில்.

"பசுமைத் தீவுக்கு வருகிறவர்களைத் தடுக்கும் வகையில் அதைக் கெடுப்பதற்கு அவனுக்கு வேறு இடம் கிடைக்கவில்லையா?" என்றார் கலீல்.

"உங்களின் மாமனார் கமாஸா அல்-புல்டி என்று அவன் தன்னைக் கூறிக் கொள்கிறான்" என்று ஃபாதிலை நோக்கி ஹாஸன் கூறினார்.

"அதுதான் அவன் கூறிக் கொள்வது, ஆனால் கமாஸாவின் தொங்கும் தலை கூறுவது வேறு."

"இந்த விசித்திர நகரத்தில் எதுவும் சாத்தியமே" என்றான் கூனன் சாம்லவல்.

"நீங்கள் உண்மையை விரும்பினால்..." என்று இழுத்தான் உகர்.

"நாங்கள் உண்மையை விரும்பவில்லை, மேலும் எங்களுக்குப் பிடிக்கவில்லை" என்று கலீல் குறுக்கிட்டார்.

"எங்களுக்கு மரணத்தை நினைவூட்ட வேண்டாம். சுல்தான் கட்டளையிட்டிருப்பது அதற்குத்தான்" என்று சாம்லவல் கத்தினார்.

"சாம்லவல், சுல்தானுடன் எப்படி மாலை நேரங்களைக் கழிக்கிறாய்?" என்றார் கலீல்.

"அருவருப்பானவனே, நான் ரகசியங்களை வெளியிடுபவன் அல்ல" என்று ஆவேசமாகக் குறிப்பிட்டார் சாம்லவல்.

ஹாஸன் அல்-அத்தரைத் தவிர அனைவரும் சிரித்தனர். அவரது போதை ஆத்திரமாகச் சீறிற்று: "நச்சுப்பாம்பே!" என்று கத்தினார்.

கோபங்கொண்டு யாழைக் கீழே போட்டுவிட்டுத் தாவிய கூனன், திடீரென உணவும் மதுவும் வைக்கப்பட்டிருந்த விரிப்பின் மீது சிறுநீர் கழிக்க ஆரம்பித்தான். தமது மாலைப் பொழுது நாசமாகிவிட்டதை உணர்ந்த அவர்கள் பேச்சிழந்தனர். போதை அவர்களது சினத்தைத் தூண்டிவிட, கூனன் மீது பாய்ந்தனர். ஃபாதில் கூனனைப் பின்னுக்குத் தள்ள, அவனது இருகால்களையும் பிடித்து தீவின் விளிம்புக்குக் கொண்டு போய் ஆற்றில் அமிழ்த்தி, மீண்டும் தூக்கி புல்தரையில் போட்டு, பீதியிலும் ஆத்திரத்திலும் புலம்புமாறு விட்டு விட்டான். தடுமாறி நின்ற அவன் எரியும் தணலை அவர்கள் மீது தூக்கி எறிந்தான். போதையில் சீற்றங் கொண்ட அவர்கள் அவன் நினைவிழக்கும் வரையிலும் நையப் புடைத்தனர்.

அவர்கள் செய்து கொண்டிருந்ததை திகைப்புடன் நோக்கிய உகர் "கனவான்களே, போதும். இவன் சுல்தானின் கோமாளி" என்று எதிர்ப்புத் தெரிவித்தான்.

இருளில் கீழே கிடந்தவனைக் குனிந்து பார்த்தவன், தலையை உயர்த்தி அவர்களிடம் கூறினான், "கனவான்களே, கூனனை நீங்கள் கொன்றுவிட்டீர்கள்."

"நீ கூறுவது நிச்சயம்தானா?" என்று வினவினார் கலீல்.

"மாஸ்டரே, நீங்களே பார்த்துக் கொள்ளுங்கள்."

நிசப்தத்தில் பயம் ஏறிக் கொண்டது. உகர் கூறினான், "காரணமில்லாமல் செய்த குற்றம் சுல்தானின் கதவைத் தட்டுகிறது."

"இது பைத்தியக்காரத்தனம்" என்று கத்தினார் ஹாஸன் அல்-அத்தர்.

"எவ்வளவு மோசமான துரதிருஷ்டம்!"

"காரணமோ கருத்தோ இல்லாது நாம் சீரழிய வேண்டியதுதானா?"

கனவிலிருந்து கனவுக்கு தாவியவண்ணம் உகரின் தலை அசாதாரணக் கற்பனைகளால் நிறைந்திருந்தது. ஒருவழியாக கட்டுப்பாட்டுணர்வை அடைந்ததும் அவன் அமைதியாகச் சொன்னான்:

“உங்கள் பொருட்களை எடுத்துக்கொண்டு போய்விடுங்கள்.”

“இக்குற்றத்தை விட்டுவிட்டு நாமெப்படிப் போவது?” என்றார் கலீல்.

“போய்விடுங்கள். இந்த உடல் மறைந்து போகும். ஆவிகள் கூட அதன் தடயத்தைக் கண்டு கொள்ள முடியாது” என்று கட்டளையிடும் குரலில் உகர் சொன்னான்.

“நிச்சயமாக உன்னால் சமாளிக்க முடியுமா?”

“முடியும். என் வெற்றி அல்லாவின் மூலமாக மட்டுமே.”

“யாரும் எப்போதும் கேள்விப்பட்டிராத இழப்பீடான வெகுமதியை எதிர்பார்க்கலாம்” என்று நடுங்கும் குரலில் கலீல் குறிப்பிட்டார்.

“மிகவும் குறைவாக நான் எதிர்பார்ப்பது இது” என உணர்வு பாவமில்லாமல் அவன் கூறினான்.

“ஆனால் சிற்றுண்டி விடுதியில் அவனை நாம் விருந்துக்கு அழைத்ததை பலர் கேட்டிருக்கக் கூடுமே...”

“ஆமாம், அவர்கள் கேட்டிருந்தனர். நானோ அழைப்பில்லாமல் உங்களுடன் சேர்ந்து கொண்டேன். அவன் சிறிது நேரமே நம்முடன் இருந்து விட்டு, அப்புறம், ‘தனக்கு உடல் நிலை சரியில்லை என்று கூறி தன் வழியில் போய் விட்டான்’ என நான் சாட்சியம் கூறுவேன். சரியாகக் கேட்டு ஞாபகம் வைத்துக் கொள்ளுங்கள்.”

XI

கூனனின் பிரேதத்துடன் தனிமையில் இருக்கத் தொடங்கியதுமே, அவனுக்கு ஸஹ்ரியரும் குருதியும் ஞாபகத்துக்கு வர, உடல் நடுங்கியது. ஆனால் விரக்தியூட்டும் எண்ணங்களுக்கு இடமில்லாதிருந்தது. அவன் சாகுபடி நிலத்திலிருந்து வெளியேற வேண்டி இருந்தது. தன் ஆசைகளை அவன் நிறைவேற்றும் வரையில் அவ்வுடலை பாதுகாப்பாக வைத்துக் கொள்வதற்காக,

பாலைவனத்தில் ஏதேனும் மறைவான பொந்து இருக்குமா எனத் தேடலானான். ஒரு பிரேதம் அவனது அதிருஷ்டத்தைத் தடுத்திருந்தது. இன்னொன்று அவன் இழந்திருந்ததை மீட்டுத் தரப்போகிறது. துரிதமும் ரகசியமும் அவசியமாயின.

நிசப்தத்தைப் பிளந்துகொண்டு ஒரு குரல் அவனிடம் வந்து சேர்ந்தது. "இருளில் நடப்பவனே, உன் பாரங்களிலிருந்து உன்னை விடுவித்துக்கொள்."

அவனது உடம்பு நடுங்கியது. பைத்தியக்காரன்! எப்போதும் அவனது தனிமையில் குறுக்கீடு செய்து கொண்டிருந்தான். அவன் செய்யவேண்டி இருந்ததெல்லாம் தன் அங்கியின் நுனியில் அச்சிறு பிரேதத்தை சுற்றிக் கொள்வதே. தன் கையை நீட்டிய அவன், கொட்டப்பட்டது போல் அதனை இழுத்துக் கொண்டான். அவ்வுடலுக்கு இயக்கமிருந்தது! அது நாடித்துடிப்பாக இருந்திருக்கலாம். முனங்குவது போன்றதான மூச்சுவிடல். அல்லாவே, கூனன் இறந்திருக்கவில்லை. திரும்பவும் அக்குரல் அவனை வந்தடைந்தது, "உன்னை விடுவித்துக் கொள்."

சாபங்கள்! அழகான ஸஹ்ரியரைக் கொன்றவனை அவன் இன்னும் பின்தொடர்ந்து கொண்டிருந்தான். அவன் ஏன் அவளைக் கொன்றிருந்தான்? அவன் ஏன் குல்நாரைக் கொன்றிருக்கவில்லை? அவன் சாம்லவலை இடது தோளில் போட்டு, தன் வலப்புற அங்கியால் மூடினான்.

"சாம்லவல், கலங்காதே. நான் உன் நண்பன். நான் உன்னை பாதுகாப்பான இடத்திற்குக் கொண்டு போவேன்" என்று அவன் கிசுகிசுத்தான்.

வெகுமதி இல்லாது போய்விடுமா? அவனது ஆசைகள் மெலிந்தகாற்றில் மறைந்து மாயமாகிவிடுமா? அவனுக்கு மட்டும் கொல்லும் திறன் இருந்திருந்தால்! அவனுக்கு ஒரு யோசனை தோன்றியது. தான் வேட்கை கொண்டது கிடைக்கும் வரை சாம்லவலை மறைத்து வைக்கவேண்டும். அந்த யோசனை அவனைப் பீடித்துக் கொண்டது. ஒரு யோசனையை பல்வேறு கோணங்களிலிருந்து பார்க்க வேண்டும் என்னும் தன்மை மிக்கவன் அவனில்லை.

XII

அசைவற்ற கூனனை ஃபாத்தவ்ஹா ஆச்சரியத்துடன் நோக்கினாள்.

"நான் சொல்வதை கவனித்துச் செய்" என்று உகர் அவளிடம் கூறினான்.

"அவனால் ஒன்றும் பயனில்லை" என்றாள் வெறுப்புடன்.

"மாடியறையில் வசதியான இடத்தை ஏற்பாடு செய். அவன் சீராகும் வரை சில தினங்களுக்கு அங்கேயே தங்கி இருக்கட்டும்" என உற்சாகத்துடன் குறிப்பிட்டான்.

"அவன் குடும்பத்திடம் அவனை ஏன் கொண்டு சேர்க்கக் கூடாது?"

"அதிருஷ்டசாலியான அவன் நமக்குச் சந்தோஷத்தைக் கொண்டு வந்து நம்மை முன்னேற்றுவான். அவனுக்குத் தேவையானதைத் தந்து மாடியறையை மூடிவிட வேண்டும். அதிக நாள் நீடிக்காது. நீ செய்ய வேண்டியது என்னவென்று தெரிவித்து விட்டேன்."

XIII

அன்றிரவு அவன் ஒரு பொட்டுக்கூட தூங்கவில்லை. அதிகாலையிலேயே வேலைக்குப் போய்விட்டான். அவனது ஆயுளிலேயே அது மிகவும் தீர்மானகரமான நாளாக இருந்தது. எல்லா அதிசயங்களும் தாமதமின்றி நடக்க இருந்தன. அவன் அவமானமின்றி துணிச்சலும் தீரமும் கொண்டிருக்கட்டும். அவனிடம் ஒருபோதும் அவமான உணர்வு இருந்ததில்லை என்ற போதும், அது ஒரு தனிவகை சந்தர்ப்பமே. ஒரு போதும் நிகழாத ஒன்றே. மற்றும் எல்லாம் அல்லாவின் விருப்பப்படியே.

ஹாஸன் அல்-அத்தர் தன் கடைக்குப் போவதற்குள் அவரைப் பார்க்கச் சென்றான். வசதியான இருக்கைகள் போடப்பட்டிருந்தது வரவேற்பறை.

"உகர், நிலவரம் எப்படி இருக்கிறது?" அவர் ஆர்வத்துடன் வினவினார்.

"எஜமானே, எல்லாம் சரியாக உள்ளது. எஞ்சிய ஆயுள் முழுவதும் நீங்கள் பாதுகாப்பாக இருப்பீர்கள்" என்று நம்பிக்கை மிக்க தொனியில் பதிலளித்தான்.

“அல்லாவின் அனுமதி இருக்க அனைத்தும் சரியாகிவிடும். மாஸ்டர் கலீலை எப்போதேனும் சந்தித்திருக்கிறாயா?” என்று அவன் தோளை அழுத்தியபடி கேட்டார்.

“இன்னும் இல்லை, மேல்மட்டத்திலிருந்து தொடங்க விரும்புகிறேன்.”

“இதோ ஆயிரம் தினார்கள். அதிருஷ்டம் உண்டாகட்டும்.”

“இதை பத்தாயிரம் ஆக்குங்கள்” என்றான் இதமாக.

ஹாஸன் திகைப்பில் கடுகடுத்தார். “என்ன சொன்னாய்?”

“பத்தாயிரம் தினார்கள்.”

“மிகவும் தாராளமிகு தனவந்தர்களிடம் அதிகமாய் கனக்கிற செல்வம் அது.”

“உங்கள் சமுத்திரத்திலிருந்து வரும் அது சிறு துளி. உங்கள் வாழ்க்கை ஹாருனின் செல்வத்தை விடவும் மிகவும் மதிப்பு வாய்ந்ததாகும்.” அதே அமைதியான குரலில் அவன் குறிப்பிட்டான்.

“ஐந்தாயிரத்துடன் திருப்தியடை. கலீல் அல்-பாஸாஸ் இதனை பத்தாயிரம் ஆக்குவார்.”

“ஒரு திர்ஹா கூடக் குறைக்க மாட்டேன்.”

சிறிது நேரம் யோசனையில் ஆழ்ந்திருந்த ஹாசன், மெதுவாய் எழுந்தார். கொஞ்சநேரம் வெளியே சென்று அவன் கேட்டிருந்த பணத்துடன் திரும்பினார்.

“உனக்கு இரக்கமே கிடையாது” என்று முணுமுணுத்தார்.

“அல்லா உங்களை மன்னிப்பாராக, ஷபீப் ரமாவின் கத்தியிலிருந்து உங்கள் கழுத்தை நான் காப்பாற்றி இருக்கிறேனில்லையா?” என்று பணத்தைத் தன் பையில் திணித்தபடியே, உகர் எதிர்ப்பைக் காட்டினான்.

“ஆனால் அவனது வாளை விடவும் பயங்கரமானது உனது பேராசை.” அவன் சொன்னதைக் கவனிக்காமல் அவர் குறிப்பிட்டார்.

“அல்லாவின் கிருபையால், உகர் முக்கியஸ்தர்களுள் ஒருவனாகி விடுவான். மாஸ்டர் சாஹ்லவல் போன்ற மேட்டுக் குடியினருடன்

சேர்ந்து தன் பணத்தை முதலீடு செய்வான். இவ்வாறாக அவன் தன் நிஜமான கனவுகளை ஈடேற்றக் கூடியவனாக இருப்பான்.''

“மற்றும் உனது நிஜமான கனவுகள் எவை?'' என்று தன் பகைமை உணர்வுகளுக்கு வடிகால் தேடும் வகையில், மறைமுகமான குத்தலுடன் அவர் வினவினார்.

“கௌரவமிக்க உங்கள் சகோதரியை மணமுடித்துக் கொடுக்குமாறு கேட்பதன் மூலம் உங்களுடன் உறவு முறை கொள்கிற கௌவரத்தைப் பெறுவதே.''

“என்ன?'' என்று ஆவேசத்துடன் தாவியெழுந்தார்.

“உங்கள் வெறுப்பை நானறியுமாறு செய்ய வேண்டாம்.அதற்கு உங்களுக்கு உரிமை இல்லை. நாமெல்லாமே ஆதாமின் அடியிலிருந்து வந்தவர்களே. முன்பு செல்வம் தவிர்த்து நமக்கிடையே பேதம் இருந்ததில்லை, இன்றைக்கோ அத்தகைய வித்தியாசம் இல்லை.''

உகப்பற்ற எந்தவொரு விளைவையும் தவிர்ப்பதற்காக ஹாஸன் தன் ஆவேச உணர்வுகளை அடக்கிக் கொண்டார். அவரது எரிச்சலின் மீது சவாரி செய்து கொண்டிருந்தவனை நோக்கி, “ஆனால், அவள் தன் சம்மதத்தைத் தந்தாக வேண்டுமே...'' என்றார்.

“பிரியமான தன் சகோதரனின் கழுத்தைக் காப்பாற்றுவதற்காக அவள் சம்மதிப்பாள்'' என அர்த்தமுள்ள பார்வையுடன் அவன் பதிலளித்தான்.

“உன் வேண்டுகோள் உன்னதமானதல்ல'' என்று அவர் பெருமூச்சுடன் குறிப்பிட்டார்.

“காதல், நம்பிக்கை கொள்வது காதலிடம் மட்டுமே'' என அவன் உறுதிப்பாட்டுடன் கூறினான்.

நிசப்தம் ஆட்சி செலுத்த, அவர்கள் இருவரும் அன்றைய அதிகரிக்கும் உஷ்ணத்தில் ஆழ்ந்து போயினர். “இதனை நாம் சிறிது நேரத்திற்கு விலக்கி வைப்போம்'' என்றார் ஹாஸன்.

“பகலில் சந்திப்போம்'' என்று வலுக்கட்டாயமாகக் குறிப்பிட்டான் உகர்.

“பகலில்?''

"ஒப்பந்தம் செய்து கொள்ள பகலில் சந்திப்போம். அப்புறம் திருணத்தை வைத்துக் கொள்ளலாம்." அவன் எழுந்து அவரை வாழ்த்தி வணங்கிவிட்டுச் சென்றபோது, தன் பின்னே படர்ந்த தகிக்கும் பார்வையை அவனால் உணர முடிந்தது.

XIV

காலை வேளை செல்வதற்குள் கலீல் அல்-பாஸஸிடமிருந்து இன்னொரு பத்தாயிரம் தினார்களை அவன் பெற்றிருந்தான். சினத்தால் அவர் கொதித்துப் போயிருந்தார். எதிர்காலத்தில் ஏதேனும் சதி விவகாரம் எழுமானால் தன்னைக் காப்பாற்றிக் கொள்ள வேண்டும் என்பதற்காக காவல்துறை அதிகாரி பேயுமி அல்-அர்மாலுடனான தன் உறவை பலப்படுத்திக் கொள்ள வேண்டும் என்று உகர் தனக்குள் கூறிக் கொண்டான்.

செல்வந்தர்கள் செய்வது போல் நகரின் ஆளுநருடனும் அவரின் அந்தரங்கச் செயலாளருடனும் தன் அடையாளத்தை குறித்துக் கொண்டாக வேண்டும். அதன் மூலம் கௌரவத்தையும் பாதுகாப்பையும் அவன் பெறுவான். ஃபாதில் சனானின் கடைக்குச் சென்று அவனை வெறுப்புடன் பார்த்து "ஃபாதில், உன் தலையைப் பாதுகாத்ததற்கு வெகுமதியாக எனக்காக என்ன வைத்திருக்கிறாய்?" என்று கேட்டான்.

குழப்பத்துடன் சிரித்த ஃபாதில் "நான் வைத்திருப்பதிலேயே மிகவும் விலை மதிப்பற்றதான தலை என்னிடம் இருக்கிறது" என்றான்.

"என் கையைப் பற்றிக் கொள்ள இதற்கு முன்னர் வெறுப்புடன் மறுதலித்தாய்" என்று உகர் கசப்புணர்வுடன் குறிப்பிட்டான்.

"உனது உரிமையை உனக்குரியதாக்குகிறேன்" என மன்னிப்புக் கோரும் தொனியில் ஃபாதில் தெரிவித்தான்.

உகர் கொஞ்சநேரம் அமைதியாக இருந்த பிறகு சொன்னான், "அவளை விடவும் மேலானவளை அல்லா எனக்கு அளித்திருக்கிறார். உன் ஏழ்மை நிலையில் உன் தலையை எதுவும் பெறாமல் பாதுகாத்தேன் என்பதை கருத்தில் வைத்திரு."

XV

அன்றைய பகலில் உகர், கமார் அல்-அத்தரை மணந்து கொள்வதற்கான சட்டபூர்வ வைபவங்கள், ஈமச் சடங்கைப் பெரிதும் நினைவூட்டும் சூழலிலே நடந்தேறின. மணப்பெண் தனக்கு மணமுடித்துத் தரப்படும் வரையிலும் கூனன் சாம்லவலை தன் வீட்டில் வைத்திருக்க வேண்டுமே என்பதில் தான் உகரின் கவலை குவிந்திருந்தது. இதற்கிடையே அழகான வீட்டை வாடகைக்கு எடுத்து மணப்பெண்ணை வரவேற்பதற்கான வேலைகளைத் தொடங்கி இருந்தான்.

தன் ஏமாற்றம் எந்த நேரமும் வெளியாகிவிடும் என்பதால் எதிர்காலம் குறித்து அவன் முற்றிலுமாக நம்பிக்கை கொண்டிருக்கவில்லை. அத்துடன் கமாருடனான அவனது திருமணத்தை ஃபாத்தவ்ஹா அறிந்து கொள்ள, பிரச்சனைகள் மற்றும் கவலைகளின் மேகங்கள் திரண்டு விடும். இருப்பினும் அவன் மணப்பெண்ணை தன்னுடன் தழுவிக் கொண்டால் மற்றும் அல்-அத்தர் குடும்பத்தாரை ஒரு விதத்தில் தழுவிக் கொண்டால், தன் பணத்தை முதலீடு செய்து போதுமானதும் நீடித்ததுமான வருவாயினைப் பெற்றால்தான், அவன் அழிவிலிருந்து கடைத்தேறுவான்.

சந்தைக்குச் சென்ற இடத்தில் அவன் மாஸ்டர் சாஹ்லவலைச் சந்தித்து, “முதலீடு செய்வதற்கு நீங்கள் சிறந்தவர் என்பதால் என்னிடமுள்ள சிறிது பணத்தை உங்களுடன் சேர்ந்து முதலீடு செய்ய விரும்புகிறேன்” என்றான்.

“உகர், இப்பணத்தை எங்கிருந்து பெற்றாய்?” என்றார் சாஹ்லவல், தன் ஆச்சரியத்தை வெளிக்காட்டாமல்.

“தனக்கு விருப்பமுள்ளவருக்கு அல்லா ஆசீர்வாதம் செய்கிறார்.”

“நான் யாருடனும் சேர்ந்து வியாபாரம் செய்யப் போவதில்லை” என்று அவர் பட்டென்று கூறிவிட்டார்.

“எனக்குக் கற்பியுங்கள். ஏனெனில் கற்பித்தல் அதனளவிலே வெகுமதிமிக்கது” என்று அவன் மன்றாடினான்.

“உகர் என் தொழில் அறிவுத்திறன் மிக்கதல்ல. சிந்துபாத் திரும்புகிறவரை காத்திரு” என்று சிரித்துக் கொண்டே சாஹ்லவல் கூறினார்.

சுல்தானின் மைத்துனரான நூர் அல்-தீன்னிடம் அவன் சீக்கிரமே விரைந்தான். அந்த இளைஞன் ஒரு சந்தேகத்துடன் வினவினான், “இப்பணம் சட்டரீதியாக உன்னிடம் வந்துள்ளது என்று நீ சத்தியம் செய்ய முடியுமா?”

அவன் நெஞ்சம் சஞ்சலமடைந்தாலும் அவன் சத்தியம் செய்தான்.

“இந்த மாதம் கப்பல் ஒன்று பாய் விரிக்கும். இவ்வாரக் கடைசியில் என்னிடம் வா.”

தான் தந்திருந்த பொய் சத்தியத்தால் என்ன நேருமோ என்று பயத்துடன் உகர் சென்றான். ஆனால் புனித யாத்திரை மேற்கொண்டு, தானம் செய்து மற்றும் வருந்தி, தன் பாவங்களைப் போக்கிக் கொள்ள தன் மனசாட்சியிடம் தன்னைப் பிணை வைத்தான்.

XVI

காலத்தின் அணிவகுப்பு தன் நம்பிக்கைகளின் விநாசம் குறித்து எச்சரிக்கை தந்து கொண்டிருந்தது மற்றும் தன்னால் அதனை நிறுத்த முடியவில்லை என்பதை உகர் புரிந்து கொண்டான். கூனனை அவனது சிறையில் எப்போதைக்குமாக இருத்தி வைப்பது சாத்தியமற்றதாக இருந்தது. நகரிலே அவனுக்கு ஒரு பாதுகாப்பான இடத்தை அவனால் ஒருபோதும் கண்டறிய இயலவில்லை. தன் மணமகளை உடைமையாக்கிக் கொண்டு, முதல் கப்பலில் அவளுடன் பறந்தோடிட வேண்டும் என்ற எண்ணம் தவிர்த்து வேறெதுவும் இல்லை. தொலை தூர நாடுகளில் செல்வம், காதல் கொண்ட புதியதொரு வாழ்வை அவனால் ஆரம்பிக்க முடியும். தான் குரூரமானவன் இல்லை, வறுமையாலும் பலவீனத்தாலும்தான் சிலவற்றைச் செய்திருந்தான். வறியவரின் நிலையையும் செல்வந்தரின் ருசிகளையும் அல்லா அவனுக்குத் தந்திருந்தார் - இதில் தன் தவறென்ன? என்று கூறி அவன் தன்னைப் பாதுகாத்துக் கொண்டான். மாலையில் எமீர்களின் சிற்றுண்டி விடுதிக்குச் சென்ற அவன் உடனடியாகவும் திடமான காலடியுடனும் ஹாஸன் அல்-அத்தர், கலீல் அல்-பாஸஸ் மற்றும் ஃபாதில் சனான் ஆகியோர் அமர்ந்திருந்த இடத்தை அடைந்தான். அவர்கள் வேண்டாவிருப்புடன் அவனுக்கு இடமளித்தனர். “நேற்றைக்கு வெறுக்கப்பட்டேன், இன்றைக்கோ முழுவதுமாக அருவருக்கப்படுகிறேன்” என்று அவன் தனக்குள் கூறிக்

கொண்டான். ஆனால் அல்-அத்தருடனான அவனது தொடர்பு மாலைநேர அமர்வில் தீர்க்கப்பட, நாளைக்கு அவன் அழகிய கனவுகளின் உலகத்திற்குள் அடியெடுத்து வைப்பான். சிற்றுண்டி விடுதியின் நுழைவாயிலை ஃபாதில் உற்று நோக்குவதையும் பரபரப்பாக தன் சகாக்களிடம் சைகை செய்வதையும் பார்த்தான். திரும்பி நுழைவாயிலை நோக்கியவன், தகிக்கும் கண்களால் கூனன் சாம்லவல் அவர்களை வெறித்து நோக்குவதையும் பரபரப்பினால் நடுங்குவதையும் பார்த்தான்.

XVII

துரிதமான காலடிகளுடன் அவர்களின் முன்னே அலட்சியத்துடன் வந்து நின்றான் கூனன். விரக்தியும் கலவரமும் அவன் ஆன்மாவைப் பிழிந்தெடுத்தன. விசில் சப்தத்தைப் போன்ற கீச்சுக் குரலில், "நாடோடிகளே! நீங்கள் நாசமாய்ப் போக!" என்று அவன் கத்தினான்.

முதலில் உகர் பக்கமாகத் திரும்பி, "நான் கேட்டிராத விருந்தோம்பலைத் தருவதாகக் கூறி உன் வீட்டில் என்னை நீ சிறை வைத்தாய்" என்றான்.

உகர் ஒரு வார்த்தை கூட சொல்லாதிருக்க, கூனன் தொடர்ந்தான்: "உன் திருமணச் செய்தியை கேள்விப்பட்டதும் உன் மனைவி என்னை விடுவித்தாள். எனவே உன் வீட்டிலிருந்து வரும் இடியோசையை எதிர்பார்த்திரு."

அப்புறம் மற்ற மூவரிடம் திரும்பினான்: "வில்லன்களாகிய நீங்கள் சுல்தானின் ஆளைத் தாக்குகிறீர்கள். வலுவான ஒவ்வொருவனும் தன்னை விடவும் வலுவும் ஆபத்தும் மிக்கவரைக் கொண்டிருக்கிறான். நீங்கள் உங்களுக்குரியவர்களை விரைவில் சந்திப்பீர்கள்."

சிரிப்புப் புயல் வெடித்துக் கிளம்பியதுபோல், ஆத்திரம் கொண்ட முகம் மஞ்சளாக மாறியருக்க அவன் குறுகிய துரிதமான காலடிகளுடன், சிற்றுண்டி விடுதியிலிருந்து வெளியேறினான். மூவரின் முகங்களும் வெளிறி இருக்க பயமும் கோபமும் அடைந்தனர். மேலும் அருவருப்புடன் உகரை நோக்கினர்.

ஹாஸன் அல்-அத்தர் அவனிடம் சீறினார்: "வஞ்சகனே! பணத்தைத் திருப்பித் தந்து ஒப்பந்தத்தை விலக்கிக் கொள்."

“பணத்தைத் திருப்பிக் கொடுத்துவிடு. இல்லாவிட்டால் உன் எலும்புகளை முறித்து விடுவோம்” என்றார் கலீல் அல்-பாஸஸ்.

“முதலில் அவன் இறந்து விட்டான் என்றெண்ணினேன் - அல்லா எனக்கு சாட்சி.”

“அப்புறம் நீ பணம் சுருட்டும் குற்றவாளியாகி விட்டாய். பணத்தைத் திருப்பித் தந்து ஒப்பந்தத்தை விலக்கிக் கொள்.”

மரணத்தை மீறுகிற துணிச்சலுடன் அவன் கூறினான், “இவ்விவகாரம் குறித்து எச்சரிக்கையாக இருங்கள். குடி, ஆர்ப்பாட்டம், ஆவேசம் எல்லாம் அம்பலமாகிவிடும். கூனன் தன் புகாருடன் சுல்தானிடம் போவதற்குள் சமாதானப்படுத்தி விட்டால் நீங்கள் பிழைத்தீர்கள். நீங்கள் எனக்குத் தந்த பணத்தைப் பொறுத்தமட்டில் உங்கள் ஆயுட்கால பாவங்களுக்கான பரிகாரமாக எண்ணிக் கொள்ளுங்கள்.”

“ஏமாற்றுப் பேர்வழியே, நாசமாகப் போவாய். ஒரேயொரு திர்ஹாம் கூட உனக்குக் கிடைக்காது.”

உகர் சட்டென்று தாவி எழுந்து பறந்து போவதுபோல் அவ்விடத்தை விட்டுக் கிளம்பினான்.

XVIII

பாதுகாப்புணர்வெல்லாம் அவன் உலகிலிருந்து மறைந்து விட, நம்பிக்கை விளக்கு அணைந்து போயிருந்தது. அவன் கமாரின் கணவனாக இருந்தபோதும் அவள் அவனிடமிருந்து நட்சத்திரங்களை விடவும் வெகு தொலைவில் இருந்தாள். செல்வந்தனாக இருந்த அவன் மரணம் நேரும் என மிரட்டப்பட்டான். ஒருபுறத்தில் அல்-அத்தருக்கும் அல்-பாஸஸுக்கும் இடையேயும், மறுபுறத்தில் ஆளுநர் யூசுஃப் அல்-தாஹிருக்கும் ஹுஸூம் அல்-ஃபிகிக்குமிடையேயுமான ரகசியமான ஒத்துழைப்புப் பற்றி வேறுயாரையும் விட அவன் அதிகம் அறிவான். இதற்கிடையே அவனது கழுத்தில் தன் விஷக் கொடுக்குகளை பதிக்க அவன் வீடு திரும்ப வேண்டும் என்று பொறுமையிழந்து ஃபாத்தவ்ஹாவும் வீட்டில் பதுங்கி இருந்தாள். உலகம் எவ்வளவு குறுகியதாய் இருந்தது! பொது நீரூற்றுப் படிக்கட்டுகளில் மணிக்கணக்கில் தூங்கி, அவன் அலைந்து திரிந்தபடி இருந்தான். நாள் முழுவதும் நகரின் தொலைதூர மூலைக்குள் ஒதுங்கிக் கிடந்தான். கூனனின் எதிரிகள்

அவனை வென்றிருந்தனர் என்பதில் சந்தேகமில்லை. இப்போது அவர்கள் அவனைப் பழிதீர்க்கத் திட்டமிடுவதில் ஆழ்ந்து போயினர். மாலை வேளையில் அவன் சுடுதளத்தில் இருக்க, தீப்பந்தங்களின் வெளிச்சம் மற்றும் வழக்கத்திற்கு மாறான ஆரவாரத்தின்பால் அவன் பார்வை திடீரென ஈர்க்கப்பட்டது.

XIX

சதுக்கத்தில் என்ன நிகழ்ந்து கொண்டிருந்தது? ஒரு போலீஸ் பிரிவினர் அதிக எண்ணிக்கையிலான நாடோடிகளைச் சுற்றி வளைத்து, இனந்தெரியாத இடம் ஒன்றிற்கு விரட்டிக் கொண்டிருந்தனர். அருகிலுள்ள ஒருவன் கூச்சலிடுவதை அவன் கேட்டான், "எத்தகைய அசாதாரண முடிவு."

உண்மையில் அந்நபர் மானுட வேடத்திலான சக்ரபௌத் என்னும் பூதமே தவிர வேறுயாருமில்லை. மேட்டுக் குடியினருக்குரிய அங்கியில் அது திரிந்து கொண்டிருந்தது.

"என்ன முடிவு ஐயா?"

உகரின் கவனத்தை ஈர்த்ததில் சக்ரபௌத்திற்கு சந்தோஷம்.

"மேன்மைக்குரிய சுல்தானை அல்லா கௌரவிக்கட்டும். நாட்டின் விவகாரங்களை நாடோடிகள் கவனிக்காது போனால், நாடு செழிக்காது என அரண்மனைச் சோதிடர் சுட்டிக் காட்டியுள்ளார். பல்வேறு பொறுப்புகளைப் பிரித்து ஒப்படைக்கும் வகையில் போக்கிரிகளைச் சிறைப்பிடிக்க வேண்டும் என்று மாட்சிமை தங்கிய சுல்தான் கட்டளை இட்டிருக்கிறார்."

"நீங்கள் என்ன கூறுகிறீர்கள் என்பதில் நிச்சயமாக இருக்கிறீர்களா?" என்று திகைப்புடன் உகர் கேட்டான்.

"நகரின் முரசறைவோர் கூறுவதை நீ கேள்விப் பட்டிருக்கவில்லையா?" என சக்ரபௌத் வியப்புடன் கூறிற்று.

அவனது இருதயம் மகிழ்ச்சியில் தாவிற்று. மானுடரின் இவ்வலை கவலைகளை எல்லாம் ஒரே வீச்சில் அடித்துச் சென்றுவிடும். சித்திரவதை மற்றும் விரக்தியிலிருந்து அவனைக் காப்பவர்களாக, விடுதலை மற்றும் அதிகாரத்தின் நற்செய்தி கொண்டுவரும் தூதுவர்களாக அவர்கள் இருப்பார்கள். ஆட்சியாளரின் உப்பரிகையிலிருந்து நாளைக்கு அவன் அவர்களை மேலிருந்து நோக்கினால், அவனது எதிரிகள் என்ன செய்யக்கூடும்? அவன்

ஒரு கணம் கூட தயங்காமல் கைது செய்யப்பட்டவரிடையே ஊர்ந்து சென்று, தூக்கிச் செல்லப்பட அனுமதித்துக் கொண்டான்.

XX

மனிதர்களின் நீரோடை ஆளுநர் யூசுஃப் அல்-தாஹிரின் இல்லத்தை நோக்கிச் சென்று அங்கே காவலரின் கண்காணிப்பில் வெளிமுற்றத்தில் தீப்பந்தங்களின் வெளிச்சத்தில் திரண்டு நின்றது. ஹுஸும் அல்-ஃபிகி பின்வர யூசுஃப் அல்-தாஹிர் வந்து சேர்ந்தார். காவல் துறை அதிகாரி பயோமி அல்-அர்மால் அவர்களை வரவேற்றுப் பேசினார். "இம்மாலைப் பொழுதைப் புரிந்து கொள்ளக் கூடியவர்களாக இருந்தவர்கள் இவர்கள். பிறர் நேரத்தே வந்து சேர்வர்."

"திருட்டு மற்றும் கொள்ளைக் குற்றங்கள் இதன் மூலம் ஒழித்துக் கட்டப்படும் என்று நிஜமாக உத்தரவாதம் அளிக்கிறீர்களா?" என்று யூசுஃப் அல்-தாஹீர் வினவினார்.

"நம்பப்படுவது இதுதான், பிரபுவே" என்றார் பயோமி அல்-அர்மால்.

ஆளுநரிடமிருந்து ஒரு சமிக்ஞை வந்ததுமே அந்நபர்களின் கிழிந்த உடைகளைப் படையினர் அவிழ்த்தெறிந்தனர். அப்பொழுதெல்லாம் உகர் செயலிழந்து நின்றான். மேலும் விநாசம் ஒன்றிற்குள் தன்னை இட்டுச் சென்றிருந்ததாக நம்பினான்.

அதனுடன் ஒப்பிடுகையில் தன் பிரச்சினைகள் அற்பமானவை என்றெண்ணினான். அவர்களின் மீது சவுக்கடிகள் விழுந்தன. அவனது முறை வருமுன்பே அவனது கத்தல் காற்றைப் பிளந்தது. அவர்களைச் சிறைக்கு இட்டுச் செல்லத் தொடங்கியதும், ஆளுநரைப் பார்த்து உகர் அலறினான்: "ஓ, சுல்தானின் பிரதிநிதியே, நான் அவர்களுள் ஒருவன் இல்லை என்பதால் என்னைப் பார்க்குமாறு அல்லாவின் பெயரால் மன்றாடுகிறேன். நான் நாவிதனான உகர். அந்தரங்கச் செயலாளர் போலவே, காவல்துறை அதிகாரி என்னை அறிவார். சுல்தானின் மருமகன் நூர் அல்-தீன்னின் நண்பன் நான்."

இதையெல்லாம் கேட்ட பயோமி அல்-அர்மால் ஆச்சரியத்துடன் குறிப்பிட்டார், "ஆனால் உன்னை நான் கைது செய்யவில்லையே உகர்."

“விஷயங்கள் குளறுபடியாகிவிட்டன. சாத்தானின் வேலை.”

அவன் விடுவிக்கப்பட்டு அவனது ஆடைகளைத் திருப்பித் தருமாறு யூசுஃப் அல்-தாஹிர் கட்டளை இட்டார். அப்போது சட்டென்று ஆளுநர் அவனது மத்தியிலிருந்த பொதியை தீவிரமாய் நோக்கினார். நடுங்கிப் போன உகர் அதனைத் தன் கைகளால் மறைத்துக் கொண்டான். சந்தேகமுற்ற ஆளுநர், அவனது ஆடைகளை அவிழ்த்து சோதனையிட ஆணையிட்டார். விலை மதிப்பு வாய்ந்த கற்களைக் கொண்ட ஆரத்தைப் பார்த்ததும் “ஸஹ்ரியரின் ஆரம் இது. நீ ஒரு திருட்டுக் கொலைகாரனே ஒழிய வேறுயாருமில்லை. இவனைக் கைது செய்யுங்கள்” என்று கூச்சலிட்டார்.

XXI

உகர் குறித்த விசாரணையுடன் மறுநாள் ஆரம்பித்தது. தன் கதையை எடுத்துரைத்த அவன் அது உண்மையென்று புனிதமான அனைத்தின் பெயராலும் சத்தியம் செய்தான். ஹாஸன் அல்-அத்தரும் கலீல் அல்-பாஸஸும் முன் வந்து அவன் கூறியவை பொய் என்றும் ஏமாற்று என்றும் சாட்சியம் கூறினர். அவன் தலை துண்டிக்கப்பட வேண்டுமென்று யூசுஃப் அல்-தாஹிர் ஆணையிட, சதுக்கத்தில் அதனைக் காண்பதற்கு ஒட்டுமொத்த நகரமே திரண்டது. ஆனால் அந்தத் தண்டனையை நிறைவேற்று முன்பே, பிரமிக்க வைக்கும் ஊர்வலத்துடன் அமைச்சர் டாண்டன் வந்து சேர்ந்தார்.

XXII

ஆளுநரின் இல்லத்தில் டாண்டன், யூசுஃப் அல்-தாஹிர், ஹுஸும் அல்-ஃபிகி, பயோமி அல்-அர்மால் மற்றும் நாவிதன் உகர் ஆகியோர் வந்து சேர விசாரணை சீக்கிரமே தொடங்கியது.

“மறு விசாரணை நடத்துமாறு மாட்சிமை தங்கிய மன்னர் எனக்கு உத்தரவிட்டிருக்கிறார்” என்றார் டாண்டன்.

“அமைச்சரே, கேட்பதென்பது அடிபணிவது” என்றார் யூசுஃப் அல்-தாஹிர்.

“பைத்தியக்காரன் தந்திருக்கும் செய்திகளை அவர் சரிபார்க்க விரும்புகிறார்” என்றார் டாண்டன்.

"தான் கமாஸா அல்-புல்டி என்று சாதிக்கிற அப்பைத்தியமா?" என்று வியப்புற்றார் யூசுஃப் அல்-தாஹிர்.

"அவனேதான்."

"மாட்சிமை தங்கியவர் அவனை நம்புகிறாரா?"

"உங்களை விசாரிக்கவே நான் இங்கு இருக்கிறேனே ஒழிய, நீங்கள் என்னை விசாரிப்பதற்காக அல்ல" என்று முரட்டுத் தனத்துடன் குறிப்பிட்டார் டாண்டன்.

"உங்களின் இரு சகோதரிகளுள் ஒருத்தி உயிருடன் இருக்க, மற்றவள் காணவில்லையா?" என்று டாண்டன், யூசுஃப் அல்-தாஹிரை வினவவும், அச்சம் தரும் அமைதி குலைந்தது.

"ஆமாம் அமைச்சரே," என்றார் யூசுஃப் அல்-தாஹிர்.

"அவர்கள் சீரழிந்த, கேடான வாழ்க்கை நடத்தியுள்ளனரா?"

"எனக்கு அது தெரிந்திருந்தால் நான் அமைதியாக இருந்திருக்க மாட்டேன்" என்று நடுங்கும் குரலில் குறிப்பிட்டார் யூசுஃப் அல்-தாஹீர்.

"உங்கள் நிலைபாட்டை நீங்கள் எடுப்பதற்குள் அவர்கள் கேடாகச் சம்பாதித்த பணத்தை உங்களிடம் கொட்டி உங்களை அமைதியாக்கி விட்டனர்."

"இவையெல்லாம் பைத்தியக்காரனின் கற்பிதங்களே" என்றார் ஆளுநர்.

அந்தரங்க செயலாளர் ஹுஸும் அல்-ஃபிகியின் பக்கமாகத் திரும்பிய டாண்டன் குறிப்பிட்டார், "இந்த விஷயம் குறித்து உங்களுக்கு அனைத்தும் தெரியும் என்று கூறப்படுகிறது. ஆதலால், சுல்தானின் கட்டளை காரணமாக உங்களிடமுள்ள தகவலை அறிக்கையிடுங்கள். மேலும் உங்கள் தலை துண்டிக்கப்படும் வகையில் பொய்யுரைக்காமல் கவனமாகச் சொல்லுங்கள்."

ஹுஸும் அல்-ஃபிகி அப்பட்டமாக நிலைகுலைந்து போனார். தன்னைக் காப்பாற்றிக் கொள்ளும் விதத்தில், "கூறப்பட்டுள்ள ஒவ்வொன்றும் உண்மையே மற்றும் சந்தேகத்திற்கிடமற்றவை" என்றார்.

"ஸஹ்ரியர் மாயமாகி விட்டது குறித்து உங்களுக்கென்ன தெரியும்?" என்று கடுகடுப்புடன் டாண்டன் கேட்டார்.

“இதனை நானே துருவி ஆராய்ந்தேன். அவளது சகோதரி குல்நார்தான் பொறாமையால் கொன்று விட்டாள் என்று தோன்றியது.”

பேசுமாறு அழைக்கப்பட்ட உகர், குல்நாரிடம் தான் காதல் வயப்பட்டு சுற்றி வளைக்கப்பட்ட நாடோடிகளிடையே நழுவிப் போகும் வரையிலும் உள்ள கதையை எடுத்துரைத்தான்.

ஒட்டுமொத்த விவகாரமும் சுல்தானிடம் தெரிவிக்கப்பட்டது. பதவி வகித்திடத் தகுதியற்ற யூசுஃப் அல்-தாஹிர் மற்றும் தன் மேலதிகாரியைப் பாதுகாத்த ஹுஸூம் அல்-ஃபிகி ஆகியோர் பதவி நீக்கம் செய்யப்பட வேண்டும். குடிபோதையில் கூத்தடித்ததற்காக ஹாஸன் அல்-அத்தர், கலீல் அல்-பாஸஸ் மற்றும் ஃபாதில் சனான் ஆகியோருக்கு கசையடி தரப்படவேண்டும். உகரின் பணத்தைக் கைப்பற்றி அவனை விடுதலை செய்யலாம் என்று அவர் ஆணையிட்டார்.

டாண்டன் தன் மகள் செஹர்ஜாத்துடன் தனித்திருந்த போது குறிப்பிட்டார்: “சுல்தான் மாறியிருக்கிறார். பக்தியுணர்வும் நீதியுணர்வும் நிறைந்தவராக ஆகியிருக்கிறார்.”

ஆனால் செஹர்ஜாத் இப்படிக் கூறினாள்: “இன்னும் நம்ப முடியாத ஒரு பக்கம் அவரிடம் இருக்கிறது. மாசற்றவர்களின் குருதி படிந்த கறை இன்னும் அவரது கரங்களில் படிந்துள்ளது.”

உகரைப் பொறுத்தவரை, தப்பித்த மகிழ்ச்சியில் தன் இழப்பை உணராதிருந்தான். தனக்கும் கமாருக்கும் இடையிலான ஒப்பந்தத்தை சீக்கிரமே விலக்கியதும் பசுமைத் தீவுக்கு அருகாமையிலுள்ள பேரீச்சை மரத்தை அடைந்தான். அதன் கீழே சம்மணமிட்டிருந்த பைத்தியக்காரன் முன்னே வணங்கி நின்றான்.

“அன்பார்ந்த புனிதரே, என் ஆயுள் முழுக்க உங்களுக்குக் கடன் பட்டிருக்கிறேன்” என நன்றியுணர்வுடன் குறிப்பிட்டான்.

அனீஸ் அல்-கலீஸ்

I

ஷபீப் ரமாவைத் தொடர்ந்து ஷாரியாரும் டாண்டனும் இரவுக்குள் ஆழ்ந்து போயினர். மானுட இயக்கம் ஓய்வு பெற்றிருந்தது. ஆங்காங்கே இருந்த விளக்குகளின் வெளிச்சத்தில், தூக்கத்திலிருந்த வீடுகளும் கடைகளும் மசூதிகளும் பார்வைக்கு வந்தன. கோடையின் உஷ்ணம் தணிந்திருக்க சொர்க்கத்தில் நட்சத்திரங்கள் மின்னின.

"நடந்திருப்பவை குறித்த உங்களது பார்வை என்ன?" என்று ஷாரியார் விசாரித்தார்.

"சுலைமான் அல்-ஸய்னி ஆளுநர். அல்-ஃபாதில் இபின் கக்கான் அவரது அந்தரங்கச் செயலாளர் என்று நம்பப்பட்டது."

"பிரஜைகள் தூங்கும்போது, நன்மையும் தீமையும் தூங்குகின்றன. எல்லாம் சந்தோஷப்போதை கொண்டுள்ளன. ஆனால், அது குளிர்கால மேகங்களால் மறைக்கப்பட்ட நிலவு போலத் தெரிகிறது. இவ்வகையில் நகரின் புது ஆளுநர் சுலைமான் அல்-ஸய்னி வெற்றி பெற்றால், மிதக்கிற தூசுகள் சிலவற்றைத் துடைக்கும் வகையில் வானிலிருந்து மழைத்துளிகள் சொட்டும்."

"அது, எல்லாம்வல்ல அல்லா, மாட்சிமை தங்கிய சுல்தானின் திறமை மற்றும் ஞானத்தின் காரணமாகவே இருக்கும்."

சிறிது நேரம் யோசித்து விட்டு ஷாரியார் குறிப்பிட்டார்: "ஆனால் சுல்தானிடம் கடுமை இருக்க வேண்டும்."

இதுபற்றி எண்ணமிட்ட டாண்டன் எச்சரிக்கையுடன் கூறினார்: "மாட்சிமை மிக்க தாங்கள் வேட்கை கொண்டிருப்பது ஞானமே, கடுமை அல்ல."

இரவின் நிசப்தத்தைக் குலைக்கும் வகையில் சுல்தான் சிரித்தார். "டாண்டன், நீங்கள் ஏமாற்றுப் பேர்வழியே தவிர

வேறுயாருமில்லை. பைத்தியக்காரன் என்ன சொன்னான்? தலை சரியாக இருந்தால் ஒட்டுமொத்த உடலும் சரியாக இருக்கும். ஏனெனில் புத்திசாலித்தனமும் கேடும் மேலேயிருந்து வருகின்றன என்றான். பைத்தியங்கள் மட்டுமே கொண்டிருக்கும் துணிச்சலுடன் அவன் என்னைப் பார்த்து கண்சிமிட்டினான். ஆனால் அவனுக்கு இதன் ரகசியங்களெல்லாம் தெரியும். அவனுக்கு இது எப்படித் தெரிய வந்தது?"

"மாட்சிமை மிக்கவரே, பைத்தியங்களின் தலைகளில் என்ன நடக்கின்றன என்பது எனக்கெப்படித் தெரியும்?"

"தான் காவல்துறை அதிகாரியாக இருந்த காலத்திலிருந்து இந்த ரகசியங்கள் தனக்குத் தெரிய வந்தன என்றான்."

"அவன் இன்னும் தான் கமாஸா அல்-புல்டி என்று வற்புறுத்திக் கொண்டிருக்கிறான். கமாஸா அல்-புல்டியின் தலை இன்னும் அவரது வீட்டு வாசலில் தொங்கிக் கொண்டிருப்பதால், அது பொய்யென்று தெரியவரும். உண்மையில் அதி அற்புத ஆற்றல்களை அறிந்துள்ளவர்களுள் ஒருவனாக அவன் இருக்கக் கூடும்."

"மனிதனின் தர்க்கம் எங்கே செல்லுபடியாகாமல் முரண்பாடுகளின் கடலுக்குள் ஆழ்ந்துவிடுகிறதோ, அதை செஹர்ஜாத் எனக்குக் கற்பித்திருக்கிறாள். இரவு வரும்போதெல்லாம் நான் ஒரு வறியவன் என்று எனக்குத் தோன்றுகிறது" என்று தனக்குள் உரையாடிக் கொள்வது போல் ஷாரியார் குறிப்பிட்டார்.

II

"சலிப்புணர்வு நம்மைப் பின் தொடர்கிறதென பயப்படுகிறேன்" என்று ஸர்மபஹா சக்ரபௌளத்திடம் கூறியது.

"இல்லை, அறிவின் மகுடமே. நமக்காக சந்தர்ப்பங்கள் அளிக்கப்படும். மேலும் சந்தர்ப்பங்கள் உண்டாக்கப்படும்" என ஊக்குவிக்கும் வகையில் சக்ரபௌளத் குறிப்பிட்டது.

குவாம்காமின் குரல் மரத்தின் மேலேயிருந்து அவர்களிடம் வந்து சேர்ந்தது. "உங்களிடையே வருத்தங்கள் ஒலித்தால், நிறைவின் நற்செய்திகள் ஆகும்."

“நீ ஒரு ஆண்மையற்ற கிழவனே” என ஸர்மபஹா அவனைப் பரிகசித்தது.

குவாம்காமின் அருகிலிருந்த ஸிங்காம் சொன்னது: “பூமியானது அதன் கர்த்தாவின் ஒளியால் பிரகாசிக்கிறது. கமாஸா அல்-புல்டியும் காதலன் நூர் அல்-தீன்னும் பகலும் இரவுமாக ஏங்குவது ஒளியை நோக்கித்தான். உகர் கூட தன் கடையில் அமர்ந்து தன் சாகசங்களுக்காக வருந்தி இருக்கிறான். வெறிமிக்க ஷாரியாரைப் பொறுத்தவரை, பிளவுபட்ட குருதியால் நிரம்பியுள்ள அவர் சட்டகத்தை, வழிகாட்டுதலின் துடிப்பொன்று இயக்குகிறது.”

சக்ரபௌத் கிண்டலுடன் பேசியது: “ஊமை நிழல் தவிர்த்து நீங்கள் வேறெதையும் பார்ப்பதில்லை. சாம்பலின் கீழே கனலும் கங்குகள் குருட்டுத்தனத்தின் தூக்கத்திலிருந்து உங்களை நாளை இட்டுச் செல்லும்.”

III

பட்டென மிருதுவான ஒலியுடன் தொடங்கிய இயக்கம், இடி ஆரவாரமென வெடித்தது. அன்றிரவு எமீர்களின் சிற்றுண்டி விடுதியில் தண்ணீர் எடுத்துச் செல்லும் இப்ராஹிம் தன் நல்லியல்பிலிருந்து விலகிச் சென்று, பரபரப்பும் கலவரமும் நிறைந்த உரத்த குரலில் கூறினான், “செவ்வில்லத்திற்கு அதிகாலையிலேயே நீர் எடுத்துச் சென்றேன்.”

“முட்டாளே அதிலென்ன விசேஷம்” என்று கூனன் சாம்லவல் தன் உச்சமான குரலில் வினவினான்.

பரபரப்புடன் போதையேறியிருந்த அவன், “அந்த இல்லத்துச் சீமாட்டியின் தரிசனம் கிடைத்தது. மாபெரும் படைப்பு கர்த்தா ஆசீர்வதிக்கப்படட்டும்” என்றான்.

தரையில் அமர்ந்திருந்தவர்களும் திண்டுகளின் மீது சம்மணம் போட்டிருந்தவர்களும் சிரித்தனர்.

“முதுமையின் பைத்தியக்காரத்தனத்தைப் பாருங்கள்” என்றான் செருப்புத் தைக்கும் மாரஃப்.

“அவளின் கடைக்கண் பார்வை, பைத்தியக்காரத்தனத்தின் ஒயினை பத்துக்கலயங்களில் எடுத்து வயிற்றில் நிரப்பியது போல” என்று இப்ராஹிம் உற்சாகத்துடன் கூறினான்.

"இப்ராஹிம் அவளை எங்களுக்கு விளக்கிக் காட்டு" என்றார் டாக்டர் அப்துல் காதிர் அல்-மஹீனி.

"அவளை விவரிக்க முடியாது, ஐயா. கடவுளிடத்தே கருணைக்காகவும் மன்னிப்புக்காகவும் வேண்டிக் கொள்கிறேன்" என்று வியப்புற்றான் தண்ணீர் எடுத்துச் செல்பவன்.

இரு இரவுகளுக்குப் பின்னர் சுமைதூக்கி ரகப் குறிப்பிட்டான், "செவ்வில்லத்திற்கு ஒரு சுமை எடுத்துச் செல்லுமாறு எனக்குக் கூறப்பட்டது."

அவன் சட்டென்று கவனத்தை ஈர்த்தான். நிறைந்து வழியும் ஓர் உணர்வோட்டத்திற்கு இரையானதாகத் தோன்றினான்.

"அந்த இல்லத்துச் சீமாட்டியைக் கண்டேன்... அழகின் வன்முறை மேலாதிக்கம் செலுத்துகையில் நான் அல்லாவிடம் புகலிடம் கொள்கிறேன்."

அது வேடிக்கையான விஷயமாக இருக்கவில்லை. வேட்கை கொண்ட நபர்கள் விசாரித்தறிய விரைந்தனர். செவ்வில்லம் இருக்கிற ஆயுதத்தளவாட சந்தைக்கு அவர்கள் விரைந்தனர். அதன் சொந்தக்காரர்கள் கொள்ளை நோயில் அழிந்துபோன பிறகு, நீண்ட காலமாக ஆளவரமற்றுக் கிடந்த பெரிய மாளிகை அது. வெளிநாட்டிலிருந்து அடிமை ஒருவனுடன் வந்திருந்த இனந்தெரியாத ஒரு சீமாட்டியினால் வாடகைக்கு எடுத்துக் கொள்ளப்படும் வரை, அந்த இல்லம் வெறுமையாய் விடப்பட்டது. மேலும் அதன் தோட்டம் அழிந்து போயிருந்தது. நள்ளிரவிலே அதன் சுவர்களின் பின்புறத்திலிருந்து மாயாஜாலமான இசையும் பாடலும் கேட்கும். அவள் ஒழுக்கக் கேடானவள் என்றனர்.

ஆகவே தான் சந்தித்த வாடிக்கையாளர் ஒவ்வொருவரிடமும் உகர், அவளைப் பற்றி பைத்தியக்காரத்தனமாகப் பேசிக் கொண்டிருந்தான். "வருந்த வேண்டும் என்னும் எனது வைராக்கியத்தை அவள் முழுவதுமாகக் குலைத்திருக்கிறாள். மேலும் எப்போதும் நீடிக்கும் வாதையின் அம்பால் துளைத்திருக்கிறாள்."

"தன் கூந்தலைக் கத்தரிக்கவும் தன் நகங்களை வெட்டவும் என்னை வருமாறு அழைத்திருந்தாள். பண்புள்ள பெண்ணாக இருந்திருந்தால், ஒரு பணிப் பெண்ணை அழைத்திருப்பாள்.

ஆனால் அவளோ அல்லாவிடமிருந்து வெளிப்பட்ட தீப்பொறியாக இருக்கிறாள்," என்று அவன் கூறக்கூடும்.

அவளின் பெயர் அனீஸ் அல்-கலீஸ் என்று தெரிந்து கொண்டிருந்தான். அவளைக் குறித்து நிறைய முரண்பாடான விஷயங்கள் கூறப்பட்டதால், அவளைப் பற்றி விவரிப்போரிடம் கூட சந்தேகம் எழுந்தது. சிலர் அவளை நல்ல நிறமுடைய அழகி என்றனர்; இன்னும் சிலர் அவள் பொன்மயமான பழுப்புநிறம் என்றனர்; வேறு சிலர் அவள் தடிமனானவள் என்று கூற, மற்றவர்கள் அவள் ஒல்லியானவள் என்றனர். இவையெல்லாம் சேர்ந்து வேட்கையின் ரகசியக் கேணிகளைப் பற்றி எரிய வைக்கவே செல்வந்தர்களும் பிரபலங்களும் இனந்தெரியாததைக் கைப்பற்றிக் கொள்ளப் புயலெனப் பாய்ந்தனர்.

IV

யூசுஃப் அல்-தாஹிர்தான் முதலாவதாகச் சென்று ஆரம்பித்தவர். செல்வந்தராய் இருந்து, பதவியிலிருந்து நீக்கப்பட்டதால் வேலை எதுவும் இல்லாது சலிப்பினால் பாதிக்கப்பட்டிருந்தார். இவ்வகையில் வசதியும் இதமும் அவரிடம் வந்து சேர்ந்திருந்தன. இரவில் செவ்வில்லத்தின் கதவைத் தட்டினார். கதவு அடிமையினால் திறக்கப்பட்டது.

"உங்களுக்கென்ன தேவை?" என்றான் அடிமை.

"தாராளமானவர்களின் இல்லத்தில் புகலிடம் கோருகிற அந்நியன் நான்."

சிறிது காலம் நகரை ஆட்சி செய்திருந்த அந்நபர் துணிச்சலுடன் பதிலளித்தார்.

உடனே உள்ளே சென்ற அடிமை, கொஞ்சநேரத்தில் திரும்பி வந்து, "அந்நியர்களின் இல்லத்திலே அந்நியரே வருக" என்று வரவேற்றான்.

சுவர்கள் பகட்டாக அலங்கரிக்கப்பட்டிருந்ததும் தரையில் பாரசீகக் கம்பளங்கள் விரிக்கப்பட்டிருந்ததும் ஆண்டியோக்கிலிருந்து இருக்கைகள் தருவிக்கப்பட்டிருந்ததும் மற்றும் இளவரசர்களின் இல்லங்கள் தவிர வேறெங்கும் காண முடியாத இந்திய, சீன மற்றும் ஆண்டலூஸிய கலைப் பொருட்கள் நிறைந்ததுமான வரவேற்பறைக்குள் அவரை வரவழைத்தான்.

பர்தா அணிந்த ஒருத்தி தோன்றினாள். அவளை மறைத்திருந்த டமாஸ்கஸ் அங்கி, மேலும் அவளுக்குப் பொலிவை அளித்தது.

அவள் அமர்ந்து கொண்டே வினவினாள்: "அந்நியரே எந்தத் தேசத்திலிருந்து வருகிறீர்கள்?"

"நிஜம் என்னவென்றால், நான் வாழ்க்கையின் காதலன்."

"சுல்தானின் பெயரால் எங்களை ஏமாற்றி இருக்கிறீர்கள்."

"அழகின் பொருட்டு வாழும் நான் அதற்காகவே மடிவேன் என்று கைரேகை சோதிடன் ஒருவன் என்னிடம் தெரிவித்துள்ளான் என்பதே எனது சமாதானம்."

"நான் திருமணமானவள்" என்று அவள் தீவிரமானத் தொனியில் குறிப்பிட்டாள்.

"நிஜமாகவா?" அவர் பதட்டத்துடன் கேட்டார்.

"ஆனால், என் கணவர் எப்போது என்னுடன் சேர்ந்து கொள்வார் என்பது எனக்குத் தெரியாது."

"எத்தகைய விசித்திரமான வார்த்தைகள்."

"உங்களுடையதை விடவும் விசித்திரம் குறைந்ததில்லை" எனக் குத்தலுடன் முணுமுணுத்தாள்.

நாணத்துடன் அவள் முகத்திரையை விலக்க, அவருக்கெனவே படைக்கப்பட்டது போலப் பிரகாசித்த அழகு, அவரிடம் மிகவும் அலாதியான கனவுகளைக் கொண்டுவந்தது. தனது மனம் தன்னிடத்தில் இல்லாதுபோக அவர் மண்டியிட்டார். தன் சட்டைப் பையிலிருந்து சிறியதொரு தந்தப் பேழையை எடுத்தார். அவளது பாதங்களுக்கிடையே வைத்தார்.

சூரியக்கதிர்களாய் ஒளி வீசிய நகை அதில் இருந்தது. நடுங்கும் குரலில் அவர் கிசுகிசுத்தார், "மணிமகுடத்தின் ஆபரணம் கூட உன் பாதங்களுக்கு ஈடாகாது."

தன் விதியைத் தீர்மானித்திடும் தீர்ப்புக்காய் அவர் காத்திருந்தார்.

"உங்கள் வாழ்த்து ஏற்கப்படுகிறது" என்றாள் மிருதுவாக.

தன் நம்பிக்கையில் அகமகிழ்ந்த அவர் நடுங்கும் தன் கைகளால் அவளின் கால்களைத் தழுவிக் கொண்டு, தலையைத் தாழ்த்தி அவள் பாதங்களை முத்தமிட்டார்.

V

யூசுஃப் அல்-தாஹிர் மேற்கொண்ட ஆரம்பமானது, செல்வந்தர்களின் பிள்ளைகளுக்கு - ஊழிக்கால வெள்ளமென நகரை வளைத்துக் கொண்டு, உயர்ந்தெழுந்த பைத்தியத்தின் அலைகளுக்கு - கதவுகளைத் திறந்து விடுவது போலிருந்தது. ஏழைகளைப் பொறுத்தவரை அவர்கள் வருத்தத்தினாலும் வேதனையினாலும் பீடிக்கப்பட்டனர். ஆயுதத்தளவாடச் சந்தையிலிருந்த செவ்வில்லம் ஹுஸும் அல்-ஃபிகி, ஹாஸன் அல்-அத்தர், கலீல் அல்-பாஸஸ் மற்றும் பிறருக்கு கவனத்தைத் திருப்புவதாக ஆனது. அங்கே பரிசுகள் நிறைய எடுத்துச் செல்லப்பட்டன, இருதயங்கள் தம்மை இழந்து போயின. மேலும், மனங்கள் சிதறுண்டு போயின. ஆடம்பரமும் முட்டாள்தனமும் ஆட்சி செலுத்தின. சாத்தியமாகக் கூடிய விளைவுகள் ஒதுக்கித் தள்ளப்பட்டன. காலத்தின் கருத்தமைவு மறைந்துபோக, தற்போதைய தருணம் தவிர்த்து எதுவும் எஞ்சியிருக்கவில்லை. மதத்தின் காலடிகளைப்பின் பற்றிச் சென்ற உலகமோ இல்லாமல் போனது.

காதலை நேசிக்கும் செல்வத்தை நேசிக்கும் மற்றும் ஆண்களை நேசிக்கும் அனீஸ் அல்-கலீஸ் வசீகரிக்கும் ஜாலவித்தைக்காரியாக இருந்தாள். ஆசைப்படும் எந்தப் பொருளும் அவள் தாகத்தை தணிக்கவில்லை. அவள் எப்போதும் மேலும் மேலும் கேட்டுக் கொண்டிருந்தாள். காதலாலும் பொறாமையாலும் ஆண்கள் ஒருவர் மற்றவருடன் பைத்தியமாகப் போட்டியிட்டனர். எந்தவொரு தனிநபரும் அவளை தனதாக்கிக் கொள்ளவில்லை, யாரும் அவளைக் கைவிடவில்லை. தனியொரு ஆற்றலுடன் அனைவரும் சிதைந்து வீழ்ந்து கொண்டிருந்தனர்.

VI

மாஸ்டர் சாஹ்லவல் அந்நாட்களில் இத்தகைய நடவடிக்கையைக் கண்டிருந்ததில்லை. ஏலங்களின் மனிதரான அவர், யாரையேனும் திவாலான நிலை பற்றிக்கொள்ளும் போது முதலில் காட்சியளிப்பவராக இருந்தார். முதலில் வீழ்ச்சி கண்டவர் ஹுஸும் அல்-ஃபிகி. அனீஸ் அல்-கலீஸின் இழப்பை விடவும் பணத்தின் இழப்புக்காக அவர் கவலைப்படவில்லை. அவளை

இழந்ததை விடவும் தன் பெண்டு பிள்ளைகளின் விதிக்காக அவர் அவ்வளவாக நிலைகுலைந்திடவில்லை.

“தன்னுடைய அகத்தை விடவும் ஒருவனை அழிப்பது எதுவுமில்லை” என்று மாஸ்டர் சாஹ்லவலிடம் கூறினார்.

“மற்றும் தன்னுடைய அகத்தை விடவும் வேறுயாரும் ஒருவனைக் காப்பாற்றிவிட முடியாது” எனப் புதிராகக் குறிப்பிட்டார் சாஹ்லவல்.

“அறிவுறுத்தல்கள் நீண்ட காலத்திற்கு முன்பே திவாலாகி விட்டன” என்று இகழ்ச்சியுடன் சொன்னார் அல்-ஃபிகி. அவர் வீழ்ச்சியுற்றபோது, அவருடன் கலீல் அல்-பாஸஸ் சேர்ந்து கொள்ள அப்புறம் ஹாஸன் அல்-அத்தர் சேர்ந்தார். யூசுஃப் அல்-தாஹிரைப் பொறுத்தவரை அவர் அதலபாதாளத்தின் விளிம்பிலே சுற்றிக் கொண்டிருந்தார். சாஹ்லவலின் அதிகப்படியான நடவடிக்கைகளைக் கண்ட நாவிதன் உகர், “மற்றவர்களின் துரதிருஷ்டங்களிலிருந்து சிலர் பயனடைகின்றனர்” என்றான்.

“அவர்கள்தான் தவறிழைப்போர், அவர்கள்தான் பலியாவோர்” என்று கவலை இல்லாது குறிப்பிட்டார் சாஹ்லவல்.

“மாஸ்டர் நீங்கள் மட்டும் அவளைப் பார்த்திருந்தால் உங்கள் ஆன்மா அடித்துக் கொண்டு பைத்தியமாகி இருக்கும்” என உகர் வருத்தத்துடன் பெருமூச்செறிந்தான்.

“அவள் சாத்தானின் புன்னகையே தவிர வேறு யாருமில்லை.”

“நீங்கள் எப்படி அவளிடம் காதல் வயப்படவில்லை என்று வியப்படைகிறேன்.”

“ஒவ்வொரு பைத்திய நகரத்திலும் புத்திசாலியான ஒருவர் இருக்க வேண்டுமென்று விதி கட்டளையிட்டுள்ளது” என்று புன்னகைத்தபடியே சாஹ்லவல் குறிப்பிட்டார்.

ஓர் இரவில் சாஹ்லவல் சாவதானமாக இருளில் திரிந்து கொண்டிருந்தபோது அவர் பாதையில் குறுக்கிட்ட குவாம்காமும் ஸிங்காமும் புனித வாழ்த்தினைப் பரிமாறிக் கொண்டனர்.

“நகரத்தினுடாக வெறி கொண்டுள்ள முட்டாள்தனத்தைப் பாருங்கள்” என்றது குவாம்காம்.

“லட்சக்கணக்கான ஆண்டுகள் வாழ்ந்திருக்கிறேன். எதுவும் என்னை ஆச்சரியப்படுத்தவில்லை” என்றார் சாஹ்லவல்.

“அவர்கள் பாவத்தால் கசிந்து ஒழுகும்போது ஒருநாளில் அவர்களின் பாவங்கள் பற்றிக் கொள்ளப்படும்” என்றது ஸிங்காம்.

“மரணநேரத்தின் வருகைக்கு முன்பாக வருந்துதல் வரக்கூடும்.”

“பலவீனமானவர்களுக்கு நாம் உதவிட ஏன் அனுமதிக்கப்படவில்லை?”

“நீ கொண்டிருப்பதை விடவும் மேலான ஒன்றை அல்லா அவர்களுக்கு அளித்திருக்கிறார்: ஒரு மனமும், ஒரு ஆன்மாவும்” என எளிதாகக் குறிப்பிட்டார் சாஹ்லவல்.

VII

ஹுஸூம் அல்-ஃபிகி போதையுடன் செவ்வில்லத்தை அடைந்து அதன் பெருங்கதவைத் தட்டினார். அவரது பைத்தியநிலையின் கோப்பை ததும்பி வழிந்து, விடுதலையின் வாயிலுக்கு அவரைக் கொண்டு வந்திருந்தாலும், யாரும் அதைத் திறக்கவில்லை.

“கதவுகளைத் திறப்பவனே... திறந்துவிடு...” என்று கோபத்துடன் இரவில் கத்தினார் அவர். யாரும் அவரது அழைப்புக்கு இணங்காது போகவே சுவருக்குக் கீழே ஒரு மூலையில் ஒதுங்கிக் கொண்டார். சற்றைக்கெல்லாம் ஒரு உருவம் நெருங்கி வந்தது. தொங்கிக் கொண்டிருந்த விளக்கொளியில் தெரிந்த அம்முகம், தனது முன்னாள் தலைமை அலுவலர் யூசுஃப் அல்-தாகிர் என்று அடையாளம் கண்டு சீற்றத்துடன் கனன்றார். அவர் கதவைத் தட்டியதும் சட்டெனத் திறந்தது. ஹுஸூம் அல்-ஃபிகி விரைந்து செல்ல அடிமை அவரைத் தடுத்து, “நான் வருந்துகிறேன், மாஸ்டர் ஹுஸூம்” என்றான்.

ஆத்திரத்தில் அவர் அவன் கன்னத்தில் அறைய, யூசுஃப் அல்-தாஹிர் நிதானத்துடன் கூறினார், “உங்களைக் கட்டுப்படுத்திக் கொண்டு தகுதிக்கேற்ப நடந்து கொள்ளுங்கள்.”

“சொத்தும் நம்பிக்கையும் இல்லாது போய்விட்டன. ஆக என்னிடம் என்ன எஞ்சியிருக்கிறது?” என்று அவர் விசனத்துடன் வினவினார்.

உள்ளே போவதற்காக யூசுஃப் அல்-தாஹிர் ஒதுங்க, மற்றவர் புலியென அவர் மீது பாய்ந்து, நஞ்சு தோய்ந்த குத்தீட்டியால் அவர் நெஞ்சில் குத்தினார். அப்போது அடிமையிடமிருந்த வெளிப்பட்ட அலறல், மக்களைத் தூக்கத்திலிருந்து எழுப்பி விட்டது.

VIII

ஹுஸும் அல் ஃபிகி தப்பிச் செல்ல முயலாததால் கைது செய்யப்பட்டார். பயோமி அல்-அர்மால் அவரை அனுதாபத்துடன் அணுகி, "என் பழைய சிநேகிதரே உங்களுக்காக வருத்தப்படுகிறேன்" என்றார்.

ஹுஸும் அமைதியாகக் கூறினார்: "பயோமி வருத்தப்படத் தேவையில்லை. கிழடுகள் தம்மைக் கதகதப்பேற்றிக் கொள்வதான அது பழைய கதையே. காதல், பைத்தியம் மற்றும் குருதியின் கதையே."

IX

அனீஸ் அல்-கலீஸிடம் அடிமை கூறியது: "என் பிரியமான ஸர்மபஹா, காவல்துறை இயக்குநர் பயோமி அல்-அர்மால் சீக்கிரமே வருகை தந்து நம்மை கௌரவிக்கப் போகிறார்."

"சக்ரபௌத், நாம் திட்டமிட்டுள்ளபடி அவருக்காகக் காத்திருக்கிறோம்."

"இத்தகைய மேதையைக் கொண்டுள்ள தலையை முத்தமிட என்னை அனுமதியுங்கள்."

X

ஹுஸும் அல்-ஃபிகியின் விசாரணை சில காலங்களே நீடித்தது. அதன் பின்னர் அவர் தலை துண்டிக்கப்பட்டது. ஆளுநர் சுலைமான் அல்-ஸய்னி காவல்துறை தலைமை அலுவலரைச் சந்தித்துப் பேசிக் கொண்டிருந்தார். அந்தரங்கச் செயலாளர் அல்-பாதில் இபின் கக்கானும் மேற்பார்வையாளர் அல்-மூயின் இபின் சவியும் கூட இருந்தனர். பயோமி அல்-அர்மாலைப் பார்த்து அல்-ஸய்னி பேசினார்: "சாட்சியங்கள் கூறியுள்ளது என்ன? டஜன் கணக்கில் திவாலாகிக் கொண்டிருக்கின்றனர். மேலும் இருவர் தம் உயிரை இழக்கின்றனர். இவையெல்லாம் அந்நியமான, ஒரு கேடு கெட்ட பெண்ணால்தானா? காவல் துறை இயக்குநரே நீங்கள் எங்கே இருந்தீர்கள்?"

“சியா மற்றும் காரிஜிகளின் பிரச்சினைகளில் நாம் ஈடுபட்டிருக்கையில் உல்லாசம் என்பது ரகசியப் பாவமாகும்” என்றார் பயோமி அல்-அர்மால்.

“இல்லை இல்லை, இஸ்லாமிய சட்டத்தின் கண் நீங்கள். அவளைத் துருவி ஆராயுங்கள். சட்டவிரோத சொத்துக்களைப் பறிமுதல் செய்யுங்கள். நீங்கள் செய்யத் தவறியதை சரி செய்து விடுங்கள், அதுபற்றி சுல்தானின் முன்பு கேட்கப்படுவதற்குள்...”

XI

செவ்வில்லத்தின் வரவேற்புக் கூடத்தில் தெரிந்தெடுக்கப்பட்ட தன் கூட்டத்தினரிடையே பயோமி அல்-அர்மால், தன்னைச் சுற்றி நோக்கியபடியும் வியப்புற்றபடியும் நின்றார். எந்த வகையிலும் சுல்தானின் அரண்மனை இவ்வில்லத்தை விஞ்சி நின்றதா? அப்போது, முகத்தில் திரை போட்டும் உடலில் அளவாக உடுத்தியும் இருந்த பெண் தோன்றினாள்.

“எங்கள் எளிய இல்லத்திற்கு வந்துள்ள காவல்துறை தலைமை அலுவலருக்கு வணக்கம்.”

“உன் வீட்டு நுழைவாயிலில் நடந்த குற்றம் பற்றி, நீ சந்தேகத்திற்கிடமின்றி அறிந்திருக்கிறாய்” எனச் சிரித்துக் கொண்டே கூறினார்.

“அது பற்றி ஞாபகப்படுத்த வேண்டாம். அது நடந்ததிலிருந்து நான் சிறிது நேரம் கூடத் தூங்கவில்லை” அவள் நெகிழ்ச்சியுடன் கூறினாள்.

“உன் நடவடிக்கையினால் நான் திகைப்படையவில்லை. என் கேள்விகளுக்கு உண்மையாகப் பதிலளி, உன் பெயர் என்ன?”

“அனீஸ் அல்-கலீஸ்.”

“சந்தேகத்திற்குரிய ஒரு பெயர். எந்த நாட்டிலிருந்து வருகிறாய்?”

“என் தாய் இந்தியாவைச் சேர்ந்தவர். தந்தை பாரசீகத்தையும், கணவர் ஆண்டலூஸியாவையும் சேர்ந்தவர்கள்.”

“உனக்குத் திருமணமாகிவிட்டது?”

“ஆமாம். ‘சீக்கிரமே வருகிறேன்’ என்று தெரிவிக்கும் என் கணவரின் கடிதம் இப்போதுதான் கிடைத்துள்ளது.”

"அவர் அறிந்துதான் நீ ஊர்சுற்றித் திரிகிறாயா?"

"அல்லா தடுக்கட்டும்! நான் கௌரவமானவள்."

"உன்னிடம் அடிக்கடி வருகிற ஆண்கள் என்ன செய்கிறார்கள்?"

"நகரத்துக் கனவான்களின் குழுவிலுள்ள நண்பர்கள் சம்பிரதாய சட்டத்தையும் இலக்கியத்தையும் என்னுடன் விவாதிப்பதில் சந்தோஷமடைகின்றனர்."

"அல்லாவின் சாபம் உன் மீது விழட்டும். எனவேதான் அவர்கள் திவலாகின்றனர். மேலும் தங்களுக்குள்ளேயே சண்டையிட்டுக் கொள்கின்றனரா?"

"அவர்கள் தாராளமானவர்கள், அது என் தவறல்ல. அவர்களின் அன்பளிப்புகளை நான் மறுதலிப்பது நாகரிகமாகாது. அவர்களிடையே சாத்தான் எப்படி ஊடுருவியது என்று எனக்குத் தெரியவில்லை."

"உன்னிடமுள்ள சட்டவிரோதச் சொத்துகளைப் பறிமுதல் செய்திட என்னிடம் ஆணை இருக்கிறது" எனப் பொறுமை தீர்ந்துபோன குரலில் அவர் குறிப்பிட்டார்.

ஆபரணங்கள், விலை உயர்ந்த கற்கள் மற்றும் பணத்தைத் தேடுவதற்காக வீடெங்கும் கூடியிருந்த தன் ஆட்களுக்கு அவர் சைகை செய்தார். இவை நடந்து கொண்டிருந்தபோது, இவர்களிருவரும் தனித்தும் நிசப்தமாயும் இருந்தனர். அவள் முகத்திரையினூடாக விசாரிக்கும் பார்வைகளைச் செலுத்தியும் அவருக்குப் பயனில்லாது போயிற்று. அவள் எந்த அக்கறையும் காட்டவில்லை. அவள் தன் விதியிடம் தன்னை ஒப்புக் கொடுத்தாள், அல்லது அப்படித் தோன்றியது.

"இன்றிலிருந்து என் தளவாட சாமான்களை விற்று நான் பிழைப்பு நடத்தட்டுமா?" அவள் கண்டிப்புடன் வினவினாள்.

அவள் தன் முகத்திரையை விலக்கியபோது அவர் வெறுப்புடன் தோள்களைக் குலுக்கிக் கொண்டார். "நான் வருந்துகிறேன், ஆனால் கோடை உஷ்ணம் தாங்க முடியாததாக உள்ளது."

அவளைப் பார்த்த பயோமி செயலிழந்து போனார். தன் கண்களை நம்பாவிட்டாலும், அதிர்ந்து விட்டார். தன் பார்வையைத் தவிர்க்க இயலாமல் அவளை உற்று நோக்கினார். பைத்திய நிலையின் கொந்தளிக்கும் கடலில் நீந்தினார். ஆற்றல்,

நடவடிக்கை, நம்பிக்கை அனைத்தையும் இழந்தார். தன் கைகளாலேயே காவல்துறை தலைமை அலுவலரை அடக்கம் செய்தார். மற்றும் அவரின் சமாதியிலிருந்து 101 பூதங்கள் எழுந்தன. ஆயிரக்கணக்கான கைகள் அவரைத் தள்ளின. அறைகளைச் சுற்றி வந்த அவரின் உதவியாளர்களது கூச்சல் மட்டும் இல்லாதிருந்தால், அவர் நிலைகுலைந்து போயிருப்பார். பார்வையாளர்களும் உளவாளிகளும் வந்து சேர்ந்தனர். ஆனால் பயோமி அல்-அர்மால் எப்போதைக்குமாக இல்லாது போனார்.

"காவல்துறை தலைமை அலுவலரே, தாராளமாக நடந்து கொள்ள வேண்டும் என்று உங்களைக் கேட்டுக் கொள்கிறேன்" என்று அவள் திரும்பவும் கெஞ்சினாள்.

அவர் அவளுக்கு ஒரு முரட்டுத்தனமான பதிலை, அந்நிலவரத்திற்குப் பொருத்தமான பதிலைத்தர விரும்பினார். அதே வேளையில் கண்ணியமான பதிலைத் தரவும் விரும்பினார். எனினும் அவர் நிசப்தத்தில் ஆழ்ந்தார்.

XII

நள்ளிரவில் அவர் தன் சுயகட்டுப்பாட்டை இழந்து செவ்வில்லத்திற்கு ரகசியமாக விரைந்தார். ஒருவர் முன் எச்சரிக்கைகள் எடுத்துக்கொள்ள முடியாததும் முன்மாதிரி இல்லாததுமான, விதியின் பிரச்சினை அது என்று தனக்குத்தானே கூறிக்கொண்டு அவள் முன் பணிவுடன் தோன்றினார். அவர் இருந்த நிலையை அறியாதவளாகப் பாவனை செய்துகொண்டு, அவள் வருத்தத்துடன் குறிப்பிட்டாள்: "காவல்துறை தலைமை அலுவலரே, நீங்கள் என்னிடமிருந்து பறிமுதல் செய்திட ஏதுமில்லை."

"என் கடமையைச் செய்துள்ளேன். ஆனால் கருணைமிக்க பகுதியொன்று என்னிடம் இருக்கிறது" என்று அவர் பணிவுடன் குறிப்பிட்டார். மேலும் தனது புடைத்த பணப்பையை அவளது பாதங்களிலே வைத்தார். அவள் புன்னகைத்து முணுமுணுத்தாள்: "எத்தகைய துணிகரமானவர் நீங்கள்!"

தன் கைகளால் அவளது கால்களைப் பற்றி பணிவுடன் முழந்தாளிட்டு, நெடுஞ்சாண் கிடையாக வீழ்ந்து, பாதங்களை முத்தமிட்டார்.

XIII

கருவூலத்திலிருந்து பணத்தைக் கோரியவர்களிடமிருந்து புகார்கள் வரத் தொடங்கின. அல்-ஸய்னி கட்டளையிட்டிருந்தபடி சட்டரீதியான நோக்கங்களுக்காகப் பணம் செலவழிக்கப் படவில்லை என்று குமாஸ்தாக்கள் தமக்குள்ளே கிசுகிசுத்தனர். இச்செய்தி ஆளுநரை எட்ட, அவரோ உளவாளிகளை அனுப்பி கட்டுப்பாட்டை இறுக்கினார். அந்தரங்கச் செயலாளர் அல்-பாதில் இபின் கக்கான் மற்றும் மேற்பார்வையாளர் அல்-மூயின் இபின் சவி ஆகியோர் ரகசிய விசாரணை மேற்கொள்ளுமாறு கட்டளையிட்டார். இறுதியில் அவர் காவல்துறை தலைமை அலுவலரைச் சந்தித்து நம்பகமான அறிக்கைகள் பெற முடிவெடுத்தார். பயோமி அல்-அர்மால் அடங்கிப் போகக் கூடியவராகவும் அலட்சியமானவராகவும் தோன்றினார். அவரைக் கண்டு வியப்புற்ற ஆளுநர் குறிப்பிட்டார்: "உங்களிடம் வேறொருவரை, எனக்குத் தெரிந்திடாத ஒருவரைக் காண்கிறேனே."

"ஐயா, பழைய கட்டுமானம் அடித்து நொறுக்கப்பட்டுள்ளது."

"முஸ்லிம்களின் பணத்துடன் நீ ஓடிவிடுவாய் என நான் கற்பிதம் செய்யவில்லை."

"என்னிடம் குடிகொண்டிருப்பது பணத்துடன் ஓடிப்போன பைத்தியக்காரனே" என்று சீரான தொனியில் குறிப்பிட்டார்.

பயோமி அல்-அர்மாலுக்குத் தண்டனை விதிக்கப்பட்டு, தலை துண்டிக்கப்பட்டது. அவரின் இடத்திலே அல்-மூயின் இபின் சவி அமர்ந்தார். திரும்பவும் அனீஸ் அல்-கலீஸின் சொத்து பறிமுதல் செய்யப்பட்டது. மேலும் அவளது இல்லத்தில் யாரும் நுழையாதபடி தடுத்திட, காவலன் ஒருவன் நிரந்தரமாக நிறுத்தப்பட்டான்.

XIV

அவளின் பிரச்சினை சட்ட ஆலோசகரான முஃப்தியிடம் முன் வைக்கப்பட அவளது ஒழுக்கக்கேட்டிற்கு சட்டரீதியான சான்று இல்லையென அவர் தீர்ப்பளித்தார். தன்னைப் பார்ப்பதற்காக ஒரு பெண் அனுமதி கோரியபோது அல்-மூயின் இபின் சவி, காவலகத் தலைமையகத்தில் கடமையாற்றிக் கொண்டிருந்தார்.

ஆர்வமின்றி அவளின் பர்தாவை நோக்கியவர், "நீ யார், உனக்கென்ன வேண்டும்?" என்று கேட்டார்.

"நான், தவறிழைக்கப்பட்டுள்ள அனீஸ் அல்-கலீஸ்" என்று உற்சாகத்துடன் குறிப்பிட்டாள்.

அவள் பக்கம் தன் கவனத்தைத் திருப்பி, "உனக்கென்ன வேண்டும்?" என்றார்.

தன் பர்தாவை விலக்கி, "என் பணத்தைப் பறிமுதல் செய்திருக்கிறீர்கள். பிச்சை எடுக்கவும் தர்மம் பெறவும் உரியவளாகியுள்ளேன். அதனால் அவ்வுரிமையுள்ளோருடன் என்னைச் சேர்த்து விடுங்கள்" என்றாள்.

அவள் என்ன சொன்னாள் என்பதை அவர் புரிந்து கொள்ளவில்லை. தான் உட்பட எண்ணற்ற விஷயங்களை அவர் மறந்து போனார். தன் மனசாட்சியில் வல்லமை ஏதேனும் இருக்குமா என்று வீணாகத் தேடினார். அவர் பாதம் வழுக்கி அதல பாதாளத்தில் சரிந்தார். தான் கூறியதை அவள் மறுபடியும் திருப்பிச் சொல்ல, அவ்வார்த்தைகள் அவரைப்போய்ச் சேரவில்லை.

சிறிது நேரம் கழித்து ஆழ்ந்த பெருமூச்சுடன் அவளிடம் வினவினார்: "என்ன சொன்னாய்?"

"பிச்சை எடுக்கவும் தர்மம் பெறவும் உரிமையுள்ளோருடன் என்னைச் சேர்த்து விடுங்கள்."

"உன் தேவைகளை நான் எப்போது அனுப்பி வைக்கட்டும்?" தன் மதிப்பை ஜன்னல் வழியாகத் தூக்கி எறிந்துவிட்டு அவர் கேட்டார்.

"பகல் பொழுது தொழுகைக்கு முன்னே நான் உங்களுக்காகக் காத்துக் கொண்டிருப்பேன்" அவள் பசப்பலுடன் பேசினாள்.

XV

தீர்மானமும் வெற்றியும் கொண்ட தினம் அதுவென்று கூறியபடி, அவள் திடமும் ஆற்றலும் மிக்கவளாகப் பிரகாசித்தாள். சக்ரபௌத் செய்தது போலவே அவள் நெடுநேரம் சிரித்தாள். உடனே அந்தரங்கச் செயலாளர் அல்-ஃபத்லி இபின் கக்கானைப் பார்க்கச் சென்றாள். அதே விளையாட்டும் அதே துயர நாடகமும் திரும்ப நிகழ்ந்தன. அஸ்தமனத் தொழுகைக்கு முன்னே அவரைச்

சந்திக்க அனுமதி பெற்றாள். சுலைமான் அல்-ஸய்னியைப் பொறுத்தமட்டில், அவரது சந்திப்பு வேளை, மாலை நேரத் தொழுகைக்கு முன்பாகும். மதுப்பிரியனும் சுல்தானின் மருமகனுமான நூர் அல்-தீன், மாலைநேரத் தொழுகை முடிந்து இரண்டு மணி நேரம் ஆனதும் போவதற்குச் சம்மதித்தான். அமைச்சர் டாண்டன் மற்றும் சுல்தான் ஷாரியாரைச் சந்திக்க வேண்டி அவன் அவளுக்குக் கடிதமும் எழுதினான். அவர்கள் இருவரிடமும் அவள் சரியான நீதி பெறமுடியும் என்று அதில் வற்புறுத்தியிந்தான். எல்லா மனிதரும் நிலைகுலைந்தனர் மற்றும் ஒவ்வொருவரும் எல்லா நல்லியல்புகளையும் இழந்து தன் சந்திப்பு நேரத்திற்காகக் காத்திருந்தனர், டாண்டனும் ஷாரியாரும் கூட.

XVI

பழைய காதலனின் பீடிப்பை தன் கண்கள் பிரதிபலித்திட, அல்-மூயின் இபின் சவி பிரபஞ்சத் துல்லியத்துடன் தன் சந்திப்பு நேரத்திற்கு வந்து சேர்ந்தான். தன் பிரகாசமான நட்சத்திரத்தை விடவும் வேறெதையும் அழகிய இருப்பிலே காணாது, சந்தோஷமான குழந்தையின் குதூகலத்துடன் தன் பணப்பையை அவன் தூக்கி எறிந்தான். அவளது காலடியில் ஓய்வு கொள்ள அவன் வந்தபோது பரவசத்தின் போதையில் இருந்தான். விளைவுகளுக்கு இடமின்றி சந்தோஷமான வாக்குறுதிகளின் பொய்மையான மின்னல் வீச்சுக்கள் தவிர்த்து வேறெதுவும் இல்லை. அடிமையும் அவளும் மதுவை ஊற்றிக்கொடுத்தனர். தன் துணிமணிகளைக் கிழித்தெறிந்து, ஆதி நிலைக்குத் திரும்பிடும் வகையில், வேட்கையின் உச்சங்களை எட்டினான். ஆனால் அவன் அவளுடன் படுக்கையை நோக்கி விரைந்து கொண்டிருந்தபோது ஓடி வந்த அடிமை அவளது காதிலே பீதி தரும் ரகசியம் எதனையே கிசு கிசுத்ததாகத் தோன்றியது. தாவியெழுந்த அவள் அலைபாயும் அங்கியால் தன் வாளிப்பான உடலை மூடிக் கொண்டாள்.

ஜுரமேறிய தொனியில் அவள் கிசுகிசுத்தாள், “என் கணவர் வந்திருக்கிறார்.”

ஒரு கணத்திலேயே அவன் தன் போதை நிலையிலிருந்து விழித்தெழுந்தான். பக்கத்து அறைக்கு அவனைத் தன் கைகளால் இழுத்துச் சென்று பீரோ ஒன்றுக்குள் தள்ளிப் பூட்டினாள்.

“சரியான நேரத்தில் பாதுகாப்பாகக் கிளம்பலாம்” என்று கலவரத்தாலும் பீதியாலும் நடுங்கியபடி அவள் கூறினாள்.

“என் ஆடைகளைக் கொண்டு வா” என்றான்.

“அவை பத்திரமாய் உள்ளன. இப்போது அமைதியாக இருக்க வேண்டும். சப்தமோ அசைவோ எதுவும் கூடாது. இல்லாதுபோனால் தொலைந்தோம்” என்றாள்.

XVII

அல்-பாதில் இபின் கக்கான், சுலைமான் அல்-ஸய்னி, நூர் அல்-தீன், டாண்டன், ஷாரியார் என ஒருவர் பின் ஒருவராகப் பின் தொடர்ந்தனர். அவர்களனைவருமே வசீகரக் குரலுக்கு அடிபணிந்தனர். உத்வேக வெறியின் போதை கொண்டிருந்த அவர்கள் நிர்வாணமாக பீரோவிடம் இட்டுச் செல்லப்பட்டனர். பரிகாசத்துடன் சிரித்த அனீஸ் அல்-கலீஸின் குரல் அவர்களை வந்து எட்டவும் வஞ்சகமான பொறியில் மாட்டிக் கொண்டதை அவர்கள் உணர்ந்து கொண்டனர்.

“நாளைக்குச் சந்தை நடக்கும் இடத்தில் இப் பீரோக்களை நான் விற்பனைக்கு வைக்கப் போகிறேன். அவற்றில் இருப்பவற்றுடன் சேர்த்து” என்று அவள் அவர்களிடம் கூறினாள்.

திரும்பவும் சிரித்த அவள் தொடர்ந்து கூறினாள்: “தங்கள் சுல்தானும் அவரது அரசவையினரும் நிர்வாணமாக விற்கப் படுவதை சந்தையிலுள்ளவர்கள் கண்டுகொள்வார்கள்.”

வரவேற்புக் கூடத்திற்கு அவள் திரும்பியபோது தன் முன்னே பைத்தியக்காரன் அமைதியாக நின்று கொண்டிருந்ததைப் பார்த்தாள். அவள் கலவரத்துடன் நடுங்கினாள். அவனைக் கொண்டு வந்து சேர்ந்திருந்தது எது? அவளது வீட்டுக்குள் எப்படி அவன் நுழைந்தான்? அந்நபர்களிடம் அவள் கூறியிருந்ததை அவன் கேட்டிருப்பானா?

“அழைப்போ அனுமதியோ இல்லாமல் என் வீட்டுக்குள் எப்படி நுழைந்தாய்?” என்றாள் அவள்.

“அவர்கள் ஒருவர் பின் ஒருவராக பின் தொடர்ந்ததைப் பார்த்த என் ஆர்வம் குறுகுறுத்தது.”

அடிமையைக் கூப்பிட அவள் கைகளைத் தட்டினாள். "அவன் போய் விட்டான்" என்றான் அவன்.

"எங்கே?" அவள் கோபத்தில் வினவினாள்.

"அவனைப் பற்றி நாம் கவலைப்பட வேண்டாம், உன் விருந்தாளியிடம் பண்பாக நடந்து கொள்."

அவனது நீள்முடி வகிடு எடுக்கப்பட்டு, பெரிய தாடி வைத்திருந்தான். உடுத்தியிருந்த அலைபாயும் வெள்ளை அங்கியின் கழுத்துப் பகுதி திறந்திருக்க, அவனது மார்பு ரோமங்கள் தென்பட்டன. வெறுங்காலுடன் இருந்தான். தனது வலைக்குள் அவனை இழுத்து விட வேண்டுமா? அவனது முன்னோக்கிச் சென்ற அவளால், முதல்முறையாக தனது முகத்தால் எந்த மனப்பதிவையும் ஏற்படுத்த இயலவில்லை. நிதானம் கொண்டவர்களுக்கு மட்டுமே அல்லாமல், பைத்தியங்களைத் தொட்டுவிடாத, தூண்டுதலாக அது இருந்தது. மிதக்கும் அசைவுடன் அவள் மேஜையை நெருங்கினாள்.

"உனக்குச் சாப்பாடு வேண்டுமானால், சாப்பிடு."

"நான் பிச்சைக்காரன் இல்லை," அவன் இகழ்ச்சியுடன் குறிப்பிட்டான்.

தோல்வியை ஒத்துக் கொள்ளாமல் அவள் கூறினாள்: "அருந்துவதற்கு மது இருக்கிறது."

"என் தலை முழுக்க கலயங்களால் நிரம்பி இருக்கிறது."

"நீ குடித்தவனாகத் தெரியவில்லையே."

"நீ வெறுமனே குருடாய் இருக்கிறாய்."

"உனக்கென்ன வேண்டும்?"

"வாழ்வின் சகல வசதிகளும் இல்லாத அரண்மனையிலே நீ வாழ்வது எப்படி?"

ஏமாற்றமடைந்த இருதயத்துடன் அவள் சுற்றுமுற்றும் நோக்கினாள்.

"இந்த அழகெல்லாம் உன்னை மகிழ்விக்கவில்லையா?"

"பழங்காலத்துக் கொள்ளை நோயின் சுவாசங்கள் அதிர்வு கொள்ளும் சுவர்களைத் தவிர வேறெதையும் நான் காணவில்லை."

மற்றவர்களைப் போல நிர்வாணமாகிவிடும் அவளது முறை வந்தது. அவனது அலட்சியப் பைத்திய நிலையின் முன்பு பலவீனமாய் அவள் அடிபணிந்தாள். எல்லாச் சூதுவாதுகளும் ஒன்றுமில்லாது போயின. சிந்திப்பதற்காக அவனிடமிருந்து திரும்பினாள். அவனது உதடுகள் மங்கலான சில வார்த்தைகளை உதிர்த்தன. பிடிவாதமான எதிர்ப்பு அவளது உதவிக்கு வரவில்லை.

கனத்த தூக்கம் போல ஒன்று அவளை அழுத்தியது. அவளது நரம்புகள் தளர்ந்தன. மாறுதலின் முன்னோக்கிய இயக்கம் ஆட்சி செலுத்துமாறு விட்டுவிட்டாள். அவளது முகத்தின் கூறுகள், மாவுத்திரட்சியாக ஆகும் மட்டும், உருகிப் பரவின. துவண்ட உடல் நிலைகுலைய, நேர்த்தியும் அழகும் அவளிடமிருந்து பறிக்கப்பட்டன. ஒழுங்கற்ற பாகங்கள் தவிர்த்து வேறெதுவும் இல்லாதபடி செய்தது அசாதாரண வேகம். அவையும் புகையாகி, சுவடின்றி மறைந்து மாயமாகின. கட்டில்கள், திண்டுகள், தலைவிரிப்புகள், கலைப் பொருட்கள் என அனைத்தும் அழித்தொழிக்கப்பட்டன. அணைந்துபோன விளக்குள் இல்லாதவையாகிட, இருள் ஆட்சி புரிந்தது. அவன் ஆண்களின் ஆடைக் குவியலைத் தூக்கி ஜன்னல் வழியே எறிந்துவிட்டு, பீரோக்கள் இருந்த அறையை நோக்கிப் போனான்.

XVIII

பீரோக்களிலிருந்தவர்களைப் பார்த்து பைத்தியம் கூறியது: "உங்களுக்குத் தண்டனையிலிருந்து விலக்களிக்க மாட்டேன். அல்லாவின் ஊழியர்களுக்குத் தீங்களிக்காததும், உங்களுக்கு ஆதாயம் தருவதுமான தண்டனையைத் தெரிவு செய்திருக்கிறேன்."

சட்டென்று பூட்டுகளைத் திறந்து விட்டு, அவ்விடத்தை விட்டுக் கிளம்பினான் அவன்.

XIX

ஓய்ந்து போயிருந்த அவர்கள் பீரோக்களிலிருந்து சோர்வுடன் வெளிவந்தனர். அடைத்து வைத்தது, மேலும் அவமான உணர்வுகளால் அவர்களில் ஒருவர் கூட வாய் திறக்கவில்லை. உடலிலும் சுயமரியாதையிலும் அம்மணமாகிப் போய் அவர்கள்

இருளில் தடுமாறினர். அம்மணத்தை மறைத்திட எந்த உடை கிடைத்தாலும் போதும் என்று தேடினர். காலம் - ஈவிரக்கமற்ற காலம் - கழிந்து கொண்டிருந்தது. பகலின் வெளிச்சம் நெருங்கிக் கொண்டிருந்தது, மேலும் இருளில் அவதூறு மின்னலெனப் பளீரிட்டது. கைகளை நீட்டியபடி அவர்கள் அங்கே திரிந்து கொண்டிருந்தனர். எதற்கான அடையாளமும் இல்லை. வாழ்க்கைக்கான எந்த அடையாளமும், ஒரு மாயக் கற்பிதமோ அல்லது தீக்கனவோ எதுவும் இல்லை. அவமானம், விரக்தி என்று அர்த்தப்படும் அவதூறு மட்டுமே நிஜமாயிருந்தது. தம் பின்னே காலம் ஊர்ந்து வர, வெளிவாசலை நோக்கி, சுவர்களின் ஓரமாய் அவர்கள் தமக்கு வழிகாட்டிக் கொண்டனர். தெருக்காற்றை அவர்கள் சுவாசித்ததுமே பிரார்த்தனை ஒன்றை முணுமுணுத்தனர். அவர்களுள் ஒருவர் கண்ணீர் வடித்தார். நகரம் வெறுமையாய் இருந்தது. எத்தகைய ஆசுவாசம்! இரவின் இருளுக்குள்ளே அவர்கள் அம்மணமாயும் வெறுங்கால்களுடனும் விரைந்தனர். வெளிறிய சாம்பல் நிற அடுக்குகளால் பாவம் அவர்களது முகங்களை மூடிவிட, கௌரவம் அவர்களை உமிழ்ந்திருந்தது. மற்றும் ஒழுக்கக்கேடும் நிறைந்திருந்தது.

குத் அல்-குலாப்

I

இலையுதிர்காலத் தொடக்கத்தை நோக்கி, பேரீச்சை மரத்தின் கீழே விடியல்நேர குரான் பாசுரங்களை ஓதிக் கொண்டிருந்த பைத்தியக்காரன், நீரில் வசிப்பவனின் குரல் அழைப்பதைக் கேட்டதும் ஆற்றங்கரைக்கு விரைந்தான்.

"என் சகோதரன் கடலின் அப்துல்லாவே, வணக்கம்."

"உன்னைக் கண்டு திகைப்படைகிறேன்" என்றது குரல்.

"ஏன்?"

"வழிதவறிச் சென்றதற்காக எத்தனை முறை நீ வழி தவறியோரைக் கொன்றிருக்கிறாய்; பின்னர் ஏன் பாவிகளது அவதூறுகளை விட்டு வைக்கிறாய்?"

பைத்தியக்காரன் வேதனையுடன் குறிப்பிட்டான்: "அந்தக் காலை நேரம் விடிந்ததற்கும் குடிமக்கள் சுல்தானையோ அமைச்சரையோ ஆளுநரையோ அந்தரங்கச் செயலாளரையோ காவல் துறை இயக்குநரையோ பார்க்க முடியாது போனதற்கும் வருத்தப்படுகிறேன். திறமைசாலிகளான தீயவர்களால் அவர்கள் அதிர்ந்து போயிருக்க வேண்டும்."

"உனது ஞானம் பயன்பட்டிருக்கிறதா?"

"அவர்களது இருதயங்கள் அவமானத்தால் நிறைந்திருக்கக் காண்கிறேன். மனிதனின் பலவீனத்தை அனுபவத்தில் கண்டுள்ளேன்."

"எங்களது தண்ணீர் சாம்ராஜ்ஜியத்தின் ஆட்சியாளர்களிடம் இருக்க வேண்டிய பத்து நிபந்தனைகளுள் ஒன்றாக அவமான உணர்வைக் கருதுகிறோம்" என்று கிசுகிசுத்தான் கடலுக்குரிய அப்துல்லா.

"வெட்க உணர்வில்லாத ஆட்சியாளரின் கீழுள்ள மக்கள் பாழாய்ப் போகட்டும்" என்று பெருமூச்சுடன் குறிப்பிட்டான் பைத்தியக்காரன்.

II

வாசலின் வெளியே நின்றிருந்த சுமைதூக்கி ரகபிற்கு நேரமாகியிருந்தது. இருட்டில் திரும்புகையில் மக்களின் நிழல்கள் கல்லறை ஒன்றைத் திறந்து உள்ளே நுழைவதைக் கண்டிருந்தான். விடிவதற்கு முன்னே இவ்வாறு செய்யுமாறு அவர்களை எது தூண்டியிருக்கும் என்று வியப்புற்றான். புதிரான அதனைத் துருவிப் பார்க்குமாறு அவனது இருதயம் தூண்டுதல் செய்தது. சீக்கிரமே சுவர்மேல் ஏறி, குப்புறப் படுத்து, ஆவி உருவம் ஒன்றின் கையிலிருந்த மெழுகுவர்த்தியின் மங்கலான வெளிச்சத்தில் தெரிந்த கல்லறை முற்றத்தை நோக்கிக் கவனித்துக் கொண்டிருந்தான். வேலையாட்களுக்கென ஏற்படுத்தப்பட்டது போலிருந்த கல்லறையை அடிமைகளின் கூட்டம் ஒன்று திறந்து கொண்டிருப்பதைப் பார்த்தான். அவர்கள் ஒரு பெட்டியைக் கல்லறையில் வைத்து அதன் மீது மண்ணால் மூடுவதைக் கண்டான். அவர்கள் கிளம்பும்போது தானும் கிளம்பிவிட எண்ணினான். ஆனால் துருவி ஆராயுமாறு அப்பெட்டி அவனை உந்தியது. அதில் என்ன இருந்தது? இவ்வளவு பின்னிரவில் அதனை அவர்கள் ஏன் புதைத்திருந்தார்கள்? வலியைப் பொறுத்துக்கொண்டு, அவன் முற்றத்தில் குதித்தான். ஆவல் நிறைந்த தீர்மானத்துடன் அவன் கல்லறையைத் திறந்து பெட்டியை எடுத்தான். சுமைகளைத் தூக்கிச் செல்வதிலான அவனது திறனும் அனுபவமும் இல்லாதிருந்தால், அதனை அவனால் செய்திருக்க முடியாது. தான் எப்போதும் எடுத்துச் செல்கிற மெழுகுவர்த்தியை ஏற்றினான். பார்த்த மாத்திரத்தில் இரக்கத்தினாலும் பீதியினாலும் நடுங்கினான். அது ஒரு யுவதி, முழுநிலவு போன்ற அழகு. முகம் பர்தா இல்லாமலிருந்தது. சவப்போர்வை இல்லாது அங்கி உடுத்தியிருந்தது - இறந்து போயிருந்தது என்பதில் சந்தேகமில்லை - ஆனால் தூங்கிக் கொண்டிருந்தது போல தோன்றியது. அடக்கம் செய்த சந்தர்ப்ப சூழல்கள் ஏதோ ஒரு குற்றத்தைச் சுட்டிக் காட்டியதை அவன் உணர்ந்து கொண்டான். உடனே பெட்டியைக் கல்லறைக்குள் திரும்ப வைப்பது பற்றியோ அதனை மூடுவது பற்றியோ எண்ணிப் பாராமலேயே பறந்தோடிவிட அவன் தயாரானான்.

III

கல்லறைக்கு வெளியிலுள்ள வெற்றிடத்தில் அவன் குதித்த போது தன் முன்னே ஓர் உருவத்தைக் கண்ட அவனது இருதயம் சுருங்கிப்போனது. எனினும் அரும் பொருள் வாணிகர் மாஸ்டர் சாஹ்லவலின் குரல் “யாரது?” என்று விசாரிப்பதைக் கேட்டான்.

தன்னால் முடிந்த வரை குழப்பத்தை மறைத்துக்கொண்டு அவன் வெறுமனே பதிலளித்தான்: “மாஸ்டர் சாஹ்லவல், நான் சுமைதூக்கி ரகப்.”

“உள்ளே என்ன செய்து கொண்டிருந்தாய்?” என்று சிரித்துக் கொண்டே வினவினார்.

அவன் தன்னெழுச்சியாகப் பதிலளித்தான்: “ஒருவன் பேதாபேதம் பார்க்க வேண்டும் என அல்லா கட்டளை இட்டார்.” சுவரின் பின்னே பெண் ஒருத்தி இருந்ததை உணர்த்த அவன் விரும்பினான். சாஹ்லவல் சிரித்து விட்டு, குத்தலாகக் கேட்டார்; “இந்நகரிலே நேர்மையானவன் ஒருவன் கூட இல்லையா?”

IV

பயம் அவனை அழுத்தி வைத்திருந்தது. இதற்கு முன் அபாயகரமான நிலவரங்களின் அனுபவம் அவனுக்கு இருந்ததில்லை. தூக்கு மேடையிலுள்ள தோல் விரிப்பு இருண்ட காட்சியாக எழுந்தது. தன் உடலால் காலை வேளைத் தொழுகையைச் செய்து கொண்டிருந்தாலும் அவன் மனம் சந்தேகங்களால் நிறைந்து கொண்டிருந்தது. சடலம் கண்டறிப்படும், கல்லறைச் சுவரின் மீது அவன் தாவி ஏறியதற்கும் இத்தகைய பெட்டிகளை தூக்கிச் செல்வதில் அனுபவம் பெற்றிருந்த சுமை தூக்கி அவன் என்பதற்கும் சாஹ்லவல் சாட்சியாக இருப்பார்.

உண்மை வெளிப்படுவதற்கு முன்னர் ஒன்று தப்பியோடிட வேண்டும் அல்லது ஒப்புக் கொண்டாக வேண்டும் என்பது பிரச்சினையாக இருந்தது. அவன் மக்களிடமும் இடத்துடனும் கட்டுண்டிருந்தான். கடலில் இருந்த தன் சகா சிந்துபாத் போல அவனில்லை. அத்துடன் காவல்துறை இயக்குநர் சலுகை காட்டுபவராக இருந்தார். எனவே அவன் அவரிடம் போய் எல்லாவற்றையும் ஒப்புக் கொள்ள வேண்டும்.

V

தொழுகை முடிந்ததும் அல்-மூயின் இபின் சவியைச் சந்திக்க அவன் முடிவெடுத்தான். எனினும் அவர் தன் காப்பாளர்களிடையே தன் கோவேறு கழுதை மீது விரைந்து கொண்டிருந்தார். அவரைப் பின் தொடர்ந்து சென்ற அவன், அவர் ஆளுநரின் இல்லம் நோக்கிப் போய்க் கொண்டிருப்பதைப் பார்த்தான். சுலைமான் அல்-ஸய்னி ஆத்திரத்துடன் இருக்க அவரது இல்லமே ஒரே களேபரமாய் இருந்தது. ஆளுநர் காவல்துறை இயக்குநரை சரியற்ற மனநிலையில் சந்தித்து கோபத்துடன் கூறினார்: "ஆளுநரின் இல்லத்தில் என்ன நடந்துள்ளது என்று தெரியுமா? குழப்பமான நாட்களுக்கு திரும்பியிருக்கிறோமா?"

பேச்சிழந்து போன அல்-மூயின் இபின் சபி என்ன நடந்தது என்று வினவியதற்கு, ஆளுநர் பதிலளித்தார்: "அடிமைப் பெண் குத் அல்-குலாப் குறித்த எந்தத் தடயமும் இல்லை. பூமி அவளை விழுங்கிக் கொண்டு விட்டது போல இருக்கிறது."

"இது எப்போது நிகழ்ந்தது?" அல்-மூயின் அதிர்ச்சியுடன் கேட்டார்.

"நேற்று அவளைப் பார்த்தேன். இப்போதோ அவளை எங்கும் காண முடியவில்லை."

"வீட்டிலிருப்பவர்கள் என்ன சொல்கிறார்கள்?"

"என்னைப் போல் ஆச்சரியப்படுகிறார்கள். மேலும் அஞ்சுகிறார்கள்."

சிறிது நேரம் யோசித்த அல்-மூயின் குறிப்பிட்டார்: "அவள் ஓடியிருக்கக் கூடும்."

சுலைமான் அல்-ஸய்னியின் முகம் கோபத்தில் சிவக்க, அவர் கத்தினார்: "பெண்களில் பெரிதும் சந்தோஷமடைந்தவளாக இருந்தாள். நீங்கள் அவளைக் கண்டறிவது மேலானது."

மிரட்டுகிற ஆத்திரத்தின் துடிப்பில் இவ்வார்த்தைகளை அவர் உச்சரித்தார்.

VI

தனது இல்லத்தின் முன்னே, சுமை தூக்கி ரகப் காத்துக் கொண்டிருக்கக் கண்டார் அல்-மூயின் இபின் சவி. குனிந்த தலையுடன் அவன் அவரை நெருங்கினான்.

"உங்களிடம் ஒன்று சொல்ல வேண்டும், ஐயா."

"என் பார்வையிலிருந்து விலகிப் போ, முட்டாளே. பேசுவதற்கு இதுதான் நேரமா?"

"தயவு செய்து பொறுமையாய் இருங்கள், ஐயா. ஒரு கொலை நடந்துள்ளது. பிரேதம் வாயிலுக்கு வெளியே இருக்கிறது. அதனை அடக்கம் செய்வதைத் தள்ளிப் போடுவது சரியாய் இருக்காது."

அவன் கூறியதைக் கவனத்தில் கொண்ட அவர், "என்ன கொலை, அதனுடன் உனக்கென்ன சம்பந்தம்?" என்று வினவினார்.

ரகப் அவசரமாய் அக்கதையை எடுத்துரைக்க, ஆர்வத்துடன் அதைக் கேட்டார் அவர்.

VII

ஒளியின் அதிகாலைக் கிரணங்களுடன், ஆளுநர் இல்லத்து வரவேற்புக் கூடத்திற்கு அப்பெட்டி எடுத்து வரப்பட்டது. சுலைமான் அல்-ஸய்னி, அல்-மூயின் இபின் சபி மற்றும் சுமை தூக்கி ரகப் அதனைச் சுற்றி நின்றனர்.

"குத் அல்-குலாபின் இருப்பிடத்திற்கு இட்டுச் செல்லப்பட்ட நான், அவளை இங்கே கொண்டு வந்திருக்கிறேன். ஆனால் அவள் உயிரற்ற பிரேதம் என்று வருத்தத்துடன் குறிப்பிட வேண்டியிருக்கிறது" என்றார் காவல்துறை இயக்குநர்.

உணர்வோட்டங்களின் தாக்கத்தால் சுலைமான் அல்-ஸய்னி நடுங்கினார். அல்-மூயின் இபின் சவி பெட்டியைத் திறந்தார். வேதனை ததும்பிய முகத்துடன் அதன் மீது குனிந்த அல்-ஸய்னி முணுமுணுத்தார்: "நிஜமாகவே நாம் அல்லாவுக்குரியவர்கள், அவரிடமே நாம் திரும்புகிறோம்." அல்-மூயின் முணுமுணுத்தபடியே பெட்டியை மூடினார்: "அல்லா உங்களின் இருப்பை நீடிக்கட்டும். உங்கள் கவலையைக் குறைக்கட்டும்."

"குற்றவாளி ஒழியட்டும். என் சந்தோஷத்தை அடித்துச் சென்றுள்ள ரகசியங்களை எனக்காக அம்பலப்படுத்து" என சுலைமான் கூச்சலிட்டார்.

“அது இன்னும் மர்மமாகவே இருக்கிறது ஐயா. அவள் எப்படி வீட்டிலிருந்து கிளம்பினாள்? அவள் எங்கே கொல்லப்பட்டாள்? அவளை யார் கொன்றது? இச்சுமைதூக்கி முன் வைக்கிற சாட்சியம் ஒன்றிருக்கிறது ஐயா.”

அவன் சாட்சியத்தை எடுத்துரைக்க, அல்- ஸய்னி ஆத்திரத்துடன் ரகபை வெறித்தார். “அற்ப ஜென்மமே, கொலையாளி நீ தான், அல்லது அதுயாரென்று உனக்குத் தெரியும்.”

பயத்தில் நடுங்கிய சுமை தூக்கி வியப்புற்றான்: “பூமியினுடைய, சொர்க்கத்தினுடைய கர்த்தாவின் பெயரால் கூறுகிறேன், உங்களிடமிருந்து ஒரு வார்த்தையினைக் கூட நான் மறைக்கவில்லை.”

“உன் காரியத்தை மறைத்துக் கொள்வதற்காக கதையொன்றைக் கண்டுபிடித்திருக்கிறாய்.”

“நான் உண்மையைக் கூறாவிட்டால் ஏன் நானாக முன் வந்து காவல்துறை இயக்குநரிடம் போய்ச் சொல்கிறேன்?”

எனினும் அல்-ஃமூயின் இபின் சவி, எதிர்பாராத ஆச்சரியத்தை அவருக்குத் தந்தார்; “அதில் நீ பொய்யுரைத்திருக்கிறாய்” என்றவர், ஆளுநர் பக்கம் திரும்பி, “குற்றம் நடந்த இடத்திலே அவன் கைது செய்யப்பட்டான்” என்றார்.

திடுக்கிட்டுப் போன ரகபினால் தன் காதுகளை நம்பமுடியவில்லை.

“என்ன சொல்கிறீர்கள்?”

“நீ கைது செய்யப்பட்டுள்ளாய். மேலும், நீயாக முன்வரவில்லை” என அல்-ஃமூயின் திருப்பிக் கூறினார்.

“என்ன இப்படிப் பேசுகிறீர்கள்?”

“இரக்கத்திற்கு முன் வருகிறது கடமை.”

“பொய்யனே, நீ அல்லாவிடமிருந்து தப்ப முடியாது” என்று ரகப் கூச்சலிட்டான்.

“ஒப்புக் கொள், சித்திரவதையின் கொடூரங்களிலிருந்து உன்னைக் காத்துக்கொள்.”

“காவல்துறை இயக்குநர் பொய்யன். நான் கூறியுள்ளதைத் தாண்டி வேறெதுவும் எனக்குத் தெரியாது” என விரக்தியுடன் ரகப் குறிப்பிட்டான்.

தான் வெளியிட்டிருக்காத ஒரேயொரு சந்தர்ப்பத்தை ஞாபகப் படுத்திக்கொண்டு, அவன் தொடர்ந்தான்: "அரும்பொருள் வாணிகர் மாஸ்டர் சாஹ்லவலை இங்கே வரவழையுங்கள். கல்லறை அருகே அவரை நான் பார்த்தேன்."

VIII

மாஸ்டர் சாஹ்லவல் வரவழைக்கப்பட்டார். வழக்கமான அவரது அமைதியான தன்மையில் எதுவும் மாறவில்லை. அந்நள்ளிரவிலே கல்லறைக்கு அருகிலே செல்லுமாறு அவரைத் தூண்டியிருந்தது எது என்பதற்கு, "என் வேலையின் நியாயத்தைப் பொறுத்தவரை எல்லா நேரங்களும் இடங்களும் எனக்கு ஒரே மாதிரியானவையே" என்றார். மேலும் சுவரிலிருந்து குதித்துக் கொண்டிருந்த ரகபைச் சந்தர்ப்பவசமாக சந்திக்க நேர்ந்த கதையை அவர்களுக்கு அவர் விவரித்தார்.

"அவன் கொலையாளி என்று நம்புகிறீர்களா?" என்று அல்-மூயின் வினவினார்.

"அதற்கு என்னிடம் ஆதாரம் கிடையாது. ஆனால், யாரேனும் ஒருவர் கொல்லப்படாவிடில் கொலையாளி என யாரும் இருக்க முடியாது, மேலும் அந்நபர் எங்கே?"

"இப்பெட்டியில்."

அவர் மர்மமிக்க புன்னகையை உதிர்த்து விட்டுக் கூறினார் "அவளைப் பார்க்க என்னை அனுமதியுங்கள்."

அல்-மூயின் பெட்டியைத் திறக்க, சிறிது நேரம் சடலத்தைப் பார்த்த சாஹ்லவல், "அப்பெண் இன்னும் மூச்சு விடுகிறாள்" என்றார்.

அல்-ஸய்னி மற்றும் ரகபின் கண்களில் நம்பிக்கை பிரகாசிக்க, அல்-மூயினோ கூச்சலிட்டார், "குற்றவாளியே, எங்களிடம் வேடிக்கை செய்கிறாயா?"

அல்-ஸய்னியைப் பார்த்து அவர் கூறினார், "சீக்கிரம் போய் டாக்டரை அழைத்து வா, இல்லாவிடில் சந்தர்ப்பம் போய் விடும்."

IX

டாக்டர் அப்துல் காதிர் அல்-மஹீனி வந்ததும் பிரேதத்தைப் பரிசோதிக்க முற்பட்டவர் சற்றைக்கெல்லாம், “இவள் இன்னமும் உயிரோடு இருக்கிறாள்” என்றார்.

அல்-ஸய்னியிடமிருந்து சந்தோஷப்பெருமூச்சு வர, அல்-மூயின் இபின் சவியின் முகமோ ஆவியுடையதைப் போல வெளிறிப் போனது.

“ஒரு யானையைக் கொல்லுமளவுக்கான தூக்கமருந்து இவளுக்குத் தரப்பட்டது” என்றார் அப்துல் காதிர்.

அவள் தன் வயிற்றில் இருந்ததையெல்லாம் வெளியே கொட்டும்வரை சிகிச்சையைத் தொடர்ந்தார். அவள் தனது தலையை அசைத்தபோது, சுமைதூக்கி கூச்சலிட்டான், “அல்லாவுக்கு நன்றி. தவறு செய்யாதோரின் கர்த்தா அவர்.”

காவல்துறை இயக்குனரின் கள்ளப்பார்வையைக் கவனித்த சாஹ்லவல், “கதையின் ரகசியத்தை இவள் நமக்கு வெளிப் படுத்துவாள்” என்றார்.

X

குத் அல்-குலாப்க்கு நினைவு வரும் வரையிலும், நிசப்தமும் கலவரமும் கூடிய பதட்டமான நேரம் கழிந்தது. அவள் முதலில் பார்த்தது அல்-ஸய்னியின் முகம். உதவி வேண்டும் என்பதை உணர்த்தும் விதத்தில் அவரிடம் தன் கையை நீட்டினாள்.

“குத், எதைப் பற்றியும் பயப்பட வேண்டாம்” என்று அவர் அவளிடம் இதமாகக் கூறினார்.

“நான் பீதியடைந்துள்ளேன்” அவள் கிசுகிசுத்தாள்.

“நீ பத்திரமான இடத்தில் இருப்பதால் கவலைப்படாதே.”

அல்-மூயின் இபின் சவியைக் கண்டதும் அவள் பரபரப்புக் கொண்டவளாகி “ராட்சசன்!” என்று கத்தினாள்.

ஆச்சரியப்படும்படியான நிசப்தம் நிலவிற்று. “எனக்குத் தெரியாது, தன் இழிவான ஆசைகளுக்கு நான் இணங்காவிடில் என்னைக் கொன்று விடுவதாக அவர் மிரட்டினார். மேலும், அந்த இல்லத்திற்கு என்னை அவர் எப்படிக் கொண்டு சென்றார்

என்பது அக்கணத்திலிருந்து எதுவும் எனக்கு ஞாபகம் இல்லை" என்றாள்.

எல்லாக் கண்களும் காவல்துறை இயக்குநரிடம் பதிந்தன.

"சதிகார நாயே" அல்-ஸய்னி கூச்சலிட்டார். தனது வாளையும் குத்தீட்டியையும் உருவி எடுத்தார். "எவ்வளவு துரிதமாய் ஊழல் பரவுகிறது."

தன்னைத்தானே கேள்வி கேட்கும் வகையில் அல்-மூயினைக் கைது செய்ய உத்தரவிட்டார். சுமைதூக்கி மற்றும் அரும்பொருள் வாணிகரின் கள்ளமற்ற தன்மையைப் பிரகடனப்படுத்தினார். மாஸ்டர் சாஹ்லவலை சிறிது நேரம் இருக்குமாறு வேண்டியவர், "மாஸ்டர் சாஹ்லவல், நான் உங்களிடம் மிகவும் கடன் பட்டிருக்கிறேன். உங்களுக்கு மருத்துவம் தொடர்பான அனுபவம் ஏதேனும் உண்டா என்று கூறுங்கள்" என்றார்.

அவர் புன்னகைத்தபடியே தெரிவித்தார்: "இல்லை ஐயா, ஆனால் மரணத்தின் அனுபவம் இருக்கிறது."

XI

சுலைமான் அல்-ஸய்னி, அல்-மூயின் இபின் சவியிடம் பேசினார்: "நீ ஒரு துரோகியாக இருப்பாயென ஒருபோதும் கற்பிதம் செய்ததில்லை. நாமெல்லாம் கடந்து வந்த சோதனை நம்மைச் சுத்தப்படுத்திட, நம் வாழ்க்கை நீதி மற்றும் தூய்மையின் மீது நிறுவப்படும் என்றெண்ணினேன். இருப்பினும் நீ நம்பிக்கையைக் காட்டிக் கொடுத்து, தாராளத்தன்மையை உதாசீனப்படுத்தி, கண்மண் தெரியாமல் சீர்கேட்டிலும் குற்றத்திலும் ஆழ்ந்து போய் விட்டாய்."

"நீங்கள் பேசியதில் எதையும் நான் மறுதலிக்கவில்லை. எங்கள் வருத்தத்தை நாங்கள் அறிவித்து விட்டோம், ஆனால் சாத்தான் இன்னும் வருந்தியிருக்கவில்லை" என்றார் அல்-மூயின்.

"எச்சரிக்கை யாருக்கேனும் தேவைப்பட்டால் உன்னை ஓர் உதாரணமாக்குவேன்."

"இவ்வளவு துரிதமாக வேண்டாம். நான் அவ்வளவு எளிதான வேட்டை மிருகம் அல்ல. உங்கள் வீட்டிலிருந்தே தீங்கு வெளிப்பட்டது."

"உன்னைச் சபிக்கிறேன்."

"எனக்கொரு துணையாள் உண்டு. அது கேமிலா சீமாட்டி உங்கள் மனைவி."

கோபத்தில் நடுங்கியவாறே அவர் கூச்சலிட்டார், "என்ன உளறுகிறாய்?"

"பொறாமையால் என்னைப் பார்க்க வந்த அவள், உங்கள் அபிமான அடிமைப் பெண் குத் அல்-குலாபிடமிருந்து உங்களை விடுவிக்குமாறு வற்புறுத்தினாள்."

"துரோகி மட்டுமல்ல; நீ ஒரு பொய்யன்."

"முதலில் நீங்கள், உங்கள் மனைவியிடம் இதனை சரிபார்த்துக் கொள்ளுங்கள்."

"பொய்யான குற்றச்சாட்டு தலை துண்டிக்கப்படுவதிலிருந்து உன்னைக் காப்பாற்றாது."

"சரியான நீதி விசாரணை கோருவேன். எனக்குக் கிடைக்கும் தண்டனை அவளுக்குத் தரப்பட வேண்டும் என்று கோருவேன். யாரும் சட்டத்திற்கு அப்பாற்பட்டவர்கள் இல்லை" என அலட்சியமாகக் குறிப்பிட்டார்.

XII

ஒரே நாளில் சுலைமான் அல்-ஸய்னி வயதானவராகவும் மனமுடைந்தவராகவும் ஆகி விட்டார். தன் மனைவி கேமிலாவை பாவ அறிக்கை இடுமாறு நிர்ப்பந்திப்பதில் அவர் ஊசாலட்டம் கொள்ளவில்லை. குற்றத்தை திட்டமிட்டதாக அவள் ஒப்புக் கொண்டாள். உண்மையை எதிர்கொள்ள மறுதலித்த அவர், முற்றிலுமாக திகைத்துப் போனார். உண்மையைப் பிரகடனம் செய்வது தன் பிள்ளைகளின் தாய்க்கு நாசத்தைக் கொண்டு வருவதாகும். தன் கௌரவத்தை நாசப்படுத்துவதுமாகும். உண்மை வெளிப்படையாயிருந்தது. ஆனால் சரியான முடிவை எடுக்க முடியாதபடி தான் பலவீனமாயிருந்ததாக அவருக்குத் தோன்றியது. கேமிலா தன் வீட்டிலிருக்க வேண்டும், அல்-மூயின் தன் பதவியில் இருக்க வேண்டும் எனில் அவர்களிருவரையும் மன்னித்து விடுமாறு தான் தூண்டிவிடப்படுவதாக அவர்

உணர்ந்தார். எனினும் எளிய முடிவை அவர் மேற்கொண்டு தன் கௌரவத்தை இழந்தார்.

அன்றிலிருந்து அவர் வீட்டில் இருப்பது பாதுகாப்பானதாக இல்லை என்பதால் அந்த வீட்டில் இருக்க மாட்டேன் என்பதை குத் அல்-குலாபும் அறியச் செய்து விட்டாள். அவளை விடுதலை செய்யுமாறும் அவளுக்குப் பணம் தருமாறும் அவர் கட்டாயப்படுத்தப்பட்டார். அவரது இருதயத்தை தன்னுடன் எடுத்துச் செல்ல அவளை அனுமதித்தார்.

XIII

இருதயங்கள் கவலையினால் அடித்துக் கொண்டன. வருந்தியிருந்தவர்களின் வீழ்ச்சியைக் கண்டு பைத்தியக்காரனும் கடலுக்குரிய அப்துல்லாவும் வேதனைப்பட குவாம்காமும் ஸிங்காமும் சேர்ந்து எண்ணமிட்டன. குத் அல்-குலாபைப் பொறுத்தவரை, அழகான வீடொன்றில் தானாக வாழத் தொடங்கிவிட்டாள். எதுவும் குறைவில்லை என்றாலும், தனிமையினால் சூழப்பட்டிருந்தாள். அவளது எஜமானன் அவளது வேண்டுகோளை நிறைவேற்றி, அவளிடம் தாராளமாக இருந்தபோதிலும் தன்னை அதீதமாக நடத்திய குற்றச்சாட்டிலிருந்து அவரை அவள் விடுவிக்கவில்லை. மேலும் தனிமையின் கசப்புணர்வு, விரக்தியுற்ற காதலைப் பற்றி எறியச் செய்தது. காதல் மற்றும் பேராசையால் அவளை மணமுடிக்குமாறு வேண்டிக் கொண்டவர்கள் பலர். ஆனால் அவள் அவர்கள் அனைவரையும் மறுதலித்தாள். அவள் கலீல் அல்-பாஸஸை நிராகரித்தது போலவே, ஹாசன் அல்-அத்தரை நிராகரித்தாள். அல்-ஶூயின் இபின் சவி போன்ற மற்றவர்கள் தொலைவிலிருந்தே அவளை விரும்ப, சுமைதூக்கி ரகப் தன்னையே கேட்டுக் கொண்டான், "ஒரு சடலத்தை உயிர் பெற வைத்த ஒருவனுக்கு அதை உடமை கொள்ளும் உரிமை இல்லையா?"

XIV

நகரின் கண்களை இமைக்க மறந்த பல சம்பவங்கள் நடந்தேறின. தொடர்புடையவர்களின் இருதயங்களை உலுக்கி எடுத்தன. தண்ணீர் எடுத்துச் செல்லும் இப்ராஹிம், கமாஸா அல்-

புல்டியின் விதவை ரஸ்மியா சீமாட்டியை மணந்து கொண்டான். கமாஸா அல்-புல்டியின் வீட்டை அரசுக் கருவூலம் ஏலத்திற்கு விட்டது. சுலைமான் அல்-ஸய்னி, அல்- புல்டியின் தலையை ஓர் ஓட்டாண்டியின் கல்லறையில் புதைக்க வேண்டும் என்று கட்டளை இட்டார். மறுமையிலும் அவருடன் தொடர்ந்து செல்லக் கூடிய முதல் மனிதன் தானென்று தனக்குள் கூறிக் கொண்ட பைத்தியக்காரன், அவன் தலை புதைக்கப்படுவதை தான் காண வேண்டும் என்று வற்புறுத்தினான். தண்ணீர் எடுத்துச் செல்லும் இப்ராஹிம் அவரின் விதவையை மணந்து கொண்டதில் மகிழ்ச்சி அடைந்தான். ஏனெனில் அவளது தனிமை அவனது மன அமைதியைக் கெடுக்கத் தொடங்கி இருந்தது. மறுதலிப்பு உணர்வு தன்னை ஒடுக்கி வைப்பதாக உணர்ந்த அல்-மூயின் இபின் சவி, வணிகர்களுடனும் செல்வந்தர்களுடனும் சந்தேகத்துக்குரிய ஒத்துழைப்பின் புதிய அத்தியாயத்தை ஆரம்பித்தார். வழக்கத்திற்கு மாறாக அந்த இலையுதிர் காலத்தின்போது வானம் மழை பொழிந்தது.

XV

மூன்று ஆவியுருவங்கள் நிசப்தமாக இருளைத் துளைத்துச் சென்றன. குத் அல்-குலாபின் வீட்டிலிருந்து யாழின் தந்திகள் அவர்களை அழைக்க இனிமையான குரல் ஒன்று குளிர்ந்த இலையுதிர்கால ஈரத்துடன் தியானித்தது:

> *"முன்னேறுவதும் பின்வாங்குவதும் காலத்தின் வழக்கம்*
> *தனியொரு அரசு நீடித்திருப்பதில்லை மானுட சமூகத்தில்*
> *இருப்பினும் நான் கேட்பது எத்தகைய கடுமையையும்*
> *கொடுமையையும்*
> *கடுமையும் கொடுமையுமான வாழ்விலே."*

அவர்களின் காலடிகள் மெதுவாக வந்து நின்றன.

"நாம் விரும்பும் இடம் இதுதான் டாண்டன்" என அவற்றில் ஒன்று கிசுகிசுத்தது.

தூக்கிலிடும் ஷபீப் ரமா கதவைத் தட்டினான். கதவைத் திறந்த அடிமைப் பெண், யாரென்று விசாரித்தாள்.

"வானுலகின் துறவிகள், கௌரவமான விருந்தைத் தேடி வருகிறோம்" என்றது ஷாரியார் ஆவி.

உள்ளே மறைந்து போன அடிமைப் பெண் திரும்பி வந்து, மிருதுவான திண்டுகளும் கம்பள விரிப்புகளும் உடைய வரவேற்புக் கூடத்திற்கு அவர்களை இட்டுச் சென்றாள். அவ்வில்லத்துச் சீமாட்டியை அவர்களிடமிருந்து பிரிக்கும் திரைச்சீலை பிரதான கூடத்தில் தொங்கவிடப்பட்டிருந்தது.

"சிறிது சாப்பிடலாமா?" என்று குத் அல்-குலாப் வினவினாள்.

"இல்லை, மேலும் பாடுவதையே விரும்புகிறோம்" என்றது ஷாரியார் ஆவி.

அவர்களைப் பரவசத்தில் ஆழ்த்தும் விதத்தில் அக்குரல் புதியதொரு முறையில் மீண்டும் பாடியது.

"நீ ஒரு தொழில்முறைப் பாடகியா?" ஷாரியார் ஆவி கேட்டது.

"இல்லை, தேவமனிதனே" அவள் கிசுகிசுத்தாள்.

"உன் குரலில் வேதனை புதைந்துள்ளது" என்றது சுல்தான் ஆவி.

"எந்த உயிருள்ள ஜீவன் வேதனை இல்லாமலிருக்கிறது?"

"உன் இல்லம் ஆனந்தம் பற்றிப் பேசும்போது, உன்னை வருத்துவது எது?" அது இதமாக வினவியது.

அவள் அமைதி கொள்ளவே, ஷாரியார் ஆவி தொடர்ந்து பேசியது: "உன் கதையை எங்களுக்குச் சொல். ஏனெனில் வாழ்க்கையில் எங்கள் பணியாக இருப்பது காயம்பட்ட இருதயங்களைக் குணப்படுத்துவதுதான்."

அதற்கு நன்றி தெரிவித்துவிட்டு, அவள் குறிப்பிட்டாள்: "தேவ மானுடரே, என் ரகசியம் வெளியிடக் கூடாதது."

அவளது நிசப்தத்தால் சுல்தான் ஆவி நிலைகுலைந்து விடவே, தாங்கள் புறப்படுவதற்கு அனுமதி கோரின.

டாண்டனின் காதுப்பக்கமாக சரிந்த சுல்தான் ஆவி, "இப் பெண்ணின் ரகசியத்தை என்னிடம் கொண்டு வருக" என்றது.

XVI

சுல்தானின் கோரிக்கைகள் மலைகளென கனமானவை. டாண்டன் அவற்றை நிறைவேற்றும் மட்டும், அவரின் தோள்களிலிருந்து எடுக்கக் கூடாதவையாக இருந்தன.

அவரது கோரிக்கைகள் தடைப்பட்டால் எழக்கூடிய சுல்தானின் கோபத்தை டாண்டன் நன்கறிவார். சரியான வழிகாட்டுதலுக்கும் தவறுக்குமிடையே சுல்தான் இன்னும் ஊசலாடிக் கொண்டிருந்ததால், அவரின் கோபத்தை நம்ப முடியாதிருந்தது. எனவேதான் நகரின் ஆளுநரை அழைத்த டாண்டன், குத் அல்-குலாபின் வீடு இருக்குமிடத்தை அவருக்கு விவரித்துக் காட்டினார்.

"இன்னிசைக் குரலும் ரகசிய வேதனையும் கொண்ட மர்மமிக்க பெண் அங்கு இருக்கிறாள். அவளது இருதயம் ஒளிவு மறைவின்றி திறந்த காகிதம் போலிருக்க வேண்டுமென்று மாட்சிமை தங்கிய சுல்தான் விரும்புகிறார்."

தான் பாவ அறிக்கை வெளியிட இட்டுச் செல்லப்படுவதை உணர்ந்து கொண்ட அல்-ஸய்னி உலுக்கி எடுக்கப்பட்டார். மானுடரின் ரகசியங்களை அம்பலப்படுத்தும் திறனை யார் பெற்றிருந்தாலும் டாண்டன் துருவி ஆராய்ந்து விடுவார். இவர்களின் தலைவராக அல்-ஃபாதில் இபின் கக்கான் இருந்தார். உண்மை விரைந்தோ தாமதித்தோ அவரை அடைந்து விடும். எனவே குறைந்தபட்சம் பாவ அறிக்கையிடும் தகுதியாவது பெற்றிருக்கட்டும். இவ்வகையில் சுல்தானை நெருங்கி வரட்டும்.

அவர் ஒரு தார்மிக மனிதர் அல்லவா! அவரின் நடத்தை காரணமாக அவர் இருதயம் கணப்பொழுதும் நிம்மதியாக இல்லை. அதன் பொருட்டு எவ்வகையிலாவது வருந்தித் திருந்திட விரும்பினார்.

தன் ரகசியத்தின் மறைவான விவரணங்களை அவர் அமைச்சரிடம் தெரிவித்தார்.

XVII

தனது அமைச்சரிடமிருந்து ஷாரியார் உண்மையை அறிந்து கொண்டதும் ஆவேசமுற்று ஆத்திரத்துடன் குறிப்பிட்டார்: "அல்-மூயினும் அல்-ஸய்னியின் மனைவி கேமிலாவும் சிரச்சேதம் செய்யப்பட வேண்டும்."

எனினும் அவரது ஆத்திரம் சீக்கிரமாகவே தணிந்து விட்டது. தன் பாவம் பின் தொடர, நிர்வாணமாய், இரவிலே தான் தப்பிச் சென்ற விதத்தை அவர் நினைவு கூர்ந்திருக்கக்கூடும்.

அல்-ஸய்னியும் அல்-மூயினும் சிறந்த மனிதர்களிடையே இருந்திருந்ததை அவர் நினைவு கூர்ந்திருக்கக்கூடும்.

இருப்பினும், அவர்களிருவரையும் அவர்களது பொறுப்புகளிலிருந்து வெளியேற்றியதுடன் அவர்களின் சொத்துகளைப் பறிமுதல் செய்தார். அத்துடன் கேமிலாவுக்கும் அல்-மூயினுக்கும் கசையடி தர ஆணையிட்டார். குத் அல்-குலாபிற்குப் பத்தாயிரம் தினார்கள் மானியம் அறிவிக்கும் போது, “இளம் சீமாட்டியே, வேறென்ன விரும்புகின்றாய்?” என்று பிரியத்துடன் வினவினார்.

“மாட்சிமை மிக்கவரே, அல்-ஸய்னியை மன்னித்து விடுமாறு வேண்டுவேன்” என்றாள் குத் அல்-குலாப்.

“இன்னும் அவரை நீ காதலிப்பதாகத் தோன்றுகிறது” என்று புன்னகைத்தவாறே சுல்தான் குறிப்பிட்டார்.

அவள் நாணத்துடன் தலைகுனிந்து கொள்ள, அவர் உறுதிபடக் கூறினார்: “புதியவர்கள் நியமிக்கப்பட வேண்டும் என்று உத்தரவிட்டுள்ளோம், அதில் பின்வாங்கும் பேச்சுக்கே இடமில்லை. அல்-ஃபாதில் இபின் கக்கான் ஆளுநராகவும், ஹைகல் அல்-ஸஃபதானி அந்தரங்க செயலாளராகவும், தார்விஷ் ஓம்ரான் காவல்துறை இயக்குனராகவும் ஆவார்கள்.”

அவள் கண்ணில் கண்ணீர்த்துளி வடிய இருப்பதைக் கண்டதும், ஷாரியார் குறிப்பிட்டார்: “அவரை மன்னிப்பது உன்னுடைய பொறுப்பாகும். வேறெந்த அதிகாரபூர்வ நியமனத்தை விடவும் அதுவே அவருக்கு மேலானதாக இருக்கும்.”

அவரது பாதம் பதிந்த பூமியை முத்தமிட்டு அவள் விடை பெற்றபோது, “இளம் சீமாட்டியே, என்ன செய்ய உத்தேசித்திருக்கிறாய்?” என்று அவர் வினவினார்.

“மாட்சிமை மிக்கவரே, அவரை மன்னிக்க” தன் கண்களில் கண்ணீர் பனிக்கக் குறிப்பிட்டாள் அவள்.

கன்னங்களில் மருக்கள்கொண்ட அலாவுதீன்

I

இருளின் அமைதியில், கமாஸா அல்-புல்டி பேரீச்சை மரத்தினடியிலிருந்து வேண்டினார், "அல்லாவே, நேற்றிலிருந்து என்னை விடுவி. அல்லாவே நாளையிலிருந்து என்னை விடுவி."

அப்போது ஸிங்காமின் குரல் கேட்டது: "நீங்கள் நேசிப்பதையே நாங்கள் நேசிக்கிறோம், இருந்தும் எமக்கும் மக்களுக்கும் இடையே விதிகளின் தடை இருக்கிறது."

ஸர்மபஹாவின் சிரிப்பு அதிர்ந்தது: "தேனும் ஒயினும் ஏன் உண்டாக்கப்பட்டன?"

இருவருடன் ஷாரியார் தனது இரவுநேர உலா சென்று கொண்டிருந்தார்.

அவர் டாண்டனிடம் கூறினார், "கிசுகிசுப்புகள் தொடர்ந்து கடந்து செல்கின்றன. ஆனால் என் தலை திகைப்பிலே சுழல்கிறது."

II

ஒவ்வொரு கன்னத்திலும் ஒவ்வொரு மருவுடனும், தூக்கக் கலக்கமான கண்களுடனும் பிரகாசமான தோற்றமும் ஒல்லியான தேகமும் கொண்ட அவன், இளமைப் பருவத்தை ஊடுருவிச் செல்ல இருந்தான். நாவிதன் உகர் அவனைப் பார்த்துக் கூறினான், "தேவையானதை அறிந்திருக்கிறாய். எனவே உன் தொழிற் கருவிகளை எடுத்துக்கொண்டு கிளம்பு. அல்லா உனக்கு அருளுவார்."

"கொடியவர்களின் தீங்கிலிருந்து அல்லா தடுக்கட்டும்" என்று முணுமுணுத்தாள் ஃபாத்தவ்ஹா.

உற்சாகத்துடனும் சந்தோஷத்துடனும் இளைஞன் புறப்பட்டுப் போனான்.

தனக்குள்ளே பேசிக் கொள்வது போல உகர் கூறினான், "அவனுக்கு நூர் அல்-தீன்னின் பொலிவிருக்கிறது. அல்லா தன் அதிருஷ்டத்தை அவனுக்குத் தாராளமாக அருளட்டும்."

"அவன் மார்பிலே அணிந்துள்ள என் தாயத்து அவனது தந்தையின் வழியிலிருந்து அவனைத் தடுத்து நிற்கும்" என்றாள் ஃபாத்தவ்ஹா.

அவள் மீது நஞ்சு தோய்ந்த பார்வை செலுத்திய உகர், ஏதும் பேசாமல் வெறித்தான்.

III

வீதியிலும் கடைகளிலும் வேலை பார்த்துக் கொண்டு தன் வழியில் அவன் போய்க் கொண்டிருந்தான். அவன் மீது கண்கள் பதிந்த ஒவ்வொருவரும் "மாபெரும் கர்த்தா பாராட்டுக்குரியவர்" என்றனர்.

ஓய்வுவேளை வந்து விட்டால், பொது நீருற்றின் படிகளைத் தெரிந்தெடுத்தான். அவனுக்கும் தின்பண்டங்கள் விற்கும் ஃபாதில் சனானுக்கும் இடையே துரிதமான நட்பு வளர்ந்தது. ஒரு முறை தான் தங்கியுள்ள இல்லத்திற்கு அவன் அழைத்துச் சென்றிருந்தபோது ஃபாதிலின் மனைவி அக்ரமான், அம்மா உம் சாத் மற்றும் அவன் தங்கை ஹுஸ்னியாவைக் கண்டான். அவனது இளமைப்பருவம் ரகசியமாய் சலனம் கொண்டு, குரான் பாடசாலையில் அவன் பெற்றிருந்த பக்தி மற்றும் தார்மிக நெறியுடன் மோதி நின்றது. ஃபாதில் தன் வீட்டுக்கு அவனை அழைத்த போதெல்லாம் சாக்குப் போக்கு தேடினான். அவனது பக்தியுணர்வைக் கண்டு கொண்ட ஃபாதில் அவனிடம் கூறினான்: "உன் நெஞ்சிலே மறைந்துள்ள அல்லாவின் வார்த்தைகளுக்கு உரித்தான இளைஞன் நீ."

"இது என் அல்லாவின் கிருபையால் ஆகும்." அலாவுதீன் முணுமுணுத்தான்.

"பாவங்கள் மனிதர்களை இழுத்துச் செல்கையில், நீ என்ன உணர்கிறாய்?" அவன் எச்சரிக்கையுடன் வினவினான்.

“வருத்தமும் கவலையும்.”

“அது என்ன நன்மை செய்யும்?”

“வேறென்ன விரும்புகிறாய்?” கண்களில் திகைப்புடன் அவன் கேட்டான்.

“கோபம்.”

அதைத் திருப்பிக் கூறியவாறே சொன்னான், “சிங்கம் மேன்மையானவற்றிற்குத் தகுதியானது.”

IV

புனிதர் சிதி அல்-வராக்கின் அவதார தினத்தை நகரம் கொண்டாடிக் கொண்டிருந்தது. ஊர்வலங்கள் அணிவகுத்துச் சென்றன. கொடிகள் பறக்க விடப்பட்டன. முரசங்களும் குழல்களும் ஒன்றுக்கொன்று பதிலளித்தன. ரொட்டி, கறி பதார்த்தக் கிண்ணங்களைச் சுற்றிலும் நல்லவர்களும் தீயவர்களும் கூடியிருந்தனர். மேட்டுக் குடியினரின் விருந்துகளிலே ஹாஸன் அல்-அத்தர், கலீல் அல்-பாஸஸ், சுலைமான் அல்-ஸய்னி, அல்-மூயின் இபின் சவி ஆகியோர் இருந்தனர். கூனன் சாம்லவல், ஃபாதில் சனான், நாவிதன் உகர், செருப்புத்தைக்கும் மாரஃப், தண்ணீர் எடுக்கும் இப்ராஹிம், சுமைதூக்கி ரகப் ஆகியோரும் கூடவே இருந்தனர். முதன் முறையாக, அலாவுதீன் தனியே காணப்பட்டான். ஃபாதில் அவனைத் தன்னருகே அமரச் செய்திருந்தான்.

“அல்-வராக் உயிர் பெற்றெழுந்தால் அவர் தன் வாளை எடுத்திருப்பார்” என்றான் ஃபாதில்.

தன் நண்பனைப் பற்றி அறிந்து கொள்வதில் அனுபவம் பெற்ற புன்னகையை அலாவுதீன் வெளிப்படுத்தினான். “நல்லவர்கள் தம் வாளை உருவி எடுக்காததால், நான் உருவி எடுக்கப் போகிறேன்” என்று ஃபாதில் அர்த்த புஷ்டியுடன் குறிப்பிட்டான்.

“மாட்சிமை மிக்க சுல்தான் வருந்தியுள்ளது பற்றி அவர்கள் நிறையவே பேசுகின்றனர்” என்று கள்ளங்கபடமற்ற தன்மையுடன் அலாவுதீன் கூறினான்.

“சில வேளைகளில் தான் வருந்தியமைக்காக அவர் வருந்துகிறார். இறையாண்மை மிக்க அதிகாரத்தில் இருந்திட மிகவும் தகுதி

வாய்ந்த முஸ்லிமாக அவரில்லை என்பது நிச்சயம்" என்று ஃபாதில் குத்தலாகக் குறிப்பிட்டான்.

அலாவுதீன் கண்கள் வலப்பக்கமாக ஈர்க்கப்பட, தன் நண்பன் சொல்லிக் கொண்டிருந்தவற்றிலிருந்து சிறிது நேரம் தன்னை விலக்கிக் கொண்டான். அங்கே வசீகரத் தோற்றமும் சந்தோஷமான முகமும் கொண்ட மெலிந்த கிழவன் ஒருவன் இருந்தான்.

தான் அவரைப் பார்க்க நேர்ந்தது தற்செயலானது அல்ல என்று அலாவுதீன் உணர்ந்தான். தன் கண்களுக்காக வயதானவரின் கண்கள் காத்திருக்கக் கண்டான். அவரிடமிருந்து ரகசிய அழைப்பும் அலாவுதீனிடமிருந்து பதிலும் இருந்தன. மலரும் ரோஜாவின் அற்புதத்தைக் கண்ட இருதயத்தில் உணரும் ஆனந்தத்தை, அவன் உணர்ந்தான். அலாவுதீனின் கவனம் வயதானவரின் பால் ஈர்க்கப்பட்டதைக் கவனித்த ஃபாதில் கூறினான்.

"ஷேக் அப்துல்லா அல்-பால்கி ஒரு தலைசிறந்த ஞானி."

"அவர் ஏன் என்னைப் பார்க்கிறார்?" அலாவுதீன் விபரமின்றி விசாரித்தான்.

"நீ ஏன் அவரைப் பார்க்கிறாய்?" ஃபாதில் நறுக்கென்று வினவினான்.

"நான் அவரை நேசிக்கிறேன் என்பதுதான் நிஜம்" அவன் கிசுகிசுத்தான்.

புருவத்தை நெரித்த ஃபாதிலுக்குச் சொல்வதற்கு எதுவுமில்லை.

V

பாடல்களின் எதிரொலிகளால் இருதயம் நிறைந்து வழிய, அலாவுதீன் ஆண்டுவிழா கொண்டாட்டங்களிலிருந்து கிளம்பினான். இலையுதிர் காலத் தென்றல் அவனுக்கெதிராய் வீசி விளையாட, ஆழ்ந்ததும் அதிர்வதுமான ஒரு குரல் "அலாவுதீன்" என்றழைத்தபோது, நட்சத்திரங்களின் மங்கிய ஒளியிலே, இருளில் அவன் மிதந்து கொண்டிருந்தான்.

அக்குரல் ஷேக்குடையது என்றது அவன் இதயம். அவனிடம் வந்துசேர்ந்த ஷேக், "நீ என் சிநேகிதன் ஆக வரவேற்கப்படுகிறாய்" என்றார்.

"எத்தகைய அற்புதமான அழைப்பு. ஐயா என் பெயர் உங்களுக்கு எப்படித் தெரிந்தது?" என வெட்கத்துடன் அவன் குறிப்பிட்டான்.

"விரும்புவோர்க்கு என் வீடு தெரிந்திருக்கும்" அவனது கேள்விக்கு வயதானவர் இவ்வாறு குறிப்பிட்டார்.

"என் வேலை நாள் முழுவதும் என்னை ஆக்கிரமித்துக் கொள்கிறது" தன்னை மன்னித்துக் கொள்வது போல் அவன் கூறினான்.

"உன் வேலை என்னவென்று உனக்குத் தெரியாது."

"நானொரு நாவிதன் ஐயா."

திரும்பவும் அலாவுதீன் பதிலில் அக்கறை கொள்ளாத வயதானவர் கேட்டார், "அல்-வராக்கின் கொண்டாட்டங்களில் ஏன் கலந்து கொண்டாய்?"

"நான் குழந்தையாயிருந்தது முதலே இத்தகைய கொண்டாட்டங்களை விரும்பி வந்திருக்கிறேன்."

"அல்-வராக் பற்றி உனக்கென்ன தெரியும்?"

"அவர் ஒரு தெய்வீக ஞானி."

"அவர் எடுத்துரைக்கும் கதை ஒன்று உள்ளது. என்னிடம் சிறிய காகிதத் துண்டுகளைத் தந்து அவற்றை ஆற்றில் எறியுமாறு என் ஷேக் கூறினார். ஆனால் அவ்வாறு செய்ய என் இருதயம் அனுமதிக்காததால் அவற்றை என் வீட்டில் வைத்து விட்டேன். "நீங்கள் கட்டளையிட்டபடி செய்து முடித்திருக்கிறேன்" என்று அவரிடம் சென்று தெரிவித்தேன். "நீ என்ன பார்த்தாய்?" என்று அவர் வினவினார். "ஒன்றையும் பார்க்கவில்லை" என்றேன். "நான் கட்டளையிட்டபடி நீ செய்யவில்லை. திரும்பிச் சென்று அவற்றை ஆற்றில் எறிந்து விடு" என்றார். அவர் எனக்குத் தந்திருந்த, அறிகுறியில் சந்தேகம் கொண்டபடி நான் வீட்டுக்குச் சென்று அவற்றை எடுத்து ஆற்றில் எறிய, தண்ணீர் பிளந்து நிற்க, ஒரு பெட்டி தோற்றமளித்தது. அதன் மூடி திறக்க, காகிதத் துண்டுகள் அதற்குள் விழவும், பெட்டி மூடிக் கொள்ள தண்ணீர் அதன் மீது பாய்ந்து சென்றது. எனவே நான் திரும்பிப் போய் நிகழ்ந்திருந்ததை அவரிடம் தெரிவித்தேன்.

“இப்போது நீ நிஜமாகவே எறிந்திருக்கிறாய்” என்றார். ஆனால் இதன் ரகசியம் என்னவென்று விளக்குமாறு நான் கேட்க, “பரிபூரணமிக்கவர்களால் மட்டுமே செய்யக் கூடியதான, சூஃபி தத்துவம் குறித்த நூல் ஒன்றை நான் எழுதினேன். என் சகோதரன் கிதிர் அது வேண்டுமென்று கேட்டான். தண்ணீர் அதை அவனிடம் எடுத்துச் செல்லும் என்று அல்லா ஆணையிட்டார்” என்றார்.

அலாவுதீன் திகைத்துப் போய், வாயடைத்து நின்றான். அவர்கள் இருவரும் சாவகாசமாக நடந்து செல்லும்போது, ஷேக் குறிப்பிட்டார். “நமக்கு கையளிக்கப்பட்டுள்ள நபிகள் நாயகத்தின் வாசகங்களுள் ஒன்று: அறிஞர்களின் சீர்கேடு, செவிமடுக்காததால். இளவரசர்களின் சீர்கேடு, அநீதியால். சூஃபிகளது சீர்கேடு, போலித்தனத்தால்.”

“அவரது வார்த்தைகள் எவ்வளவு ஆனந்தமானவை” அலாவுதீன் சந்தோஷத்தால் முணுமுணுத்தான்.

இரவின் அமைதியிலே இலேசாக உயர்ந்த குரலில் ஷேக் குறிப்பிட்டார்: “ஆதலால், சைத்தான்களின் சகாக்களுள் ஒருவனாக இருக்காதே.”

ஜுரவேக ஆர்வத்தினால் தூண்டப்பட்ட அலாவுதீன் வினவினான்: “சைத்தான்களின் சகாக்கள் யார்?”

“கற்றல் இல்லாத இளவரசன்; சீலமற்ற அறிஞன்; அல்லாவிடம் நம்பிக்கையற்ற சூஃபி; இவர்களின் சீர்கேடுகளில் உள்ளது உலகின் அழிவு.”

“நான் புரிந்து கொள்ள விரும்புகிறேன்” எனத் தீவிரத்துடன் அலாவுதீன் குறிப்பிட்டான்.

“அலாவுதீன், பொறுமையாயிரு. நட்சத்திரம் ஒளிரும் களத்தின் பரஸ்பர, பரிச்சயத்திற்கான ஆரம்பம்தான் இது. விரும்புவோர்க்கு என் வீடு தெரிந்திருப்பதுதான்.”

VI

தன் நிர்வாண உடலிலே அங்கி தவழ, பைத்தியக்காரன் தன்னிடம் வந்திருந்ததாக, அன்றிரவு அலாவுதீன் கனவு கண்டான். “உன் தாடி வளரட்டும்” என்று அவன் கனவில் கூறினான்.

இந்த வேண்டுதலில் அவன் வியப்புற பைத்தியக்காரன் கூறினான்: "இது வேட்டையாடுவதற்கான பொறிதான்."

"ஆனால் நான் நாவிதனே ஒழிய வேட்டைக்காரன் இல்லை" என்றான் அலாவுதீன்.

"மனிதன் படைக்கப்பட்டது ஒரு வேட்டைக்காரனாக ஆவதற்கே" என்று கூச்சலிட்டான் பைத்தியக்காரன்.

VII

காலை உணவின் போது அலாவுதீன் தன் பெற்றோரிடம் ஷேக் அப்துல்லா அல்-பால்கியின் கதையை விவரித்தான். ஆனந்தமடைந்த ஃபாத்தவ்ஹா, "நமது அல்லாவிடமிருந்தான ஆசீர்வாதம்" என்றாள்.

ஆர்வமின்றி இதைக் கேட்ட உகர், "நீ ஒரு நாவிதனே ஒழிய வேறு யாருமில்லை. போதுமான அளவுக்கு மத நம்பிக்கை கொண்டுள்ள நீ அதை அதீதப்படுத்தி விடாதே" என்றான்.

இந்த அபிப்பிராய பேதத்தினால் கணவனும் மனைவியும் சண்டையிட்டு, கசப்பான வார்த்தைகளைப் பரிமாறிக் கொண்டனர்.

VIII

பொது நீரூற்றுப் படிவரிசையின் மேல் நின்றபடி, ஆச்சரியத்துடன் ஃபாதில் கூறியதை அவன் கவனித்துக் கொண்டிருந்தான்.

"மேன்மைமிக்க நம் மனிதர்களைக் கண்டு எரிச்சலடைகிறாய்."

"உனக்கு அவர்களை நன்றாகத் தெரியுமா?" ஃபாதில் அவனை வினவினான்.

"சில வேளைகளில் என் அப்பா என்னைத்தான் உதவியாளராக வைத்துக் கொண்டு, அவர்களின் வீடுகளுக்குக் கூட்டிப் போவார். நெருங்கி நின்று நான் நமது நகரின் ஆளுநர் அல்-ஃபாதில் இபின் கக்கான் மற்றும் அந்தரங்க செயலாளர் ஹைகல் அல்-ஸஃபதானி, காவல்துறை இயக்குனர் தார்விஷ் ஓம்ரானையும் காண்பேன்."

"இதனால் நீ அவர்களை அறிந்திருப்பாய் என்றாகாது."

“மாபெரும் மனிதர்கள். இவர்களில் ஒருவரைக் கண்டபோது தான் என் இருதயம் சுருங்கிற்று; அவர் தார்விஷ் ஓம்ரானின் மகன் ஹபஸ்லாம் பாஸஸ். அவர் சைத்தானை ஒத்திருப்பதாக எனக்குத் தோன்றியது.”

“சைத்தானை நீ பார்த்திருக்கிறாயா?”

“என்னிடம் வேடிக்கை செய்யாதே, அது ஓர் உணர்வு நிலைதான்.”

ஆழ்ந்த பெருமூச்செறிந்த ஃபாதில் சனான், தனக்குள் பேசிக் கொள்வது போல் கூறினான்: “அயோக்கியர்கள்!”

“அவர்களைப் பற்றி இவ்வளவு இழிவான அபிப்பிராயத்தை நீ கொண்டிருப்பது எதற்காக?”

“நெருப்பில்லாமல் புகையாது.”

சிறிது நேரம் யோசித்து விட்டு, அவன் குறிப்பிட்டான்: “அல்லா இருக்கிறார்.”

“ஆனால் நன்மையைக் கொண்டு வருகிற அல்லது தீமையை அழித்தொழிக்கிற அவரின் சாதனங்களிடையே நாமிருக்கிறோம்.”

“ஃபாதில், என்ன கூறுகிறாய்?” அவன் கண்களை நோக்கியபடி அவன் வினவினான்.

“உன்னை ஒரு நண்பனாகவும் ஒரு சகாவாகவும் ஆக்கிட நான் விழைகிறேன்” என்று புதிர்த்தன்மையுடன் அவன் குறிப்பிட்டான்.

IX

மாலை வேளையில் அல்-பால்கியின் இல்ல எளிய வரவேற்பறையில் அவர் வருவதற்காக, அவன் அமர்ந்திருந்தான். இது அவனது முதல் வருகை. தன்னைச் சஞ்சலத்திற்குள்ளாக்கி வேதனைப்படச் செய்ததான, ஷேக்கின் கதையை தன் தந்தை உகர் எடுத்துரைக்க அவன் கேட்டிருந்தான். காவல்துறை இயக்குநர் தார்விஷ் ஓம்ரான், தன் மகன் ஹபஸ்லாம் பாஸஸுக்காக ஷேக்கின் ஒரு மகளை மணமுடித்துத் தருமாறு கேட்டிருந்ததை அவன் கூறியிருந்தான். அற்புதமான அழகுமிக்க அவள் பரிசுத்தமானவள் மற்றும் பக்தி நிறைந்தவள். ஹபஸ்லாம் பாஸஸின் சைத்தான் படிமத்தை நினைவு கூர்ந்த அவன், அவனது நடத்தை பற்றி என்ன கூறப்பட்டது என்பதை அறிந்து நிலைகுலைந்து போய் வேதனைப்பட்டான்.

ஆனால் காவல்துறை இயக்குநர் சந்தேகத்திற்கிடமற்ற விதத்தில் கோபப்பட, காவல்துறை இயக்குநர் கோபங்கொண்டால், அப்போது யாரைநோக்கி அவரது நஞ்சு திருப்பி விடப்படுகிறதோ அவர் தீமையிலிருந்து பாதுகாப்பாக இல்லை.

"இந்த உண்மையை ஷேக் அல்-பால்கி உணரவில்லையா?" என்று அவன் தன் அப்பாவிடம் கேட்டிருந்தான்.

"அல்லாவைத் தவிர வேறு யாருக்கும் ஷேக் பயப்படவில்லை என்பது அறிந்ததே. ஆனால் காவல்துறை இயக்குநர் அல்லாவுக்காக பயப்படுகிறாரா?" என்று பதிலளித்தான் உகர்.

கவலையில் கனக்கும் இருதயத்துடன் அவன் ஷேக்கைப் பார்க்க வந்தான். ஆனால் தன்னை நோக்கி அவர் உற்சாகத்துடன் வந்ததைப் பார்த்ததுமே அவன் தன் கவலையை மறந்து, அல்லாவைத் தவிர வேறு யாருக்கும் தான் பயப்படவில்லை என்றுணர்ந்து கொண்டான்.

அவன் முன்னுள்ள திண்டின் மீது ஷேக் சம்மணமிட்டு உட்கார்ந்தார்.

"முதல் முறையாக வந்திருக்கும் உன் உணர்வோட்டம் என்ன?" என்று அவர் வினவினார்.

"நான் பிறந்தது தொட்டுத் தங்களை அறிந்திருப்பதாக உணர்கிறேன்" என்று அலாவுதீன் உண்மையாகவே குறிப்பிட்டான்.

"நாம் ஒவ்வொருவரும் இன்னொரு தந்தையைப் பெற்றுள்ளோம், நம்மிடையே மகிழ்ச்சிமிக்கவர் அவரைக் கண்டறிகிறார்" என்று அவர் புன்னகை செய்தபடி கூறினார்.

"கொண்டாட்ட இரவின் போது நீங்கள் கூறியவை என் இருதயத்தைக் கொள்ளை கொண்டு விட்டன."

"ஒன்றுமில்லாது போன குருடரை மார்க்கத்தின் பால் ஈர்க்கிறோம். உன் அப்பா என்ன கூறினார்?"

"என் பணியில் என் இருதயத்தை அர்ப்பணிக்க வேண்டும் என்று அவர் விரும்புகிறார்" என்று சஞ்சலத்துடன் அலாவுதீன் குறிப்பிட்டான்.

"தூங்குகிற அவர் எழுந்திட மறுக்கிறார். ஆனால் அலாவுதீன், உன்னை எப்படி மதிப்பீடு செய்து கொள்கிறாய்?"

அவனுக்கு எவ்விதம் பதிலளிப்பது என்று தெரியவில்லை என்பதை அறிந்து கொண்ட ஷேக், சம்பிரதாயத்தை ஒதுக்கிவிட்டு, வினவினார்: "நீ எத்தகைய முஸ்லிம்?"

"நான் விசுவாசமான முஸ்லிம்."

"நீ தொழுகை செய்கிறாயா?"

"செய்கிறேன், அல்லாவுக்கு நன்றி."

"நீ எப்போதேனும் தொழுகை செய்திருப்பாய் என்று நான் எண்ணவில்லை."

"எங்களைப் பொறுத்தவரை தொழுகை என்பது அடியாழத்தே நிகழ்த்தப்படுகிறது. மேலும் தொழுகிறவன் நெருப்பினால் ஸ்பரிசிக்கப்பட்டாலோ எரிக்கப்பட்டாலோ எதையும் உணர்வதில்லை" என்று குறிப்பிட்ட ஷேக்கை அவன் ஆச்சரியத்துடன் உற்றுநோக்கினான்.

நிராதரவான அலாவுதீன் நிசப்தமாயிருந்தான்.

"நிஜமான நம்பிக்கையாளராக ஆவதற்கு இஸ்லாத்தை நீ புதிதாய் ஏற்றுக் கொள்ள வேண்டும். உன்னிடம் நம்பிக்கை உண்டாகும் போது மார்க்கத்தின் தொடக்கத்திலிருந்து நீ ஆரம்பிக்க வேண்டும் - நீ அப்படி ஆசைப்பட்டால்."

அலாவுதீன் அமைதியாயிருக்கவே, ஷேக் கூறினார்: "வார்த்தைகள் என்னும் தேன் பூசப்பட்ட மார்க்கத்தின் கடுமையை நான் குறைத்து மதிப்பிடவில்லை. ஏனெனில் மீட்சியின் ஒளி என்பது நம்பிக்கையாளர்கள் தவிர்த்து மற்றவர்களுக்குச் சேரவிடாமல் விலக்கப்பட்டடுள்ள கனியாகும். அதைவிடவும் குறைவாக உங்களிடமிருந்து அல்லா ஏற்பதில்லை. ஒவ்வொருவரது உத்வேகத்தின் வீதாச்சாரத்திற்கேற்றபடி அவரவர்க்கும்."

அலாவுதீன் கேள்வியால் குலைக்கப்படும் மட்டும் நிசப்தம் ஆட்சி புரிந்தது.

"அதன் பொருட்டு நான் என் வேலையைக் கைவிட வேண்டுமா?"

"ஒவ்வொரு ஷேக்கிற்கும் தனக்கேயான மார்க்கம் உண்டு. என்னைப் பொறுத்தவரை, வேலை செய்வோரையே நான் ஏற்றுக்கொள்கிறேன்" என்றார் அவர் அழுத்தத்துடன்.

"நான் விரைந்தும் ஆர்வமாகவும் வந்து சேர்வேன்."

"தடுத்திட முடியாத வேட்கையால் நீ உந்தித் தள்ளப்படாத வரை, வரவேண்டாம்."

X

பொது நீரூற்றில் ஃபாதில் சனானிடம் புதிய மனிதனாக அவன் வந்து சேர்ந்தான். ஒரு தினுசாக இருந்த ஃபாதில் பொறுமை இழந்து குறிப்பிட்டான்: "நம்பிக்கை நிலையில் என்னை எவ்வளவு காலம் விட்டுச் செல்லப் போகிறாய்?"

"நான் குழப்பத்தில் இருக்கிறேன்."

"ஷேக்கின் இல்லத்திற்கான வழியைக் கண்டுபிடித்தாயா?"

"ஆமாம். உனக்கெப்படித் தெரியும்?"

"அவரின் போக்குகளை அறிவேன். நீண்ட நாள் அவருடன் சேர்ந்து சுற்றித் திரிந்தேன்."

"நீயா?"

"ஆமாம்."

"அவர் தார்மிக வழியில் செல்லும் ஷேக்."

தலையைக் குனிந்தபடி அவன் ஒத்துக் கொண்டான். "சரிதான் அதற்கு மேலும்."

"பொறுமையில்லாது போய் நீ இடையிலே வந்திருக்கக் கூடும்."

"தாக்கம் தணிந்து விடாத வளர்ச்சியை அவரிடமிருந்து பெற்றேன். இருப்பினும் அகத்தை அழித்து ஒழித்து விடுவதை விடவும் நித்தியத்தை தேர்ந்தெடுத்தேன்."

"என்னால் புரிந்து கொள்ள முடியவில்லை நண்பனே."

"பொறுமையாயிரு, காலப்போக்கில் அல்லாமல், புரிதல் கிடைத்து விடாது."

"அல்லாவின் துறவியர்களுள் ஒருவராக அல்லாமல் படைவீரர்களுள் ஒருவனாகவே உன்னைக் காண விரும்புவேன்."

"நிஜமாகவே குழம்பிப் போயிருக்கிறேன்."

"நம்பிக்கையின் தர்க்கம் என்றென்றைக்குமானது. மேலும் அமரத்துவமானது. மார்க்கம் முதலில் ஒன்றாயிருக்கும், பிறகு

தவிர்க்க முடியாதபடி, இரண்டாகப் பிளவுபடும். இவற்றில் ஒன்று, அன்பின்பாலும் அகத்தை அழித்தொழிப்பதின்பாலும் இட்டுச் செல்லும். மற்றொன்று புனிதப்போருக்கு இட்டுச் செல்லும். அகத்தை அழித்தொழிப்போரைப் பொறுத்தவரை அவர்கள் தமக்கே தம்மை அர்ப்பணித்திருப்பவர்கள்; புனிதப் போரினரைப் பொறுத்தவரை அவர்கள் அர்ப்பணித்திருப்பவர்கள்," என்றான் ஃபாதில்.

இப்போது அலாவுதீன் ஆழ்ந்த சிந்தனையில் தோய்ந்து விடவே, காலத்தை மறந்து போனான்.

XI

காவல்துறை இயக்குநர் தார்விஷ் ஓம்ரானும் அவரது மகன் ஹபஸ்லாம் பாஸஸூம் இரு கோவேறு கழுதைகளில், அஸ்தமனத்தின்போது, காவல் நிலையத்திலிருந்து தம் வீட்டிற்குச் சென்று கொண்டிருந்தனர். சுடு தளத்துக்குள் நுழையும் இடத்திலே திடீரென்று பைத்தியக்காரன் அவர்களை வெறித்து நோக்கினான். அவர்களின் வழியைத் தடுத்து தார்விஷ் ஓம்ரானைப் பார்த்துக் கூச்சலிட்டான்: "உன் சிநேகிதன் அல்-மூயின் இபின் சவியைப் பார்த்து என் வணக்கத்தைத் தெரிவி."

பிறகு, அவன் தன் வழியில் போய்விடவே, ஹபஸ்லாம் வினவினான், "பைத்தியக்காரனுக்கு என்ன வேண்டும்?"

"பைத்தியக்காரன் தன் வார்த்தைகளுக்கோ செயல்களுக்கோ பொறுப்பானவன் ஆக்கப்படுவதில்லை."

இருப்பினும், காவல்துறை இயக்குநரின் விதியை அவன் குறிப்பிடுகிறான். அவரது பிறழ்வுகளைக் குறிப்பிடுகிறான் என்பதை அவர் புரிந்து கொண்டார். தன் தந்தைக்கும் வியாபாரிகளுக்குமிடையே தரகனாக செயல்பட்ட அவரது மகன், கேள்வி கேட்டிருந்ததும், இதனைப் புரிந்து கொண்டான்.

"தாம் விலகிச் சென்றிடாத இடம் பைத்தியங்களுக்கு உண்டு" ஹபஸ்லாம் பதிலடி தந்தான்.

"மாட்சிமை மிக்க சுல்தானின் நேசம் அவனுக்குண்டு" என்றார் தார்விஷ் ஓம்ரான்.

"அவனைக் கண்டு அவர் அஞ்சுகிறார்" என இகழ்ச்சியாகக் குறிப்பிட்டான் ஹபஸ்லாம்.

"ஹபஸ்லாம், கவனமாகப் பேசு."

"அப்பா, எவ்வளவு அவமானம்! அவரது மகளுக்கு என்னை மணமுடிக்க அலட்சியமாய் ஷேக் மறுதலித்தது போதாதா?" என்று இளைஞன் குறிப்பிட்டான்.

தார்விஷ் ஓம்ரான் வார்த்தையேதும் சொல்லாது புருவத்தைச் சுழித்தார்.

XII

"சந்தோஷம் பொருந்தாதுள்ள ஒருவனுக்கு, சந்தோஷம் தொல்லைகளைக் கொண்டு வந்து சேர்க்கிறது. ஒருவனது சமூக நடவடிக்கை அல்லாவுக்கான சேவையாக இல்லாதபோது, அச்சமூக நடவடிக்கை அவனை அந்நியமாக்குகிறது."

அலாவுதீன் ஷேக் தந்த மதம் தொடர்பான பாடங்களின் ஞானமிக்க வாசகங்களால் அவனது கோப்பை நிரம்பி வழிந்தது.

அவன் தனக்குள்ளே உரையாடிக் கொண்டிருப்பதாகத் தெரிந்தது. ஆனால் அவ்விளைஞன் அவர்களை திகைப்புடன் வரவேற்பான்.

"அவரது முகத்தைத் தவிர்த்து அனைத்துமே தோன்றி மறையக் கூடியவையே. தோன்றி மறையக் கூடியவற்றில் அகமகிழ்பவன், மகிழ்ச்சியளிப்பவை இறுதியை எட்டுகையில், கவலையால் பீடிக்கப்படுகிறான். அவனைத் தொழுவது தவிர்த்து அனைத்தும் பகட்டானதே. அல்லாவைத் தவிர்த்து ஒவ்வொன்றையும் நோக்குவதிலிருந்தே, கவலையும் அந்நியமாதலும் பிறக்கின்றன."

தன் கனவுகளையும் உரையாடல்களையும் நடவடிக்கைகளையும் ஞாபகப்படுத்திக் கொண்ட அலாவுதீனுக்கு, உலகம் மர்மங்களின் மூடுதிரையாகத் தோன்றியது. தன் தாயையும் தகப்பனையும் நினைத்துக் கொண்ட அவன் கவலையடைந்தான்.

"இம்மூன்று தன்மைகளால் ஆசீர்வதிக்கப்பட்டுள்ளவன் வாழ்வின் இழிவிலிருந்து தப்பியிருக்கின்றான். நிறைவு பெற்றுள்ள இருதயத்துடன் வெறும் வயிறாய் இருப்பது; நிகழ்கணத்தில் விலகி நின்று தொடர்ந்து வறுமையில் நீடிப்பது;

சதா அவன் நாமத்தை உச்சரித்தபடி முழுமையாகப் பொறுமை கொண்டிருப்பது."

அலாவுதீன் தனக்குள் கூறிக் கொண்டான்: "கருணையுள்ள அருள்மிக்கவரின் பெயரால், கருணையுள்ள அருள்மிக்கவரைத் தொழுகிறோம்."

இத்தருணத்தில் ஷேக் அவனை வினவினார் "என் மகனே என்ன யோசனை செய்து கொண்டிருக்கிறாய்?"

சிவந்த கன்னங்களுடன் தன் தற்காலிக திகைப்பிலிருந்து அவன் வெளிப்பட்டான். "கருணை மிகுந்தவரின் அருளைத் தவிர்த்து, என் குழப்ப நிலையிலிருந்து எதுவும் என்னைக் கொண்டு வராது."

"ஒயின் கிடைக்கப் பெறுவதற்குள் நீ கலயத்தைச் சுத்தப்படுத்த வேண்டும், தூசு துப்புகளை அகற்றியாக வேண்டும்."

"எத்தனை நல்ல ஆன்மிக வழிகாட்டி நீங்கள்" அவன் ஆனந்தத்துடன் குறிப்பிட்டான்.

"அவ்வழிகாட்டி இல்லாதபோது 'மற்றது' தன்னை நிர்ப்பந்தித்துக் கொள்ளும்."

அவர் ஃபாதில் சனானைக் குறிப்பிடுவதை உணர்ந்து கொண்டவன், "மாஸ்டர் அவனைப் பற்றி என்ன கருதுகிறீர்கள்?" என்றான்.

"தனக்குப் பொருத்தமானதை அறிந்து, அதனுடன் திருப்திப்படுகிற உன்னத இளைஞன்."

"அவன் சரியான மார்க்கத்திலிருந்து விலகிப் போகிறானா?"

"தன்னால் இயன்றவரை தவறை எதிர்த்துச் சண்டையிடுகிறான்."

"இப்போது எனது இருதயம் நிம்மதியாக இருக்கிறது."

"ஆனால் நீ உன்னை அறிந்து கொள்ள வேண்டும்."

"அவன் ஏழைதான், ஆனால் சமுதாயத்தின் துயரங்களைத் தாங்கிக்கொள்வதில் செல்வந்தன்."

"வாளுக்கான ஒரு நெறி, நேசத்திற்கான ஒரு நெறி."

அலாவுதீன் அமைதியாயிருக்க ஷேக் கூறினார். "பொருட்களிலிருந்து பொருட்களின் கர்த்தாவிடம் தம் இருதயங்களை இடமாற்றி வைத்திருப்பவர்கள் ஆசீர்வதிக்கப்

பட்டவர்கள். உலகமே என் சிந்தனையைத் தொடா போது, உலகத்தை அறியாதவர்களின் சிந்தனைகளை அது எப்படித் தொடும்?"

இதன் பின் ஷேக் தன் பாடத்தைத் தொடர்ந்தார்.

XIII

ஒருநாள் இரவில் ஷேக் அவனை அதே அறையில் வரவேற்றார். ஆனால் அதன் வலப்பக்க மூலையில் திரை ஒன்று தொங்கவிடப்பட்டிருந்ததை அவன் பார்த்தான். இளமையின் எண்ணங்களால் நிலைகுலைந்து போனான்.

"அலாவுதீன், கவனி" என்றார் ஷேக்.

திரையின் பின்னே யாழின் நரம்புகள் மீட்கப்பட, இன்னோசைமிக்க குரல் பாடியது:

"மக்களிடையே இருளாதிக்கம் செய்ய
என் இரவு பிரகாசமாயுள்ளது உன் முகத்தால்,
மக்கள் இருளின் ஆழங்களில் இருக்க,
நாங்களோ பகலின் பிரகாசத்தில் இருக்கிறோம்."

அக்குரல் நிசப்தமாகி விட்டாலும் அதன் எதிரொலி அடியாழங்களைத் தொடர்ந்து ஊடுருவியது.

"இவள் என் மகள் சுபைதா, இவள் விசுவாசமான சிஷ்யை" என்றார் ஷேக்.

"சந்தோஷத்தையும் கௌரவத்தையும் உணர்கிறேன்" என ஆனந்தக்களிப்பில் அலாவுதீன் முணுமுணுத்தான்.

"காவல்துறை இயக்குநரின் மகனுக்கு மணமுடித்துத்தர மறுதலித்திருக்கிறேன். ஆனால் அலாவுதீன் உனக்குப் பரிசாகத் தருகிறேன்."

"நானொரு சாதாரண நாவிதனே ஒழிய வேறுயாருமில்லை" என்று நா தழுதழுக்கக் கூறினான்.

ஷேக் ஓதினார்:

"வந்திருப்பவரின் பொலிவு வெளிப்படுத்தப்பட்டது
முகிழ்த்து வரும் முழுநிலவை
இரவு என்னமாய் ஒளித்து வைக்கிறது."

அதன் பிறகு அவர் குறிப்பிட்டார்: "எவன் அடக்கமாய் இருக்கிறானோ அவனது மதிப்பை அல்லா உயர்த்துகிறார். தன்னைத் தானே விதந்தோதுபவனை தன் சேவர்களின் பார்வையில் அவர் அடக்கி வைக்கிறார்."

XIV

அலாவுதீனுக்கும் சுபைதாவுக்கும் இடையே திருமண ஒப்பந்தம் செய்து கொள்ளப்பட்டது. இளைஞன் மாபெரும் ஷேக்கின் இல்லத்திற்குத் தன்னை இடமாற்றிக் கொண்டான். உகர், ஃபாத்தவ்ஹா, ஃபாதில் சனான், மாஸ்டர் சாஹ்லவல் மற்றும் அப்துல் காதிர் அல்-மஹீனி ஆகியோர் எளிய திருமண விருந்தில் கலந்து கொண்டனர். அழைப்பில்லாமலே வந்து சேர்ந்த பைத்தியக்காரன், மணமகனின் வலப்பக்கமாய் அமர்ந்தான். விருந்திற்குப் பின்னே, உகர் தனிச் சிறப்பான தன் நண்பர்களுடன் தன் வீட்டுக்குப் போனான். அங்கே ஒயின் குவளைகள் பரிமாறப்பட்டன. அவன் விடியும் வரையும் ஆடிப்பாடிக் கொண்டிருந்தான்.

XV

திருமண இரவு முடிந்து ஒரு சில நாட்களிலேயே, நகரின் அமைதியான சூழலில், சாம்பல் முகம் கொண்ட தீமையின் தொற்று மீண்டும் ஒருமுறை பரவியதில், வேதனை தரும் சம்பவங்களால் சஞ்சலத்திற்குள்ளானது. ஆளுநர் அல்-ஃபாதில் இபின் கக்கானின் மாளிகையிலிருந்து அரிதானதும் மதிப்பு மிக்கதுமான நகை ஒன்று காணாமல் போக அவர் மனைவி நிலைகுலைந்து விட்டாள். சதிகளின் அருவருப்பான பக்கத்தை வெளிக்காட்டி, ஆளுநரின் கொலை, பதவி நீக்கத்தில் முடிவுற்ற, படுகொலைகள் மற்றும் கொள்ளைகளின் வடிவிலே அவ்வப்போது நகரை அதிர்ந்து போகச் செய்திருந்த தகாத சம்பவங்களை ஆளுநருக்கு ஞாபகப்படுத்தியிருந்தது இது.

தன் அமைப்பு கவனக் குறைவாய் இருந்தது என்பதை மறுதலித்த காவல்துறை இயக்குநர் தார்வீஷ் ஓம்ரானுக்கு எதிரான தன் கோபத்தை அவன் கொட்டித் தீர்த்தான். குற்றம் இழைத்தவன் கைது செய்யப்படுவான் மற்றும் நகை கண்டறியப்படும் என்று அவன் வாக்குறுதி அளித்தான்.

காவல் துறை இயக்குநர் சாதாரண உடையிலிருந்த தன் காவலர்களை நகரமெங்கும் பிரித்தனுப்பினார். தனக்குக் கிடைத்த அறிக்கைகளின் அடிப்படையில் மக்களின் முணுமுணுப்பினைப் பொருட்படுத்தாமல், ஷேக் அப்துல்லா அல்-பால்கியின் இல்லத்தில் பரிசோதனை நடத்தினார். முழுவதுமாகப் பரிசோதித்த அவர் அலாவுதீனின் அலமாரியில் நகையைப் பார்த்தார். அவன் காரிஜிகளுடன் சேர்ந்து செயலாற்றுவதற்கான முடிவான ஆதாரமாக சில கடிதங்களையும் பார்த்தார். இவ்வகையில் அலாவுதீன் உடனே கைது செய்யப்பட்டு, சிறையில் அடைக்கப்பட்டான். அவன் உடனடியாக விசாரிக்கப்பட வேண்டும் என்று தீர்மானிக்கப்பட்டது.

XVI

இதனால் மக்கள் இருதயங்களின் மீது வேதனைத்திரை விழுந்தது. சுபைதா, ஃபாத்தவ்ஹா மற்றும் உகரின் இல்லங்களை எரித்ததுடன் நிற்கவில்லை, இளைஞனின் விதியை அறிந்த இருதயங்கள் பொதுவாகவே வேதனைப்பட்டன. அவன் விடுதலை செய்யப்படவேண்டும் என்று தீர்மானித்த அவர்கள் அக்குற்றத்தைத் திட்டமிட்டவர்கள் என காவல்துறை இயக்குநரையும் அவரது மகனையும் சுட்டிக் காட்டினர். மக்களின் சந்தேகத்தை அதிகரிக்கச் செய்தது, அல்-மூயின் இபின் சவிக்கு திடீரென்று காட்டப்பட்ட சலுகையாகும். தாங்கள் திட்டமிட்டிருந்ததை நிறைவேற்றுவதில் காவல்துறை இயக்குநர் ஆகுமுன்பே அவர் பெற்றிருந்த அனுபவத்தை அறிய நேர்ந்ததுதான் என்று அவர்களை நம்ப வைத்தது. அல்-ஃபாதில் இபின் கக்கான் மற்றும் ஹைகல் அல்-ஸஃபரானி ஆகியோரிடமிருந்து கருணையை வேண்டினான் உகர். ஆனால் அவர்களால் பழிக்கப்பட்டான். தனக்குள்ள வழிபாட்டு கௌவரத்தைப் பயன்படுத்தி ஷேக் அப்துல்லா அல்-பால்கி செயல்படவேண்டும் என்று அவன் வற்புறுத்த, ஷேக்கிடமிருந்து எந்த அசைவோ வார்த்தையோ வெளிப்படவில்லை. அதிர்ச்சி தரும் வேகத்தில் சம்பவங்கள் நடந்தன. அலாவுதீன் விசாரிக்கப்பட்டு, சிரச்சேதம் செய்யப்படுமாறு தண்டிக்கப்பட்டான்.

XVII

சில்லிட்ட இலையுதிர் காலத்து நாளின் காலையில், நெருங்கிய கண்காணிப்பின் கீழே, அதிகாரிகளும் உழைப்பாளிகளுமான நகர மக்களின் பெருங்கூட்டத்தினிடையே அலாவுதீன் தூக்கிலிடப்பட அழைத்துச் செல்லப்பட்டான். என்ன நடந்து கொண்டிருந்தது என்று தன்னையே நம்பமுடியாத அலாவுதீன், "நான் குற்றமற்றவன். அல்லாவே எனக்கு சாட்சி" என்று கூச்சலிட்டான்.

சிலர் அனுதாபம் காட்டியும், சிலர் அவனது விதி குறித்து வியாகூலப்பட்டும் நின்றனர். தன்னை வெறித்த முகங்களிடையே அவன் பார்வை அலைந்து திரிய, மேகங்களுக்குப் பின்னுள்ள விண்ணகத்தை நோக்கி அவன் தன் முகத்தை உயர்த்தி தன்னைப் படைத்தவரிடம் சரணடைந்து கொண்டிருந்தான். அவனது தாய் மற்றும் மனைவியின் அரற்றல்கள் அவனை வந்து எட்ட, அவன் இருதயம் நடுங்கிற்று. அவனிடம் திகைப்புணர்வு இருந்த போதிலும், தன் குழப்ப நிலையிலிருந்து புனிதப் போரின் வாளிற்கோ அல்லது தெய்வீக அன்பிற்கோ எழுந்து விட தான் எவ்விதம் நம்பியிருந்தான் என்பதை அவனால் ஞாபகப்படுத்திக் கொள்ள முடிந்தது. தன் விதி தூக்கிலிடுவோனின் வாளாக இருக்க முடியும் என்று அவனுக்கு ஒருபோதும் தோன்றியதில்லை.

உகருக்கு நேர்ந்திருந்தது போல், கடைசித் தருணத்தில் அதிசயம் ஏதேனும் நிகழக்கூடும் எனப் பலர் எதிர்பார்த்தனர். ஆனால் இருட்சூழலுக்கிடையே அவர்களது கண்களுக்கு முன்னே, வாள் உயர்த்தப்பட்டது. அப்போது அது விழும்போது நம்பிக்கைகளை எல்லாம் சிதற அடித்து விட்டது. பொலிவும் உன்னதமும் கொண்ட தலை அதன் உடலிலிருந்து துண்டிக்கப்பட்டது.

ஷேக்கின் வீட்டிலே உகர் முனங்கினான், "என் மகன் கள்ளங்கபடமற்றவன்."

"கள்ளங்கபடமற்றவன், மேலும் குற்றமற்றவன். எனக்குச் சாட்சியம் உரைக்க அல்லாவே போதும்" என்று அரற்றினாள் சுபைதா.

ஷேக் அமைதியாகவும் நிசப்தமாகவும் சம்மணமிட்டிருந்தார். அவர் எதுவும் செய்யவில்லை. துயரத்தைக்கூட அவர் வெளிப்படுத்தவில்லை. அவரின் மகள் கூறினாள், "அப்பா, நான் வலியால் துடிக்கிறேன்."

“நீங்கள் சிறிய அசைவைக்கூட வெளிப்படுத்தவில்லை. இந்த விஷயம் உங்களுக்குத் தொடர்பில்லாததைப் போலிருக்கிறது” என்றான் உகர்.

உகரிடம் எந்த கவனமும் செலுத்தாமல் தன் மகளைப் பார்த்த அவர், “பொறுத்திரு, சுபைதா” என்றார்.

சிறிது நிசப்தத்திற்குப் பின் அவர் பேசினார்: வணக்கத்திற்குரிய ஷேக் ஒருவரின் கதை இது. அவர் சொன்னார், ‘நான் ஒரு குழிக்குள் விழுந்து விட, மூன்று நாட்களுக்குப் பின் யாத்ரிகர்கள் கூட்டம் அங்கே வந்தது. அவர்களை நான் அழைக்க வேண்டும் என்று எனக்குள் கூறிக் கொண்டேன். பிறகு அது சரியல்ல என்று என் முடிவை மாற்றிவிட்டேன். எல்லாம் வல்ல அல்லா தவிர்த்து வேறு யாரிடமிருந்தும் நான் உதவியை எதிர்பார்க்கக் கூடாது. அக்குழியை அவர்கள் அடைந்ததும், சாலையின் மத்தியில் அது இருந்ததைப் பார்த்து, “இதை நாம் மூடாவிட்டால் யாரேனும் ஒருவர் வீழ்ந்து விடுவார்” என்றனர். மிகவும் சஞ்சலமுற்ற நான் நம்பிக்கை அனைத்தையும் இழந்து விட்டேன். அதை அவர்கள் மூடிச் சென்றதும் எல்லாம் வல்ல அல்லாவை வேண்டினேன். மனிதர்களிடமான நம்பிக்கையை எல்லாம் இழந்து, சாவிடம் என்னை ஒப்படைத்தேன். இரவு கவிந்ததும் குழியின் மேற்பரப்பிலே ஓர் அசைவைக் கேட்டேன். அதை நான் கேட்டபோது குழியின் வாய் திறக்க, டிராகனைப் போன்றதொரு பெரும் மிருகத்தைப் பார்த்தேன். தன் வாலை அது என்பால் நீட்ட, என்னை மீட்பதற்காக அல்லா அதனை அனுப்பியிருந்தார் என்று அறிந்து கொண்டேன். அதன் வாலை நான் பற்றிக்கொள்ள, அது என்னை மேலே இழுத்தது. அப்போது வானிலிருந்து ஒரு குரல் என்னை நோக்கிப் பேசியது: “மரணத்தைக் கொண்டு மரணத்திலிருந்து உன்னை நாங்கள் காப்பாற்றி இருக்கிறோம்.”

சுல்தான்

I

ஒரு இரவுப் பொழுதில் அயல்நாட்டு உடைகளணிந்த மூன்றுபேர் நடந்து சென்று கொண்டிருந்தார்கள். அவர்கள், ஷாரியார், டாண்டன் மற்றும் ஷபீப் ரமா. அந்த வழியாக வந்த மூன்று வழிப்போக்கர்கள் அவர்களை எதிர்கொண்டனர். ஒருவன் கேட்டான், "இந்த இரவு வேளையில் இங்கே என்ன செய்துகொண்டிருக்கிறீர்கள்?"

"நாங்கள் அயல்நாட்டு வணிகர்கள்" என்ற ஷாரியார், "சலிப்பைப் போக்கிக் கொள்ள காற்றாட நடந்து கொண்டிருக்கிறோம்" என்றார்.

"அன்னியர்களே... நீங்கள் அனைவரும் எங்களுடைய விருந்தாளிகள்" என்று வரவேற்றான் அந்த வழிப்போக்கன்.

வாழ்த்துகளைத் தெரிவித்து விட்டு மூவரும் அவர்களுடன் ஒன்றாகப் புறப்பட்டனர். அப்பொழுது ஷாரியார், "எங்களை விருந்தாளியாக அழைத்தது யார்?" என்று கேட்டார்.

"பொறுமையாக இருங்கள், உயர்குடிப் பிரபுக்களே..." என்றான் அந்த வழிப்போக்கன்.

II

ஆற்றங்கரையை அடையும் வரையில் அவர்கள் நடந்து சென்றார்கள். அங்கே அவர்களுக்காக ஒரு கப்பல் காத்திருந்தது. நட்சத்திரங்களைப்போல அது மின்னிக் காட்சியளித்தது.

"நாங்கள் சந்தையுடன் தொடர்புடையவர்கள். பயணிக்க விரும்புகிறீர்களா?"

இன்னொரு குரல் பதிலளித்தது: "அந்நியர்களே நீங்கள் மாட்சிமை மிக்க சுல்தான் ஷாரியார் முன்பு இருக்கிறீர்கள். ஆதலின் ஆட்சியாளருக்குரிய வணக்கங்களை அவருக்குத் தெரிவியுங்கள். மேலும் உங்கள் அதிருஷ்டத்தின் பொருட்டு அல்லாவைப் போற்றுங்கள்."

ஆச்சரியம் மூவரின் நாவுகளையும் அமைதியாக்கியது. என்ன சுல்தான்? எந்தச் சுல்தான்? தமது திகைப்பினால் தாம் நின்றிருந்த இடத்திலே வேரூன்றிப் போனார்கள்.

"அந்நியர்களே, வணக்கங்கள்" என்றது இரண்டாம் குரல்.

இந்த அதிர்ச்சி நிலையிலிருந்து மீண்ட ஷாரியார், அனுபவம் கிடைத்திட வேண்டும் என்பதில் தீர்மானம் கொண்டவராக, கடைசிவரை பார்த்திட வேண்டும் என்று கருதினார், சுல்தான் எனப்பட்டவரின் முன்பு அவர் சட்டென்று வணங்க, டாண்டனும் ஷபீப் ரமாவும் உடனே அவரைப் பின் தொடர்ந்தனர்.

"விசுவாசமுள்ளவரின் முகத்தை அல்லா வெற்றிகரமான தாக்குவாராக! மேலும் அவருக்கு நீண்ட ஆயுள் தந்து அவரது ஆட்சியை நீடிப்பாராக."

கப்பலின் ஒரு பகுதியில் கிடந்த சிம்மாசனத்தில் அவர் அமரும் வரை, பரிவாரத்திற்குள்ளாகவே அவரைப் பின் தொடர்ந்தனர். சிம்மாசனத்தின் முன்னே நீண்டு கிடந்த வெற்று வெளியிலே போடப்பட்டிருந்த திண்டுகளின் மீது அவர்கள் அமர்ந்தனர். வசந்த காலத்தின் தட்ப வெப்பத்தில், விழிப்பு மிக்க நட்சத்திரங்களின் புன்னகைகளின் கீழே, கப்பல் பாய் மரங்களை விரித்தது.

III

ஒரு தீவின் கரையோரமாகக் கப்பல் நங்கூரமிட, தீப்பந்தங்கள் ஏந்திய காவலர்கள் வந்தனர்.

"இது ஒரு புது ராஜ்ஜியம். எங்களுடன் தூங்குங்கள்" என்று நிஜமான ஷாரியார், டாண்டனின் காதுகளில் கிசுகிசுத்தார்.

"மாட்சிமை மிக்கவரே, இது கஞ்சாவாக இருக்கக் கூடுமோ?"

"இவ்வளவு ஆடம்பரங்களுக்கான பணம் இவர்களுக்கு எங்கிருந்து வருகிறது?"

"சீக்கிரமே, உண்மை தன் மறைவான நாவினால் பேசும்" என்று சங்கடத்துடன் அமைச்சர் குறிப்பிட்டார்.

நேர்த்தியான மண்டபம் ஒன்றில் அவர்கள் நுழைந்தபோது அங்கே விரிப்புடன் கூடிய மேஜையில் எல்லா வகையான உணவும் மதுவும் பரிமாறப்பட்டிருந்தன. அதைச் சுற்றிலும் அரசின் அலுவலர்கள் இருந்தனர். தங்களுக்குப் போதும் என்ற வரையிலும் சாப்பிட்டு, பரவசத்தில் திளைக்கும் மட்டும் மதுவை அருந்தினர். திரைச் சீலையின் பின்னிருந்து அடிமைப்பெண் ஒருத்தி பாடினாள்.

"என் உள்ளார்ந்த அகத்திலுள்ள வேட்கையின் நாவு பேசுகிறது, நான் உன்னிடம் நேசங்கொண்டுள்ளேன் என்று."

"எத்தகைய அரசு விருந்து, நாம் அடிமைகள் தவிர்த்து வேறு யாருமில்லை" என்று நிஜமான ஷாரியார் டாண்டனின் காதில் கிசுகிசுத்தார்.

அதன் பின்னர் குறித்த தருணம் ஒன்றில் இன்னொரு சுல்தான் கூச்சலிட்டார்: "நாம் தெய்வீக விசாரணை மேற்கொள்வதற்காக நேரம் வந்துள்ளது."

"சிதறியோடுவதற்குள் அவர்களைச் சுற்றி வளைத்திடும் வகையில் நாம் துருப்புகளை அனுப்பிட ஏதுவாக நாம் போக வேண்டாமா?" என்று டாண்டன் தன் எஜமானரைக் கேட்டார்.

"என்னை நடக்கிறது என்று என் கண்களாலேயே நான் காணக் கூடிய வகையில் இங்கேயே இருந்து விடலாம். என் சிந்தனைகளில் கூட நடந்திராத சம்பவங்களாக இருக்கிறது."

உணவு பரப்பப்பட்டிருந்த மேசை விரிப்பை சிலர் சட்டென்று எடுத்து விட்டனர். நீதிமன்றத்திற்கான மேடை கொண்டு வரப்பட்டு, மண்டபத்தின் மத்தியில் நிறுத்தப்பட்டது. வலப்புறத்தே அமைச்சரும் இடப்புறத்தே தூக்கிலிடுவோனும் இருக்க, இன்னொரு சுல்தான் அமர்ந்து கொண்டார். உருவிய வாட்களுடன் காவலர்கள் நான்கு மூலைகளிலும் நிறுத்தப்பட்டிருந்தனர். தெய்வீக நீதியின் விசாரணையைக் காண்பதற்கு அனுமதிக்கப்பட்ட சில மேட்டுக்குடியினரிடையே, தன் இரு சகாக்களுடன் நிஜமான ஷாரியார் உட்கார்ந்தார்.

IV

மேடையிலிருந்து கொண்டு, கூடியிருந்த மேட்டுக் குடியினரிடம் பேசிய இன்னொரு சுல்தான் கூறினார்: "மாசற்ற குருதியை வடிப்பதிலும் முஸ்லிம்களது சொத்துகளைக் கொள்ளையடிப்பதிலும் மூழ்கிப் போயிருந்த நான், திருந்துவதற்கு உதவியுள்ள அல்லாவுக்கு நன்றி செலுத்துகிறேன். உண்மையிலேயே அவர் கருணையிலும் மன்னிப்பதிலும் தாராளமானவர்."

நிஜமான ஷாரியாரின் முகம் வெளிறிப் போனது. இருப்பினும் அவர் அசைவற்று இருந்தார். இன்னொரு சுல்தான் தான் சொல்ல வேண்டி இருந்ததைத் தொடர்ந்தார்:

"சாதாரண நபர் ஒருவர் எழுப்பிய புகாரை விசாரிக்கும் பொருட்டு இவ்விசாரணைக் கூட்டம் நடந்து கொண்டிருக்கிறது. அவரது புகார் சரியென்றால், அற்பத்தனம், கேடு மற்றும் அடக்கு முறைக்குச் சாதகமாக, கள்ளங்கபடமற்ற தன்மை சாகடிக்கப்பட்டிருப்பதான பயங்கரமான குற்றம் வெளிச்சத்திற்குக் கொண்டுவரப்படும். முதலாவதாகவும் முடிவானதாகவும் உதவி கோரப்படுவது அல்லாவிடமே. எனவே புகார் அளித்த நாவிதன் உகர் வரலாம்."

உள்ளே நுழைந்த அவன், மேடை முன்னர் பணிவுடனும் சோர்வுடனும் நின்றான்.

"உகர் உனது புகார் என்ன?" சுல்தான் கேட்டார்.

நடுங்கும் குரலில் அவன் கூறினான்: "எனது ஒரே மகன் அலாவுதீன் காட்டுமிராண்டித்தனமான, வஞ்சனையான சதியினால் பலியாகி இறந்து போனான்."

"அவன் சிரச்சேதம் செய்யப்படுவதற்கான குற்றச்சாட்டு என்ன?"

"சுல்தானுக்கு எதிராக சதி செய்தது. மேலும் ஆளுநர் அல்-ஃபாதில் இபின் கக்கானின் மனைவி சீமாட்டி காமர் அல்-ஸாமனின் நகையைத் திருடியது."

"உன் அபிப்பிராயத்தில் சதித்திட்டத்தைத் தீட்டியது யார்?"

"ஹபஸ்லாம் பாஸஸும் அவரது தந்தை காவல்துறை இயக்குநர் தார்விஷ் ஓம்ரானும் அல்-மூயின் இபின் சவியின் உதவியைக் கோரினர். பின்னவரின் தவறுகளுக்காக அவர் பதவி நீக்கம்

செய்யப்பட்டிருந்தார். அவர் நகையைத் திருடி, அலாவுதீனின் அலமாரியில் வைத்துவிடுவதில் வெற்றி பெற்றுவிட்டார். மாட்சிமை மிக்க சுல்தானுக்கு எதிராகத் தீட்டிய சதி குறித்த போலியான கடிதங்களையும் சேர்த்து வைத்து விட்டார்."

"இச்சதியின் பின்னாலிருக்கும் நோக்கம் என்ன?"

"மோசமான குண நலனுக்காகவும் கெட்ட நடத்தைக்காகவும் ஹபஸ்லாம் பாஸஸுக்கு தன் மகளை மணமுடித்துக் கொடுக்க ஞானி அல்-பால்கி மறுதலித்திருந்ததால், அலாவுதீன் அவளை மணந்து கொண்டான். இதற்குப் பழிவாங்குவதுதான் நோக்கம்."

"நீ கூறுவதற்கு ஆதாரம் ஏதேனும் இருக்கிறதா?"

"அலாவுதீனின் கள்ளமற்ற தன்மை சான்றாதாரத்திற்கு அப்பாற்பட்டது. நகரில் வாழ்வோரை எல்லாம் கேட்டுப் பாருங்கள். இந்தச் சதி நிஜமானது. அதை ஒவ்வொருவரும் நம்புகின்றனர். என்னிடம் தெள்ளத் தெளிவான ஆதாரம் இருந்திருந்தால் மாசற்ற இளைஞனின் கழுத்தைக் காப்பாற்றி இருப்பேன். ஆனால் சுல்தானின் ஈடிணையற்ற செல்வாக்கிலும் நீதியிலும் நம்பிக்கை வைத்திருக்கிறேன்."

உடனே உகரை வெளியேற்றி விட்டு, நகரின் ஆளுநர் அல்-ஃபாதில் இபின் கக்கானை வரவழைக்க சுல்தான் ஆணையிட்டார். சுல்தான் முன் நிறுத்தப்பட்ட அந்நபரின் முகத்திலுள்ள சுருக்கங்கள் பயத்தையும் உளைச்சலையும் வெளிப்படுத்தின. அவரிடம் சுல்தான் விசாரணை மேற்கொண்டார்:

"நீங்கள் ஒழுக்க சீலர் என்பதில் எனக்குச் சந்தேகம் கிடையாது. இப்பதவிக்கான அனுபவம் உங்களுக்கு இருந்ததால், இதற்காக உங்களுக்குப் பயிற்சி அளிக்கப்பட்ட பின்னர் உங்களைத் தேர்ந்தெடுத்தேன். இது பற்றி விஷயமறிந்தவர் நீங்கள் என்பதில் எனக்குச் சந்தேகம் இல்லாததால், இவ்விவகாரத்தின் பின்னுள்ள ரகசியத்தை வெளியிடுமாறு, சர்வவல்லமைமிக்க அல்லாவின் பெயரால் கட்டளை இடுகிறேன்."

"அல்லாவே, நான் உண்மை கூறுவேன் என்பதற்கு சாட்சியமாக இருப்பேன்" என்று தன் உள்ளங்கைகளை விரித்தபடி முணுமுணுத்த ஆளுநர், தன் எஜமானரைப் பார்த்துப் பேசினார்: "அலாவுதீன் மரணத்திற்குப் பின்னர், அவனது கள்ளங்கபடமற்ற தன்மை குறித்தும் மற்றவர்களது குற்றவுணர்வு குறித்தும்

மக்கள் கிசுகிசுத்ததை அறியலானேன். நிஜமான நம்பிக்கையின் சித்தாந்தங்களில் ஊறி வளர்க்கப்பட்டிருந்த ஒருவனைப் போல நான் பீதியடைந்தேன். நாலாபுறமும் உளவாளிகளை அனுப்பினேன், அல்-மூயின் இபின் சவி போதையிலிருந்த போது, அவரிடமிருந்தே அவர்களால் உண்மையைப் பெற முடிந்தது. அப்போதே கயவாளிகளைப் பிடித்திட வேண்டும் என்று தீர்மானித்தேன். எனினும்...''

நிசப்தமான ஆளுநர் பின்னர் அடக்கத்துடன் குறிப்பிட்டார், ''எனினும் மாட்சிமை மிக்கவரே, நான் பலவீனப்பட்டு விட்டேன். அலாவுதீனை விசாரித்து சிரச்சேதம் செய்யுமாறு தண்டித்தது நானே. உண்மை வெளிப்பட்டு விட்டால் உண்டாகும் விளைவுகள் குறித்து கலவரப்பட்டேன். தனியொரு ஆன்மாவைக் கொன்றிருப்பவன் எல்லா மக்களையும் கொன்றவன் ஆவான் என்பதால்...''

''ஆளுநர் என்னும் அந்தஸ்து காரணமாகவும் செல்வாக்கு காரணமாகவும் விளைவுகள் குறித்து கலவரம் கொண்டீர்கள்'' என்றார் சுல்தான்.

அவர் குனிந்தபடி நிசப்தமாயிருந்தார்.

''உங்களின் அந்தரங்க செயலாளருக்கு உண்மை தெரியுமா?'' எனச் சுல்தான் வினவினார்.

''தெரியும் மன்னரே.''

''தன் படைப்பில் அல்லாவுக்கு அவரது ஞானம் உதவுகிறது. நமக்கோ மரபாக வந்து கொண்டிருக்கும் சட்டம். இந்த அடிப் படையில் அல்-மூயின் இபின் சவி, தார்விஷ் ஓம்ரான் மற்றும் ஹபஸ்லாம் பாஸஸ் ஆகியோரின் தலை துண்டிக்கப்படட்டும், அத்துடன் அல்-ஃபாதில் இபின் கக்கான் மற்றும் ஹைகல் அல்-ஸஃபரானி ஆகியோர் பதவி நீக்கம் செய்யப்படுவதுடன் அவர்களது சொத்துகள் பறிமுதல் செய்யப்பட வேண்டும்.''

V

கயவாளிகளுடன் சேர்த்து தூக்கிலிடுவதற்கான தோல் விரிப்பும் கொண்டு வரப்பட்டது. தூக்கிலிடுபவன் முன்னோக்கி நகர்ந்தான். அப்போது நிஜமான ஷாரியார் தன்னைக் கட்டுப்படுத்த

முடியாமல் தாவியெழுந்து, "இக்கேலிக் கூத்தை நிறுத்துங்கள்" என்று கூச்சலிட்டார்.

காவலர்கள் முன்னோக்கிப் பாய மேடையிலிருந்து சுல்தான் கத்தினார், "பைத்தியம் பிடித்த அந்நியனே, நீ பேசுவதற்கு உனக்கு அனுமதி அளித்தது யார்?"

"உன் பைத்திய நிலையிலிருந்து விழித்தெழு. நீ பேசிக் கொண்டிருப்பது நிஜமான சுல்தானிடம்" என்று சுல்தான் உறுதிபடக் கண்டித்தார்.

ஆச்சரியம் அனைத்து நாவுகளையும் அமைதியாக்கியது. வாட்களை உருவிய நிலையில் டாண்டனும் ஷபீப் ரமாவும் சுல்தானின் அருகே கவனமாக நின்றனர். சுல்தான் தன் பையிலிருந்து அரசருக்குரிய மோதிரத்தை எடுத்து, மற்றவரின் முகத்தின் முன்னே ஆட்டினார். தன் திகைப்பிலிருந்து விடுபட்ட பொய்யான சுல்தான் மேடையிலிருந்து குதித்து சுல்தானின் முன் நெடுஞ்சாண் கிடையாக விழுந்தான்.

"உங்கள் அடிமை, தண்ணீர் எடுத்துச் செல்லும் இப்ராஹிம்" என்று நடுங்கும் குரலில் கூறினான்.

"இக்கேலிக் கூத்தின் அர்த்தம் என்ன?"

பீதியால் நடுங்கிய அவன் கூறினான்: "மாட்சிமை மிக்கவரே, மன்னிக்க வேண்டும். என் கதையை எடுத்துரைக்க அனுமதிப்பதுடன் என் முட்டாள்தனத்தை மன்னிக்க வேண்டும்."

VI

அரண்மனையின் கோடைகால ஆலோசனைக் குழுவின் கூட்ட அரங்கில், தண்ணீர் எடுத்துச் செல்லும் இப்ராஹிம் தன் கதையை எடுத்துரைத்தான்: "என் குழந்தைப் பருவத்திலிருந்தே அல்லாவிடம் நம்பிக்கை வைத்தவர்களுள் ஒருவனாக இருந்து வந்துள்ளேன். விடியல் தொட்டு அந்திவரையிலும் உழைத்தேன். என் வருவாய் வரம்புக்குட்பட்ட தாயினும் என் இருதயம் நிறைவு காண்கிறது. கஞ்சா குழாயில் என் சந்தோஷத்தைப் பெற்று விடுவேன். கமாஸா அல்-புல்டியின் விதவையை நான் மணந்து கொண்டபோது, அல்லா என்னைப் பெரிதும் ஆசீர்வதித்தார். மாபெரும் பைராம் பண்டிகை தவிர்த்த பிற தினங்களில்

கறி சாப்பிடும் கனவுகூடக் கண்டதில்லை. என் சிநேகிதன் நாவிதன் உகரின் மகன் கொல்லப்பட்டதும் நான் நிதானத்தை இழந்து விட்டேன். இதற்கு முன் நான் கண்டிராத கவலையால் பீடிக்கப்பட்டேன் என்று மக்கள் கிசுகிசுக்கக் கேட்டேன். ஏழைகளாகிய எங்களுக்கு அல்லாவைத் தவிர யாருமில்லை என்று எனக்கு நானே கூறிக் கொண்டேன். நான் ஒரு போதும் கற்பிதம் செய்திராத ஆச்சிரியத்தை விதி என்னிடமிருந்து மறைத்துக் கொண்டிருந்தது. வாயிலுக்கு வெளியே புதையலைக் கண்ட நான் செல்வந்தர்களுள் ஒருவனானேன். அச்செல்வத்தை நானாக அனுபவித்திட எண்ணினேன் - அது வழமையானது தான் - ஆனால் ஏழைகளின் பேரிலான என் நேசம், இன்னொரு பாதைக்கு என்னைத் தள்ளிவிட, கற்பிதமான ராஜ்ஜியத்தை நிறுவத் தீர்மானித்தேன். அதிலே நாம் அனைவரும் சமமாய் இருக்க முடியும்.''

"கஞ்சா உன் மனதை விழுங்கியிருக்கிறது'' என்று புன்னகைத்த படியே ஷாரியார் கூறினார்.

"அதனை நான் மறுக்கவில்லை, ஏனெனில் கஞ்சாவைப் புகைக்கிறவனுக்கே அந்த எண்ணம் தோன்றும். இந்த எண்ணம் குறித்து நாடோடிகள் பெரிதும் உற்சாகம் காட்டினர். நாங்கள் தேர்ந்தெடுத்த இந்த ஆளவரமற்ற இடத்திலே நான் சுல்தானாக முடிசூட்டிக் கொண்டு, அமைச்சர்கள் தளபதிகள் மற்றும் அரசவையினரை வறியவர்களிடமிருந்து தெரிவு செய்தேன். எங்கள் விளையாட்டை நிகழ்த்த இரவு தவிர்த்து, பிற நேரங்களில் நாங்கள் ஒன்று கூடுவதில்லை. அப்போது, ஒவ்வொருவரும் தமது அந்தஸ்திற்கேற்ப அப்பட்டமான நாடோடிகளின் நிலைகளிலிருந்து அரசின் பொறுப்பாளர்களாக உருமாறி விடுவோம். அலாவுதீன் மரணத்தை ஏற்படுத்திய சதிச் செயல் எங்களுக்கு உத்வேகமாக அமைந்து ஒவ்வோர் இரவிலும் விசாரணைக் கூட்டத்தைக் கூட்ட, அங்கே இவ்வுலகில் சாத்தியப்படாத நீதி, தன் போக்கினை அமைத்துக் கொள்ளும்.''

"கஞ்சாவின் அடிமையே, நீ கருவூலப் பணத்தை வீணடித்தாயா?'' என்று சுல்தான் நிந்தித்தார்.

"எஞ்சியிருந்தது சொற்பமே, ஆனால் அதைக் கொண்டு பணத்தினால் கணக்கிடமுடியாத சந்தோஷத்தை நாங்கள் வாங்கினோம்.''

VII

தண்ணீர் எடுத்துச் செல்லும் இப்ராஹிமின் கதையினால் பெரிதும் சந்தோஷமடைந்த ஷாரியார் டாண்டனிடம் கூறினார்: "நாவிதன் உகரின் மகன் அலாவுதீனின் மரணம் குறித்து இதுவரையிலும் என்ன பேசப்படுகிறது என்பதைத் தெரிவியுங்கள்."

"மாட்சிமை மிக்கவரே இதற்கான சாவியை அல்-ஃபாதில் இபின் கக்கானிடம் கண்டு கொள்ளலாம். அவரை வரவழைத்தால் நிறையவே தெரியவரும்."

"தண்ணீர் எடுத்துச் செல்லும் சுல்தான் இப்ராஹிம் செய்தவற்றால் நாம் வழி நடத்திச் செல்லப்பட வேண்டும் எனக் கருதுகிறீர்களா?" என்றார் சுல்தான்.

"மாட்சிமை மிக்கவரே, உண்மையில் கஞ்சா அவனது மனது முழுவதையும் விழுங்கிடவில்லை என்பதை உறுதிப்படுத்திடும் அசாதாரண விசாரணை அது" என்றார் டாண்டன்.

"தீர்ப்பு குறித்து நானும் சந்தோஷப்பட்டேன் என்னும் உண்மையை நான் மறைக்கப் போவதில்லை" என்றார் ஷாரியார்.

சம்பவங்கள் இவ்வாறாக நடந்தன: அத்துமீறியோர் வீழ்ந்தனர்; அல்-ரூயின் இபின் சவி, தார்வீஷ் ஓம்ரான் மற்றும் ஹபஸ்லாம் பாஸஸ் ஆகியோர் தலை துண்டிக்கப்பட, அல்-ஃபாதில் இபின் கக்கானும் ஹைகல் அல்-ஸஃபரானியும் தம் பொறுப்புகளிலிருந்து விலக்கப்பட்டு, அவர்களது சொத்துகள் பறிமுதல் செய்யப்பட்டன.

புலப்படாத தன்மை கொண்ட குல்லாய்

I

"நகரின் ஆளுநர் அப்பாஸ் அல்-காலிகி, அந்தரங்கச் செயலாளர் சமி சுக்ரி, காவல்துறை இயக்குநர் கலீல் ஃபாரிஸ் சமீபகாலங்களில் இவர்களிடமிருந்து எந்த இழப்பும் எதிர்பார்க்கலாகாது" என்றது சக்ரபௌத்.

"ஏன் கூடாது?" என வெறுப்புடன் ஸர்மபஹா வினவிற்று.

"அத்துமீறியிருந்தவர்களை கவிழ்த்துவிட்ட கசப்பான அனுபவங்களிலிருந்து இவர்கள் தம் பொறுப்புகளை வந்தடைந்தவர்கள்."

"ஆட்சி அவர்களை சீரழிக்கும் வரையில் ஆட்சியாளர்களை விட்டு விட்டு, துடிப்பான இளைஞன் ஃபாதில் சனானைக் கவனிப்போம்."

"நமது நோக்கங்களையும் திட்டங்களையும் பாழ்படுத்துகிற வகையில், அவன் வேலையின் வாழும் உதாரணமாய் இருக்கிறான்" என ஆத்திரத்துடன் சக்ரபௌத் குறிப்பிட்டது.

"நமது திறமைக்கும் வஞ்சனைக்கும் நிஜமாகவே உரித்தான வகையிலுள்ள எத்தகைய இலக்கு!"

"ஸர்மபஹா, தீர்ந்து போகாத புதையல் நீ" என்று அது பேசும்போது அக்குரலில் உல்லாசம் வந்து சேர்ந்தது.

"நமக்கேயுரித்தான ஆனந்தமான விளையாட்டு ஒன்றை நாம் சேர்ந்து விளையாடிப் பார்க்கலாம்."

II

உஷ்ணமிக்க கோடைகால தினத்திற்குப் பின்னே, பொது நீரூற்றுப் படிவரிசை மீது ஃபாதில் சனான் ஓய்வெடுத்துக் கொண்டிருந்தான். அலாவுதீன் இல்லாததால் ரணம் பட்ட

நெஞ்சத்துடன் வருந்திய அவன், சீற்றத்துடன் தன்னையே கேட்டுக் கொள்வான்.

“வருத்தத்திலிருந்து விடுதலை எப்போது வந்து சேரும்?”

பிரகாசமான தோற்றமும் புன்னகைக்கும் பண்பும் கொண்ட ஒருவர் தன்னை நோக்கி வந்து தன்னருகே அமர்ந்ததை உணர்ந்தான். அவர்கள் வணக்கத்தை பரிமாறிக் கொண்டனர். அவன் காரணமாகவே அவர் அங்கே வந்திருப்பது போன்ற கவனத்தை அவனிடம் செலுத்தினார். தன் எண்ணங்களை வெளியிட ஃபாதில் அவருக்காகக் காத்திருந்தான். அவர் அவ்வாறு செய்யாது போகவே, “நீங்கள் நம் நகரைச் சேர்ந்தவர் இல்லை என்று நம்புகிறேன்” என்றான்.

அவர் நட்பார்ந்த முறையில் பேசினார். “உனது உள்ளுணர்வு சரிதான், நீ பேச வேண்டும் என்று தான் எதிர்பார்த்துள்ளேன்.”

சாதாரண ஆடை உடுத்தியவர்களால் பின்தொடரப் படுவதிலிருந்து கற்றுக் கொண்டிருந்த அலுப்புடன் அவனை அவர் உற்று நோக்கினார்.

“நீங்கள் யார்?” அவன் வினவினான்.

“அது முக்கியமில்லை. நான் விதியின் மனிதன். மேலும் உனக்காக ஒரு பரிசு வைத்திருக்கிறேன் என்பதுதான் கருதப்பட வேண்டியது.”

இன்னும் சலிப்புடன் புருவத்தைச் சுழித்த ஃபாதில் “உங்களை அனுப்பியுள்ளது யார்? வெளிப்படையாகப் பேசுங்கள். எனக்குப் புதிர்கள் பிடிக்காது” என்றான்.

“எனக்கும்தான். இதோ இருக்கிறது பரிசு. இது வேறெதையும் அவசியமற்றதாக்கும்” என்றார் புன்னகைத்தபடியே.

இதுவரையிலும் அப்படி ஒன்றை அவன் பார்த்திராத வகையில், வண்ண அலங்காரத் தையல்களுடன் கூடிய குல்லாவை தன் அங்கியின் பையிலிருந்து அவர் எடுத்தார். தன் தலையில் அதனை அவன் மாட்டிக் கொண்ட மாத்திரத்தில் அவன் மறைந்து போனான். திகைப்புற்ற ஃபாதில் பதற்றத்துடன் சுற்றுமுற்றும் நோக்கினான்.

“இது ஒரு கனவா?” என்று வினவினான். அவரது குரல் சிரிப்புடன் வினவியது: “மறையும் தன்மை கொண்ட குல்லாவை நீ கேள்விப்படவில்லையா? அதுதான் இது.”

குல்லாவைக் கழற்றியதும் அவன் திரும்பவும் புலப்பட்டான். ஃபாதிலின் நெஞ்சு துரிதமாய் அடித்துக் கொண்டது.

"நீங்கள் யார்?" அவன் நடுக்கத்துடன் வினவினான்.

"பரிசு நிஜமானதும் கண்டுணரக்கூடியதும் ஆகும். அதற்கு அப்பாலான கேள்வி முக்கியமற்றது."

"நிஜமாகவே எனக்குத்தர உத்தேசித்திருக்கிறீர்களா?"

"அதற்காகத்தான், வேறுயாரையும் விட உன்னை நான் தேடி வந்திருப்பது..."

"குறிப்பாக என்னை எதற்காக...?"

"தண்ணீர் எடுத்துச் செல்லும் இப்ராஹிம் ஏன் புதையலைக் கண்டுபிடித்தான்? ஆனால் அவனைப் போல உன்னுடைய புதையலை வீணாக்கிவிடாதே."

இவ்வுலகம் புதிதாய் படைக்கப்பட்டுக் கொண்டிருப்பதாகவும், சமூகத்தைப் பாதுகாக்கும் வகையில் இந்நிகழ்காலம் குறித்து கவனமாய் இருக்க வேண்டும் என்றும் ஃபாதில் தனக்குள் கூறிக் கொண்டான். விரைவிலேயே அவன் இருதயம் உன்னத அபிலாஷைகளால் நிறைந்து விட்டது.

"எதைப் பற்றி யோசித்துக் கொண்டிருக்கிறாய்?"

"உங்களுக்கு இதந்தரும் அழகான விஷயங்களைப் பற்றி."

"இதனைக் கொண்டு என்ன செய்யப் போகிறாய் என்று தெரிவி."

"என் மனசாட்சி கட்டளை இடுவது போல் செய்வேன்." தன் முகம் பிரகாசிக்க அவன் குறிப்பிட்டான்.

"உன் மனசாட்சி கட்டளை இடுவது தவிர்த்து வேறெதையும் செய்."

அவன் கண்களிலிருந்த பார்வையில் வேகம் குறைய, ஏமாற்ற உணர்வு அவனிடம் மேலோங்க, சஞ்சலம் மிகுந்தவனாய், "என்ன சொல்கிறீர்கள்?" என்றான்.

"உன் மனசாட்சி கட்டளை இடுவது தவிர்த்து வேறெதையும் செய்; இதுதான் நிபந்தனை. எதனையும் நீ ஏற்றுக் கொள்ளலாம் அல்லது மறுதலிக்கலாம், ஆனால் ஏமாறலாகாது என்பதில் கவனமாயிரு. அப்போது நீ குல்லாவை இழப்பாய் மேலும் உன் வாழ்க்கையையும் இழக்க நேரும்."

"அப்படியானால் என்னைத் தீமையின்பால் தள்ளிவிடுகிறீர்கள், ஏமாற்றுக்காரரே."

"என் நிபந்தனை தெளிவானது. உன் மனசாட்சி கட்டளை இடுவதைச் செய்யாதே. கூடவே, எந்தத் தீங்கையும் நீ இழைக்கக் கூடாது."

"அப்படியானால் அதைக் கொண்டு நான் என்ன செய்வது?"

"இதற்கும் அதற்குமிடையே ஆதாயமோ தீங்கோ வராத பல விஷயங்கள் உள்ளன. நீ சுதந்திரமானவன்."

"நான் கௌரவமான வாழ்க்கை வாழ்பவன்."

"குல்லாவைக் கொண்டல்லாது உனது தலைப்பாகையை வைத்து உன் விருப்பப்படி தொடரலாம். அதனிடமிருந்து என்ன பெற்றாய்? வறுமை, அவ்வப்போது சிறை..."

"அது என் விவகாரம்."

"நான் கிளம்ப வேண்டிய நேரம் வந்துள்ளது நீ என்ன சொல்கிறாய்?" என எழுந்து நின்றபடியே அவர் கேட்டார்.

அவன் இருதயம் பதற்றத்துடன் அடித்தது: அது இருமுறை வராத சந்தர்ப்பமாயிருந்தது. அவனால் மறுதலிக்க முடியாது. "ஏற்றுக் கொள்ளக் கூடிய பரிசு, இதன் காரணமாக நான் பயப்பட ஏதுமில்லை" என்று நம்பிக்கையுடன் குறிப்பிட்டான்.

III

எங்கும் நிறைந்து ஆனால் காணப்படாதுள்ள தென்றலென, ஃபாதில் சனான் அடுத்த காலையில் போய்விட்டான். புதிய மாய அனுபவம் அவனைத் தன் கட்டுக்குள் எடுத்துக் கொண்டது. மறைந்துள்ள இயங்குசக்தியாக இருந்திட முயன்றான். இதனால் ஜீவிதத்தைத் தேடுவதற்கான அன்றாட முயற்சியைக் கூட அவன் மறக்குமாறு செய்தது. சந்தோஷம் மறைவாக இருப்பதனால், மறைந்துள்ள ஆற்றல்களுடன் சரிக்குச் சரியாக வந்திருப்பதாகவும், விவகாரங்களை தன் கட்டுக்குள் கொண்டு வந்திருப்பதாகவும் மற்றும் செயல்பாட்டிற்கான சாத்தியம் வரம்பின்றி விரிந்து கிடப்பதாகவும் அதன் காரணமாக தான் உணர்வு கொள்வதாகவும் பொறுப்பு ஏற்பதாகவும் உணர்ந்தான்.

தன் உடலிலிருந்தும் மனிதரின் கண்களிலிருந்தும் மற்றும் மானுட விதிகளிலிருந்தும் அவன் விடுபட்டிருந்த தனிச்சிறப்பான காலக்கட்டமாக அது இருந்தது. யாரோ ஓர் அயோக்கியனால் இதெல்லாம் சாத்தியமாயிருப்பதை எண்ணினான். மேலும் தன்னைச் செயலாற்ற தேர்ந்தெடுத்தமைக்காக அதிருஷ்டத்திற்கு நன்றி பாராட்டினான். அவனது அளப்பரிய சந்தோஷத்தினால், மாலைப்பொழுது வரும் மட்டும் தன்னைப் பற்றி பிரக்ஞை கொள்ளாதிருந்தான்.

அப்போது, இரவுச் சாப்பாட்டைத் தயாரிக்கவும் தின்பண்டங்கள் தயாரிப்புக்கான பொருட்கள் வாங்கவும் அவனது வரம்புக்குட்பட்ட திர்ஹாமுக்களுக்காக அக்ரமானும் உம் சாத்தும் காத்துக் கொண்டிருந்ததை ஞாபகப்படுத்திக்கொண்டான். தன் இல்லத்திற்கு வெறுங்கையுடன் தான் திரும்ப இயலாது என்றெண்ணி கவலைப்பட்டான்.

மாமிசம் விற்பவனின் கடையை அவன் கடந்து போனான். கடைப்பையன் ஓரமாக நிற்க, கடைக்காரன் அன்றைய வருவாயை எண்ணிக் கொண்டிருந்தான். தனது தினசரி வருவாயான மூன்று திர்ஹாம்களை எடுத்துக் கொள்வதென்றும் நிலவரம் சரியனாதும் தன்னால் திருப்பித் தந்து விடமுடியும் என்றும் தனக்குள் சமாதானம் சொல்லிக் கொண்டு தீர்மானித்தான். கடைக்குள் நுழைந்து பணத்தை எடுத்துக் கொண்டான். தன் ஆயுளில் முதல்முறையாக திருடியதற்காக் குற்றவுணர்வுடன் அவன் திரும்பவும் தெருவுக்கு வந்தான். கடைக்காரன் தன் கடைப்பையனை திருட்டுக்காகத் திட்டி உதைத்து வெளியேற்றுவதைப் பார்த்தான்.

IV

இரவுச் சாப்பாட்டுக்குப் பின் தன் குல்லாயுடன் எமீர்களின் சிற்றுண்டி விடுதிக்குப் போய் குஷிப்படுத்திக் கொள்வதை எண்ணிப் பார்த்தான். கறிக் கடையில் செய்திருந்ததைப் போன்ற கௌரவக் குறைவான காரியங்களில் தான் ஈடுபடக் கூடாது என்பதில் அவன் கவனமாய் இருக்க வேண்டும் என்றாலும், சூதுவாதற்ற சில விளையாட்டுகளுக்கு அது இடமளிக்கும்.

முதல்முறையாக, பரிச்சயமான முகங்கள் தன்னைப் பார்க்க முடியாதிருந்ததைக் கண்டான். ஹாஸன் அல்-அத்தர், துணிமணி வியாபாரி கலீல், நாவிதன் உகர், கூனன் சாம்லவல், மாஸ்டர் சாஹ்லவல், தண்ணீர் எடுத்துச் செல்லும் இப்ராஹிம், சுலைமான்

அல்-ஸய்னி, அப்தில்காதிர் அல்-மஹீனி, சுமைதூக்கி ரகப் மற்றும் செருப்புத்தைக்கும் மாரஃப் ஆகியோர் மீது அவன் பார்வை இகழ்ச்சியுடன் கடந்து சென்றது. "ஃபாதில் சனானை வரவிடாது செய்திருப்பது எது?" என்று அவர்கள் வினவியதைக் கேட்டான்.

கூனன் சாம்லவல் சிரித்தபடியே உச்ச குரலில் பதிலளித்தான்: "ஏதாவது நாசம் வந்து சேர்ந்திருக்கும்."

அக்கோமாளியைத் தண்டிக்க அவன் தீர்மானித்தான். செம்பருத்திப் பூக்களிலிருந்து தயாரிக்கப்பட்ட தம்ளர்களைத் தட்டில் பணியாள் எடுத்துவர, திடீரென்று அத்தட்டு கூனன் முதுகிலே கொட்டிவிட்டது. தன் மீது அப்பானம் சிந்திவிட்டதால் கூச்சலிட்டபடியே கூனன் தாவிக் குதிக்க, பணியாளோ அதிர்ந்து போய் நின்றான். மற்றவர்கள் பரிகாசத்துடன் நகைத்தனர். சிற்றுண்டி விடுதியின் உரிமையாளர் பணியாளை அறைந்து விட்டு, சுல்தானின் கோமாளியிடம் மன்னிப்புக் கேட்கத் தொடங்கினார். மிகைப்படுத்திய வகையில் உகப்பானதைச் செய்ய வேண்டும் என்று உரிமையாளரே புதிதாய் தம்ளர்களைத் தட்டில் கொண்டுவர, இப்போது அது, சுலைமான் அல்-ஸய்னியின் தலைமீது கொட்டிவிட்டது. ஆச்சரியமும் ரகசிய சந்தோஷமும் பரவ, "இது கஞ்சாவின் வேலையாக இருக்க வேண்டும்" என ஒன்றுக்கும் மேற்பட்ட குரல்கள் ஒலித்தன.

சிரமங்களிலிருந்து விடுபட்டும் கவலைகள் மறந்தும் உகர் சிரித்தான். ஆனால் அவன் சிரிப்பதற்கு அனுமதிக்கப்படவில்லை, அவன் பிடரியிலே சரியான அடி விழுந்ததால். ஆத்திரத்துடன் திரும்பியவன் தன் பின்னே செருப்புத்தைக்கும் மாரஃபைப் பார்த்து தன் உள்ளங்கையால் அவன் முகத்தில் குத்த, இருவரும் சண்டையில் இறங்கிவிட்டனர். கல் ஒன்று விளக்கில் விழுந்ததும் இருள் கவிந்தது. இருளில் அடிகள் பரிமாறப்பட்டன. கோபதாபங்கள் எழுந்தன. அவர்கள் கூச்சலிட்டபடி சண்டையிட்டனர் - பைத்திய நிலை மற்றும் பயத்தின் அருவருப்பான நிலையில் வீதியில் வந்து கிடக்கும் வரை.

V

தனக்குத் தேவை ஏற்படும் மட்டும் ஃபாதில் குல்லாயைப் பைக்குள் போட்டு, இயல்பாக வாழ்ந்தான். திருட்டு மற்றும் அர்த்தமற்ற வேடிக்கைகளைச் செய்யக் காரணமாக இருந்தது

தவிர்த்து, அதிலிருந்து எதையும் தான் பெற்றிடவில்லை என்று தனக்குள் கூறிக் கொண்டான். அவன் பதட்டமும் விரக்தியும் கொண்டான். இதுபோன்றதொரு அரிய சந்தர்ப்பத்தை தன்னால் ஒதுக்க இயலாது என்று தனக்குள் கூறிக் கொண்டான். விஷயங்களை எண்ணிப் பார்க்கும் சந்தர்ப்பம் அவனுக்கு கிடைக்கவில்லை ஆனால் அப்படிச் செய்வதனால் உண்டாகும் நன்மை என்ன? குல்லாயைக் கொண்டு நன்மை செய்வது சாத்தியமற்றுப் போனால், அதைக் கொண்டு அவன் என்ன செய்யக்கூடும்?"

அஸ்தமனத்திற்குப் பிறகு, சமீபத்தில் ஒரு சிறு வியாபாரி தர்பூசணி விற்றுக் கொண்டிருக்க, பொது நீரூற்றுப் படிவரிசை மேல் அவன் ஓய்வெடுத்துக் கொண்டிருந்தான். சக கைதிகளை சித்திரவதைப்படுத்துவதில் நன்கறியப்பட்ட சிறை வார்டர் அவன் என்று கண்டதும் அவனது கால்கைகள் நடுக்கமுற்றன. அவனது இருப்பிடமாகத் தோன்றிய அருகாமையிலுள்ள சந்திற்குத் தன் தர்பூசணிகளுடன் நகர்ந்தபோது, அவனும் பின் தொடர்ந்தான். அங்கு யாருமில்லாததைக் கவனித்து, குல்லாயை மாட்டிக் கொண்டு, பார்வையிலிருந்து மறைந்தான். வாக்குறுதியை மறந்துபோய் தின்பண்டங்களை வெட்டுவதற்கான கத்தியை எடுத்தான்.

அவனுக்குக் குல்லாயைத் தந்திருந்தவரால் அவன் செய்ய விரும்பியதை தடுக்க முடிகிறதா என்பதையாவது அவன் கண்டு கொள்ளட்டும். தன் இருப்பை உணர்ந்து கொள்ளாத வார்டரிடம் சென்று, அவன் கழுத்திலே மரண அடிக்குக் குறிவைக்கவே, அவன் ரத்த வெள்ளத்தில் விழுந்தான்.

வெற்றியுணர்வு அவனை உற்சாகப்படுத்தியது. தான் விரும்பியதை அவனால் செய்யமுடிகிறது. அங்கிருந்து கிளம்பாமல், என்ன நிகழும் என்று பார்க்கும் பொருட்டு அங்கேயே இருந்தான். விளக்குகளின் வெளிச்சத்தில் மக்கள் கூடுவதைப் பார்த்தான். போலீஸ் வந்ததும், தன் கடைசி மூச்சை விடும் முன் தர்பூசணி வியாபாரியைப் போலீஸ் கைது செய்வதைக் கண்டான். ஃபாதில் அதிர்ச்சியுற்று சஞ்சலப்பட்டான். சிறையதிகாரியை வீழ்த்திடும் வகையில் அவனுக்கும் வியாபாரிக்கும் இடையே என்ன நிலவிற்று? சஞ்சலம் தாங்கிக் கொள்ள இயலாத வகையில் பெருகியது.

"சூதுவாதற்ற இவனைக் காப்பாற்றுவது தவிர்த்து வேறு வழியில்லை" என்று அவன் தனக்குள் கூறிக் கொண்டான்.

அப்போது குல்லாய் தந்தவர் அவன் முன் நின்று "ஒப்பந்தத்தை மீறாதிருப்பதில் எச்சரிக்கையாயிரு" என்றார்.

"குற்றவாளியை நான் கொல்லுமாறு விடமாட்டீர்களா?" என்று ஃபாதில் பீதியுடன் கேட்டான்.

"முடியவே முடியாது. நீ குற்றவாளியைக் கொல்லாது, நல்லவனும் மாசற்றவனுமான அவனது இரட்டையைக் கொன்றாய்."

VI

திருட்டிலிருந்து, முட்டாள்தனமான விளையாட்டுகளுக்கும், கொலைக்கும் போயிருந்த அவன் அதலபாதாளத்தில் விழுந்திருந்தான். தர்பூசணி விற்பவன் சிரச்சேதம் செய்யப்பட்ட மறுநாள், அவனிடம் விரக்தியுணர்வு மேலோங்கி இருந்தது. பைத்தியக்காரனைப்போல் சந்துகளில் குறிக்கோளின்றி அவன் நடந்து திரிந்தான். உலகையும் தனது என்றென்றைக்குமான கனவுகளையும் வெறுத்திடும் அளவுக்கு, தன்னை அவன் முழுமையாக வெறுத்தான்.

'எனக்கு எஞ்சியிருப்பது ஒத்துக்கொள்வதும் அபராதத்தை எதிர்கொள்வதும்தான்' என்று தனக்குள் கிசுகிசுத்தான்.

அப்போது குல்லாய்க்குச் சொந்தக்காரரைச் சந்தித்தான்: "எச்சரிக்கையாயிரு" என்றார்.

"நீங்கள் சாபத்திற்கு உள்ளாவீர்கள்" என்று ஆத்திரத்தில் கத்தினான்.

"சக்திக்கும் சந்தோஷத்துக்குமான சாவியை உனக்குக் கையளித்திருக்கும் ஒருவருக்கு இதுதான் கைமாறா?" என்றபடி அவர் மறைந்து போனார்.

தகிக்கும் பைத்திய நிலை சேர்ந்து கசப்புணர்வு அவனைச் சூழ்ந்து கொண்டது. மறைவிடங்களிலிருந்த பிசாசுகளை வரவழைத்து அவன் குடிக்கத் தொடங்கினான். தனக்குத் தூண்டுதல் தந்து, பக்தியுணர்வுவினால் துரத்தியடிக்கப்பட்ட எண்ணங்களை, காமத்தினால் கனத்திருந்த எண்ணங்களை அவன் மனதிற்குக் கொண்டு வந்தான்.

சிவந்து கனன்ற பைத்திய நிலையின் கதிர்வீச்சுகளின் மூலமாக இரு ரூபங்களில் அவை வெளிப்பாடு கொண்டன: ஹாஸன் அல்-அத்தரின் சகோதரி கமாராகவும், சுலைமான் அல்-

ஸய்னியின் மனைவி குத் அல்-குலாப் ஆகவும். அவன் தனக்குள் கூறிக்கொண்டான்: என் வயிற்றில் ஒயின் தங்கியிருப்பதைக் காணும் நான், குடிப்பது பற்றி ஏன் பயப்பட வேண்டும்? சாபத்திடம் சரணடைவது தவிர்த்து வேறெதும் எனக்கு எஞ்சியிருக்கவில்லை. ஆதலால் என்னை விண்ணகத்திற்கு எழ விடுங்கள். பிசாசுகள் தம் பாட்டில்களிலிருந்து வெடித்துக் கிளம்பட்டும், தண்டனை வந்து சேரட்டும்."

VII

"என் கனவில் ஃபாதில் சனானா? எத்தகைய கனவு" என்று காமர் அல்-அத்தர் தன்னையே கேட்டுக் கொண்டாள். ஆனால் மறுதலிக்க முடியாத அறிகுறிகளை கனவு விட்டுச் சென்றிருந்தது என அவள் உணர்ந்து கொண்டாள். "அவனே பிசாசு என்பதாக" அவள் திகைப்புற்று தனக்குள் கூறிக் கொண்டாள். திகில் அவளைக் கவ்விக் கொள்ள, மரணம் அவள் கண்களின் முன்னே தோன்றியது.

"இது ஒரு தீக்கனவு. ஆனால் இவ்வழியில் ஒருபோதும் நான் எண்ணிப் பார்த்திராத ஃபாதில் சனான் வந்தது ஏன்?" என்று குத் அல்-குலாப் தனக்குள் கூறிக் கொண்டாள்.

இருப்பினும், தீக்கனவிலிருந்து அறிகுறிகள் வெளியாகி திகிலுணர்வு அவளுக்குள்ளே வெடித்தது. தன்னுடைய பணம் திருடப்பட்டிருந்ததை சுலைமான் அல்-ஸய்னி கண்டுபிடித்தார். காவல்துறை இயக்குநர் கலீல் ஃபாரிஸ் உடன் வந்தார். தன் தீக்கனவின் கதையை குத் அல்-குலாப் மறைத்திட, மரணத்தின் எண்ணம் அவளைச் சூழ்ந்து கொண்டது.

VIII

பகலில் தன் அன்றாட வாழ்க்கையை அப்படியே வாழ்ந்தான், எமீர்களின் சிற்றுண்டி விடுதிக்குச் செல்லத் தவறவில்லை. "ஃபாதில் சனான், அலாவுதீன் போல் நல்ல இளைஞனாகவும் இன்னும் மேலானவனாகவும் இருந்தாய், அல்லா உன்னிடம் கருணை கொண்டிருக்கட்டும்" என்று அவன் தனக்குள் திரும்பத்திரும்பக் கூறிக் கொண்டான்.

அலைந்து திரியும் பைத்தியத்தைச் சந்திக்கும் போதெல்லாம் இனிப்பும் தருவான். ஆனால் இத்தடவை பைத்தியம் தன் கையை நீட்டாது அவனைப் பார்க்காதது போல் போய்விட்டது.

அவன் திகைப்புற, ஈக்களென பயம் அவனை மொய்த்துக் கொண்டது. காரணம் இல்லாமல் பைத்தியம் மாறியிருக்கவில்லை. தன் சருமத்தின் கீழே இருந்த பிசாசை அவன் உணர்ந்திருக்க வேண்டும்.

“நான் பைத்தியத்தைக் கண்டு பீதிகொள்ள வேண்டும்” எனத் தனக்குள் முணுமுணுத்தான்.

குல்லாவின் உரிமையாளர் ஊக்குவிக்கும் வகையில் புன்னகைத்து, “சரிதான், ஆனால் நீ பயப்பட வேண்டியது அது ஒன்றிடம் மட்டுமல்ல” என்று கூறுவதைக் கேட்டான்.

அவன் கடுகடுப்பாகி அவமானப்பட்டதாக உணர்ந்தான்.

“பைத்தியத்தைக் கொன்று விடு; அது உனக்குச் சிரமமாக இருக்காது” அவர் அமைதியாகக் கூறினார்.

“பேரத்தில் அடங்காதவற்றை ஆலோசனையாகக் கூற வேண்டாம்.”

“நாம் நண்பர்கள் ஆகவேண்டும். அவ்வகையில் ஒரு முட்டாளாகிய ஷேக் அல்-பால்கியை கொல்லுமாறும் நான் ஆலோசனை கூறலாம்.”

“நாம் நண்பர்கள் இல்லை மற்றும் என் சுயேச்சையான விருப்பப்படி அல்லாமல் எதையும் செய்யமாட்டேன்.”

“அதை முழுவதுமாக ஒத்துக் கொள்கிறேன். ஆனால் நீ அதற்காக வருந்தக் கூடாது. பழக்கவழக்க மாறுதலினால் நீ பாதிக்கப்படுகிறாய்; ஆனால் ஆச்சரியகரமான ஞானத்தைப் பெறுவாய். மேலும், உனக்குரிய விதத்தில் வாழ்க்கையைப் புரிந்து கொள்வாய்.”

“நீங்கள் என்னிடம் விளையாடுகிறீர்கள்” என்று ஃபாதில் கூச்சலிட்டான்.

“இல்லவே இல்லை. உன் எதிரிகள் உன்னைக் கொல்வதற்குள் அவர்களைக் கொன்று விடு என்று வற்புறுத்துகிறேன்.”

“என்னைத் தனியே விடுங்கள்” என அருவருத்துக் கூறினான்.

IX

சஞ்சலப்படுத்தும் சம்பவங்கள் நிகழ்ந்தன: கமார் அல்-அத்தர் மற்றும் சுலைமான் அல்-ஸய்னியின் மனைவி குத் அல்-குலாப் என்னும் தனிச்சிறப்பான, அழகிய இரு பெண்களை ஒரே நேரத்தில் புதிரான நோயொன்று தாக்கியது. அப்துல்காதிர் அல்-மஹீனியின் விசுவாசமிக்க அர்ப்பணிப்போ அனுபவமோ, அவர்களைக் காப்பாற்றுவதில் உதவாமல் போயின. எவ்வாறு ஒதுக்கித் தள்ளுவது என்பது தெரியாமல், ரகசியக் கவலை ஒன்று தனக்கிருந்ததை, அவர்களது மரணங்களை ஒட்டி, டாக்டர் உணர்ந்து கொண்டார்.

தன் நண்பர்களின் நற்பெயரைப் பாதுகாக்கும் பொருட்டு, அவர் நிசப்தமாய் இருக்க வேண்டுமா? தன் நிசப்தம் ஒரு குற்றத்தை, குற்றவாளியை மறைத்திடக் கூடும் என்று அவர் பயப்பட வேண்டுமா? நீண்ட நேரம் யோசித்துப் பார்த்த அவர் காவல்துறை இயக்குநர் கலீல் ஃபாரிஸை பார்க்கப் போனார்.

“அல்லா நம்மைச் சரியான வழியில் வழிகாட்டுவார் என்னும் நம்பிக்கையில் என் கவலையை உங்களிடம் கூறப்போகிறேன்” என்றார். ஆழ்ந்த பெருமூச்சு விட்டதும், தொடர்ந்தார்: “ஹாஸன் அல்-அத்தர் மற்றும் குத் அல்-குலாப் ஆகியோரைப் பாதித்தது நோயல்ல. அவர்களை மெல்லக் கொல்லும் நஞ்சினால்தான் அவர்கள் இருவரும் இறந்தனர் என்பது தெளிவாகிறது.”

“தற்கொலையா?” காவல்துறை இயக்குநர் கவலையுடன் முணுமுணுத்தார். “ஆனால் ஏன்? யாரேனும் அவர்களை ஏன் கொலை செய்ய விரும்ப வேண்டும்?”

“ஒவ்வொருவரும் இறக்கும்போது ஃபாதில் சனான் பெயரை உச்சரித்தனர்.”

ஆர்வம் அதிகரித்து அவர் தலையை ஆட்ட, டாக்டர் குறிப்பிட்டார்: “அவன் தங்களைத் தாக்கியிருந்ததாக, அவர்கள் இருவரும் அன்றிரவு கனவு கண்டிருந்தனர். அப்புறம் அக்கனவு ஒரு யதார்த்தமாயிருந்ததை முற்றமுடிவாக எடுத்துக் காட்டிய சில தடயங்கள் இருந்தன என்பது அவர்களுக்குத் தெளிவானது. இதுதான் நான் புரிந்து கொண்ட விஷயம்.”

“இது அதிர்ச்சி தருகிறது. அவன் அவர்களுக்குப் போதை மருந்து தந்திருப்பானா?”

“எனக்குத் தெரியவில்லை.”

“கனவு நிகழ்ந்தது எங்கே?”

“அவர்களது வீடுகளின் படுக்கைகளிலே.”

“இது நிஜமாகவே ஆச்சரியகரமானது. அவர்களின் வீடுகளுக்குள் எப்படி திருட்டுத்தனமாய் நுழைந்தான்? தன் காரியத்தைச் சாதிக்க ஏதுவாக அவர்களுக்கு எப்படிப் போதை மருந்து தந்தான்? இருவீடுகளிலும் அவனுக்கு உதவி செய்வோர் இருந்தனரா?”

“எனக்குத் தெரியவில்லை.”

“ஹாஸனிடமும், அல்-ஸய்னியிடமும் இவ்விஷயத்தை எடுத்துச் சொன்னீர்களா?”

“அப்படிச் செய்யும் தைரியம் எனக்கு இருந்ததில்லை.”

“ஃபாதில் சனான் குறித்து உங்களுக்கு என்ன தெரியும்?”

“மாசில்லாத இளைஞன்.”

“எந்தவொரு சான்றினாலும் இன்னும் நிரூபிக்கப்பட்டிருக்காத சந்தேகம் ஒன்று இருந்தது. அவன் ஒரு காரிஜி என்று.”

“அதுபற்றி எதுவும் எனக்குத் தெரியாது.”

“அவனை நான் உடனே கைது செய்து தீவிரமாக விசாரிப்பேன்” என்று தீர்மானகரமாகக் கூறினார் காவல்துறை இயக்குநர்.

“அவ்விரு பெண்களின் நற்பெயர்களைக் காக்கும் விதத்தில் உங்கள் விசாரணை ரகசியமாக நடக்கும் என்று நம்புகிறேன்.”

கலீல் ஃபாரிஸ் தோளைக் குலுக்கியபடி, “உண்மையை வெளிப்படுத்துவது எனது முதலாவது அக்கறையாகும்” என்றார்.

X

ஃபாதில் கைது செய்யப்பட்டு உடனடியாகச் சிறைக்குக் கொண்டு போகப்பட்டான். நகரின் ஆளுநர் அப்பாஸ் அல்-காலிகி இவ்விஷயத்தில் ஆர்வம் கொண்டவராகி, ஹாஸன் அல்-அத்தர் மற்றும் சுலைமான் அல்-ஸய்னி ஆகியோரைச் சந்திக்கையில் ரகசியத்தை வெளியிடுவது டாக்டருக்கு அருவருப்பாயிருந்தது என்று குறிப்பிட்டு ஆச்சரியத்தில் ஆழ்த்தினார். அவர்களது தலைகளின் மீது குறிவைக்கப்பட்ட

ஆவேசத் தாக்குதலைப் போன்றிருந்தது. தாங்கிக் கொள்ள மரணமே எளிதானதாயிருந்தது. ஃபாதில் சனானைத் தானே விசாரிக்க வேண்டுமென்பதற்காக அவனை சிறையிலிருந்து கொண்டுவர அல்-காலிகி உத்திரவிட்டார். எனினும், கலீல் ஃபாரிஸ் அவரிடம் வந்து மிகுந்த தருமசங்கடத்துடன், "குற்றவாளி தப்பிவிட்டான். சிறையில் அவனது அடையாளமே கிடையாது" என்றார்.

ஆவேசமுற்ற ஆளுநர் காவல்துறை இயக்குநர் மீது குற்றச்சாட்டுகளை வீசினார்.

"அவன் தப்பித்தது பெரும் மர்மமாயிருக்கிறது. ஏதோ பில்லி சூனியவித்தை போலிருக்கிறது" என்று அவர் நிராதரவாகக் குறிப்பிட்டார்.

"நம்பிக்கையின் அடித்தளத்தையே ஆட்டங்காணச் செய்து விடும் விவகாரம் போலவே உள்ளது."

உளவாளிகள் வெட்டுக்கிளிகளாய் பிறநாடுகளுக்குச் சென்றனர். ஃபாதில் சனானின் மனைவி அக்ரமான், அவனது சகோதரி ஹுஸ்னியா, அவனது அம்மா உம் சாத் ஆகியோர் வரவழைக்கப்பட்டனர்.

"என் கணவன் உன்னதமானவர். அவருக்கு எதிராகக் கூறப்படும் ஒரு வார்த்தையைக் கூட நம்பமாட்டேன்" என்று அக்ரமான் அழுது கொண்டே குறிப்பிட்டாள்.

XI

இன்றைக்குப் பிறகு, குல்லாய் இருக்கும் போதான ஆயுள் தவிர்த்து, வேறெந்த ஆயுளும் கொண்டிருக்கப் போவதில்லை. திருந்தவும் முடியாமல் நல்லது செய்யவும் முடியாமல், உல்லாசமான கேளிக்கைகளில் அல்லது தீயதின் தளங்களில் மட்டுமே உலவக்கூடிய, சபிக்கப்பட்ட ஓர் ஆன்மாவின் வாழ்வாக அது இருக்கும் என்பதால் இறந்து விட்டவனைப் போல் தான் ஆகியிருந்ததை உணர்ந்து கொண்ட ஃபாதில் சனான், நிந்திக்கப்பட்ட சாத்தானாக ஆகியிருந்தான். நிராதரவான நிலையில் அவன் முனங்கிக் கொண்டிருந்தபோது, குல்லாயின் உரிமையாளர் அவன் முன் தோன்றினார்.

"என் உதவி உனக்குத் தேவைப்படுமோ?" என்று வினவினார்.

ஃபாதில் அவரை வெறுப்புடன் நோக்க, அவரோ நட்பார்ந்த தன்மையில் கூறினார்: "உன் அதிகாரத்திற்கு வரம்பிருக்காது, மேலும் எதற்கும் குறைவிருக்காது."

"இல்லாதிருப்பதைப்போன்ற நிலை இது" அவன் வியப்பைத் தெரிவித்தான்.

"பழைய அபிப்பிராயங்களைப் போக்கி விட்டு, உனது பெரும் அதிருஷ்டத்தை உணர்ந்து கொள்" என்றார் பரிகாசமாக.

"தனிமை. தனிமையும் இருளும். மனைவி, தங்கை மற்றும் அம்மாவை இழந்தேன், அதேபோல சிநேகிதர்களையும்."

"அனுபவமிக்கவரின் ஆலோசனையைக் கேள். சமுதாயத்தை உலுக்கி எடுத்திடும் நிகழ்வு ஒன்றினால் ஒவ்வொரு நாளையும் அனுபவிப்பது உன் ஆற்றலில் இருக்கிறது" என்று அவர் அமைதியாகக் குறிப்பிட்டார்.

XII

நகரை மர்மமிக்க நிகழ்வுகள் அடித்துச் சென்று, அவ்வழக்கையும் தப்பிச் சென்றிருந்த குற்றவாளியையும் மக்கள் மறந்து போகுமாறு செய்து விட்டது. உயர் குடியில் பிறந்த ஒருவர் தன் கோவேறு கழுதையிலிருந்து தள்ளப்பட்டு, தரையில் விழுந்தார். காவலர்களால் சூழப்பட்டிருந்த அந்தரங்க செயலாளர் சமி சுக்ரியின் தலை மீது விழுந்த கல், அதனைப் பிளந்து விட்டது. ஆளுநரின் இல்லத்திலிருந்த விலைமதிப்பற்ற நகைகள் காணாமல் போயின. மரக்கிடங்கில் தீப்பற்றி எரிந்தது. சந்தை நடக்குமிடங்களில் பெண்கள் இம்சிக்கப்படுவது அதிகரித்தது. விரக்தியாலும் பைத்தியநிலையாலும் போதையேறி எப்போதும் தலை தெறிக்க ஃபாதில் சனான் போய்க் கொண்டிருக்க, மேல்மட்டத்தினரையும் கீழ்மட்டத்தினரையும் திகிலுணர்வு பின் தொடர்ந்தது.

ஆளுநர் அப்பாஸ் அல்-காலிகி, ஷேக் அப்துல்லா அல்-பால்கியையும், டாக்டர் அப்துல் காதிர் அல்-மஹீனியையும் முஃப்தியையும் சந்தித்து அவர்களிடம் வினவினார். "நம் நகரின் மேட்டுக்குடியினர் நீங்கள். என்ன நடந்து கொண்டிருக்கிறது என்பதில் உங்கள் அபிப்பிராயங்களிலிருந்து வழிகாட்டுதல் பெற விரும்புகிறேன். உங்களது பரிசோதனை என்ன, நீங்கள் பரிந்துரைக்கும் சிகிச்சை என்ன?"

"அயோக்கியர்களின் கும்பல் ஒன்று வசதிவாய்ப்புகளுடன் வஞ்சனையாகச் செயல்படுகிறது, அவ்வளவுதான். பாதுகாப்பைப் பொறுத்தவரை அதிகப்படியான எச்சரிக்கை தேவைப்படுகிறது" என்றார் டாக்டர்.

சிறிது நேரம் யோசித்து விட்டு அவர் தொடர்ந்தார்.

"நீங்கள் கருதுவதைக் காட்டிலும் பிரச்சினை மிகவும் கடுமையானது என்று நம்புகிறேன். ஷேக் அப்துல்லாவைப் பற்றி உங்கள் அபிப்பிராயம் என்ன?" என்றார் ஆளுநர்.

"எங்களிடம் உண்மையான நம்பிக்கை இல்லை" நறுக்கென்று அவர் பதிலளித்தார்.

"ஆனால் மக்கள் நம்பிக்கையாளர்களாக இருக்கிறார்கள்."

"இல்லவே இல்லை, உண்மையான நம்பிக்கை ஒற்றைக் கொம்பு மானை விடவும் அரிதானது" என்று வேதனையுடன் கூறினார்.

அப்போது முஃப்தி கடுமையான குரலில் குறிப்பிட்டார்: "நமக்கெதிராக யாரோ ஒருவன் பில்லி சூனியம் செய்து கொண்டிருக்கிறான். சியாக்கள் மற்றும் காரிஜிகளைத் தவிர வேறு யாரையும் நான் குற்றம் சாட்டவில்லை."

எந்த வகையிலேனும் சந்தேகிக்கப்பட்டவர்கள் சிறைகளுக்குக் கொண்டு செல்லப்பட்டனர். பல வீடுகள் சந்தேகங்களால் ஆட்டங்கண்டன. முதல் தடவையாக ஃபாதில் சனான் தன் விரக்தி நிலையிலிருந்து விழிப்புக் கொண்டான். யோசனைக்கும் வருத்தத்திற்கும் தன் இருதயத்தில் இன்னும் இடமிருந்ததா என்று அவன் ஆச்சரியப்பட்டான். எரிகிற தணல்மீது வீசுகிற காற்றென பழைய நினைவுகள் அவனுக்குள் புத்துயிர்ப்பு கொண்டன. கட்டற்ற தன் நடவடிக்கையை புதிய திசையில் திருப்பி விடலாமா என்று எண்ணத் தொடங்கினான். எனினும் எச்சரிக்கை செய்யும் தோற்றத்துடன் அவனுக்குத் தோற்றமளித்த குல்லாவின் உரிமையாளர், "உன் பழைய நோயிலிருந்து நீ இன்னும் குணமடையவில்லையா?" என்று வினவினார்.

ஆத்திரம் பீறிட்டாலும் தன்னைக் கட்டுப்படுத்திக் கொண்ட அவன், "இவர்களைத் தப்பிக்கச் செய்வது கட்டற்ற நடவடிக்கையின் உச்சமாயிருக்கும்" என்றான்.

"நம் ஒப்பந்தத்தை ஞாபகப்படுத்திக் கொள்."

"மதவிரோதிகளை மீட்பதில் என்ன நன்மை இருக்கப் போகிறது?" அவன் கடுமையுடன் கேட்டான்.

"உன் அபிப்பிராயத்தில் அவர்கள் தலைவர்கள்; நீ வெறுமனே அவர்களுள் ஒருவன்தான். ஆக என்னுடன் விளையாட முற்படாதே."

"நான் விரும்பியதைச் செய்யவிடு, அப்புறம் நீ விரும்பியதைச் செய்வேன்." அவன் தீர்மானகரமாகவும் நம்பிக்கையுடனும் கூறினான்.

அவன் தலையிலிருந்து குல்லா பிய்த்தெறியப்பட, சுடுதளத்தில் மக்கள் நெருக்கடிக்கு மத்தியிலே அவன் தூலமாய் நின்றிருந்தான். நிகழ்ந்திருந்த உடனடி மாறுதலால் அவன் பீதியடைந்து போனான். திகிலுணர்விலிருந்து மீள்வதற்குள், அவன் தலைமீது குல்லாவை மாட்டி விட்டவர் "உன்னை ஒரேமாதிரியாக நான் நடத்த வேண்டுமெனில் நம் வாக்குறுதிப்படி நட" என்றார்.

XIII

தப்பிச் சென்றிடும் அதிருஷ்டம் அவனுக்கு இருக்கவில்லை. கசப்புணர்வு அவனைப் பற்றிக் கொண்டது. தன் சகோதரர்களையும் தோழர்களையும் தன்னால் எப்படிக் காப்பாற்ற முடியும் என்று வியப்புற்றான். தன்னைச் சுற்றியிருந்த இரும்புப் பிடியால் திணறினான். அவன் குல்லாவுக்கும் அதன் உரிமையாளருக்கும் அடிமையாக இருந்தான்.

விரக்திகூட அவனுக்கு அப்பாற்பட்டதாகத் தோன்றியது. எனினும் அவன் இழைத்திருந்த அநேக முட்டாள்தனங்களால், அவன் இருதயத்திலிருந்து தம் பழைய மெட்டுக்களை எடுத்தெறிய முடியாதிருந்தது. என்ன விலை கொடுத்தேனும் பழைய ஃபாதிலை உயிர்ப்பிக்க வேண்டும் என்று ஏங்கினான். பழைய ஃபாதில் இல்லை, முடிந்து போய் விட்டான் என்பது சரிதான். ஆனால் இன்னும் இடம் இருந்தது. இருளின் ஆழங்களிலிருந்து வெளிச்சத்தின் கீற்று வெளிப்பட்டது. தன் ஆயுளில் முதல் முறையாக, புதிய உயிரோட்டத்துடன் தன் திடசித்தத்தை உயிர்ப்புக் கொள்ள வைத்தபோது, அவன் ஆன்மா உற்சாகம் கொண்டது. அதிகரிக்கும் அபிலாஷைகளாக அவன் தைரியம் வெளிப்பட்டது. வாழ்க்கை மற்றும் மரணம் என்னும் யோசனைக்கு மேலாக, சவால்விடும் இகழ்ச்சி அலை உயர்ந்தது. கொடுமுடியிலிருந்து நம்பிக்கையின் தொடுவானங்களுக்கு,

உன்னத மரணத்திற்கு உறுதியளித்த தொடுவானங்களுக்குத் தான் போய்க் கொண்டிருக்கக் கண்டான். இவ்வாறாக ஃபாதில் சனான் மீட்கப்படுவான் - அது உயிரற்ற சவமாக இருப்பினும்.

தயக்கமில்லாமல் ஆளுநரின் இல்லத்தை நோக்கி புதிய தைரியத்துடன் அவன் கிளம்பினான். "அல்லாவைத் தவிர்த்து கடவுள் யாரும் இல்லை. அவர்தான் உயிர் அளிக்கிறார், அவர்தான் மரணத்தை உண்டாக்குகிறார். எல்லாவற்றையும் செய்யக்கூடியவர் அவர்தான்" என்னும் வார்த்தைகளைத் திரும்பத் திரும்பக் கூறியபடி பைத்தியம் அவனைக் கடந்து சென்றது. போதை மற்றும் கண்மூடித்தனத்தின் அதீதத்தை எட்டியிருந்த அவன் குல்லா உரிமையாளர் தோன்றியபோது பயப்படாமலிருந்தான்.

"என்னிடமிருந்து விலகிப் போய்விடு" என்றவன் குல்லாவைத் தலையிலிருந்து எடுத்து அவரின் முகத்தில் தூக்கி எறிந்து, "நீங்கள் விரும்பியதைச் செய்யலாம்" என்றான்.

"அவர்கள் உன்னை பிய்த்து எடுத்து விடுவார்கள்."

"உன்னை விடவும் என் விதி எனக்கு நன்றாகத் தெரியும்."

"வருத்தத்தினால் பயன் கிடைக்காதபோது நீ வருந்துவாய்."

"உன்னை விடவும் நான் வல்லமையானவன்" என அவன் கூச்சலிட்டான்.

அவர் அடித்து விடுவார் என்று ஃபாதில் பயத்துடன் எதிர்பார்க்க அவரோ வென்று விட்டது போல மாயமாகிவிட்டார்.

XIV

ஃபாதில் சனானின் வழக்கு விசாரணை முந்தைய வழக்கு எதையும் விட அதிக ஊகங்களைத் தூண்டிவிட்டது. அவனது பாவ அறிக்கையிடல்கள் புயலென நகர் மீது ஆர்ப்பரித்தது. மேட்டுக்குடியினர் இன்னும் அவனைத் தங்களின் பிள்ளைகளுள் ஒருவனாகவும் சாதாரண மக்கள் தங்களுள் ஒருவராகவும் கருதுவதால், மனங்களும் இருதயங்களும் முற்றிலுமாக குழப்பமுற்றன.

தண்டனைச் சதுக்கத்தில் அனைத்து வர்க்கங்களின் ஆண்களும் பெண்களும் வந்து சீராகக் கூடினர். கூச்சல்களுடன் பரிதாபக்

கிசுகிசுப்புகள் கலந்து கொள்ள, குடிகாரர்களின் ஆரவாரக் கேளிக்கைகளுடன் வறியோரின் புலம்பல்கள் சேர்ந்து கொண்டன.

அங்கு இளைஞன் காணப்பட்டபோது, எல்லா விழிகளும் அவனை நோக்கச் சிரமப்பட்டன. திடமான காலடியுடனும் நிதானமான முகத்துடனும் பணிவான ஒடுங்கிய அம்சத்துடனும் தன் காவலர்கள் மத்தியில் அவன் தோன்றினான். தூக்குமேடை தோல்விரிப்பின் முன்னே ஞாபகங்கள், தகிக்கும் ஒளியின் தனியொரு அலையாக அவனிடம் எழுந்தன. அக்ரமான், அல்-பால்கி, கமாஸா அல்-புல்டி, சுமைதூக்கி அப்துல்லா மற்றும் பைத்தியக்காரன் ஆகியோரின் முகங்கள் அவன் முன் வந்து சென்றன. காதல், சாகசம், பிரச்சார அறிக்கைகள் மற்றும் நிலவறைகளிலும் வழக்கத்திற்கு மாறான இடங்களிலும் இருளில் நிகழ்ந்த கூட்டங்கள் என அனைத்தும் அவன் மனதில் ஒன்றாக வார்ப்புக் கொண்டன. குல்லாவும் அதன் உரிமையாளரும் அவனது தடுமாறிய காலடியென ஒதுக்கித் தள்ளப்பட்டன. இறுதியாக தூக்கிலிடுகிற ஷபீப் ரமாவை உடன் அழைத்துக் கொண்டு அவனது துன்பியல் வெற்றி வெளிப்படுத்தப்பட்டது.

அசாதாரண ஆற்றல் மற்றும் திகைக்க வைத்திடும் வேகத்துடன் சில கணங்களிலேயே அதனை அவன் சந்தித்தான். சஞ்சலத்தை வெளிப்படுத்தி அவன் இகழ்ச்சியுடன் மறுதலித்தான். மரணத்திற்கு அப்பால் தகிக்கும் பிரகாசத்தைக் கண்டு, தன் விதியை உணர்வு பாவமின்றி எதிர்கொண்டான். ஆனால் அரும்பொருள் வணிகர் மாஸ்டர் சாஹ்லவல் வடிவிலே இன்னொரு உலகின் வழிகாட்டிக் கம்பங்களில் ஒன்றையும் கண்டான். அவரைப் பார்த்த அதிசயத்திலிருந்து மீண்ட அவன், "மாஸ்டர் உங்களை இங்கே கொண்டு வந்து சேர்த்தது எது?" என்றான்.

"உன்னைக் கொண்டு வந்து சேர்த்ததே என்னைக் கொண்டு வந்து சேர்த்தது" என்று அவர் பதிலளித்தார்.

"நீங்கள் மரணத்தின் தேவதை!" ஃபாதில் இன்னும் பெரிதாய் ஆச்சரியப்பட்டான்.

ஆனால் சாஹ்லவல் பதிலளிக்கவில்லை.

"எனக்கு நீதிவேண்டும்." ஃபாதில் துடிப்புடன் குறிப்பிட்டான்.

"தான் ஆசைப்படுவதை அல்லா செய்கிறார்" சாஹ்லவல் அமைதியாகக் குறிப்பிட்டார்.

செருப்புத் தைக்கும் மாரஃப்

I

அவனின் உள்ளார்ந்த தயக்கங்கள் தவிர வேறெதுவும் அவனது உற்சாகத்தை விஞ்சிடவில்லை. அவனது வருவாய் சொற்பமாயிருந்தது. அவனது மனைவி ஃபிர்தௌஸ் அல்-உர்ரா, பேராசைக்காரியாக, ரகசியமிக்கவளாக குணக்கேடியாக தைரியமும் ஆவேசமும் நிறைந்தவளாக விளங்கினாள். அவன் வாழ்க்கை அன்றாட உழைப்பு மற்றும் திருமணத்தினால் பிளவுண்ட நரகமாயிருந்தது. பீதியுற்றும் அவமானப்பட்டும் அவள் முன் அவன் நடுங்கி நின்று, உதைகளுக்கும் சாபங்களுக்கும் ஆளாகாமல் ஒரு நாள் கூடக் கழிந்ததில்லை. அவளை விவாகரத்து செய்து அவள் இறந்து போவதைக் கனவு காண்பதற்கான வல்லமை வரும் என நம்பினான். தப்பியோடிட அவன் விரும்புவான், ஆனால் எப்படி, எங்கே? ஃபாதில் சனான் சாத்தானின் கைதியாக இருந்தது போலவே, தானொரு கைதி எனத் தனக்குள் கூறிக் கொண்டான். அவனைப்போலவே, மரணத்தின் மூலமாக அல்லாது தனக்குத் தப்பித்தல் கிடையாது என்று நம்பினான்.

ஒருநாள் இரவு போதை மருந்தை அதிகப்படியாக உட்கொண்டு, எமீர்களின் சிற்றுண்டி விடுதிக்குக் கிளம்பினான். ஆரோக்கியம் குறிந்த அவனது உணர்வோட்டத்தைத் தாங்கிக் கொள்ளும் அளவுக்கு பெரியதாக இல்லாத உலகில் தன் சகாக்களின் முகங்களை உற்று நோக்கிய அவன் வாடிக்கையாளர் அனைவரும் கேட்கும் வகையில், “உங்களிடமிருந்து மறைக்கக் கூடாத ரகசியம் ஒன்றை உங்களுக்குக் கூறுகிறேன்” என்றான்.

நாவிதன் உகர் அவனைக் கோமாளியாக்கி விடப் பார்த்தான். இருந்தும் தன்னுடைய கவலையை எண்ணி விட்டுவிட்டான்.

“நான் உங்களுக்கு உண்மை கூறுவேன், சாலமனின் மோதிரத்தைக் கண்டுபிடித்துள்ளேன்” என்றான் மாரஃப்.

“உனக்கு மேலானவர்கள் முன்னிலையில் சிறிது புத்திசாலினத்துடன் நடந்து கொள்” என்று கூச்சலிட்டான் கூனன் சாம்லவல்.

“இதை நீ நன்கு பயன்படுத்தி இருக்கிறாய் என்று தோன்றுகிறது. அரண்மனைகளும் சேவகர்களும் எங்கே? பகட்டும் ஆரவாரமும் எங்கே?” என்றான் தண்ணீர் எடுத்துச் செல்லும் இப்ராஹிம்.

“அல்லா மீதான என் பயம் இல்லாதிருந்தால், மனித மனங்களுக்கு ஒருபோதும் தோன்றியிராததை செய்திருப்பேன்” என்றான்.

“உன்னை நாங்கள் நம்பும் வகையில் ஓர் உதாரணம் காட்டு” என்றான் சுமைதூக்கி ரகப்.

“அது எளிதானது.”

“நல்லது. வானத்தை நோக்கி எழுந்து அப்புறம் பாதுகாப்பாக இறங்கு பார்க்கலாம்.”

“ஓ, சாலமனின் மோதிரமே, என்னை விண்ணுக்கு உயர்த்து” என்று மாரஃப் கிசுகிசுத்தான்.

அப்போது சுலைமான் அல்-ஸய்னி கூச்சலிட்டார்: “முட்டாள்தனமாகப் பேசுவதை நிறுத்து.”

ஆனால் திடீரென அவர் நிசப்தமானார். மாரஃப் விநோதமான திகிலுணர்வால் அடித்துச் செல்லப்பட்டான். தான் அமர்ந்திருந்த இடத்திலிருந்து தன்னை ஒரு சக்தி இழுத்துக் கொண்டிருந்ததாக உணர்ந்தான். தான் மெதுவாகவும் சீராகவும் வானில் உயரக் கண்டான். அப்போது வாடிக்கையாளர்கள் அனைவரும் திகைப்பில் நின்று கொண்டிருந்தனர். சிற்றுண்டி விடுதியின் வாயிலை நோக்கிச் சென்றபடி, “காப்பாற்றுங்கள்” என்று கீச்சிட்டான். குளிர்கால இரவின் இருளுக்குள் மறையும் மட்டும் தொடர்ந்து மேலே போய்க் கொண்டிருந்தான். அசாதாரணமான நிகழ்வு குறித்து மக்கள் கூச்சலிட்டுக் கொண்டிருக்க, வாடிக்கையாளர்கள் எல்லாம் சிற்றுண்டி விடுதியின் முன்னே வீதியில் திரண்டனர். இச்செய்தி, கோடை நாளின் சூரியக்கதிர்களெனப் பரவியது. பின்னர், இன்னும் மெதுவாக, இருளில் தன் உருவம் தோன்று மட்டும் அவன் இறங்கினான், தான் அமர்ந்திருந்த இடத்திற்குத் திரும்பினான் - விவரிக்க முடியாமல் பயமும் ஆயாசமும் சேர்ந்த நிலையில்

அது இருப்பினும். வர்க்க பேதமின்றி மக்கள் ஒவ்வொருவரும் அவனைச் சூழ்ந்து கொண்டு கேள்விகளால் துளைத்தெடுத்தனர்.

"மோதிரம் எங்கே கிடைத்தது?"

"எப்போது கிடைத்தது?"

"இதைக் கொண்டு என்ன செய்யப் போகிறாய்?"

"இந்த பூதத்தை எங்களுக்கு விவரி."

"உன் நம்பிக்கைகளை எப்போது நிஜமாக்கப் போகிறாய்?"

"உன் நண்பர்களை மறந்து விடாதே" என்றான் உகர்.

"மற்றும் உனது ஏழைத் தோழர்களையும்" தண்ணீர் எடுத்துச் செல்லும் இப்ராஹிம் கூச்சலிட்டான்.

"விஷயங்களை அவற்றிற்கேற்ப எளிதாக்க வேண்டும்" என்றான் சுமைதூக்கி ரகப்.

"அல்லாவை மறந்திட வேண்டாம், அவர்தான் இறையாண்மை மிக்க சக்தி."

"என்ன கூறப்பட்டது என்பதை அவன் புரிந்து கொள்ளவில்லை, என்ன நிகழ்ந்திருந்தது என்பது எப்படித் தெரியவந்தது என்று தெரிந்து கொள்ளவில்லை. அவன் கொண்டிருந்த ரகசியங்கள் எவை? அவன் கைகளில் சாதிக்கப்பட்டிருந்த அற்புதம் எது?

அவர்களிடத்தே அவன் உண்மையை ஒப்புக் கொள்வதா? ஓர் உள்ளார்ந்த அயர்ச்சி அவனை அமைதியாக இருக்க வைத்தது. விஷயங்களை மீண்டும் பரிசீலித்து தானாக அவன் இருக்க விரும்பினான். "எங்களை திகைப்பில் விட்டு விட்டுச் செல்லாதே. எங்கள் ஆர்வத்தைத் திருப்திப்படுத்தும் வகையில் ஏதேனும் சொல்" என்று பல குரல்கள் எதிர்ப்புக் காட்ட, ஒரு வார்த்தை கூடச் சொல்லாமல், தான் அமர்ந்திருந்த இடத்திலிருந்து அவன் எழுந்தான்.

யாரையும் நோக்காது, சிற்றுண்டி விடுதியிலிருந்து அவன் கிளம்பினான்.

II

ஆண்களும் பெண்களுமாய் வீதியை நிறைத்திட்ட ஊர்வலத்தில், அவன் தன் வீடு நோக்கிப் போனான். அவனை நெருங்கிட

அவர்கள் ஒருவருடன் ஒருவர் போட்டியிட்டனர். சிலர் கீழே விழ, மற்றவர்கள் காலடிகளில் நசுங்கினர்.

"போய்விடுங்கள் இல்லையெனில் உங்களை மறு உலகிற்கு அனுப்பி விடுவேன்" என்று அவன் கத்தினான்.

ஒரு நிமிடத்திற்குள்ளாக பீதியில் அவர்கள் கலைந்து போயினர். கையில் விளக்குடன், வாசலின் முன்னே காத்து நின்ற அவன் மனைவி ஃபிர்தௌஸ் அல்-உர்ரா தவிர, வேறுயாரையும் தன் முன் காணவில்லை.

"தான் விரும்புவோரிடத்தில் தன்னாட்சி உரிமை அளிக்கிறார்" என்று அவன் கூறிக் கொண்டிருந்தான்.

வாழ்வில் முதல்முறையாக அவள் அவனைப் பார்த்துப் புன்னகைத்தாள். அவளை வெறித்து நோக்கியவன், அவளை அறைந்து தள்ள, இரவின் நிசப்தத்தை அதிரவைத்தது அது.

"உன்னை விவாகரத்து செய்கிறேன். ஒழிந்து போ."

"உன் வறுமையினால் என்னை அடிமைப்படுத்துகிறாய்: அதிருஷ்டம் வந்ததுமே என்னைத் தூக்கி எறிந்து விடுகிறாய்" என்று அவள் கூச்சலிட்டாள்.

"நீ இப்பொழுது போகாவிட்டால், பூதம் வந்து, ஜின்களின் பள்ளத்தாக்கிற்கு உன்னை இட்டுச் செல்லும்."

திகிலில் கூச்சலிட்ட அவள் விரைந்து போய்விட்டாள். ஓர் அறையும் ஒரு நடைக்கூடமுமே கொண்டுள்ள தன் இல்லத்திற்குள் நுழைகையில் தன் வாழ்வில் முதல் முறையாக அவனும் பரிசுத்தமாகப் புன்னகைத்தான்.

III

இதன் பொருளென்ன, மாரஃப்? இது ஒரு கனவா, நிஜமா? ஏதேனும் மர்மமிக்க காரியம் நிஜமாகவே உனக்கு நேர்ந்துள்ளதா? அநேகமாய் வெறுமையாயிருந்த அறையில் தன்னைச் சுற்று முற்றும் நோக்கிய அவன் எச்சரிக்கையுடன் முணுமுணுத்தான்:

"சாலமனின் மோதிரமே, என்னைத் தரைக்கு மேலே உயர்த்து."

அவன் பதட்டத்துடன் காத்திருக்க எதுவும் நிகழவில்லை. தனது தோல்வி குறித்து அவன் தளர்ந்து போயிருந்தான்.

நான் விண்ணில் உயரவில்லையா? நகரத்து மக்கள் அதனைக் கண்டார்களே... அல்-உர்ரா முதல்முறையாக தோற்கடிக்கப்பட வில்லையா?

"ஓ சாலமனின் மோதிரமே கொஞ்சம் பசுங்கோதுமையும் ஒரு புறாவும் கொண்டு வா" என்று அவன் புண்பட்ட இருதயத்துடன் குறிப்பிட்டான்.

அவன் பார்த்ததெல்லாம் நைந்துபோன கம்பள விரிப்பின் ஓரமாய் சென்று கொண்டிருந்த கருவண்டுதான். நெடுநேரம் உற்று நோக்கி விட்டு கேவிக்கேவி அழுதான் அவன்.

அவனது கசப்புமிக்க விரக்தி, அவனுள்ளே ஆழமாய்ப் புதைந்து கிடந்தது. அதற்கும் தன் சாவுக்குமிடையே தடையொன்றை நிறுவி, அதை ஒரு மறைவான ரகசியமாக ஆக்கினான். அல்லா விரும்பிய வண்ணம் விஷயங்களை விட்டு விட வேண்டும் என்று தனக்குள் கூறிக் கொண்டான். ஷூக்களையும் செருப்புகளையும் மிதியடிகளையும் பழுது பார்ப்பதற்காக அவன் தொடர்ந்து போக வேண்டுமா? சாலமனின் மோதிரத்தை வைத்திருந்த ஒருவனிடமிருந்து இத்தகைய நடத்தையை மக்கள் தாங்கிக் கொள்வார்களா? அவன் அப்படிச் செய்யாவிட்டால், அவன் பட்டினி கிடந்து மரணத்திடம் தன்னை ஒப்படைத்து விடுவானா? எனினும், தனக்கென்று காத்துக் கொண்டிருந்ததாகத் தோன்றிய காவல்துறை இயக்குநர் கலீல் ஃபாரிஸை தன் தெருவிற்குச் செல்லும் வாயிலில், அவன் சந்திக்க நேர்ந்தது.

வழக்கத்திற்கு மாறாக நட்பார்ந்த புன்னகையுடன் ஃபாரிஸ் அவனை வரவேற்றார். சாலமனின் மோதிரத்தை வைத்திருப்பவன் என்னும் தன்மையில் மக்கள் அவனை நோக்குகின்றனர் என்று பகுத்தறிவு அவனுக்கு எடுத்துரைத்தது. அவனது இருதயம் புதியதொரு நம்பிக்கையுடன் துடிக்க, அல்லா தனக்கான பகடையைப் போடும் மட்டும், தன் பாத்திரத்தை உரிய சாதுரியத்துடன் நடித்து விடுவது என்று தீர்மானமாயிருந்தான்.

"மாரஃப், உன் காலை வேளையை அல்லா இனிதாக ஆக்கட்டும்" என்று ஃபாரிஸ் இணக்கமுடன் தெரிவித்தார்.

"காவல்துறை இயக்குநரே, அத்தகைய காலை வேளையை அவர் தங்களுக்கும் வழங்கட்டும்" என்று அவரை ஆச்சரியப்படுத்தும் வகையில் விலகிய தன்மையுடன் குறிப்பிட்டான். எந்த மனித

ஜீவனும் ஆசைப்படமுடியாத ஆற்றலைக் கொண்டுள்ள ஒருவனின் நம்பிக்கையோடு அவன் பேசினான்.

“நகரின் ஆளுநர் உன்னைச் சந்திக்க விரும்புகிறார்” என்றார்.

“பெருமகிழ்வுடன் சந்திப்பேன். எங்கே?” என அலட்சியத்துடன் மாரஃப் வினவினான்.

“நீ விரும்பும் எந்த இடத்திலேனும்.”

அடிமைத்தனமான கோழைகள் நீங்கள்! “அவரது இல்லத்தில் தான். அதுதான் சரியானதும் பொருத்தமானதும்” என்றான்.

“உரிய கவனமும் பாதுகாப்பும் உனக்குக் கிடைக்கும்” என்று ஃபாரிஸ் உறுதிப்படுத்தினார்.

“பூமியிலுள்ள எந்தச் சக்தி குறித்தும் நான் பயப்பட ஒன்றுமில்லை” என்று அவன் வெறுப்பு கலந்த சிரிப்புடன் குறிப்பிட்டான்.

அதிருப்தியை மறைத்துக் கொண்டு - பயமாகவும் இருக்கலாம், “பகலில் உனக்காகக் காத்திருப்போம்” என்றார் கலீல் ஃபாரிஸ்.

IV

மக்கள் தன்னிடம் செலுத்திய அதிகக் கவனத்திலிருந்து பெரிய கூட்டம் தன்னைச் சூழ்ந்திருக்கும் என்றுணர்ந்து, தன் அடக்கமான வீட்டுக்குத் திரும்பினான். நகரின் பேச்சாக அவன் ஆகி இருந்ததையும், அவன் நிகழ்த்தியிருந்த அற்புதம் சுல்தானையே உலுக்கி எடுத்திருந்ததையும் அவனைச் சந்தித்த நாவிதன் தெரிவித்தான். அவனுக்கும் ஆளுனருக்கும் இடையே நிகழவிருந்த சந்திப்பை அறிந்து கொண்ட உகர், “யாரைக் குறித்தும் பயப்படாதே, உலகில் மிகவும் சக்தியவாய்ந்தவனாக நீ தான் இருக்கிறாய். மக்கள் இப்போது பிரிவுபட்டுள்ளனர். தம் சக்தியை தக்க வைத்துக் கொள்வதற்காக உன் அதிகாரத்திற்காகப் பயப்படுவோர் மற்றும் தம் பாதுகாப்புக்கு இது பாதுகாப்பாக இருக்கும் என்று நம்புவோர் என” என்றான்.

தன் கவலையை புன்னகையுடன் மறைத்துக் கொண்டு மாரஃப் குறிப்பிட்டான், “உகர் ஞாபகத்தில் வை, அல்லாவின் கீழ்ப்படிதலுள்ள ஊழியர்களுள் நான் ஒருவன் என்பதை.”

நண்பனுக்கு வெற்றி கிடைக்க வேண்டுமென்று வாழ்த்தினான் அவன்.

V

ஆளுநர் அப்பாஸ் அல்-காலிகி, அந்தரங்க செயலாளர் சமி சுக்ரி, காவல்துறை இயக்குநர் கலீல்-ஃபாரிஸ், முஃப்தி மற்றும் முக்கிய பிரஜைகள் அவனுக்காக வரவேற்புக் கூடத்தில் காத்திருந்தனர். அவனது கிழிந்து போன உடையை அவர்கள் ஆச்சரியத்துடன் பார்த்தாலும் தன்னருகே வந்து அமருமாறு அழைத்த ஆளுநர், இன்முகத்துடன் அவனை வரவேற்றார். குறுகுறுப்பு நிறைந்த பார்வைகளின் இலக்காக, அவன் திடத்துடன் அமர்ந்தான்.

"சாலமனின் மோதிரம் உன்னிடம் உள்ளது என்றறிகிறேன்" என்றார் ஆளுநர்.

"தன் இருதயத்தில் இதுகுறித்து யாருக்கேனும் சந்தேகம் இருந்தால் தீர்த்து வைக்க நான் ஆயத்தமாக இருக்கிறேன்" என்று தைரியத்துடனும் லேசாக மிரட்டும் தொனியுடனும் குறிப்பிட்டான்.

அதற்கு ஆளுநர் பதிலளித்தார்: "உண்மையில் நான் தெரிந்து கொள்ள விரும்பினேன். என் அதிகாரப் பொறுப்புக்குட்பட்ட வகையில் அது உன் பொறுப்பில் வந்து சேர்ந்தது எப்படி?"

"நான் உங்களிடம் கொண்டுள்ள நம்பிக்கைக்கும் இதற்கும் சம்பந்தம் எதுவுமில்லை. நீங்களோ வேறுயாரோ எனக்குத் தீங்கிழைத்து விட முடியாது" அவன் தந்திரமாகக் கூறினான்.

ஒப்புதலைக் காட்டும் வகையிலும் அதே வேளையில் தன் உணர்வுகளை மறைத்துக் கொள்ளவும் ஆளுநர் தன் தலையைத் தாழ்த்தினார். "உன்னுடன் விஷயங்களைப் பரிமாறிக் கொள்வது எங்கள் கடமை என நானும் என் சகாக்களும் எண்ணி இருக்கிறோம். தான் விரும்புவோரை அல்லா உயர்த்துகிறார் மேலும் தான் விரும்புவோரை அவர் அடக்கி வைக்கிறார். ஆனால் எல்லாச் சந்தர்ப்பங்களிலும் நாம் அவரைத் தொழ வேண்டும் என்று கூறப்படுகிறது."

"உங்கள் வார்த்தைகளை உங்களிடமும் உங்கள் சகாக்களிடமும் திருப்பி விடுவது மிகவும் பொருத்தமாயிருக்கும்" என மாரஃப் துணிச்சலுடன் குறிப்பிட்டான்.

ஆளுநனரின் முகம் சிவந்தது. "கசப்பான சம்பவங்களைத் தொடர்ந்து நாங்கள் அதிகாரத்துக்கு வந்தது உண்மைதான். ஆனால் அதிலிருந்து நாங்கள் சட்டத்தின்படி நடந்து வருகிறோம்."

“சான்றாதாரம் இறுதியில் இருக்கிறது.”

“உகப்பானது தவிர வேறெதையும் யாரும் எங்களிடமிருந்து பெறமாட்டார்கள். மாட்சிமை மிக்க சுல்தான் ஷாரியார் நமக்கு உதாரணமாக இருக்கட்டும்.”

“நம்பிக்கை வைத்த பரிபூரண நிலையை அவர் இன்னும் எட்டியிருக்காவிட்டாலும், புதியதொரு அத்தியாயம் தொடங்கிவிட்டதை மறுதலிக்க முடியாது.”

“பரிபூரணம், அல்லாவிடம் மட்டுமே உள்ளது.”

ஆளுநர், முஃப்தியை நோக்க, அவரோ “அல்லாவைத் தவிர்த்து வேறுயாருக்கும் பயப்படாத ஒருவரிடமிருந்து வரும் வார்த்தையை ஏற்றுக் கொள்வாய் என்னும் நம்பிக்கையில் உன்னிடம் ஒரு வார்த்தை பேசப்போகிறேன், மாரஃப். அல்லா நல்ல காலங்களிலும் கெட்ட காலங்களிலும் தன் சேவகர்களைச் சோதனைக்குள்ளாக்குகிறார். அவரே எப்போதைக்கும் மிக ஆற்றல் மிக்கவர். தன் பலவீனத்தால் பலவீனர்களை விசாரணைக் குள்ளாக்கும் அவரே, தன் வலிமையால் வலுவானவர்களை விசாரணைக்குள்ளாக்குகிறார். உனக்கு முன்னர் மற்றவர்கள் சாலமனின் மோதிரத்தை வைத்திருந்தனர். அவர்களுக்கு அது ஓர் சாபமாய் இருந்தது. அதனை நீ வைத்திருப்பது, ஏகத்துவ நம்பிக்கையாளர்களுக்கு ஓர் உதாரணமாகவும் பல இறைக் கொள்கையாளர்களுக்கு ஓர் எச்சரிக்கையாகவும் இருக்கட்டும்” என்றார்.

நிலவரத்தைத் தன் கட்டுப்பாட்டில் கொண்டுள்ள ஒருவரின் அதிகாரத்தால் ஊதிக் காணப்பட்ட மாரஃப் புன்னகைத்தான்.

அவன் கூறினான்: “மேன்மை மிக்கவர்களே, கவனியுங்கள். காலையிலும் மாலையிலும் அல்லாவின் நாமத்தை தன் உதடுகளில் கொண்டுள்ள நம்பிக்கையாளனிடம், சாலமன் மோதிரம் வந்து சேர்ந்திருப்பது அதிருஷ்டமானதாகும். உங்கள் அதிகாரத்தால் எதிர்க்க முடியாத அதிகாரமாகும் அது. ஆனால் அதை நான் அவசியம் கருதி வைத்துள்ளேன். அரண்மனைகளைக் கட்டுவதும் ராணுவங்களை நிர்மாணிப்பதும், சுல்தானின் அரசைக் கட்டுக்குள் கொண்டுவருவதும் என் ஆற்றலுக்குரியது தான். ஆனால் இன்னொரு பாதையில் சென்றிட நான் தீர்மானித்திருக்கிறேன்.”

முதல்முறையாகக் கூடியுள்ளவர்கள் பெருமூச்செறிந்தனர். ஒவ்வொரு பக்கத்திலிருந்தும் மாரஃப் மீது பாராட்டு வார்த்தைகள் கொட்டப்பட்டன. அப்போது துடிக்கும் இருதயத்துடன் அவன் குறிப்பிட்டான்: "அல்லா எனக்களித்துள்ள ஆசீர்வாதத்திலிருந்து நன்மை அடைவதை நான் ஒதுக்கித் தள்ளக் கூடாது."

அவர்களெல்லாம் எதிர்பார்ப்புடன் அவனை நோக்கினர். "என் நிலைமையைச் சரி செய்துகொள்ள எனக்கு உடனடியாக ஆயிரம் தினார்கள் தேவை" என்றான்.

"என்னிடமுள்ள பணம் எவ்வளவென்று சரிபார்க்கிறேன். அது போதாதெனில் மாட்சிமை மிக்க சுல்தானிடமிருந்து உதவி கோருவேன்" என்று விடுதலையுணர்வுடன் ஆளுநர் குறிப்பிட்டார்.

VI

தனக்கு வேண்டிய தொகையை மாரஃப் பெற்றுக் கொண்டான். முக்கிய பிரஜைகள் அவனுக்கு அன்பளிப்புகள் தந்து திக்குமுக்காடச் செய்தனர். அரண்மனை ஒன்றை அவன் வாங்கி, அதை அழகுபடுத்தும் பொறுப்பை மாஸ்டர் சாஹ்லவலிடம் ஒப்படைக்க, அவர் அதை அற்புதமான அருங்காட்சியகமாக ஆக்கினார். ஃபாதிலின் சகோதரி ஹுஸ்னியா சனானை அவன் மணந்து கொண்டான். நாவிதன் உகர், தண்ணீர் எடுத்துச் செல்லும் இப்ராஹிம் மற்றும் சுமைதூக்கி ரகப் ஆகியோரை நெருங்கிய சகாக்களாக்கினான். ஏழைகளிடம் தன் தாராளத்தன்மையை வெளிப்படுத்தினான். அவர்களது ஜீவிதத்திற்கு அவசியமானவற்றை அளித்திடுமாறு ஆளுநரை அவன் தூண்டி பரிவும் மரியாதையும் காட்டி, சிரமங்களால் வரிபடர்ந்திருந்த முகங்களில் புன்னகை அரும்பச் செய்தான். அவர்கள் சொர்க்கத்தை நேசித்தது போலவே, வாழ்க்கையை நேசிக்கலாயினர்.

VII

ஒரு நாள் சுல்தான் ஷாரியாரைச் சந்திக்குமாறு மாரஃப் கேட்டுக் கொள்ளப்பட்டான். அவரிடம் "அல்லாவைத் தவிர கடவுள் யாரும் இல்லை. அல்லா அருளாமல் வல்லமையோ, அதிகாரமோ

இல்லை" என்று முணுமுணுத்தபடி சென்றான், தனக்கு தீங்கேதும் வராது என்ற நம்பிக்கையில். தன் குளிர்கால அரண்மனையின் வரவேற்பறையில் சுல்தான் அவனைச் சந்தித்தார். அவனை நிதானமாக மதிப்பீடு செய்துவிட்டு, "மாரஃப் வருக, வருக. என் இரவுநேர உலாக்களின்போது, அல்லாவின் ஊழியர்கள் உன்னைப் போற்றுவதை என் காதுகளாலேயே கேட்டிருக்கிறேன். இது, உன்னைப் பார்க்கும் ஆர்வத்தால் என்னை நிரப்பியுள்ளது" என்று வரவேற்றார்.

தன் இருதயத்தின் துடிப்பை சமாளித்துக் கொண்டு, மாரஃப் பேசினான்: "மாட்சிமை மிக்கவரே, எனக்கு சாலமனின் மோதிரத்தை விடவும், இச்சந்திப்பின் ஆசீர்வாதம் மிகவும் மதிப்பு மிக்கதாகும்."

"உன்னதமான ஒருவரிடமிருந்து உன்னதமான ஓர் உணர்வு."

சுல்தான் ஓர் அற்புதத்தை வேண்டினால் என்ன செய்வது என்று வியந்தபடியே, மாரஃப் தலைகுனிந்து கொண்டான். அச்சந்தர்ப்பத்தில் அரண்மனையிலிருந்து தூக்குமேடையின் தோல்விரிப்புக்கு மாறிவிடுவாயா மாரஃப்?

"மாரஃப் மோதிரம் உன்னிடம் எப்படி வந்து சேர்ந்தது?" என்று சுல்தான் வினவினார்.

"மாட்சிமை மிக்கவரே, அதை ரகசியமாய் வைத்திருக்க உறுதி பூண்டுள்ளேன்" என்று துடிக்கும் இருதயத்துடன் அவன் பதிலளித்தான்.

"மாரஃப் என்னிடம் தெரிவிக்காமலிருக்க உனக்கு நல்ல காரணம் உள்ளது. ஆனால் நான் அதைத் தொடாமலேயே தொலைவிலிருந்து பார்க்கக் கூடாதா?"

"அப்படியில்லை மன்னரே. உங்கள் ஆசையைப் பூர்த்தி செய்யாது இருப்பதில் எவ்வளவு வருத்தமடைகிறேன் நான்."

"அது ஒரு விஷயமே இல்லை."

"மன்னரே, தங்கள் அன்புக்கு நன்றி."

"உன்னைக் குறித்து ஆச்சரியப்படுகிறேன். என் சிம்மாசனத்தில் அமர நீ விரும்பினால், பூமியில் எந்தச் சக்தியாலும் உன்னைத் தடுக்க முடியாது" என்று சிறிது யோசித்துவிட்டு சுல்தான் கூறினார்.

மாரஃப் தன் நிராகரிப்பை வெளியிட்டான். "மன்னரே அல்லா தடுக்கட்டும். நான் அல்லாவின் நம்பிக்கையான ஊழியனே ஒழிய, வேறுயாரும் இல்லை. அல்லாவின் ஆசையை எதிர்க்கும் வகையில் எந்த அதிகாரத்தாலும் தூண்டப்பட முடியாதவன் நான்."

"நீ நிஜமாகவே நம்பிக்கையாளன் தான். நம்பிக்கையாளனிடம் மோதிரம் இருப்பது ஆசீர்வாதமே."

"உலகங்களின் கர்த்தாவான அல்லாவுக்கு நன்றிகள்."

"மாரஃப் சந்தோஷத்தை அடைந்திருக்கிறாயா?" என்று சுல்தான் அக்கறையுடன் விசாரித்தார்.

"எல்லையற்ற சந்தோஷம் மன்னரே."

"சமயங்களில் கடந்த காலம் உன் சந்தோஷத்தை பாழ்படுத்த வில்லையா?"

"கடந்து சென்றிருப்பது, நான் பிறர் கைகளில் அனுபவித்துள்ள சந்தோஷமற்ற நிகழ்வுகளின் வரிசையே. ஆனால் நானாக, வருத்தப்படும்படி எதையும் செய்யவில்லை."

"மாரஃப் நீ காதலை அனுபவிக்கிறாயா?"

"அல்லாவுக்கு நன்றி, நான் அனுபவிக்கிறேன். தான் சுவாசிக்கிற ஒவ்வொரு மூச்சிலும் எனக்குச் சந்தோஷமளிக்கும் மனைவி இருக்கிறாள்."

"இவையெல்லாம் மோதிரம் காரணமாகவா?"

"அல்லாவின் காரணமாக மன்னரே."

சிறிது நேரம் நிசப்தமாயிருந்து விட்டு சுல்தான் வினவினார்: "உன்னால் மற்றவர்களுக்கு சந்தோஷம் அளித்திட முடிகிறதா?"

"மோதிரத்தின் ஆற்றலுக்கு எல்லையே இல்லை, ஆனால் அதனால் மக்களின் இருதயங்களில் படையெடுத்திட இயலாது."

ஷாரியாரின் விழிகளிலே, அவரது ஏமாற்றத்தை வெளிக் காட்டிய சஞ்சலம் தென்பட்டது. எனினும் அவர் புன்னகைத்தார்: "இந்தக் கூடத்து விதானத்தின் அலங்காரங்களை உன் தலைப்பாகை தொடும் வரையிலும் விண்வெளியில் நீ உயர்ந்து செல்வதைக் காண வேண்டும்."

நில நடுக்கத்தால் சரிந்துபோன மலையென, இக்கோரிக்கை அவனைத் தாக்கியது. அவன் நம்பிக்கை தூள்தூளாய்ச் சிதறிப்போக, தான் சீர்கெட்டுப்போவது நிச்சயம் என்பதை உணர்ந்து கொண்டான்.

"சுல்தானின் முன்பு கண்ணியமின்றி நடந்து கொள்வது அழகல்லவே" அவன் ஆவேசத்துடன் குறிப்பிட்டான்.

"என் வேண்டுதலால் தானே நீ பறந்து காட்டுகிறாய்."

"மன்னரே நான் உங்கள் அடிமை, செருப்புத் தைக்கிற மாரஃப்."

"மாரஃப் எனக்கு விசுவாசமாய் இருக்கிறாயா?"

"அல்லா அதற்குச் சாட்சி."

"அப்படியானால் மாரஃப், உனக்குக் கட்டளை இடுகிறேன்."

தன் இருக்கையிலிருந்து எழுந்தவன் கூடத்தின் மத்தியில் சம்மணமிட்டு உட்கார்ந்தான். "அல்லாவே இது உன் விருப்பமாக இருக்கட்டும். எல்லாவற்றையும் கனவென மறைந்து போக வைத்திடாதே" என்று அவன் தன் கடவுளுடன் உரையாடினான். ரணம் பட்டதும் விரக்திமிக்கதுமான நெஞ்சிலிருந்து அவன் முணுமுணுத்தான்: "என் தலைப்பாகை கூரையைத் தொடும் மட்டும் எழுந்து போ, என் உடலே."

தன் கண்களை மூடி, தன் கருப்பு விதியிடம் தன்னை ஒப்படைத்து விட்டான். எதுவும் நிகழாததால் சித்திரவதைப்பட்ட நெஞ்சிலிருந்து கூச்சலிட்டான், "மன்னரே, கருணை காட்டுங்கள்!" ஆனால் இன்னொரு வார்த்தையை உச்சரிப்பதற்கு முன்பு, உத்வேகம் கொண்ட ஆற்றல் அவன் இருதயத்திற்குள் நழுவி விட, லேசாக ஆனான். மேலும் அவனது பயம் மறைந்து போயிருந்தது. அப்போது அவன் தலைப்பாகை விதானத்தைத் தொடும் மட்டும், இனந்தெரியாத ஆற்றல், சம்மணமிட்டிருந்த அவனை உயர்த்தியது. சுல்தானோ, நிதானம் இழந்தவராக, நிராதரவான ஆச்சரியத்துடன் தன் பார்வையால் அவனைப் பின் தொடர்ந்தார். பிறகு, தன் இருக்கைக்கு வந்து சேரும் மட்டும் மாரஃப், மெதுவாக அமிழத் தொடங்கினான்.

"சுல்தானாக இருப்பது எவ்வளவு அற்பமானது, எல்லாப் பகட்டும் எவ்வளவு அற்பமானது" எனச் சுல்தான் வியந்தார்.

மாரஃபின் வியப்பு, சுல்தானுடையதை விடவும் பெரிதாயிருந்ததால், அவனால் ஒருவார்த்தை கூடச் சொல்ல இயலவில்லை.

VIII

தனக்கு என்ன நிகழ்ந்து கொண்டிருந்தது என்பதை அவனால் கிரகித்துக் கொள்ள முடியவில்லை. தன்னிடம் மறைந்துள்ள ஆற்றலை தன் வீட்டில் பரிசோதித்துப் பார்க்க முயன்றான், ஆனால் அது நிறைவேறாமல் போயிற்று. எனினும் தான் தப்பித்ததற்காக அவன் அல்லாவுக்கு நன்றி பாராட்டினான். அவனது ஆற்றல் இருந்தபடியே இருக்கட்டும். சிக்கலான சந்தர்ப்பங்களில் தன் பாதுகாப்புக்கு அது வந்து விட்டால் போதும்; மற்றபடி தான் விரும்பியவகையில் அது மறைந்து போகட்டும். தன் சந்தேகங்களைத் துரத்தி அடித்துவிட்டு நம்பிக்கையை அல்லாவிடம் வைத்தான்.

அவனைப் பார்க்க வந்த ஓர் அந்நியன், அவனது வீட்டுத் தோட்டத்தின் வெயிலில் உட்கார்ந்திருந்தான். வந்தவனுக்கு ஏதேனும் உதவி தேவைப்பட்டிருக்கலாம் என்றெண்ணி உள்ளே வருமாறு மாரஃப் அழைத்தான். நேர்த்தியான பாரசீக உடையில் அந்நியன் நுழைந்தான். அவன் உயரமான தலைப்பாகையும், சீர் செய்யப்பட்ட தாடியும் மிடுக்கும் கொண்டிருந்தான். உயர்ந்த அந்தஸ்து மிக்கவன் என்பதில் சந்தேகம் இல்லை. மாரஃப் அவனை வரவேற்று அமரச்செய்தான்.

"கௌரவமிக்க எங்கள் விருந்தினரான தாங்கள் யார்?" என்று வினவினான்.

உலோகத்தின் மீது வீழ்கிற சுத்தியலின் தொனியில் அவன் சட்டென்று கூறினான், "இந்த அரண்மனையின் சொந்தக்காரன் நான்."

திடுக்கிட்டுப்போன மாரஃப் கோபத்தில் கூறினான்: "என்ன முட்டாள்தனம்!"

அவன் இன்னும் அழுத்தத்துடன் திருப்பிக் கூறினான்: "இந்த அரண்மனையின் சொந்தக்காரன் நான்."

"இதன் தனியொரு சொந்தக்காரன் நானே."

“நீ ஏமாற்றுக்கார முட்டாளன்றி வேறு யாருமில்லை.” இகழ்ச்சிப் பார்வையுடன் மாரூஃபை சவாலுக்கு இழுக்கும் வகையில் அவன் குறிப்பிட்டான்.

“நீ ஒரு வெறி பிடித்த பைத்தியம்” என்று கோபத்துடன் மாரூஃப் கூச்சலிட்டான்.

“முட்டாள் சுல்தான் உட்பட, எல்லாரையும் நீ முட்டாளாக்கி இருக்கிறாய். ஆனால் உன்னை நீ அறிந்து கொண்டிருப்பதை விடவும் நான் நன்கறிவேன்.”

“செருப்புகளைப் பழுது பார்த்து சரிப்படுத்துவது தவிர வேறெதுவும் உனக்குத் தெரியாது. உன்னால் என்னை எதுவும் செய்ய முடியுமா என்று சவால் விடுகிறேன்.”

அவனது நம்பிக்கை பறிபோக, அவன் இருதயம் அமிழ்ந்து போனது. அப்போது உறுதிப்பாடு இருந்தாலும், அவனைக் காட்டிக் கொடுத்துவிட்ட குரலில், அவன் வினவினான்: “எமீர்களின் சிற்றுண்டி விடுதியில் நிகழ்ந்த அற்புதத்தை நீ கேள்விப்படவில்லையா?”

“அதனை நிகழ்த்தியது நான்தான். அதனை நான் கேள்விப்பட வேண்டியதில்லை. எனவே என்னை ஏமாற்ற முயலாதே. சுல்தானின் முன்பு, தோல்வியிலிருந்து உன்னைக் காப்பாற்றியது நானே.”

தன் முன் நிற்பவனை முற்றிலுமாக அழித்தொழித்திடுமாறு, சாலமன் மோதிரத்திடம் அவன் உள்ளூற மன்றாடினான். எதுவும் நிகழாது போகவே, அவநம்பிக்கையின் பாரத்தால் அவனுடல் சரிந்தது. அவன் அச்சத்துடன் வினவினான்: “யார் நீ?”

“நான் உனது எஜமானன், உனக்கு நன்மை பயப்பவன்” என்று முனகினான். அந்த இடம் நிசப்தத்தில் அமிழ்ந்தது. “நீ விரும்பினால், ஆசீர்வாதத்தைத் தக்க வைத்துக் கொள்ளலாம். அது உன் கைகளில் உள்ளது” என்றான் அன்னியன்.

“உனக்கென்ன தேவை?” பரிதாபக் குரலில் அவன் கேட்டான்.

“அப்துல்லா அல்-பால்கியையும் பைத்தியக்காரனையும் கொன்று விடு” என அமைதியாகக் குறிப்பிட்டான் அந்நியன்.

பீதியடைந்த மாரூஃப் ஏமாற்றத்துடன் கூறினான்: “எறும்பைக் கொல்வதும் என்னால் இயலாது.”

“உன்பொருட்டு நான் ஏற்பாடு செய்கிறேன்.”

“நீ சக்திமிக்கவனாக இருக்கையில், என் உதவியை ஏன் நாடுகிறாய்?”

“அது உன் விவகாரம் இல்லை.”

ஃபாதில் விழுந்திருந்த பொறியை அவன் நினைவு கூர்ந்தான். சனான் அல்-காமலி மற்றும் கமாஸா அல்-புல்டியின் துயர நாடகங்களையும் அவன் ஞாபகப்படுத்திக் கொண்டான்.

“உன் கோரிக்கைகளிலிருந்து என்னை விடுவிக்குமாறு அல்லாவின் பெயரால் வேண்டிக் கொள்கிறேன்.”

மற்றவன் இகழ்ச்சியுடன் குறிப்பிட்டான்: “ஆளுநரை வற்புறுத்துவதை விடவும் எளிதானது எதுவுமில்லை. உன் காரணமாக மக்கள் பாதுகாப்பாக உணரவில்லை. உனது தந்திரமான அடிமைத்தனத்திலிருந்து விடுவிக்கப்படும் பொருட்டு, உன் விநாசத்தை அவர்கள் வரவேற்பார்கள். அவர்கள் முன்னே அற்புதம் ஒன்றை நிகழ்த்துமாறு சீக்கிரமே உன்னை அழைக்கலாம். அதில் நீ தோற்றால் - அது நிச்சயமே - புலியென உன்னைக் குதறி விடுவார்கள்.”

வேதனையும் குருட்டுத்தனமும் கொண்ட விரக்திப் பார்வை அவன் கண்களுக்கு வந்து சேர்ந்தது. ஆனால் அவனிடம் கருணையற்ற அந்நியன் கூறினான்: “உன் முடிவுக்காக நான் காத்துக் கொண்டிருக்கிறேன்.”

“என்னிடமிருந்து போய்விடு; உனக்கு முன்பாக என்னால் சரிவர யோசிக்க முடியாது.” அவன் அழுதான்.

எழுந்து நின்ற அன்னியன் குறிப்பிட்டான்: “சிறிது நேரம் விலகிப் போகிறேன். நீ என்னை அழைக்காவிடில், எனக்குப் பதிலாக காவல்துறை இயக்குநர் வருவார்.”

இவ்வாறு கூறியதும் அவன் கிளம்பினான்.

IX

அவன் தகிக்கிற நரகத்தில் மாரஃபை விட்டுச் சென்றான். அப்துல்லா அல்-பால்கியையும், பைத்தியத்தையும் அவன் கொல்லப் போகிறானா? ஆமாம், தன் அதிருஷ்டத்தை தக்க வைத்துக் கொள்வதில் அவன் முனைப்பாயிருந்தான். இருப்பினும் அவன் நல்லவனாகவும் பலவீனனாகவும்,

கூடவே உண்மையான நம்பிக்கையாளனாகவும் இருந்தான். கற்பனை அவனை அங்குமிங்குமாக இழுத்தது. பாதாளத்தின் விளிம்பிலிருந்த தரையில் திடமாகக் காலூன்றி நின்றான். கவலையின் இருளிலே, சந்தோஷகரமான எண்ணம் ஒன்று பிரகாசித்தது. ஹுஸ்னியாவுடனும் பணத்துடனும் தான் தப்பித்துப் போய்விட்டாலென்ன?

வீட்டுக்கு விரைந்தவன், வெளியே போகும் வகையில் மேலங்கியைப் போட்டுக் கொள்ளுமாறு தன் மனைவிக்கு ஆணையிட்டு, தன் பணத்தை ஒரு கட்டாகக் கட்டினான். இதெல்லாம் எதற்காக என்று வினவிய மனைவியிடம், தாங்கள் போகவேண்டிய இடத்தைப் போய்ச் சேர்ந்ததும் அறிந்து கொள்ளலாம் என்றான். அவர்கள் இரு கோவேறு கழுதைகளில் ஏறி, ஆற்றின் முகத்துவாரத்திற்குப் போகும் உத்தேசத்துடன் கிளம்பினர். ஆனால் தெருமுனையை அவர்கள் அடையும்போது, காவல்துறை இயக்குநர் கலீல்-ஃபாரிஸ், சில படைவீரர்கள் கூட்டத்தின் தலைவராக அவனை நோக்கி வந்து கொண்டிருந்தார்.

X

இவ்விவகாரம் வெடித்து அதன் அதிர்வு நகரின் மூலைகளில் ஒலித்தது. செருப்புத் தைக்கும் மாரஃபின் பாவ அறிக்கைச் செய்திகள் வதந்திகளாய் உலாவின. சில இருதயங்கள் உறுதிப்பாடு கொள்ள மற்றவையோ பாதாளத்தில் அமிழ்ந்தன. தூக்குமேடையின் தோல் விரிப்பு சீக்கிரமே மாரஃபை வரவேற்கும். அவன் ஃபாதில் சனான் மற்றும் அலாவுதீனுடன் சேர்ந்து விடுவான் என்பது தெரியவந்தது. ஏழைகளும் அபலைகளும் தம் குடிசைகளை விட்டு நகரச் சதுக்கங்களுக்கு வந்து சேர்ந்தனர். பதட்டமானதும் ஆழவேரூன்றியதுமான உணர்வுகளுடன் அவர்கள் விரைந்தனர். பெரும் கூட்டங்களாக, தம் எதிர்ப்புகளையும் எதிர்காலம் மீதான அச்சங்களையும் உரத்து முழங்கியபடி, கட்டற்ற ராட்சத உடலாக தம்மைக் கண்டு கொண்டனர்.

மாரஃபின் மரணத்துடன் அவர்களது அன்றாட ரொட்டி மறைந்து போகும். திரும்பவும் முகங்கள் இருண்டுபோன, குறைபாட்டு முனகல்கள் கடும் கிசுகிசுப்புகளாக பறிமாறிக் கொள்ளப்பட்டன. இத்தகைய ஆற்றல் அழிந்து போனால்... வெடித்தெழக்கூடிய,

தடுத்திட இயலாத வெள்ளமாக தம்மை உணர்ந்து கொண்ட அவர்களது விடுவிக்கப்படாத கோபமாக முழங்கினர்.

"மாரஃப் மாசற்றவன்."

"மாரஃப் இரக்கமுள்ளவன்."

"மாரஃப் மடியக்கூடாது."

"அவனுக்குத் தீங்கிழைப்போர் ஒழிந்து போகட்டும்."

ஆளுநரின் இல்லத்திற்கு அவர்கள் போயாக வேண்டும் என்று ஒரு குரல் ஒலித்ததுமே, உயரமான மலைகளிலிருந்து கட்டவிழ்க்கப்பட்ட பெருந்தாரையென, பெரும் ஆர்ப்பரிப்புடன் மக்கள் கூட்டங்கள் முன்னேறின. முதலாவது தெருவில் ஆயுதந்தாங்கிய துருப்புகளால் அவர்கள் வழி மறிக்கப்பட்டனர். சீக்கிரமே அம்புகளாலும் கற்களாலும் ஒரு சண்டை தொடர்ந்தது. மழையை மிரட்டிக் கொண்டிருந்த மேகத்தின் கீழே ஒரு சண்டை கடுமையாக நிகழ்ந்தது. அஸ்தமனத்திற்கு முன்பாக முரசொலிகள் அதிர்ந்தன. "சண்டையை நிறுத்துங்கள் மாட்சிமை மிக்க சுல்தானே வந்து கொண்டிருக்கிறார்" என்று பறையறிவிப்பவன் கூச்சலிட்டான்.

இருபக்கங்களும் பின்வாங்க, நிசப்தம் நிலவியது. பெரும் குதிரைப் படையுடன் சுல்தானின் பரிவாரம் வந்தது. தன் ராஜதந்திரிகள் சூழ ஷாரியார் ஆளுநரின் இல்லத்தில் நுழைந்தார். அதிகாரபூர்வ விசாரணை இரவெல்லாம் நடந்தது. பதட்டம் மிக்க முகங்களை மிருதுவாகக் கழுவியபடி தூரல் விழுந்து கொண்டிருக்க, விடியுமுன்னே பறையறிவிப்பவன் தோன்றினான். மக்களின் எதிர்பார்ப்புகள் பலவாக இருந்தாலும், நிஜமாகவே நிகழ்ந்தது, அவர்களது கட்டற்ற கனவுகளில் கூட தோன்றியிராததாகும்.

"இன்னொரு பகுதியின் ஆளுநராகப் பொறுப்பேற்கும் விதத்தில் ஆளுநர் இடமாற்றம் செய்யப்பட வேண்டும் என்பது சுல்தானின் விருப்பமாகும். செருப்புத் தைக்கும் மாரஃப் இங்கே அதிகாரத்திற்கு வரவேண்டும்" என்றான் பறையறிவிப்பவன்.

அதிரும் தம்வெற்றியால் மக்கள் போதை கொள்ளவும் உற்சாக முழக்கங்கள் கிளம்பின.

சிந்துபாத்

I

நகரின் ஆளுநர் மாரஃப் அந்தரங்க செயலாளர் சகி சுக்ரியையும் காவல்துறை இயக்குநர் கலீல்-ஃபாரிஸையும் இன்னொரு நகருக்கு இடமாற்ற வேண்டும் என்றும் நூர் அல்-தீன்னை அந்தரங்க செயலாளராகவும் பைத்தியக்காரனை, அப்துல்லா அல்-அக்வில் என்னும் புதுப்பெயருடன் - புத்திசாலி அப்துல்லா என்று பொருள்படுவது - காவல்துறை இயக்குநராக நியமிக்க வேண்டும் என்றும் பணிவுடன் சுல்தானுக்கு ஆலோசனை கூறினான். "பைத்தியக்காரனை காவல்துறை இயக்குநராக்குவது குறித்து நிஜமாகவே சந்தோஷம்தானா?" என்று சுல்தான் வினவியபோதிலும், இக்கோரிக்கையை அவர் நிறைவேற்றியது அசாதாரணமானதுதான்.

"முழுவதும் சந்தோஷமே" என்று நம்பிக்கையுடன் பதிலளித்தான் மாரஃப்.

அவனுக்கு வெற்றி கிடைக்க வாழ்த்திய சுல்தான், "மாரஃப், எனது கொள்கை என்ன?" என்று வினவினார்.

"செருப்புத் தைப்பது என் குருதியில் படிந்து விடும் அளவுக்கு செருப்புத் தைப்பதில் என் ஆயுளைக் கழித்திருக்கிறேன், மன்னரே" என்று அடக்கத்துடன் கூறினான்.

இதனால் சஞ்சலமுற்ற அமைச்சர் டாண்டன், மாரஃப் கிளம்பிய பிறகு "மன்னரே, அனுபவமற்றவர் கைகளில் நகரம் போய்ச் சேர்ந்திருக்கிறது என்பதைத் தாங்கள் எண்ணிப் பார்க்கவில்லையா?" என்றார்.

II

தம் நகரிலே நிகழ்ந்துள்ள மாற்றத்தை ஒட்டி எமீர்களின் சிற்றுண்டி விடுதிக்கு வருவோர் மாலைப்பொழுதை உற்சாகமான உரையாடலில் கழித்துக் கொண்டிருந்தனர். அப்போது அவ்விடுதி வாசலில் ஓர் அந்நியன் தோன்றினான்.

ஒல்லியான தேகமும் சற்று உயரமும் நேர்த்தி மிக்க கருந்தாடியும் கொண்டிருந்த அவன், பாக்தாத் மேலங்கியும் டமாஸ்கஸ் தலைப்பாகையும் மொராக்கோ செருப்புகளும் அணிந்து, கைகளில் விலை உயர்ந்த முத்துக்களாலான ஜெபமாலை வைத்திருந்தான். வாயடைத்துப் போனவர்களின் கண்கள் அவன்மீது ஈர்க்கப்பட்டன. அந்நியனாக இருப்பினும், அங்கிருந்தோரிடையே தன் புன்னகைக்கும் விழிகளை ஓடவிட்டான். அப்போது சுமைதூக்கி ரகப் திடீரென்று தாவி வந்து, "அல்லாவுக்கு நன்றி, இவன் சிந்துபாத் தவிர வேறுயாரும் இல்லை" என்று கூச்சலிட்டான்.

புதியவன் உரக்க இருமியதும், தன் பழைய தோழனை தழுவிக் கொண்டான். இருவரும் நேசத்துடன் தழுவிக்கொண்டு, நட்பார்ந்த முறையில் கைகளைக் குலுக்கினர். மாஸ்டர் சாஹ்லவலுக்கு அருகிலுள்ள வெற்றிடத்திற்கு ரகபை அழைத்துக் கொண்டு போனான். "அது கனவான்களுக்கான இடம்" என்று கிசுகிசுத்துக் கொண்டிருந்தான் ரகப்.

"இப்போது நீ எனது வியாபார முகவர்" என்றான் சிந்துபாத்.

"சிந்துபாத், போய் எவ்வளவு ஆண்டுகள் ஆகின்றன..." கூனன் சாம்லவல் வினவினான்.

"உண்மையில் நான் காலத்தை மறந்தே போனேன்" என்றான் குழப்பத்துடன்.

"பத்து நூற்றாண்டுகள் போலத் தோன்றுகிறது" என்றான் நாவிதன் உகர்.

"பல உலகங்களைப் பார்த்திருப்பாய்; அதைப்பற்றிச் சொல் சிந்துபாத்" என்றார் டாக்டர் அப்துல்காதிர் அல்-மஹீனி.

தன்னிடம் காட்டப்பட்ட பெரும் அக்கறையை ரசித்தவன், "என்னிடம் உல்லாசமானதும் உத்வேகமூட்டுவதுமான கதைகள் இருக்கின்றன. ஆனால் எல்லாம் உரிய நேரத்தில் தான். நான் ஆசுவாசமடையும் வரையும் பொறுமையாயிருங்கள்" என்றான்.

"நாங்கள் எமது கதைகளைக் கூறுவோம்" என்றான் உகர்.

"அல்லா உங்களுக்கு என்ன செய்திருக்கிறார்?"

"பலர் மரணமடைந்து, மரணத்தின் நிறைவை அடைந்துள்ளனர்; பலர் பிறந்து வாழ்வின் நிறைவை அடைந்திருக்கவில்லை. உச்சங்களிலிருந்து வீழ்ந்துள்ளனர் சிலர், மற்றவர்கள் உயர்ந்துள்ளனர். உயர்ந்த அந்தஸ்திற்கு வந்து சேர்ந்தவர்கள் பிச்சை எடுத்துக் கொண்டிருக்கின்றனர். மிக உயர்ந்ததும் மிக மோசமானதுமான பூதங்கள் நம் நகருக்கு வந்துள்ளன. செருப்புத்தைக்கும் மாரஃப் நம் நகர்ப்புறத்தின் ஆளுநராக நியமிக்கப்பட்டிருப்பதுதான் சமீபத்திய செய்தி."

"என் பயணங்களில்தான் அதிசயங்கள் இருந்திருக்கும் என்று எண்ணியிருந்தேன். இப்போது நான் நிஜமாகவே வியப்படைகிறேன்."

"சிந்துபாத், செல்வந்தனாயிருப்பது தெளிவாகத் தெரிகிறது" என்றான் தண்ணீர் எடுத்துச் செல்லும் இப்ராஹிம்.

"தான் விரும்புவோரிடம் வரம்பின்றி அல்லா அருளுகிறார்."

"நீ சந்தித்த மிக அசாதாரணமானவற்றை எங்களுக்குச் சொல்" என்றார் துணிமணி வியாபாரி கலீல்.

தன் ஜெபமாலையை உருட்டிக் கொண்டே அவன் குறிப்பிட்டான்: "எல்லாவற்றுக்கும் அதனதன் நேரம் உண்டு. நானொரு அரண்மனை வாங்க வேண்டும். மலைகளிலும் ஆழ்கடல்களிலும் இனந்தெரியாத தீவுகளிலும் இருந்து நான் கொண்டு வந்துள்ள அரிதானதும் விலை உயர்ந்ததுமான பொருட்களை விற்பதற்கென கடை ஒன்று நான் ஆரம்பிக்க வேண்டும். சீக்கிரமே உங்களுக்காக நான் தரப்போகிற விருந்திலே விசித்திரமான உணவுகளையும் பானங்களையும் அளிப்பேன். அதன் பின்னர் எனது அசாதாரணமான பயணங்களை எடுத்துரைப்பேன்."

III

கேவல்ரி சதுரத்திலுள்ள அரண்மனை மீது சட்டென்று அவன் கவனம் விழுந்தது. அதனைச் சீர்திருத்தி அலங்கரிக்கும் பொறுப்பை அவன் சாஹ்லவலிடம் ஒப்படைத்து விட்டு, சந்தையில் தான் தொடங்கிய புதிய வியாபாரத்தின் பொறுப்பை

ஆரம்பித்த முதல் நாளிலிருந்தே, சுமைதூக்கி ரகபிடம் விட்டு விட்டான். இதற்கிடையே அவன் ஆளுநரைப் பார்க்கப் போயிருந்தான். அவர்கள் தனித்து விடப்பட்டதுமே, பழைய சிநேகிதர்களென சந்தித்துக் கொண்டனர். மாரஃப் தன் கதையை எடுத்துரைக்க, சிந்துபாத்தோ தனது ஏழு கடற்பயணங்களின் போது நடந்திருந்தவற்றை விவரித்தான்.

“உன் நிலைக்கு நீ தகுதியானவன்” என்று சிந்துபாத் கூறினான்.

“அல்லாவின் கவனத்தில் உள்ள, ஏழைகளின் ஊழியன் நான்” என உறுதியுடன் மாரஃப் பதிலளித்தான்.

தான் சிறுவனாயிருந்தபோது தனக்கு ஆசிரியராக இருந்த ஷேக் அப்துல்லா அல்-பால்கியைப் போய்ப் பார்த்தான். அவரது கைகளை முத்தமிட்டபடி கூறினான்: “எனது ஆதாரப் பள்ளிப் படிப்புக்கு அவசியமானவரை மட்டுமே உங்களின் பராமரிப்பில் இருந்தேன். ஆனால் நான் துரதிருஷ்டத்தை எதிர்கொண்ட போது இருளை ஒளிரச் செய்ததான சில வார்த்தைகளை அப்போது பெற்றிருந்தேன்.”

“நல்ல மண்ணில் விழாத மட்டில் நல்ல விதையால் பலனில்லை” என்று ஷேக் இணக்கத்துடன் குறிப்பிட்டார்.

“மாஸ்டர் என் சாகசங்களை நீங்கள் கேட்பதற்குப் பிரியப் படுவீர்களா?”

“எண்ணற்ற விஷயங்களால் அறிவு பெறப்படுவதில்லை. மாறாக அறிவைப் பின்பற்றி அதனைப் பயன்படுத்தும்போதுதான் பெறப்படுகிறது.”

“மாஸ்டர் உங்களுக்கு உகப்பான விஷயங்களை அவற்றிலே காண்பீர்கள்.”

“கவலைப்படுவதற்கு ஒரேயொரு விஷயம் மட்டும் உள்ளவன் ஆசீர்வதிக்கப்படுவான். அவனது இருதயம், தனது கண்கள் பார்த்தவற்றாலும் தனது காதுகள் கேட்டவற்றாலும் கவலை கொள்வதில்லை. அல்லாவை அறிந்துள்ளவன் தன் கவனத்தைச் சிதறடிக்கச் செய்கிற ஒவ்வொன்றைப் பொறுத்தும் அளவோடு இருப்பான்” என்று சிறிதும் உற்சாகமின்றி ஷேக் பதிலளித்தார்.

தனக்கான ஏற்பாடுகளை எல்லாம் செய்து முடித்ததும் சிந்துபாத் தன் நண்பர்களை விருந்துக்கு வரவழைத்தான். தனது ஏழு கடற்பயணங்களில் தனக்கு நிகழ்ந்திருந்ததை அப்போது

எடுத்துரைத்தான். அங்கிருந்து கதைகள் நகர்ப்புறங்களுக்கும் அப்புறம் நகரத்திற்கும் பரவிட, இருதயங்கள் சலனம் கொண்டன. கற்பனைகள் தூண்டிவிடப்பட்டன.

IV

ஒரு நாள் நகர்ப்புறத்தின் ஆளுநர் மாரஃப், தன்னை வந்து பார்க்குமாறு அவனைக் கேட்டுக் கொண்டார்.

“சிந்துபாத், சந்தோஷப்படு... மாட்சிமை மிக்க சுல்தான் ஷாரியார் உன்னைப் பார்க்க ஆசைப்படுகிறார்.”

சந்தோஷப்பட்ட சிந்துபாத், காவல்துறை இயக்குநர் சகிதமாக, உடனடியாக அரண்மனைக்கு விரைந்தான். இரவு கவியும் போதே சுல்தானிடம் வந்து விடவே, அவனைத் தோட்டத்திற்கு இட்டுச் சென்றனர். ஆழ்ந்த இருளில் ஓர் இருக்கையில் அமர்ந்தபோது வசந்தத்தின் சுவாசங்கள் நட்சத்திரங்கள் மின்னிட்ட கூரையின் கீழே, பூக்களின் வாசத்தாலான மணத்தை அவனது அடியாழத்தில் கொண்டு வந்து சேர்த்தன. சுல்தான் இதமாகப் பேசவே, இயல்பாகிவிட்ட அவன் பிரமிப்பிலிருந்து விடுபட, நேசம் மற்றும் நெருக்கத்தின் உணர்வுகள் அவனிடம் மேலோங்கின. அவனின் ஆரம்பகாலத் தொழில் பற்றியும், அவன் கற்றறிந்த அறிவியல்கள் பற்றியும், பயணம் செய்யுமாறு அவனைத் தீர்மானிக்கச் செய்தது எது என்பது பற்றியும் ஷாரியார் அவனை வினவினார். சிந்துபாத் வெளிப்படையாகவும் உண்மையாகவும் மற்றும் சுருக்கமாகவும் பதிலளித்தான்.

“உன் பயணங்களைப் பற்றி மக்கள் என்னிடம் கூறியுள்ளனர். அவற்றிலிருந்து என்ன கற்றுக் கொண்டாய் என்பதையும் பயனுள்ள ஏதேனும் கற்றிருக்கிறாயா என்பதையும் உன்னிடமிருந்து தெரிந்து கொள்ள விரும்புகிறேன். ஆனால் தேவைப்பட்டாலொழிய, எதனையும் திரும்பவும் கூறவேண்டாம்” என்றார் ஷாரியார்.

சிறிது நேரம் யோசித்துப் பார்த்த சிந்துபாத், பின்னர் குறிப்பிட்டான்: “மாட்சிமை மிக்கவரே ஒருவர் உதவி வேண்டுவது அல்லாவிடமே.”

“சிந்துபாத், நீ பேசுவதை கவனித்துக் கொண்டிருக்கிறேன்.”

தன் நுரையீரல்களை ஆனந்தமான வாசனையால் நிரப்பிவிட்டு, அவன் தொடங்கினான்: “மாட்சிமை மிக்கவரே, நான் கற்றுக்

கொண்டுள்ள முதல் விஷயம், மாயையினால் ஏமாற்றப்படக்கூடிய மனிதன், அது உண்மை என்று எண்ணுகிறான்; மேலும் திடமான பூமி மீது நாம் வசிக்காதவரை பாதுகாப்பில்லை. என் முதல் பயணத்தின் போது எங்கள் கப்பல் மூழ்கிவிட மரக்கட்டை ஒன்றைப் பற்றிக்கொண்டு, கருந்தீவு ஒன்றை எட்டும்வரை நீந்தினேன். நானும் என்னுடன் இருந்தோரும் அல்லாவுக்கு நன்றி செலுத்திவிட்டு, பழங்களைத் தேடி தீவு முழுதும் அலைந்து திரிந்தோம். எதுவும் கிடைக்காமல் போகவே, நாங்களெல்லாம் கரையில் கூடி, ஏதேனும் கப்பல் வரலாம் என்று எதிர்பார்த்து நின்றோம். திடீரென்று யாரோ ஒருவர் கத்தினார், "பூமி நகருகிறது."

"பூமியினால் நாங்கள் உலுக்கி எடுக்கப்பட்டதைக் கண்டு கொண்டோம். திகிலுணர்வால் பீடிக்கப்பட்டோம். அப்போது இன்னொருவர் கூச்சலிட்டார், "பூமி மூழ்குகிறது."

"அது நிஜமாகவே தண்ணீருக்குள் மூழ்கிக் கொண்டிருந்தது. எனவே நான் கடலில் குதித்தேன். அப்புறம் தான் தெரிந்தது, பூமியென்று நாங்கள் எண்ணியிருந்தது பெரிய திமிங்கலத்தின் முதுகு என்று. எங்கள் அசைவுகளால் பாதிக்கப்பட்ட அது, தன் உலகிற்குள் கம்பீரமாகச் சென்று கொண்டிருந்தது.

"என்னை விதியிடம் ஒப்படைத்து விட்டு, பாறைகள் சிலவற்றை என் கைகள் தொடும் வரையும் நீந்தினேன். அங்கிருந்து தண்ணீரும் நிறையப் பழங்களும் உள்ள நிஜமான தீவுக்கு ஊர்ந்து போனேன். கப்பல் ஒன்று வந்து என்னை மீட்கும் வரை சிறிது காலம் அங்கே வசித்தேன்."

"உண்மையையும் மாயையையும் எப்படிப் பிரித்தறிகிறாய்?" என்று சுல்தான் விசாரித்தார்.

"அல்லா நமக்களித்துள்ள புலன்களையும் அறிவையும் நாம் பயன்படுத்த வேண்டும்" என்று அவன் சிறிது தயக்கத்திற்குப் பிறகு பதிலளித்தான்.

"தொடரலாம், சிந்துபாத்."

"மாட்சிமை மிக்கவரே, விழிப்பு அவசியமானால் தூக்கம் அனுமதிக்கப்படுவதில்லை. வாழ்க்கை இருக்கும் போது விரக்தி கொள்வதில் அர்த்தமில்லை என்பதையும் கற்றிருக்கிறேன். துருத்திக் கொண்டு நின்ற பாறைகளில் கப்பல் மோதி நாசமாகிப்போனது. அதிலிருந்தவர்கள், தண்ணீரோ மரங்களோ

இல்லாத தீவுக்குப் போனார்கள். ஆனால் எங்களிடம் உணவும் நீருள்ள தோல்பைகளும் இருந்தன. மிக அருகிலேயே பெரிய பாறை ஒன்றைப் பார்த்த நான், சிறிது நேரம் அதன் நிழலிலே நீந்தலாம் என்று எனக்குள் கூறிக் கொண்டேன். நான் தூங்கி விழித்த போது என் சகாக்களைக் காணவில்லை. குரலுயர்த்தி அழைத்துப் பார்த்தேன், பதில் ஏதும் இல்லை. கடற்கரைக்கு விரைந்த நான், தொடுவானைத் தாண்டி கப்பல் ஒன்று நழுவிக் கொண்டிருப்பதைப் பார்த்தேன். அலைகள் எழுவதையும் கண்டேன். விரக்தியும் மரணமும் இணைந்த ஓலமிட்டேன். என் தோழர்களை அக்கப்பல் ஏற்றிக் கொண்டதை உணர்ந்து கொண்டேன். காப்பாற்றப்பட்ட பரவசத்தில் அவர்கள், பாறைக்குப் பின்னே தூங்கிக் கொண்டிருந்த நண்பனை மறந்து போயிருந்தனர். உயிர்கொண்ட ஜீவனிடமிருந்து சப்தம் ஏதும் வரவில்லை, ஆளரவமற்ற தீவிலே பாறைகள் தவிர வேறு எதனையும் பார்க்கவும் முடியவில்லை. ஆனால் எத்தகைய பாறை! திகிலால் என் கண்கள் கூர்மையடைய சோர்ந்துவிட்ட என் கண்களுக்குப் பாறையாகத் தோன்றிய அது பாறையல்ல, மாறாக ஒரு முட்டை, பெரியதொரு வீட்டின் அளவுள்ள முட்டை என உணர்ந்து கொண்டேன். எந்தப் பறவையின் முட்டை? மெதுவான மரணத்தின் பாழுக்குள்ளே நான் வீழ்ந்த போது, இனந்தெரியாத அந்த எதிரியால் திகில் என்னைக் கவ்விக் கொண்டது. அப்போது சூரிய ஒளி அணைந்து போக, அந்தி போன்ற இருள் கவிந்தது. என் கண்களை உயர்த்திய நான், கழுகு போன்றதொரு ஜீவராசியை - அதனை விட நூறு மடங்கு பெரிதாக இருந்தாலும் - பார்த்தேன். அம்முட்டை மீது நான் அமரும் வரையும், மெல்ல பறந்து வந்த அதனுடன் சேர்ந்து பறக்கப் போவதை உணர்ந்து கொண்டேன். ஒரு விநோத எண்ணம் உதிக்கவே, அதன் கால்கள் ஒன்றுடன் பெரிய பாய்மரக்கம்பாக என்னைக் கட்டிக் கொண்டேன். என்னுடன் எழுந்த பறவை, பூமிக்குமேலே பறந்தது. நம்பிக்கையோ வலியோ இல்லாததுபோல, எல்லாமே என் கண்களுக்கு சிறியதாகவும் அற்பமாகவும் தோன்றின. கடைசியாய் பறவை சிகரமொன்றில் இறங்கியது. என்னைக் கழற்றிக் கொண்டு, இதற்கு முன் நான் பார்த்தேயிராத, கம்பீரமான மரமொன்றின் அருகே ஊர்ந்து போனேன். நான் தூக்கத்தினால் வெற்றி கொள்ளப்பட சிறிது நேரம் ஓய்வெடுத்ததும் இனந்தெரியாத இலக்கை நோக்கிப் பறவை தன் பயணத்தைத் தொடர்ந்தது. நான் விழித்ததும் பகல்நேரச் சூரியன் ஒளிர்ந்தது. என் பசியைப்

போக்க கொஞ்சம் புல்லைத் தின்ற நான், என் தாகத்தைத் தணித்துக் கொண்டேன். அப்போது என் கண்களைக் கூசவைத்து, பூமியிலிருந்து ஒளிக்கற்றைகள் வீசிக் கொண்டிருக்கக் கண்டேன். நான் துருவி ஆராய்ந்தபோது பூமிப்பரப்பிலே வைரங்கள் இருந்தன. எனது மோசமான நிலையையும் பொருட்படுத்தாது, பேராசை கிளர்ந்தெழவே, என்னால் முடிந்த அளவுக்குத் தோண்டி எடுத்து, என் கால்சராய்களில் சேர்த்துக் கட்டிக் கொண்டேன். பிறகு மலையிலிருந்து இறங்கி கடற்கரையை அடைந்தபோது, போக்குக் கப்பல் என்னை மீட்டது.''

``பாறையைப் பற்றி கேள்விப்பட்டிருக்கிறோமே ஒழிய பார்த்ததில்லை. தன் நோக்கங்களுக்காக அதனை அறிந்து, அதனை முதலில் பயன்படுத்திக் கொண்ட மனித ஜீவன் நீதான், சிந்துபாத்'' ஷாரியார் அமைதியாகக் குறிப்பிட்டார்.

``எல்லா வல்ல அல்லாவின் விருப்பம் அது'' என்று அடக்கமாகக் கூறிய சிந்துபாத், அப்புறம் தான் சொல்ல வேண்டி இருந்ததை சொல்லிக் கொண்டு போனான்.

``அளவாக எடுத்துக் கொள்கையில் உணவு ஊட்டமாக இருக்கிறது, ஆனால் அளவின்றி விழுங்கினால் ஆபத்தாக இருக்கிறது. உடல் வேட்கைகளைப் பொறுத்தும் இதுவே உண்மை என்பதையும் அறிந்து கொண்டேன். முந்தையது போலவே இக்கப்பலும் சிதைந்து போக, ராட்சச அரசனால் ஆளப்படும் தீவுக்குப் போய்ச் சேர்ந்தோம். இருந்த போதிலும் அவன் தாரளமாக விருந்தோம்பி எங்கள் நம்பிக்கைகளை விஞ்சும் வகையில் வரவேற்றான். அவனது கூரையின் கீழே நாங்கள் ஓய்வெடுத்தது தவிர்த்து வேறெதுவும் செய்யவில்லை. மாலை நேரங்களில் உரையாடினோம். எல்லாவித உணவு வகைகளையும் அவன் எங்களுக்குத்தர, பைத்தியங்களைப் போல உண்டு தீர்த்தோம். எனினும் என் குழந்தைப் பருவத்தில் என் ஆசிரியர் ஷேக் அப்துல்லா அல்-பால்கியிடமிருந்து நான் கற்றிருந்த சில வார்த்தைகள், நான் அதிகப்படியாக உண்ணாதிருக்குமாறு செய்தன. என் சகாக்கள் உணவை விழுங்கி, வயிற்றை நிரப்பியதும் ஆழ்ந்து தூங்கி சதையும் கொழுப்புமாக நிரம்பிய பீப்பாய்கள் போல பருத்துக் காணப்பட, நான் நிறைய நேரத்தைத் தொழுகையில் கழித்தேன். ஒரு நாள் மன்னன் வந்து, எங்களை ஒவ்வொருவராகப் பார்த்தான். என்னை இகழ்ந்து நோக்கிய அவன், என் சகாக்களை தன் அரண்மனைக்கு அழைத்தான்.

"பழம் தராத பாலை போல நீ" என்றான் அவன்.

"அதனால் அதிருப்தியுற்ற நான், இரவில் நழுவிச் சென்றேன். என் சகாக்கள் என்ன செய்து கொண்டிருந்தார்கள் என்று பார்க்க வேண்டும்போல் தோன்றியது. மன்னனின் ஆட்கள் கப்பல் தலைவனை வெட்டிக் கூறுபோட்டு தம் ஆட்சியாளருக்குப் படைத்துக் கொண்டிருக்கக் கண்டேன். காட்டுமிராண்டித் தனமான ரசனையுடன் அதை அவன் சாப்பிட்டான். அவனது தாராளத்தின் ரகசியம் பட்டென்று எனக்குப் புரிந்து விட்டது. உடனே நான் கரைக்குத் தப்பிச் செல்ல, வேறொரு கப்பலால் மீட்கப்பட்டேன்."

"அவர் உன்னை உன் பக்தியில் பராமரிக்கட்டும் சிந்துபாத்" என்று சுல்தான் முணுமுணுத்தார். அப்புறம் தன்னுடன் பேசிக் கொள்வது போல, "ஆனால் ஆட்சியாளருக்கும் பக்தி அவசியம்" என்றார்.

சுல்தான் கூறியவற்றின் எதிரொலியை ஒரு நிமிடம் வைத்துக் கொண்ட சிந்துபாத், அப்புறம் தான் சொல்ல வேண்டி இருந்ததைத் தொடர்ந்தான்.

"மாட்சிமை மிக்கவரே, உளுத்துப்போன மரபைத் தொடர்வது முட்டாள்தனமான வகையில் ஆபத்தானது என்றும் கற்றுக் கொண்டேன். கப்பல் சீனத்துக்குச் செல்லும் வழியில் மூழ்கிப் போனது. நானும் என்னுடன் பயணித்துக் கொண்டிருந்தவர்களின் ஒரு குழுவும், இதமான தட்பவெப்பமும் மரஞ்செடிகளும் கொண்ட ஒரு தீவில் புகலிடம் அடைந்தோம். அமைதி நிலவிய அதை, ஆட்சிபுரிந்த நல்லதொரு மன்னன், "உங்களை என் குடிமக்களாகக் கருதுகிறேன். அவர்களின் உரிமைகளையும் கடமைகளையும் பெற்றிருப்பீர்கள்" என்றான்.

"இதனால் சந்தோஷப்பட்டு அவன் பொருட்டுத் தொழுதோம். தனது விருந்தோம்பலின் மேலும் ஓர் அம்சமாக, அழகான அடிமைப் பெண்கள் சிலரை எங்களுக்கு மனைவியராக வழங்கினான். இவ்விதமாக வாழ்க்கை லகுவானதாகவும் அனுபவிக்கத்தக்கதாகவும் இருந்தது. அப்போது மனைவியருள் ஒருத்தி இறந்து போகவே, அவளது அடக்கத்திற்காக மன்னன் ஏற்பாடுகள் செய்தான். "இறந்து விட்ட மனைவியுடன் அவளது கணவனையும் உயிரோடு சேர்த்துப் புதைக்க வேண்டும் என்கிறது எங்கள் மரபு. கணவன் மடிந்துபோனால், அவனது மனைவியும் அப்படியே உயிரோடு சேர்த்துப் புதைக்கப்பட வேண்டும்

என்பதைச் சொல்ல வருந்துகிறேன்'' என்று அப்பெண்ணை இழந்துவிட்ட எங்கள் சகாவிடம் அம்மன்னன் கூறினான்.

"திகிலடைந்து போன எங்கள் நண்பன் மன்னனிடம், "ஆனால் எங்கள் மதம் அவ்வாறு செய்யுமாறு குறிப்பிடவில்லை'' என்று மன்றாடினான்.

"உங்கள் மதம் பற்றி எங்களுக்கு அக்கறையில்லை. எங்கள் மரபுகள் புனிதமானவை'' என்றான் அரசன்.

"மனைவியின் பிரேதத்துடன் அவன் உயிரோடு புதைக்கப்பட்டான். அதனால் மனநிம்மதி குலைந்த நாங்கள், எதிர்காலத்தைப் பீதியுடன் நோக்கினோம். என் மனைவியை சந்தேகத்துடன் நோக்கத் தொடங்கினேன். சின்னஞ்சிறு உபாதை பற்றி அவள் குறைபட்டாலும், நான் நடுங்கிப்போவேன். அவள் கருவுற்று பிள்ளை பெற இருந்தபோது அவள் உடல் நிலை மோசமாகவே, நான் காட்டுக்கு ஓடிப்போய் அங்கேயே தங்கி விட்டேன். பின்னர் ஒருநாள், கடற்கரையோரமாக கப்பல் ஒன்று கடந்து போகவே தண்ணீரில் குதித்த நான் உதவுமாறு கூச்சலிட்டபடியே அதை நோக்கி நீந்தினேன். அநேகமாக நான் மூழ்கிப் போக இருந்த தருணத்தில் என்னை அவர்கள் காப்பாற்றினர்.''

"மரபுகள் கடந்த காலத்தவை. கடந்த காலத்தைச் சேர்ந்தவற்றுள் காலாவதியானவை இருக்கவே செய்யும்'' என்று சுல்தான் தனக்குள் பேசிக் கொள்வது போல முணுமுணுத்தார்.

சுல்தானிடம் சொல்வதற்கு மேலும் இருக்கிறது என்று சிந்துபாத்திற்கு தோன்றவே, அவன் அமைதியாயிருந்தான். எனினும் ஷாரியார், "சிந்துபாத், தொடர்ந்து சொல்'' என்றார்.

"மாட்சிமை மிக்கவரே, விடுதலையே ஆன்மாவின் உயிராகும். ஒருவன் தன் விடுதலையை இழந்து விட்டால் சொர்க்கத்தினாலும் பயனில்லாது போகும் என்பதையும் கற்றுக் கொண்டேன். எங்கள் கப்பல் புயலில் சிக்கி நொறுங்கிவிட, எங்களில் என்னைத் தவிர யாரும் தப்பவில்லை. பழங்களும் நீரோடைகளும் நிறைந்து அளவான தட்வெப்பமுள்ள வாசம் கொண்ட தீவில், அலைகள் என்னைத் தூக்கி எறிந்தன. என் பசியையும் தாகத்தையும் தீர்த்துக் கொண்டு என்ன கிடைக்கிறது என்று பார்ப்பதற்காக உள்ளே போனேன். தன் ஆதாரங்களை எல்லாம் முழுதுமாய் இழந்துவிட்ட ஒரு முதியவன் மரத்தின் கீழ் படுத்திருந்தான்.

"உடல் நலிவடைந்திருக்கிறேன், தயவு செய்து என் குடிலுக்கு என்னைத் தூக்கிச் செல்வாயா?" என்றான் அவன். அவனைத் தூக்கிச்செல்வதில் நான் தயங்கவில்லை. என் தோள்களில் அவனைப் போட்டுக்கொண்டு அவன் சுட்டிக் காட்டிய இடத்திற்குப் போனேன். குடிசை ஏதும் இல்லாததைக் கண்டு "மாமா, உங்கள் வசிப்பிடம் எங்கே?" என்றேன்.

முதலில் அவன் பேசியதைப் போலல்லாமல், வலுவான குரலில் அவன் பேசினான்: "இத் தீவே என் வசிப்பிடம்தான், ஆனால் என்னைத் தூக்கிச் செல்ல ஒருவர் அவசியம்."

"என் தோள்களிலிருந்து அவனை நான் இறக்க விரும்பினேன். ஆனால் என் கழுத்திலிருந்தும் தோள் எலும்புகளிலிருந்தும் அவன் கால்களைப் பிரிக்க முடியாது போயிற்று. இரும்பினால் நிலை நிறுத்தப்பட்ட கட்டிடம் போன்றிருந்தன அவை."

"என்னைப் போகவிடு, உனக்குத் தேவைப்படும்போது ஊழியம் புரிவேன்" என்று கெஞ்சினேன்.

"என் கெஞ்சல்களை ஒதுக்கித் தள்ளிவிட்டு பரிகாசத்துடன் அவன் நகைத்தான். விழிப்போ தூக்கமோ அனுபவிக்கக் கூடியதாக அல்லாமல், அவனது அடிமையாக வாழுமாறு என்னைச் சபித்தான். ஒரு யோசனை தோன்றும் வரை, எனக்கு உணவிலோ மதுவிலோ மகிழ்ச்சியில்லாது போயிற்று. ஒரு குழிக்குள் சில திராட்சைகளைப் பிழிந்து அதனை நொதிக்க விட்டேன். அப்புறம் அவனுக்குப் போதையேறி உருக்குப் போன்ற அவன் தசைகள் தளரும்வரை அவனைக் குடிக்க வைத்து என் தோள்களிலிருந்து தூக்கி எறிந்தேன். ஒரு கல்லையெடுத்து அவன் தலையை நொறுக்கி, தீங்கிலிருந்து இவ்வுலகைக் காப்பாற்றினேன். அப்புறம் கப்பல் ஒன்றினால் மீட்கப்படும் வரை - எவ்வளவு காலம் என்று தெரியவில்லை - சந்தோஷமாகக் காலங் கழித்தேன்."

"இவ்வுலகில் நாம் எவ்வளவு விஷயங்களைக் கண்டு அதிசயித்து நிற்கிறோம். வேறென்ன கற்றுக் கொண்டாய்?" என்று ஷாரியார் பெருமூச்சு விட்டபடியே குறிப்பிட்டார்.

"மாட்சிமை மிக்கவரே, மனிதனுக்கு அற்புதம் வழங்கப்படலாம். அதை அவன் பயன்படுத்தி தன்னுடையதாக்கிக் கொள்வது சரியானதாகாது. தன் இருதயத்தில் பிரகாசிக்கிற அல்லாவின் ஒளியிலிருந்து வரும் வழிகாட்டுதலுடன் அதனை அவன்

அணுகவும் வேண்டும் என்பதையும் கற்றுக் கொண்டேன். முன்போலவே என் கப்பல் மூழ்கிப் போக, 'கனவுகளின் தீவு' என்னும் பெயருக்குத் தக்க ஒரு தீவிலே புகலிடம் அடைந்தேன். அழகான பெண்கள் எல்லா தினுசுகளிலும் அங்கே நிறைந்திருந்தனர். அவர்களில் ஒருத்தியால் நான் வசீகரிக்கப்பட்டு, அவளை மணந்து கொண்டு சந்தோஷமாய் இருந்தேன். என்னை நம்பியதாக அம்மக்கள் உணர்ந்தபோது, என் தோள்களுக்குக் கீழே இறகுகளைக் கட்டி விட்டு, நான் விரும்பும் போதெல்லாம் பறந்து செல்ல முடியும் என்றனர். அகமகிழ்ந்து போன நான், எனக்கு முன் யாரும் முயன்று பார்த்திராத அனுபவத்தைப் பெற முற்பட்டேன். நீங்கள் விண்ணில் இருக்கையில் அல்லாவின் பெயரை உச்சரிப்பதில் கவனமாயிருக்க வேண்டும், இல்லாவிடில் எரிந்து போவீர்கள்" என என் மனைவி ரகசியமாய் என்னிடம் தெரிவித்தாள்.

"அவர்களது குருதியிலே சாத்தான் இருந்ததை உடனடியாக உணர்ந்துகொண்ட நான், தப்பிச் செல்லத் தீர்மானித்து, அவர்களை விலக்கிப் பறந்தேன். என் நகரைச் சென்று சேருவது என்னும் நோக்கம் தவிர்த்து வேறெதுவும் மனதில் இல்லாமல் நீண்ட நேரம் ஆகாயத்தில் மிதந்து சென்றடைந்தேன். ஆக உலகங்களின் கடவுளான அல்லாவைத் துதிக்கிறேன்."

சிறிது நேரம் நிசப்மாயிருந்த ஆட்சியாளர் பின்னர் குறிப்பிட்டார்: "எந்த மானுட விழியும் கண்டிராத உலகின் அதிசயங்களை கண்டிருக்கிறாய் மற்றும் பல படிப்பினைகளைக் கற்றிருக்கிறாய். எனவே செல்வம், ஞானம் என்ற வகையில் அல்லா உனக்கு அருளியவற்றில் மகிழ்ந்து திளைக்கலாம்."

V

உணர்வோட்டங்கள் மேலோங்கிய நிலையில் ஷாரியார் எழுந்தார். எண்ணற்ற நட்சத்திரங்களின் கீழே, பிரும்மாண்ட விருட்சங்களின் மத்தியிலே, மங்கிய ஆவியென அரசின் தோட்டத்தில் ஆழ்ந்து விட்டார். தோட்டத்தின் இன்னிசை மெட்டுகளை அழித்து விட்டு, நிகழ்காலத்தின் குரல்களை அழித்து விட்டு, கடந்த காலத்தின் குரல்கள் அவர் காதுகளில் ஒலித்தன. வெற்றி முழக்கங்கள், ஆவேசக் கூச்சல்கள், கன்னியரின் முனகல்கள், நம்பிக்கையாளர்களின் சீற்றங்கள், அயோக்கியர்களின் பாடல்கள் மற்றும் தூபிகளின் உச்சிகளிலிருந்து அல்லாவின் பெயரை

விளித்தல்கள், குரூரம், கொடுங்கோன்மை, கொள்ளை மற்றும் அதன் பின்னுள்ள குருதி ஆகியவற்றின் சர்ப்பங்களை மறைத்திடாத, கிழிந்து போன காகித முகமூடியென, குறிப்பான கீர்த்தியின் பொய்மை அவருக்குத் தெளிவாக்கப்பட்டது. தன் தாய் மற்றும் தந்தை, பொல்லாத தீர்ப்புரைகளை வழங்குவோர் மற்றும் கவிஞர்கள், ஏமாற்றத்தின் குதிரைப்படை வீரர்கள், கருவூலத்தின் கொள்ளையர்கள், கண்ணியமிக்க குடும்பங்களிலிருந்து வந்த வேசியர் மற்றும் ஒயின் கிளாஸ்கள், அலங்காரத் தலைப்பாகைகள், வசீகரச் சுவர் அலங்காரங்கள், தளவாடப் பொருட்களுக்குச் செலவிடப்படுவதற்காக கொள்ளையடிக்கப்பட்ட தங்கம், வெற்றுச் சிரிப்புகள் மற்றும் தற்கொலைக்கு முயலும் ஆன்மாக்கள் மற்றும் பிரபஞ்சத்தின் பரிகாசச் சிரிப்பு ஆகியவற்றை அவர் சபித்தார்.

அவர் அலைந்து திரிந்துவிட்டு நள்ளிரவில் திரும்பினார். செஹர்ஜாத்தை வரவழைத்து, தன்னருகே அமரச் செய்து, "சிந்துபாத்தின் கதைகள் உன்னுடைய கதைகளைப் போன்றே இருக்கின்றன செஹர்ஜாத்" என்றார்.

"மாட்சிமை மிக்கவரே, எல்லாம் ஒரே தோற்றுவாயிலிருந்து தொடங்குகின்றன" என்றாள் செஹர்ஜாத்.

கிளைகளின் கிசுகிசுப்புகளையும் தூக்கணாங்குருவிகளின் சப்தங்களையும் கேட்க விரும்புவது போல அவர் நிசப்தமானார்.

"மன்னர் தன் இரவு நேர உலாச் செல்வதற்கு உத்தேசித்திருக்கிறாரா?"

"இல்லை" எனக் குறிக்கோளின்றிக் கூறியவர், தாழ்ந்த குரலில், "அனைத்தும் சலிப்பூட்டுகிற நிலையை நான் எட்டியிருக்கிறேன்" என்றார்.

"ஞானவான் சலிப்புறுவதில்லை மன்னரே" என்று அவள் கவலையுடன் குறிப்பிட்டாள்.

"நானா? ஞானம் என்பது வேறுபட்ட தன்மையானது. சிம்மாசனத்தைப் போல் சுவீகரிக்கப்படுவதில்லை."

"இன்றைக்கு நகரம் நேரிய ஞானத்தை அனுபவிக்கிறது."

"செஹர்ஜாத், கடந்த காலத்தில்?"

"நிஜமான வருந்துதல், கடந்த காலத்தை அழித்து விடுகிறது."

"கள்ளங்கபடமற்ற கன்னியர் மற்றும் நீதிமான்களில் முக்கியமானவர்களைக் கொன்றதில் ஆட்சியாளர் தொடர்பு கொண்டிருந்த போதிலுமா?"

"நிஜமான வருந்துதல்..." நடுங்கும் குரலில் அவள் குறிப்பிட்டாள்.

"செஹர்ஜாத் என்னை ஏமாற்ற முயலாதே" என்று அவர் குறுக்கிட்டார்.

"ஆனால், மன்னரே, நான் உண்மையைக் கூறுகிறேன்."

"உன் இருதயம் விலகிச் செல்ல, உன் உடல் நெருங்கி வருகிறது என்பதே உண்மை" என தீர்மானகரமான முரட்டுத்தனத்துடன் அவர் கூறினார்.

அவள் கலவரமுற்றாள். இருளில் அவள் நிர்வாணமாக்கப் பட்டிருந்தது போலிருந்தது.

எதிர்ப்பைத் தெரிவிக்கும் வகையில், "மன்னரே" என்றழைத்தாள்.

"நான் ஞானியுமில்லை, அதற்காக முட்டாளுமில்லை. உன் வெறுப்பையும் அவருவருப்பையும் எத்தனை தடவை நான் உணர்ந்திருக்கிறேன்."

உணர்ச்சி தழுதழுக்க "அல்லா அறிவார்..." என்று அவள் கூற, அவர் குறுக்கிட்டார்: "பொய்யுரைக்க வேண்டாம்; பயப்பட வேண்டாம். உயிர்த்தியாகிகளின் ரத்தத்தில் தோய்ந்திருந்தவனுடன் நீ வாழ்ந்திருக்கிறாய்."

"நாங்களெல்லாம் உங்கள் தகுதிகளைப் போற்றுகிறோம்."

அவளின் வார்த்தைகளைக் கேட்காமலேயே அவர் கூறினார்: "என்னருகே உன்னை ஏன் வைத்திருக்கிறேன் என்று உனக்குத் தெரியுமா? ஏனெனில், உன் அருவருப்பிலே எனக்குத் தகுதியான தொடர்ந்த சித்திரவதையினைக் கண்டேன். நான் தண்டனைக்கு உரியவன் என்று நான் நம்புவதுதான் என்னை வேதனை கொள்ளச் செய்கிறது."

அவளால் அழுகையை நிறுத்தமுடியவில்லை. அவர் இதமாகக் குறிப்பிட்டார்: "செஹர்ஜாத், அழு. பொய்யுரைப்பதை விடவும் அழுவது மேலானது."

"இன்றிரவுக்குப் பின் என்னால் சுகமானதும் லகுவானதுமான வாழ்க்கையை நடத்த இயலாது" என்று வியப்புற்றாள்.

அதனை மறுதலித்து அவர் கூறினார்: "இந்த இடம் உனக்கும், நாளை இந்நகரை ஆளப்போகும் உன் மகனுக்கும் உரியது. ரத்தக்கறை படிந்த காலத்தைச் சுமந்துகொண்டு, வெளியேற வேண்டியது நானே."

"மன்னரே."

"பத்தாண்டு காலவெளியிலே தூண்டுதலுக்கும் கடமைக்கும் இடையே அல்லாடியவனாக வாழ்ந்திருக்கிறேன். நினைவில் வைத்துள்ள நான், மறந்து விட்டதாகப் பாவிக்கிறேன். பண்பட்டவனாகக் காட்டிக்கொண்டு, இழிந்த வாழ்க்கை நடத்துகிறேன்; தொடர்கிறேன் மேலும் வருந்துகிறேன்; முன் செல்கிறேன்; பின்வாங்குகிறேன்; எல்லாச் சந்தர்ப்பங்களிலும் வதைபடுகிறேன்; மீட்சியின் அழைப்பை ஞானத்தின் அழைப்பைக் கவனிக்கிற நேரம் எனக்கு வந்திருக்கிறது."

"என் இருதயம் உங்கள் பால் திறக்கும்போது என்னை விலக்கி ஒதுக்குகிறீர்கள்" என்று சூளுரைக்கும் தொனியில் குறிப்பிட்டாள்.

"மானுடனின் இருதயங்களை நோக்குவதை நிறுத்தி இருக்கிறேன்" அவர் கடுமையாகக் குறிப்பிட்டார்.

"எதிர்க்கும் விதி நம்மைப் பரிகசிக்கிறதா?"

"நமக்கென விதிக்கப்பட்டுள்ளதைக் கொண்டு நாம் திருப்தியடைய வேண்டும்."

"என் இயற்கையான இடம் உங்கள் நிழலாக இருப்பதே." அவள் கசப்புணர்வுடன் குறிப்பிட்டாள்.

"தன் சாமர்த்தியத்தை இழந்த மாத்திரத்தில், சுல்தான் கிளம்பிவிட வேண்டும். சாதாரண மனிதனைப் பொறுத்தமட்டில், அவன் தன் மீட்சியைக் கண்டு கொள்ள வேண்டும்."

"நகரை கொடூரங்களிடம் விட்டிருக்கிறீர்கள்."

"மாறாக, என் மீட்பைத் தேடி குறிக்கோளின்றி நான் அலைந்து கொண்டிருக்கையில் நகருக்காகத் தூய்மையின் வாசலைத் திறந்து கொண்டிருக்கிறேன்."

இருளில் அவருடைய கைகளை நோக்கி அவளுடைய கைகளை நீட்டினாள். ஆனால் அவர் தன் கைகளை விலக்கிக் கொண்டார். "எழுந்து உன் வேலையில் ஈடுபடு; தந்தையை

நெறிப்படுத்தி இருக்கும் நீ, சீரான விளைவின் பொருட்டு மகனை ஆயத்தப்படுத்த வேண்டும்.”

VI

தன் ஆயுளின் இறுதிவரையிலும் வேலையின் இன்பங்களையும் மாலைநேர உரையாடலையும் தன்னால் அனுபவிக்க இயலும் என சிந்துபாத் கருதினான். ஆனால் அவனுக்கு கனவொன்று வந்தது. விழித்தெழுந்தபோது அவனால் அதன் தாக்கத்திலிருந்து மீளமுடியாமல் அதை மறக்க முடியாதிருந்தான்.

இந்த ஏக்கம் எது? கடலலைகளால் அலைக்கழிக்கப்படுவதாக அவன் தன் வாழ்க்கையைக் கழித்திட விதிக்கப்பட்டிருந்தானா? தொடுவானுக்கு அப்பாலிருந்து அவனை அழைத்துக் கொண்டிருந்தது யார்? ஏற்கனவே இவ்வுலகம் அவனுக்கு அளித்திருந்ததை விடவும் அதிகமாக விரும்பியதா? தன் சேமிப்புக் கிடங்கை மூடிவிட்டு, ஷேக்கிடம் தீர்வு இருக்கும் என்று தனக்குள் கூறியபடியே, அப்துல்லா அல்-பால்கியின் வீட்டிற்குப் புறப்பட்டான்.

ஷேக்கின் வீட்டிற்குச் செல்லும் வழியில், அவரது மகள் சுபைதாவைக் கண்டதும் அவனது காலுக்குக் கீழிருந்த பூமி நடுங்கியது. அவன் வருகை இதற்குமுன் அவனுக்கு உதித்திராத புதிய நோக்கத்தைப் பெற்று விட்டது. ஷேக்குடன் டாக்டர் அப்துல் காதிர்-மஹீனி இருந்ததைப் பார்த்தான்.

தயக்கத்துடன் குழப்பத்துடனும் அமர்ந்த அவன் “மாஸ்டர், உங்கள் மகளை மணமுடித்துத் தருமாறு கேட்க வந்திருக்கிறேன்” என்றான். ஷேக் புன்னகையால் அவனைத் துளைத்தபடி, “இல்லவே இல்லை. வேறொரு காரணத்திற்காக வந்திருக்கிறாய்” என்றார்.

திடுக்கிட்டுப்போன சிந்துபாத் ஒன்றும் சொல்லவில்லை.

“தன் கணவன் அலாவுதீன் கொல்லப்பட்டதிலிருந்து, தன்னை மார்க்கத்திடம் ஒப்படைத்திருக்கிறாள் என் மகள்.”

“திருமணங்கள் ஒருவரை மார்க்கத்திலிருந்து திசை திருப்புவதில்லை.”

“இது பற்றி அவள் தன் இறுதி முடிவைத் தெரிவித்துள்ளாள்.”

சிந்துபாத் சோகப்பெருமூச்சு விட, ஷேக் வினவினார், "சிந்துபாத், நிஜமாகவே எதற்காக வந்தாய்?"

"பாவனையையும் உண்மையையும் பிரித்து விட்டதாகத் தோன்றிய அந்த நீண்ட நிசப்தம் நிலவியது. மெல்ல அவன் கிசுகிசுத்தான், "மாஸ்டர், பதட்டம்."

"உன் வியாபாரம் தேக்கத்தினால் பாதிக்கப்பட்டுள்ளதா?" என அப்துல்காதிர் அல்-மஹீனி வினவினார்.

"பதட்டத்திற்கான கண்கூடான காரணத்தைக் காணாதவன் அப்போதும் பதட்டமாயிருக்கிறான்" என்றான் சிந்துபாத்.

"சிந்துபாத், பேசு" என்றார் ஷேக்.

"கடல்களுக்கு அப்பாலிருந்து எனக்கு அழைப்பு வந்துள்ளது போல் இருக்கிறது."

"பயணம். பயணங்களில் எண்ணற்ற நன்மைகள் இருப்பதால்" என அப்துல் காதிர் அல்-மஹீனி எளிதாகக் குறிப்பிட்டார்.

"பாறை தன் சிறகுகளை அடித்துக் கொள்வதாக கனவொன்றில் கண்டேன்" என்றான் சிந்துபாத்.

"வானகத்தின்பாலான அழைப்பாக அது இருக்கக் கூடும்."

"நான் கடல்கள் மற்றும் தீவுகளின் மனிதன்" என சிந்துபாத் பணிவாகக் குறிப்பிட்டான்.

"ஆறு தடைகளைக் கடந்து போகும் மட்டும் பக்தியாளரின் வரிசையை உன்னால் அடைய இயலாது என்பதை அறிந்துகொள். இதில் முதலாவது, நீ வசதியின் வாயிலை மூடி, கடுமையின் வாயிலைத் திறக்க வேண்டும் என்பது. இரண்டாவது கீர்த்தியின் வாயிலை மூடி, முக்கியத்துவமற்றதின் வாயிலைத் திறக்க வேண்டும். மூன்றாவது, ஓய்வின் வாயிலை மூடி வேலையின் வாயிலைத் திறக்க வேண்டும். நான்காவது, தூக்கத்தின் வாயிலை மூடி, விழிப்பின் வாயிலைத் திறக்க வேண்டும். ஐந்தாவது செல்வங்களின் வாயிலை மூடி, ஏழ்மையின் வாயிலைத் திறக்க வேண்டும். ஆறாவது நம்பிக்கையின் வாயிலை மூடி மரணத்திற்கான ஆயத்தப்பாடின் கதவைத் திறக்க வேண்டும்" என்றார் ஷேக்.

"நான் அந்த மேட்டுக்குடியைச் சேர்ந்தவனில்லை. பக்தியின் வாயில் மற்றவர்களுக்காக அகலத் திறந்துள்ளது" என சிந்துபாத் மரியாதையுடன் குறிப்பிட்டான்.

"நீ சொன்னது என்னவோ உண்மையே" என்றார் டாக்டர் அப்துல் காதிர் அல்-மஹீனி.

"நீ சுகமாக இருக்க வேண்டுமாயின், உனக்குக் கிடைப்பதைச் சாப்பிடு, கைக்கு வருவதை உடுத்து. மேலும் அல்லா உனக்கென விதித்திருப்பதைக் கொண்டு திருப்திப்படு" என்று சிந்துபாத்திடம் கூறினார் ஷேக்.

"மாஸ்டர் நான் அல்லாவைத் தொழுவது எனக்குப் போதுமானது" என்றான் சிந்துபாத்.

"தன் ஞானியரது இருதயங்களை நோக்கிய அல்லா, அவற்றில் சில மறையியல் ஞானத்தின்* தனியொரு அட்சரத்தை ஏற்பதற்குக் கூட தகுதியற்றிருந்ததால், அவை தொழுகையில் மும்முரமாய் இருக்குமாறு வைத்துள்ளார்" என்றார் ஷேக்.

டாக்டர் ஷேக்கிடம் குறிப்பிட்டார்: "அவன் பார்த்திருக்கிறான் மேலும் கேட்டிருக்கிறான்; அவன் பொருட்டு அகமகிழ்கிறேன்."

"ஒரேயொரு கவலை கொண்டு, தன் கண்கள் பார்த்துள்ளவற்றாலும் தன் காதுகள் கேட்டுள்ளவற்றாலும் பீடிக்கப்படாமல் இருப்பவன் ஆசீர்வதிக்கப்பட்டவன்" என்றார் ஷேக்.

"ஆயிரத்தோடு அதிசயமான இடங்களிலிருந்து அழைப்புகள் வந்த வண்ணம் உள்ளன."

ஷேக் எடுத்துரைத்தார்:

புலம்பெயர்தலில் உள்ள நான் அழுகிறேன்.
அந்நியனின் விழி அழாதிருக்கட்டும்
என் நாட்டை நீங்கிய நாளில்
சரியான மனநிலையில் இல்லை நான்,
என் காதலி இருக்கும் தாயகத்தை நீங்குவது
எவ்வளவு வேதனையானது

★ மறையியல் ஞானம் – நம்பிக்கையை விட மெய்யறிவே வீடுபேறு அடைவதற்குரியவழி என்னும் முற்கால மறைஞானியர் கோட்பாடு. தீட்சை பெற்றவர்களுக்கே கிடைக்கிற ஆன்மிக உண்மை என்னும் ரகசிய ஞானம்.

ஷேக்கைச் சிறிது நேரம் பார்த்த அல்-மஹீனி கூறினார்: "மாஸ்டர் அவன் பயணித்துக் கொண்டிருக்கிறான். ஆகவே அன்பான வார்த்தையுடன் விடை கொடுங்கள்."

இனிதாக முறுவலித்த ஷேக், சிந்துபாத்திடம் கூறினார்: "உன் ஆன்மா உன்னிடமிருந்து பாதுகாப்பாக இருப்பின் அப்போது அதன் உண்மையை நீ செயலாற்றி இருக்கிறாய் என்றாகும். மக்கள் உன்னிடமிருந்து பாதுகாப்பாக இருப்பின், அப்போது அவர்களின் உரிமைகளை நீ செயலாற்றி இருக்கிறாய் என்றாகும்."

அவர் கை மீது குனிந்து முத்தமிட்ட சிந்துபாத், டாக்டரை நன்றியுடன் நோக்கினான். அவன் கிளம்புவதற்காக இருந்த போது, டாக்டர் தன் கரத்தை அவன் தோளில் வைத்து, "அமைதியுடன் செல், பின்னர் வைரங்களுடனும் ஞானத்துடனும் திரும்பி வருக. ஆனால் தவறை மீண்டும் செய்யக்கூடாது" என்றார்.

சிந்துபாத்தின் கண்களில் குழப்பமான பார்வை தென்படவே, அல்-மஹீனி கூறினார்: "இதற்கு முன் பாறை மனிதனுடன் பறந்தபோது, நீ என்ன செய்தாய்? வைரங்களின் பிரகாசத்தால் ஈர்க்கப்பட்டு, முதல் சந்தர்ப்பத்திலேயே அதை விட்டு வந்தாய்."

"நான் தப்பித்து வருவேன் என்று நம்பவே இல்லை."

"இனந்தெரியாத உலகிலிருந்து இனந்தெரியாத உலகிற்குப் பாறை பறக்கிறது மற்றும் வாக்* சிகரத்திலிருந்து காஃப் சிகரத்திற்கு தாவுகிறது. ஆக இது உன்னதத்தின் விருப்பமாதலால் எதைக் கொண்டும் திருப்தியுற்று விடாதே."

சிந்துபாத்துக்கு பத்துக் குவளைகள் ஒயின் குடித்தது போல் இருந்தது.

★ வாக் – கிழக்கு ஆஃப்ரிக்காவின் மரபார்ந்த ஒரோமோ மற்றும் சோமாலி மதங்களின் கடவுள் பெயர்.

வருந்துவோர்

I

அவர் சிம்மாசனத்தையும் கீர்த்தியையும் மனைவியையும் குழந்தையையும் கைவிட்டார். அவரின் கடந்த காலத் தவறுகளை அவரது மக்கள் மறந்திருந்த வேளையில் தன் இருதயக் கொந்தளிப்பின் முன்னே தோற்கடிக்கப்பட்ட அவர், தானாகவே பதவி விலகினார். அவரது விஷய ஞானத்திற்கு கணிசமான நேரம் வேண்டியிருந்தது. அவருக்குள்ளேயிருந்த அச்சம் கட்டுப்பாட்டைத் தாண்டிச் செல்லும் வரையும் மற்றும் மீட்சிக்கான அவரது விருப்பம் நிலவும் வரையும், தீர்மானகரமான அடியை எடுத்து வைக்க அவர் முற்படவில்லை. ஒரு அங்கியை அணிந்து, கையில் கோலொன்றை எடுத்துக் கொண்டு, தன்னை விதி வசம் ஒப்படைத்து விட்டு, இரவில் அரண்மனையை விட்டுக் கிளம்பினார். அவரின் முன்னே மூன்று சாத்தியப்பாடுகள் இருந்தன: சிந்துபாத் செய்திருந்தது போல பயணிப்பது, அல்-பால்கியின் இல்லத்துக்குச் செல்வது, அல்லது யோசித்துப் பார்க்க நேரம் எடுத்துக் கொள்வது.

ஆற்றின் பச்சைத் திட்டுக்கு அருகாமையிலுள்ள வெற்றிடத்திற்கு அவரது பாதங்கள் அவரை இட்டுச் செல்ல, அங்கே விநோதமான சப்தம் அவர் காதுகளுக்கு எட்டியது. நிர்மலமான வானத்திலுள்ள பிறை நிலவின் கீழே கவனித்த அவர், அது மக்கள் ஒன்றாகச் சேர்ந்து வருந்துவது என்று உறுதிப்படுத்திக் கொண்டார். இவ் வெட்ட வெளியில் யாரேனும் புலம்பிக் கொண்டிருக்கக் கூடுமா?

பேரீச்சை மரமொன்றின் பின்புறத்தை அடையும்வரை கவனத்துடன் அவர் நகர்ந்தார். விதானம் போலிருந்த பாறையின் முன்னே, நேர்வரிசையாக சம்மணமிட்டு அமர்ந்திருந்தவர்களைப் பார்த்தார். தம் புலம்பல்களை அவர்கள் தொடர்ந்தனர். அவரது

குறுகுறுப்பு தூண்டப்படவே, வெவ்வேறான எண்ணங்கள் அடுத்தடுத்து அவரிடம் எழுந்தன. அப்போது, அவர்களுள் ஒருவன் எழுந்து பாறையிடம் போய், தன் உள்ளங்கையால் அடித்துக் கொண்டிருந்தான். பின்னர் தன்னிடத்திற்குத் திரும்பி மற்றவர்களுடன் சேர்ந்து புலம்பலைத் தொடர்ந்தான். அவர்களைக் கூர்ந்து கவனித்த ஷாரியார், அவர்களில் பலர் தன் குடிமக்களாக இருந்ததைக் கண்டு கொண்டார். சுலைமான் அல்-ஸய்னி, அல்-ஃபாதில் இபின் கக்கான், சமி சுக்ரி, கலீல் ஃபாரிஸ், ஹாஸன் அல்-அத்தர் மற்றும் கலீல் அல்-பாஸஸ் முதலியோர் அங்கிருந்தனர். அவர்கள் என்ன செய்து கொண்டிருந்தனர் என்று அறியும் பொருட்டு, அவர்கள் கூட்டத்தில் நுழைய முயன்றவரை எச்சரிக்கை கட்டுப்படுத்தியது. விடியும் முன்னே அவர்களுள் ஒருவன் எழுந்து, “சித்திரவதைக் கூடத்திற்கு நாம் திரும்பும் நேரம் வந்திருக்கிறது” என்றான்.

மறுநாள் சந்திப்பதாக அவர்கள் ஒருவருக்கொருவர் வாக்குறுதி தந்தவாறு, தம் புலம்பலை நிறுத்திவிட்டு, எழுந்து கொண்டனர். அப்புறம் ஆவிகளாக நகரை நோக்கிப் புறப்பட்டனர்.

II

இதன் பொருள் என்னவாயிருந்தது? பாறையை நெருங்கியதும் அதன் வலப்பக்கமாய் சுற்றி வந்தார். சீரற்ற விதானத்தின் வடிவிலிருந்த, யாரும் கவனிக்காமலேயே போகக் கூடிய இடமான அது பாறையைத் தவிர வேறெதுவுமில்லை. அதனைத் தொட்டுப் பார்த்தவர், அது முரடாக இருக்கக் கண்டார். பலமுறை தன் உள்ளங்கையால் அதனை அடித்துவிட்டு, அவர் திரும்பும்போது பல்வேறு திசைகளிலிருந்து வந்ததாகத் தோன்றிய சப்தம் வெளிப்பட்டது. பாறையின் கீழே வளைந்த நுழைவாயில் ஒன்று தென்பட்டது. பயத்தில் நடுங்கி அவர் பின் வாங்கினார். அப்போது இதமான ஒளியைக் கண்டு, மணமிக்கதும் போதையூட்டுவதுமான வாசனையை நுகர்ந்தார். பயம் அவரிடமிருந்து விலகியது. திறக்க வேண்டும் என மக்கள் ஏங்கிக் கொண்டிருந்ததும் கண்ணீர் வடித்திருந்ததும் இந்த நுழைவாயிலுக்காகத்தான். அதனை நெருங்கி தலையை நுழைத்தார். சுற்றுமுற்றும் நோக்கியவர், சூழலால் கவர்ந்திழுக்கப்பட்டார். அவர் நுழைந்தும் நுழையாததுமாக கதவு

மூடிக் கொண்டது. ஒரு பாதையில் தான் நிற்கக் கண்டவர், அதன் வசீகரத்தில் தன்னை இழந்தார். வெளிப்படையாக வெளிச்சம் இல்லாவிட்டாலும் ஒளியேற்றப்பட்டிருந்தது. ஜன்னல் எதுவும் இல்லாவிட்டாலும் இனிய வாசம் நிலவியது. தோட்டம் எதுவும் இல்லாவிட்டாலும் அழகிய மணம் வீசியது.

அதன் தலை, இனந்தெரியாத உலோகத்தால் வெட்டி எடுக்கப்பட்டு, பளபளக்கும் வெண்மையாய் இருந்தது. அதன் சுவர்கள் மரகதத்தால் எழுப்பப்பட்டிருந்தன. அதன் சுவர் விதவிதமான வண்ணங்களால் ஆன பவழப்பாறை அடுக்குகளால் அலங்கரிக்கப்பட்டிருந்தது. பாதையின் இறுதியில் இருந்த வாயில், வைரங்களால் பதிக்கப்பட்டதென பிரகாசித்தது. தன் பின்னே இருந்ததை மறந்தவராக, தயக்கமின்றி முன்னேறினார். ஒன்று அல்லது இரு நிமிடங்களில் அவ்வாயிலை அடைந்து விடலாம் என்றெண்ணினார். ஆனால் பாதை அப்படியே இருக்க அதன் பக்கங்கள் நீண்டு கொண்டே போவது போல நீண்ட நேரம் நடந்து கொண்டிருந்ததாகக் கருதினார். அது முடிவில்லாத பாதையாக இருக்கலாம் என்று சந்தேகம் கொண்டவர், நின்று விடுவது குறித்தோ, திரும்புவது குறித்தோ எண்ணிப் பார்க்கவில்லை.

ஒருபோதும் முடிவுறாததான பயனற்ற நடையை ரசித்தார். தன் நடைக்கு நோக்கமொன்று இருந்திருந்ததை அவர் மறக்க இருந்த வேளையில், படிகம் போன்ற தெளிந்த குளத்தை நெருங்குவதாக உணர்ந்தார். அதன் பின்னே வசீகரமான கண்ணாடி ஒன்றிருந்தது. "உனக்கு நல்லதென்று தோன்றுவதைச் செய்" என்று ஒரு குரல் கூறுவதைக் கேட்டார்.

உடனே அவர் தன் அப்போதைய ஆசைகளுக்கு இணங்கினார். ஆடைகளை அவிழ்த்து வைத்துவிட்டு தண்ணீரில் குதித்தார். துடிப்புக் கொண்ட தண்ணீர் தன் தேவதை விரல்களால் அவருள்ளே ஊடுருவிப்போய் வருடிவிட்டது. நீரிலிருந்து எழுந்து வந்தவர், கண்ணாடி முன் தெரிந்த தன் உருவத்தைப் பார்த்தார். வலுவானதும் கச்சிதமானதுமான உடல், இளமையுடன் ஆண்மை மிளிரும் முகம், வகிடெடுத்த தலைமுடி, மேலும் அரும்பு மீசை கொண்டு தாடியற்ற இளைஞனின் சருமத்தில் தான் புதிதாய் இருக்கக் கண்டார். "எதையும் நிறைவேற்றக் கூடிய சர்வ வல்லமை வாய்ந்தவருக்கு வந்தனம்" என்று அவர் கிசுகிசுத்தார்.

தான் டமாஸ்கஸ் பட்டிலான கால்சராய்களும் பாக்தாத் அங்கியும் குராசானி தலைப்பாகையும் எகிப்திய செருப்புகளும் அணிந்திருக்கக் கண்டவர், காண்பதற்கு ஓர் அதிசயமாக இருந்தார்.

தொடர்ந்து நடந்த அவர் வாயிலின் முன்னே நின்றார். அவருக்கு முன்னால் இதற்குமுன் கண்டிராத தேவதை போன்ற யுவதி நின்றாள்.

"யார் நீ?" புன்னகையுடன் அவள் வினவினாள்.

"ஷாரியார்."

"உன் தொழில் என்ன?"

"தன் கடந்த காலத்திலிருந்தான அகதி."

"நீ வசித்து வரும் இடத்திலிருந்து எப்போது புறப்பட்டாய்?"

"அதிகபட்சம் ஒருமணி நேரத்திற்கு முன்."

"கணிதத்தில் எவ்வளவு பலவீனமாய் இருக்கிறாய்." சிரிப்பதைக் கட்டுப்படுத்த முடியாமல், அவள் கூறினாள்.

"நீண்டதொரு பார்வையை அவர்கள் பரிமாறிக் கொண்டதும், யுவதி குறிப்பிட்டாள்: "நீண்ட நேரமாக உனக்காகக் காத்திருக்கிறோம். நகரமே உனக்காகக் காத்திருக்கிறது."

"எனக்காகவா?" அவர் ஆச்சரியத்துடன் கேட்டார்.

"தன் மேன்மை தங்கிய அரசிக்கென்று உறுதி செய்யப்பட்ட மணமகனுக்காகக் காத்திருக்கிறது."

அவள் தன் கையினால் ஒரு சமிக்ஞை செய்ய, வாயில் கதவு திறந்து - ரெபப் என்னும் தந்திக்கருவியின் ஓலம் ஒலித்தது.

III

அழகிலும் வளத்திலும் நேர்த்தியிலும் தூய்மையிலும் வாசனையிலும் மற்றும் தட்பவெப்பத்திலும் மனிதனால் உருவாக்கப்படாத நகரில் ஷாரியார் தன்னைக் கண்டு கொண்டார். குங்குமச் சிவப்பிலான தரை குளங்களாலும் நீரோடைகளாலும் நிரம்பியிருக்க, எல்லாவிதமான மலர்களாலும் அலங்கரிக்கப்பட்ட கட்டிடங்களும் தோட்டங்களும், தெருக்களும் சதுக்கங்களும்

நாலாபுறமும் இருந்தன. நகரில் வசித்தவர்களில் ஒருவர் கூட ஆண் இல்லாமல் அனைவரும் பெண்களாய் இருந்தனர். அவர்கள் தேவதைகளின் அழகு பெற்ற யுவதிகளாய் காணப்பட்டனர். புதிய நபரைக் கவனித்ததும் அரண்மனைக்கு இட்டுச் செல்லும் ராஜவீதிக்கு அவர்கள் விரைந்தனர்.

IV

அரண்மனையைப் பார்த்ததும், தன் நாடோடி மக்களைப் போல திகைத்தார். தன் பழைய அரண்மனை மோசமான குடிசைக்கு மேல் ஒன்றுமில்லையென இப்போது நம்பினார். முத்துப் போன்ற இளம் பெண்களின் இருவரிசைகளுக்கு இடையே அரசி தன் சிம்மாசனத்தில் கம்பீரமாய் அமர்ந்திருந்த தர்பார் மண்டபத்திற்கு யுவதி அவரை இட்டுச் சென்றாள்.

அரசியின் முன் நெடுஞ்சாண் கிடையாக விழுந்த யுவதி "ராணியே உங்களுக்கு உறுதி செய்யப்பட்ட மணமகன்" என்றாள்.

அவர் தன் இருதயத்தைக் கைவிடும்படியாக, அரசி புன்னகைத்தாள். "ராணியே உங்கள் அடிமை நான். வேறெதுவும் இல்லை" என்று கூறியபடி, அவரும் நெடுஞ்சாண்கிடையாக விழுந்தார்.

"இல்லை நேசத்திலும் சிம்மாசனத்திலும் நீங்கள் என் சகா" என்று மிகவும் இனிதான குரலில் அரசி குறிப்பிட்டாள்.

"கடந்த காலத்தில் முதுமையை அடையும்வரை நீண்ட வாழ்க்கை வாழ்ந்தேன் என்பதை நான் வெளியிடுமாறு கடமை வற்புறுத்துகிறது."

"நீங்கள் என்ன பேசிக் கொண்டிருக்கிறீர்கள் என்று எனக்குத் தெரியவில்லை" என அரசி இனிதாகக் கூறினாள்.

"நான் காலத்தின் பிடி பற்றிப் பேசிக் கொண்டிருக்கிறேன், அரசியே."

"ஒடுக்கவோ, காட்டிக் கொடுக்கவோ செய்யாத விசுவாசமான நண்பனாகவே நாங்கள் காலத்துடன் பரிச்சயம் கொண்டுள்ளோம்."

"அனைத்தையும் நிறைவேற்றும் வல்லமை மிகுந்த அல்லாவுக்கு வந்தனம்" என்று ஷாரியார் கிசுகிசுத்தார்.

நாற்பது நாட்கள் நகரம் திருமணத்தைக் கொண்டாடியது.

V

நேசத்திலும் சிந்தனையிலும் காலம் கழிந்தது. தொழுகைக்கும் நேரம் இருந்தது; குடிப்பதிலும், பாடுவதிலும் நடனமாடுவதிலும் அதை வெளியிடக் கூடியதாய் இருந்தது.

தோட்டத்தின் மறைவான ரகசியங்களை வெளிப்படுத்திட ஆயிரம் ஆண்டுகளும், அரண்மனையின் வரவேற்புக் கூடத்தையும் அதன் நடைகூடங்களையும் அறிந்து கொள்ள அதற்கும் கூடுதலான ஆண்டுகளும் தனக்குத் தேவை என ஷாரியாருக்குத் தோன்றியது. அப்போது ஒரு நாள் அரசியுடன் தூய தங்கத்திலான சிறியதொரு கதவைக் கடந்து சென்றார். அதன் பூட்டிலே வைரங்கள் பதித்த சாவி இருந்தது, "இந்தக் கதவை நெருங்க வேண்டாம்" என்று கருப்பு எழுத்துகள் எழுதப்பட்ட சீட்டு ஒன்று அதன்மேல் இருந்தது.

"பிரியமானவளே, ஏன் இந்த எச்சரிக்கை?" என்று அரசியை வினவினார்.

"இங்கே நாங்கள் முழுமையான சுதந்திரத்துடன் வசிக்கிறோம். எனவே வெறும் ஆலோசனையை மன்னிக்க முடியாத அவமதிப்பாகக் கருதுகிறோம்."

"அல்லது உங்களிடமிருந்தான ராஜகட்டளையாக வெளி வருகிறதா?"

"லட்சோபலட்சம் ஆண்டுகளாக நிலவியிருக்கும் நேசம் சார்ந்த விஷயங்களில் மட்டும் அதிகார வடிவம் பயன்படுத்தப் படுகிறது."

VI

ஒருமுறை அரசியைத் தழுவிக் கொண்டிருந்த அவர், "எப்போது நமக்குக் குழந்தை கிடைக்கும்?" என்று மனைவியை வினவினார்.

“நமக்கு மணமாகி நூறு ஆண்டுகளே ஆகி இருக்கையில் இதனை எண்ணிப் பார்க்கிறீர்களா?”

“நூறு ஆண்டுகள்தானா?”

“அதற்குமேல் இல்லை, என் அன்பே.”

“சில நாட்களே என்று தான் கணக்கிட்டிருக்கிறேன்.”

“உங்கள் தலையிலிருந்து கடந்த காலம் இன்னும் அழித்தொழிக்கப்படாது இருக்கிறது.”

“எதுவாயினும், ஒரு மானுடன் எப்போதும் இருந்திருப்பதை விடவும் நான் சந்தோஷமாயிருக்கிறேன்” என்று மன்னிப்புக் கோருபவர் போல் அவர் குறிப்பிட்டார்.

“கடந்த காலத்தை முழுதுமாக நீங்கள் மறந்து போகும்போது உண்மையான சந்தோஷத்தை அறிந்து கொள்வீர்கள்.”

விலக்கப்பட்டிருந்த வாசலைக் கடந்து செல்ல நேரும் போதெல்லாம் அதை அவர் ஆர்வத்துடன் நோக்கினார். அது இருந்த நடைகூடத்தை விட்டு நீங்கியிருக்கும் போதெல்லாம், அங்கே திரும்பி வந்தார். அவர் மனதிலும் உணர்வுகளிலும் அது நெருக்கடி தரவே, “இவ்வாசல் தவிர்த்து எல்லாம் தெளிவாக உள்ளது” என்று தனக்குள் சொல்லிக் கொள்ளத் தொடங்கினார்.

VII

ஒரு நாள் அவரது எதிர்ப்புணர்வு பலவீனங்கொள்ள, ரகசிய அழைப்பு ஒன்றிற்கு அடிபணிந்தார். சேவகர்கள் கவனிக்காத சந்தர்ப்பத்தில், அவர் சாவியைத் திருப்பினார். மாயாஜால சப்தத்துடன், ஆனந்தமான வாசனையை வெளியிட்டபடி, கதவு லகுவாய்த் திறந்தது. நெஞ்சம் படபடத்தாலும் நம்பிக்கையுடன் அவர் நுழைந்தார். கதவு மூடிக் கொள்ளவும், எதிரே மிகவும் பயங்கரமான அரக்கன் அவர் முன் தோன்றினான். சட்டென அவர் மீது பாய்ந்தவன், தன் கைகளுக்கிடையே சிக்கிய குஞ்சென அவரைத் தூக்கினான். “அல்லாவின் பெயரால் என்னை விட்டு விடு” என்று ஷாரியார் வேதனையுடன் கத்தினார்.

அவரின் வேண்டுதலை ஏற்று அவரைத் தரையில் இறக்கினான்.

VIII

ஷாரியார் தன்னைக் கடுமையுடன் நோக்கினார்.

"நான் எங்கே இருக்கிறேன்?"

பாலைவனம், இரவு பிறைநிலவு, பாறை, ஆண்கள் மற்றும் தொடர்ச்சியான புலம்பல், ஷாரியார் மற்றும் அவரது கோல் மற்றும் நகரின் மாசுற்ற காற்று.

"கருணை கருணை" ரணம் பட்ட இருதயத்திலிருந்து அரற்றியவர் பாறைமீது தன் உள்ளங்கையால் பலமுறை அடிக்க, குருதி கசிந்தது.

"ஆனால் உண்மை அவரைப் பற்றிக் கொள்ளவும் விரக்தியடைந்தார். அவரது முதுகு வளைந்தது, அவர் முதியவர் ஆனார். வேறுவழி இல்லாதிருந்தது. தடுமாறும் காலடிகளுடன் அவர்களை நோக்கிச் சென்றவர், அந்த வரிசையின் கடைசியில் போய் அமர்ந்தார். பிறை நிலவின் கீழே அவர்களைப் போலவே சீக்கிரமே கண்ணீர் வடித்தார்.

IX

விடியும் முன்பே அவர்கள் வழக்கம்போல் கிளம்பி விட்டனர். அவர் போகவும் இல்லை, அழுகையை நிறுத்தவும் இல்லை. அப்போது, இரவில் தனியே நடந்து வந்த ஒருவர் அவரிடம் வந்து "உங்களை அழச்செய்வது எது?" என்று கேட்டார்.

"அது உன் விவகாரமில்லை" என்று ஷாரியார் கோபத்துடன் கூறினார்.

அவரின் முகத்தைத் துருவி ஆராய்ந்த மற்றவர் குறிப்பிட்டார்: "நான்தான் காவல்துறை இயக்குனர். என் அதிகார வரம்பை நான் மீறவில்லை."

"என் கண்ணீர், அமைதிக்குக் குந்தகம் விளைவிக்காது" என்றார் ஷாரியார்.

"அதுபற்றித் தீர்மானிப்பதை என்னிடம் விட்டு விட்டுப் பதில் கூறுங்கள்" என்ற அப்துல்லா அல்-அகில் அவரின் முகத்தைத் துருவி ஆராய்ந்து கொண்டிருந்தார்.

சிறிது நிசப்தத்திற்குப் பின் ஷாரியார் குறிப்பிட்டார்: "எல்லா ஜீவராசிகளும் பிரிவின் வேதனையால் அழுகின்றன." ஒட்டு மொத்த நிலவரத்தையும் கவனிக்காதவர் போலிருந்தது அச்செய்கை.

"உங்களுக்குத் தங்குமிடம் இல்லையா?" என மர்மமான புன்னகையுடன் அப்துல்லா அல்-அகில் வினவினார்.

"எதுவும் இல்லை."

"பசுமைத்தீவுக்கு அருகிலுள்ள பேரீச்சையின் கீழே வசிக்க விரும்புகிறீர்களா?"

ஷாரியார் அலட்சியத்துடன் கூறினார்: "இருக்கலாம்."

"அனுபவம் வாய்ந்தவரின் வார்த்தைகளைக் கூறுகிறேன், தன்னை அடையும் பாதையை யாருக்காவும் ஏற்படுத்தாது இருப்பதும் தன்னை அடைய முடியும் என்னும் நம்பிக்கையை யாரும் இழக்காது இருக்கச் செய்வதும், குழப்பத்தின் பாலைகளில் மக்களை ஓடித்திரியவும் சந்தேகக் கடலில் மூழ்கவும் விட்டிருப்பது உண்மையின் பொறாமைக்கான அறிகுறியாகும். அதை அடைந்து விட்டதாகக் கருதுபவனை விலக்கித் தள்ளுகிறது. மேலும் அதிலிருந்து தன்னை விலக்கிக் கொண்டுள்ளதாகக் கருதுபவன் தன் வழியை இழக்குமாறு செய்கிறது. இவ்வாறாக அதனை அடைதலும் இல்லை, அதனைத் தவிர்த்தலும் இல்லை - அது தப்ப முடியாதது" என்று குறிப்பிட்டார்.

பிறகு, நகரின் திசைநோக்கிச் செல்லலானார் அப்துல்லா அல்-அகில்.